D1680915

மார்க்ஸ் பிறந்தார்

ஹென்றி வோல்கவ்

மொழிபெயர்ப்பு:

நா. தர்மராஜன் எம்.ஏ.,

நியூ செஞ்சுரி புக் ஹவுஸ் (பி) லிட்.,
41-B, சிட்கோ இண்டஸ்டிரியல் எஸ்டேட்
அம்பத்தூர், சென்னை– 600 098.
☎: 26258410, 26251968, 26359906

Language : Tamil

Marx Piranthaar

Author : **Henry Volkov**

Translator : **Na. Dharmarajan**

First Edition: February, 2012

Second Edition: April, 2017

Copyright: Publisher

No. of Pages : xvi + 240 = 256

Publisher:

New Century Book House Pvt. Ltd.,
41-B, SIDCO Industrial Estate,
Ambattur, Chennai - 600 098.
Tamilnadu State, India.
email : info@ncbh.in
Online : www.ncbhpublisher.com

ISBN: 978 - 81 - 2342 - 057 - 8

Code No. A 2425

₹ **175/-**

Branches

Ambattur (H.O.) 26359906, Spenzer Plaza (Chennai) 044-28490027
Trichy 0431-2700885 **Pudukkottai** 04322- 227773 **Tanjore** 04362-231371
Tirunelveli 0462-2323990 **Madurai** 0452 2344106, 2350271
Dindigul 0451-2432172 **Coimbatore** 0422-2380554 **Erode** 0424-2256667
Salem 0427-2450817 **Hosur** 04344-245726 **Krishnagiri** 0434-3234387
Ooty 0423 2441743 **Vellore** 0416-2234495 **Villupuram** 04146-227800
Pondicherry 0413-2280101 **Thiruvannamalai** 04175-223449

மார்க்ஸ் பிறந்தார்

ஆசிரியர் : ஹென்றி வோல்கவ்

மொழிபெயர்ப்பு : நா.தர்மராஜன்

முதல் பதிப்பு: பிப்ரவரி, 2012

இரண்டாம் பதிப்பு: ஏப்ரல், 2017

அச்சிட்டோர்: **பாவை பிரிண்டர்ஸ் (பி) லிட்.,**
16 (142), ஜானி ஜான் கான் சாலை, இராயப்பேட்டை, சென்னை - 14
☎: 044-28482441

பதிப்புரை

ஐரோப்பிய மெய்யியல் அறிஞரான ஹெகல் மெய்யியல் உள்பட இயற்கை அறிவியல், வரலாற்று அறிவியல் ஆகியவற்றின் அனைத்துத் துறைகளையும் இயங்கியல் தருக்கவியலைக் கொண்டு ஆராய்ந்தவர். மிகவும் ஆழமான இயங்கியல் உணர்வையும் அறிவியல் வளத்தையும் உள்ளடக்கி செழிப்பாக ஹெகல் இயங்கியலை வளர்த்தெடுத்தாலும், அவரது கொள்கை கருத்துமுதல்வாதமாகவே நீடித்தது.

இந்நிலையில், இவ்வுலகம் ஏன் இப்படியிருக்கிறது, இதை மாற்ற இயலாதா என்று சிந்தித்துக்கொண்டிருந்த மார்க்ஸ் பொருளாதாரம், அரசியல், கருத்தியல் போன்ற தளங்களைத் தெளிவாகக் கற்றுத் தேர்ந்து, ஹெகலின் நேர்த்தியான இயங்கியலைப் பொருள்முதல்வாதத்துடன் இரண்டற இணைத்தார்.

'பொருளாதாரம், அரசியல், கருத்தியல் போன்ற தளங்கள் சமூகத்தினுள் ஒட்டியும் ஒட்டாமலும் செயல்பட்டு வருகின்றன. இறுதியில் அவற்றில் பொருளாதாரத் தளம் முற்றுமுதலான நிர்ணயப் பாத்திரத்தை வகிக்கிறது' என்பதனைக் கண்டறிகிறார் மார்க்ஸ். இப்படித்தான் உருவாகிறது - மார்க்சியம்; பின்னர் உலக வரலாற்றில், உலக மெய்யியல் வரலாற்றில் மாபெரும் சிந்தனையை விதைக்கிறது.

கார்ல் மார்க்ஸ் எவ்வாறு மெய்யியல் மூலம் சமூகத்தை மாற்றும் பணியில் இறங்கினார், அதனால் அவரது சொந்த வாழ்வில் அவருக்கும் அவரது குடும்பத்தினருக்கும் என்னென்ன துயரங்கள் நேர்ந்தன, அவற்றையெல்லாம் சுமந்தும் தம் பொதுப் பணியில் அவர் எப்படி வெற்றியடைந்தார் என்பதைச் சுருக்கமாக எடுத்தியம்புவதே 'மார்க்ஸ் பிறந்தார்' என்னும் இந்த அறிமுக நூல்!

இந்நூலின் பழைய பிரதியை எங்களுக்குக் கொடுத்து உதவிய பழங்காசு சீனிவாசனின் பாரதி ஆய்வு நூலகத்திற்கு எங்களது நன்றி!

-பதிப்பகத்தார்

மனிதகுலம் படைத்தளித்திருக்கும்
கருவூலங்கள் யாவற்றையும் பற்றிய
அறிவைப் பெற்று உங்கள் சிந்தனையை
நீங்கள் வளமாக்கிக் கொள்ளும் போது மட்டுமே
உங்களால் கம்யூனிஸ்டு ஆக முடியும்.

-வி. இ. லெனின்

உங்கள் கைகளில் தவழும் புத்தகம் கார்ல் மார்க்சின் வாழ்க்கைச் சரிதம் அல்ல. அல்லது மார்க்சியத் தத்துவத்தை எளிய முறையில் விளக்குகின்ற நூலும் அல்ல. இப்புத்தகம் மார்க்சியத்துக்கு ஒரு வகையான "அறிமுகம்" என்று கூறலாம். வேறு எத்தத்துவத்தைக் காட்டிலும் அதிகமாக மனிதகுலத்தின் விதியை நிர்ணயித்திருக்கின்ற இந்த மாபெரும் தத்துவத்தின் தோற்றத்தையும் வளர்ச்சியையும் விவரிக்கின்ற நூல் இது.

இளைஞரான மார்க்சின் தேடல்கள், சிந்தனைகள், உணர்ச்சிக் குமுறல்கள் என்ற உலகத்துக்குள், அவருடைய நெருப்புப் போன்ற கருத்துக்கள் பரிணாம வளர்ச்சியடைந்த படைப்புத் தன்மை கொண்ட சோதனைச் சாலைக்குள் தன்னோடு வாசகரையும் அழைத்துச் செல்வதற்கு, இந்த உலகத்துக்குள் தன்னை அமிழ்த்திக் கொள்ளும்படி வாசகரை ஊக்குவிப்பதற்கு இப்புத்தகத்தின் ஆசிரியர் முயற்சி செய்திருக்கிறார். ஏனென்றால் ஒரு மேதையுடன் ஆன்மிக ரீதியில் கலந்துறவாடுவதற்கு அவருடைய தத்துவத் தேடல்களின் பாதையைப் பின்தொடர்வதைக் காட்டிலும் அதிக வளமான சாதனம் வேறில்லை.

மார்க்சியம் வறட்டுக் கோட்பாடு அல்ல, அது செயலுக்கு வழிகாட்டி என்பது பிரபலமான உண்மையாகும். எனவே உருப்போட்டு ஒப்பிக்கப்பட வேண்டிய, "முன்னரே தயாரிக்கப்பட்ட" உண்மைகளின் தொகுப்பு என்றபடி இல்லாமல் மார்க்சியத்தை அதன் வளர்ச்சியில், இயக்கத்தில், நடவடிக்கையில் ஆராய வேண்டும் என்பது பெறப்படும்.

நாம் மார்க்சியத்தின் இதயத்துக்குள் நுழைவது எப்படி? உலகத்தைப் பற்றி நாம் புரிந்து கொள்வதற்கு அது வழங்கியுள்ள பங்கை நாம் மதிப்பிடுவது எப்படி? மார்க்சியத்துக்கு முந்திய தத்துவஞான மற்றும் சமூக-பொருளாதாரப் போதனைகளிலிருந்து அதை வேறுபடுத்திக் காட்டுவது எது? இதைப் புரிந்து கொள்வதற்கு மார்க்சியத்தின் மூலவர்கள் நடந்து சென்ற பாதையை நாம் சிந்தனையில் பின்பற்றிச் செல்ல வேண்டும். புதிய உலகக் கண்ணோட்டத்துக்கு இட்டுச் சென்ற படைப்பாற்றல் மிக்க சிந்தனையின் அனுபவத்தையும் கடுமுயற்சிகளையும் நாம் "மீண்டும்

செய்வது'' இதற்கு அவசியம். எல்லாவற்றையும் காட்டிலும், மார்க்சியத்தின் பிறப்பிடமாக இருந்த மனித சமூகப் பண்பாட்டுச் செல்வத்தை நாம் தன்வயமாக்குவதும் விமர்சன ரீதியில் மறு பரிசீலனை செய்வதும் மிக அவசியம். இதைச் செய்வதற்கு மார்க்சியத்தைத் தத்துவரீதியாகவும் செய்முறையாகவும் கையாள்வதற்குரிய திறமையை நாம் பெறுவதும் அவசியம்.

இது மிகவும் கடினம் என்பது உண்மையே. இதற்குச் சக்தி, முயற்சி மற்றும் காலத்தை அதிகமாகச் செலவிடுவது அவசியம். ஆனால் ''விஞ்ஞானத்தில் ராஜபாட்டை என்பது கிடையாது. அதன் செங்குத்தான பாதைகளில் களைப்போடு ஏறிச் செல்வதற்குத் தயங்காதவர்களுக்கு மட்டுமே அதன் பிரகாசமான சிகரங்களை எட்டுகின்ற சந்தர்ப்பம் கிடைக்கும்.''[1]

சுலபமான பாதைகளும் உண்டு; ஆனால் அவை பொதுவாக மார்க்சியத்தை அளவுக்கு மீறி எளிமைப்படுத்துவதிலும் கொச்சைப்படுத்துவதிலும் முடிகின்றன. அவை ஒரு பக்கத்தில் வறட்டுக் கோட்பாட்டுவாதிகளை உருவாக்குகின்றன; மறு பக்கத்தில் "ஏமாற்றத்தைத்" தோற்றுவிக்கின்றன. இதை மனத்தில் கொண்டுதான் லெனின் கம்யூனிஸ்டு இளைஞர் சங்கத்தின் மூன்றாவது காங்கிரசில் உரையாற்றிய பொழுது பாடப்புத்தகங்கள் மற்றும் பொதுமக்களுக்காக எழுதப்பட்டிருக்கும் பிரசுரங்களில் உள்ள முன்னரே தயாரிக்கப்பட்ட முடிவுகள், கோஷங்களின் உதவியுடன் மார்க்சியத்தை (கம்யூனிசத்தை) "அளவுக்கு மீறி எளிமைப் படுத்திக்" கற்பதற்கு எதிராக எச்சரிக்கை செய்தார்.

மார்க்ஸ் ''மனித சிந்தனை தோற்றுவித்திருந்தவை யாவற்றையும் மறு பரிசீலனை செய்தார், விமர்சனத்துக்கு உட்படுத்தினார், தொழிலாளி வர்க்க இயக்கத்தைக் கொண்டு சரிபார்த்தார். முதலாளித்துவ வரம்புகளால் கட்டுப்படுத்தப் பட்டோரால் அல்லது முதலாளித்துவத் தப்பெண்ணங்களால் கட்டுண்டோரால் வந்தடைய முடியாத முடிவுகளை இவ்வழியில் வந்தடைந்து அவர் வரையறுத்துக் கொடுத்தார்.''[2]

மார்க்ஸ் மார்க்சியத்துக்கு வந்த பாதை எது, மனித மேதாவிலாசத்தின் மிகப் பெரிய சாதனைகளில் ஒன்று எப்படி

1. Karl Marx, *Capital,* Vol. 1, Moscow, 1977, p.30.
2. வி. இ. லெனின், **தேர்வு நூல்கள்**, பன்னிரண்டு தொகுதிகளில், தொகுதி *11*, மாஸ்கோ, முன்னேற்றப் பதிப்பகம், *1982*, ப. *87*

சாத்தியமாயிற்று என்பதை நாம் அறிந்து கொள்ள விரும்பினால், மார்க்சியத்தை அதன் கரு நிலையில், அதன் தயாரிப்பு நிகழ்வுப் போக்கில் புரிந்து கொள்ள விரும்பினால் நாம் இயற்கையாகவே மார்க்சின் ஆரம்ப கால நூல்களுக்கு, அவருடைய வாழ்க்கை மற்றும் பணியின் துவக்கக் கட்டத்துக்குச் செல்ல வேண்டும்.

மனிதகுலத்துக்குப் "புதிய கண்களை" வழங்கிய, அதற்கு முன்னால் புதிய வானங்களைத் திறந்து காட்டிய தத்துவஞானப் புரட்சியை மார்க்ஸ் எப்படி நிறைவேற்றினார்? இதற்கு எத்தகைய தனிப்பட்ட, மனித குணாம்சங்கள் அவசியமாக இருந்தன? மார்க்சின் தத்துவ ஞானத்தையும் வாழ்க்கையையும் பின்தொடர்ந்து செல்பவர்களுக்கு இக்கேள்விகள் மிக முக்கியமானவை என்பது தெளிவு.

ஒரு மனிதனுடைய நடவடிக்கை அவனை விளக்கிக் காட்டும் என்பது உண்மையானால் இது மார்க்சுக்கு மிகவும் பொருந்தும். ஏனென்றால் அவர் குறிப்பிடத்தக்க அளவுக்கு ஒரே குறியும் நோக்கமும் கொண்ட மனிதராக இருந்தார்.

மார்க்சின் புரட்சிகரத் தத்துவஞானம் வளர்ச்சியடைந்த பொழுது அவருடைய ஆளுமையும் உருவாயிற்று. அவருடைய ஆன்மிக சோதனைச் சாலையின் மிக ஆழமான இடங்களை அறிந்து கொள்வதற்கு, அறிஞர், புரட்சிவாதி, குடிமகன் என்ற முறையில் அவருடைய தார்மிகப் பண்பை வெளிக்காட்டுவதற்குரிய திறவுகோல் அவருடைய நூல்களை ஆராய்ச்சி செய்வதே. ஆகவே இப்புத்தகத்தில் மார்க்சின் ஆளுமையின் வளர்ச்சியும் மார்க்சியத்தின் வளர்ச்சியும் ஒரே நிகழ்வுப் போக்காக ஆராயப்படுகிறது.

விஞ்ஞான கம்யூனிசத்தின் மூலவருடைய வாழ்க்கையில் ஒப்பீட்டளவில் ஒரு சிறு காலப் பகுதியில், 1835க்கும் 1844க்கும் இடையிலுள்ள காலப் பகுதியில், அதாவது அவர் பள்ளிக் கல்வியை முடித்ததிலிருந்து முதல் நூல்கள்- அவர் **பொருள்முதல்வாதத்துக்கும் விஞ்ஞான கம்யூனிசத்துக்கும் மாறிவிட்டது இவற்றில் நிரூபணமாகின்றன-** எழுதிய வரையிலுள்ள காலப் பகுதியில் இப்புத்தகம் அதிகமான கவனம் செலுத்துகிறது.

ஒரு மனிதனுடைய வாழ்க்கையில் பத்து வருடங்கள் அவ்வளவு முக்கியமாகத் தோன்றுவதில்லை. ஆனால் இக்காலப் பகுதியில் ஒரு குட்டிமுதலாளி வர்க்கக் குடும்பத்தைச் சேர்ந்த முன்னாள் பள்ளி மாணவன் தன்னுடைய பல்துறைப் புலமை கொண்ட ஆளுமையின்

வளர்ச்சியில் புதிய சிகரங்களை எட்டியபடியால் அவர் தன்னுடைய காலத்தையும் தன் காலத்தைச் சேர்ந்தவர்களையும் வெகு தூரத்துக்குப் பின்னால் விட்டுவிட்டு முன்னே போய்விட்டார்.

இளைஞரான மார்க்சின் ஆன்மிக வளர்ச்சியைப் பற்றிய நுணுக்கமான அல்லது முழுமையான சித்திரத்தை வரைவதற்கு நான் முயற்சி செய்யவில்லை. அவருடைய ஆளுமையும் அவருடைய உலகக் கண்ணோட்டமும் வளர்ச்சியடைந்த முக்கியமான திசைவழிகளைக் குறிப்பிடுவது இந்தச் சிறு நூலுக்குப் போதுமானதாகும். மார்க்சின் நூல்களில் உள்ள கருத்துக்களை விளக்குவதும் விமரிசிப்பதும் என்னுடைய நோக்கமல்ல; அவற்றில் வாசகரின் அக்கறையைத் தூண்டி தானாகவே சிந்திக்கும்படி, தேடும்படி வாசகரை ஊக்குவிப்பதே என்னுடைய நோக்கம்.

இளம் வாசகர் தனக்கு அறிமுகமில்லாத பெயர்கள், கருத்தினங்கள், பிரச்சினைகளை இந்நூலில் சந்திக்கக் கூடும்; அவர் எல்லாவற்றையும் உடனடியாகப் புரிந்து கொள்வதும் இயலாதிருக்கலாம். ஆனால் அவரை சிந்தனை செய்யத் தூண்டுகின்ற பகுதிகள் அதிகம்; பிரச்சினைகளை எழுப்பி அவற்றை இன்னும் நுணுக்கமாக ஆராய வேண்டும் என்ற விருப்பத்தைத் தூண்டுகின்ற பகுதிகள் அதிகம். இங்கே மூல நூல்களைப் பற்றிய குறிப்புக்கள் தரப்பட்டிருக்கின்றன. இவை மேலும் சிந்திப்பதற்குப் பேருதவியாக இருக்கும். இங்கே எழுப்பப்பட்டிருக்கும் பிரச்சினைகளை சுயேச்சையாக ஆராய்வதற்கு வழிகாட்டியாக உதவும்.

இந்நூலைப் படித்த பிறகு மார்க்சின் கருத்துக்களின் உலகத்தில் இன்னும் ஆழமாகப் பயில்வதற்கு வாசகர் விரும்பினால், பிளாட்டோ மற்றும் அரிஸ்டாட்டில், காண்ட் மற்றும் ஃபிஹ்டே, ஹெகல் மற்றும் ஃபாயர்பாஹ் ஆகியோருடைய தத்துவஞானத்துக்கும் சான்-சிமோன், ஃபூரியே மற்றும் ரிக்கார்டோவின் நூல்களுக்கும் ஷேக்ஸ்பியர் மற்றும் பல்ஸாக், கேதே மற்றும் ஹேய்னெயின் இலக்கியங்களுக்கும் வாசகர் திரும்பினால் மார்க்சியம் எப்படித் தோன்றியது, அதில் என்ன இருக்கிறது என்பனவற்றைப் புரிந்து கொள்கின்ற பாதையில் அவர் முன்னேறிக் கொண்டிருப்பார்.

இங்கே நாம் கலை, இலக்கியத்தை ஏன் குறிப்பிடுகிறோம்? மார்க்சியத்தின் வளர்ச்சியில் தத்துவஞான மற்றும் சமூக-பொருளாதாரக் கருத்துக்கள் மட்டுமின்றி கலை-அழகியல் கருத்துக்களும் முக்கியமான பாத்திரத்தை வகித்தன என்பது மெய்யாகும். சுதந்திரத்தை நேசிக்கின்ற கலை உலகமே இளைஞரான

மார்க்சின் கருத்துக்கள் மலர்ந்த முதல் கல்விக்கூடமாகும். கலை அவரை யதார்த்தத்தின் பால் விமர்சன ரீதியான அணுகுமுறையைக் கடைப்பிடிக்குமாறு செய்தது, தன்னிறைவுடைய அற்பவாதத்தைக் கண்டனம் செய்யுமாறு பணித்தது. மார்க்சின் கலையுணர்வின் வளர்ச்சி அவருடைய அரசியல் உணர்வின் வளர்ச்சியுடன் இணைந்தது. அற்பவாதத்தைப்[1] பற்றிய அவருடைய விமர்சனம் அதைப் பேணி வளர்த்த சமூகத்தின் அடிப்படைகளைப் பற்றிய விமர்சனமாயிற்று.

கலையில் மார்க்சுக்கு ஏற்பட்டிருந்த தீவிரமான ஈடுபாடு, தொடக்க காலத்திலேயே அவரிடம் ஏற்பட்டிருந்த கலா ரசனை, கவிதையிலும் உரைநடையிலும் அவர் செய்த சோதனைகள் - இவை அனைத்தும் பிற்காலத்தில் அவருடைய எழுத்துக்களின் மீது மிகச் சிறப்பான தாக்கத்தைக் கொண்டிருந்தன. அவருடைய எழுத்துக்கள் ஆழமான விஞ்ஞானச் சிந்தனையை மேதா விலாசம் நிறைந்த கலா வடிவத்துடன் இணைத்தன.

---

1. அரசியல் மற்றும் சமூகத் துறையில் குறுகிய மலட்டுத் தனமான மனோபாவத்தைக் கொண்டவர்கள் அற்பவாதிகள் **(Philistines)**. அவர்களுடைய சித்தாந்தம் அற்பவாதம் எனப்படும். -**மொ - ர்**.

பொருளடக்கம்

1. "கிளர்ச்சியற்ற மந்த நிலைமையின்" விலங்குகளில்   01

2. வாழ்க்கைத் தொழிலைத் தேடல்   19

3. "கோபமான பரிகாசமும்" கவிதாவே சத்துக்கான தேடலும்   33

4. "உண்மையைச் சொல்வதென்றால் நான் கடவுள் கூட்டத்தை வெறுக்கிறேன்"   52

5. "தத்துவஞானம் இல்லாமல் முன்னேற்றம் ஏற்பட முடியாது   76

6. "யதார்த்தத்தை இரக்கமற்ற முறையில் விமர்சனம் செய்தல்"   100

7. உண்மையான போர் முழக்கத்தைத் தேடல்   124

8. முழுமையான மனிதாபிமானமே கம்யூனிசம்   143

9. ஒரு மேதையும் அவருடைய சூழலும்   170

10. மேதையின் அருகில் மற்றொரு மேதை   200

11. "மூலதனத்தின்" தத்துவஞானம்   215

முடிவுரை   234

மாணவப் பருவத்தில் கார்ல் மார்க்ஸ்

1

"கிளர்ச்சியற்ற மந்த நிலைமையின்" விலங்குகளில்

> பழைய உலகம் அற்பவாதிக்குச் சொந்தம் என்பது உண்மையே. ஆனால் நாம் பயந்து பின்வாங்க வேண்டிய பூச்சாண்டியாக அவரை நினைக்கக் கூடாது. அதற்கு மாறாக நாம் அவரைக் கவனமாகக் குறித்துக் கொள்ள வேண்டும். இந்த உலகச் சீமானாகிய அவரை நாம் ஆராய்வது பயனுள்ளது.
>
> கார்ல் மார்க்ஸ்[1].

ஆம், அற்பவாதியின் உலகத்துடன் நடத்திய போராட்டமே மார்க்சின் திறமையையும் போராட்டக்காரர், சிந்தனையாளர், புரட்சிக்காரர் என்ற முறையில் அவருடைய ஆளுமையையும் கூர்மையாக்கி வளர்த்தது என்ற ஒரு காரணத்துக்காக மட்டுமாவது அற்பவாதியின் உலகத்தைக் கண நேரம் பார்ப்பது பயன் தரும். மார்க்சின் மேதாவிலாசம் பூத்துச் செழித்த பின்னணியை அதிகத் தெளிவாக எடுத்துக் காட்டுவதற்குக் குறைந்த பட்சமாக அந்த உலகத்தைப் பற்றிய நுண்சித்திரத்தையாகிலும் தருவது பயனுள்ளது.

ஜெர்மன் அற்பவாதம் பிரபலமானது; ஏனென்றால் ஹேய்னெயின் புண்படுத்துகின்ற கிண்டலும் மார்க்ஸ் மற்றும் எங்கெல்சின் தப்ப முடியாத ஏளனமும் அதன் தோலை உரித்துக் காட்டியிருக்கின்றன. சுய திருப்தியடைகின்ற அற்ப வாதத்தை, அது எந்தத் துறையில்-தனிப்பட்ட உறவுகளில், அன்றாட வாழ்க்கையில், விஞ்ஞானத்தில், கவிதையில், அரசியலில் அல்லது புரட்சிகரப் போராட்ட நடைமுறையில் - எந்த வடிவத்தில் தோன்றினாலும் மார்க்ஸ் அதைக் கண்டு மிகவும் அருவருப்படைந்தார்.

ஆனால் அற்பவாதம் எவ்விதத்திலும் ஒரு தேசியக் கண்டுபிடிப்பு அல்ல. அது குட்டிமுதலாளி வர்க்க சுய திருப்தி, போலியான மத

---

1. Marx, Engels, *Collected Works*, Vol. 3, Moscow, 1975, p.134

ஆசாரம், இதயத்தில் கைக்கூலித்தனத்தை வைத்திருக்கின்ற முன்னாளைய கைக்கூலியின் அடிமைப் புத்தி ஆகியவற்றின் இயற்கையான விளைவு. "சுதந்திரம், சமத்துவம், சகோதரத்துவம்" என்ற "மனிதாபிமான" கோஷத்தை உபயோகித்து மனிதனை மனிதன் சுரண்டுகின்ற, மக்களைப் பணத்துக்கு அடிமைகளாக்கிவிட்டு அதை மனிதகுலத்தின் மாபெரும் "சாதனை" என்று கூறுகின்ற சமூக அமைப்பின் தவிர்க்க முடியாத விளைவு.

அற்பவாதம் பல்வேறு நாடுகளில் அவற்றின் வரலாற்று நிலைமைகளுக்கும் தேசிய குணாம்சத்துக்கும் ஏற்றவாறு வளர்ச்சியடைந்தது. ஜெர்மன் அற்பவாதம் அதற்கே உரிய மணத்தைக் கொண்டிருந்தது. அதற்கு விசேஷமான காரணங்கள் இருந்தன.

அக்காலத்தில் படாடோபமாகச் சொல்லப்பட்ட "ஜெர்மன் தேசிய இனத்தின் புனித ரோமானியப் பேரரசு" 19ம் நூற்றாண்டின் தொடக்கத்தில் சில நூறு "தன்னுரிமை" கொண்ட அரசுகளைக் கொண்டிருந்தது. இவற்றில் பெரிய அரசுகள் (பிரஷ்யா மற்றும் ஆஸ்திரியா), மிகச் சிறிய இராஜ்யங்கள், சிற்றரசுகள், எலேக்டரேட்கள், மற்றும் சுதந்திரமான பேரரசு நகரங்கள் இருந்தன. அவை அனைத்தும் கணிசமான அளவுக்கு அரசியல் சுதந்திரத்தைக் கொண்டிருந்தன; சக்கரவர்த்தி மற்றும் நாடாளுமன்றத்தின் அதிகாரத்துக்கு மட்டுமே கீழ்ப்படிந்தன; சில சமயங்களில் அந்த அதிகாரம் வெறும் கற்பனையாக மட்டுமே இருந்தது. இதன் விளைவாக எங்கும் உள்நாட்டுச் சண்டைகளும் குழப்பமும் கலவரமும் நிலவின.

ஒவ்வொரு குட்டி அரசரும் தன்னுடைய குடிமக்களிடம் சர்வாதிகாரியாக நடந்து கொண்டார். அரசவை அதிகாரம் அமைச்சர்கள் மற்றும் அரசாங்க அதிகாரிகளிடம் இருந்தது. பிரெடெரிக் எங்கெல்ஸ் சுட்டிக்காட்டியதைப் போல அவர்கள் எசமானருடைய கஜானாவை நிரப்ப வேண்டும். அவருடைய "அந்தப்புரத்துக்குப்" போதுமான அழகிகளைக் கொண்டு வந்து சேர்க்க வேண்டும் என்ற அடிப்படையில் அவர்களுக்கு முழு நடவடிக்கைச் சுதந்திரமும் எல்லா ஆபத்துக்களிலுமிருந்து முழுக் காப்பும் வழங்கப்பட்டிருந்தது.

பணம் திரட்டுகின்ற அற்பவாதிகள், முதலாளி வர்க்கத்தினர் குழம்பிய குட்டையில் மீன் பிடிப்பது சுலபம் என்ற நம்பிக்கையில் தாங்கள் ஒடுக்கப்பட்டு அவமதிக்கப்படுவதை ஏற்றுக் கொண்டார்கள்; தொடர்ச்சியான சமூகக் குழப்பத்தில் செல்வத்தின் வற்றாத

ஊற்றுக்களைக் கண்டுபிடித்தார்கள். அவர்கள் மக்களோடு ஒன்றுசேர்ந்திருந்தால் ஆங்கில முதலாளி வர்க்கம் 1640-1688ம் வருடங்களுக்கு இடையில் ஓரளவுக்குச் செய்ததைப் போல, அந்த சமயத்தில் பிரான்சில் நடைபெற்றுக் கொண்டிருந்ததைப் போல பழைய ஆட்சியதிகாரத்தைத் தூக்கியெறிந்து பேரரசை மாற்றியமைத்திருக்கக் கூடும்.

ஆனால் ஜெர்மன் முதலாளி வர்க்கத்தினருக்கு அந்தச் சக்தி இல்லை, அதற்குரிய துணிச்சல் இருப்பதாக அவர்கள் ஒருபோதும் பாசாங்கு செய்யவுமில்லை. "விவசாயிகள், கைவினைஞர்கள், சிறு தயாரிப்பாளர்கள் இரத்தத்தை உறிஞ்சுகின்ற அரசாங்கம் மற்றும் மோசமான வர்த்தகத்தின் இரட்டைத் தாக்குதலை உணர்ந்தார்கள். பிரபுக்களும் சிற்றரசர்களும் தங்களுக்குக் கீழே இருப்பவர்களை எவ்வளவு கசக்கிப் பிழிந்தாலும் தங்களுடைய செலவுகள் அதிகரிப்பதற்குத் தகுந்தாற் போல வருமானங்களைப் பெருக்க முடியாது என்பதைக் கண்டார்கள். எல்லாமே மோசமாக இருந்தது. நாடு முழுவதும் பொதுவான அதிருப்தி நிலவியது. கல்வியறிவு இல்லை, பெருந்திரளான மக்களின் அறிவைத் தூண்டக் கூடிய சாதனங்கள் இல்லை, சுதந்திரமான பத்திரிகைகள் இல்லை, பொது மக்களின் கருத்து இல்லை, மற்ற நாடுகளுடன் விரிவான வர்த்தகம் கூடக் கிடையாது. ஒரு அற்பமான, கோழைத்தனமான, பரிதாபகரமான பெட்டிக்கடை நடத்தும் உணர்ச்சி மக்கள் அனைவரிடமும் நிலவியது." [1]

கேதே எழுதிய ஃபாவுஸ்டு நாடகத்தில் "நாட்டின் நலிந்த நிலைமையைப்" பற்றி சக்கரவர்த்தியிடம் சான்சலர் தருகின்ற படப்பிடிப்புடன் இது மிகவும் பொருந்துகிறது. எங்கும் வேதனை, துன்பம், ஒரு தீமை மற்றொன்றை உருவாக்குகிறது என்று அவர் புகார் செய்கிறார்:

> இந்தச் சிகரத்திலிருந்து நாடு முற்றும்
> எவர் பார்த்தாலும் அது சிதைந்த கனவே.
> ஒரு குறை அடுத்ததைப் படைக்கிறது;
> சட்ட விரோதச் செயல்களைச் சட்டமே
> தூண்டுகின்ற தவறுகளின் சகாப்தம்!...

---

1. Marx, Engels, *Collected Works*, Vol.6, Moscow, 1975, p.17.

...நல்ல மனிதர் புகழ்ச்சியாளர்,
லஞ்சம் தருவோரிடம் பணிகின்றனர்;
நீதிபதியோ தண்டிப்பதில்லை,
குற்றவாளியுடன் கூடிக் குலவுகிறார்.

நான் கறுப்புச் சித்திரம் தீட்டினாலும்
அங்கே நடப்பவைக்கு இது மேல்.[1]

திடீரென்று பிரெஞ்சுப் புரட்சி வெடித்தது; அழுத்தமான தூக்கத்திலும் தேக்க நிலைமையின் நச்சாவியிலும் நிறைந்த உலகத்தை வானத்திலிருந்து விழுந்த இடியைப் போலத் தாக்கியது. நிராசையும் நம்பிக்கையற்ற நிலைமையும் மறைந்து எங்கும் உத்வேகம் பீறிட்டது. ஜெர்மனியின் மிதவாத முதலாளி வர்க்கத்தினர் "கட்டுமீறிய கலக" நடவடிக்கைகளைச் செய்யவும் துணிந்தார்கள். அவர்கள் மதுபான விருந்துகளில் *Marseilaise* ஐ (மர்சேல் கீதம்) உணர்ச்சியோடு பாடினார்கள்; பிரெஞ்சு தேசிய சபைக்கு வாழ்த்துச் செய்திகளை அனுப்பினார்கள் ஜெர்மன் கவிஞர்கள் பிரெஞ்சு மக்களைப் போற்றிப் பாடினார்கள். புரட்சியைக் கோருகின்ற ஜாக்கொபின் ஆதரவாளர்கள் ஜெர்மனியிலும் தோன்றினார்கள்.

ஆனால் மேற்குத் திசையிலிருந்து வந்த இடி முழக்கத்தின் மீது அவர்கள் கொண்டிருந்த காதல் மிகக் குறுகிய காலத்துக்கு மட்டுமே நீடித்தது. ஜாக்கொபின்வாதிகளின் பயங்கர நடவடிக்கைகளைக் கண்டு ஜெர்மன் முதலாளி வர்க்கம் பீதியடைந்தது. தனியார் முயற்சிக்குச் சுதந்திரத்தைப் பற்றியும் கோமகன்களுடனும் பிரபுக்களுடனும் சமத்துவம் மற்றும் சகோதரத்துவத்தைப் பற்றியும் கனவு காணத் தொடங்கிய கௌரவமான அற்பவாதிகள் இப்பொழுது பிரான்சிலிருந்து வந்த செய்திகளைப் பேடித்தனமான நடுக்கத்துடனும் சீற்றத்துடனும் கேட்டனர். சமீப காலம் வரை பிரெஞ்சுப் புரட்சியைத் தீவிரமாக ஆதரித்தவர்கள் அதன் எரிச்சலான, வெறிபிடித்த எதிரிகளானார்கள்.

பின்னால் நெப்போலியன் தன்னுடைய இராணுவத்துடன் ஜெர்மானியப் பிரதேசங்கள் மீது படையெடுத்தார். புற நிலையாகப் பார்க்கும் பொழுது ஜெர்மனியைப் பொறுத்தமட்டில் அவர்

---

1. J. W. Goethe, *Faust,* Vol. 2, the second part, Boston and New York, 1871, pp.10-11.

புரட்சியின் பிரதிநிதி; ஏனென்றால் அவர் அதன் கோட்பாடுகளைப் பரப்பினார். அவர் பழைய நிலப்பிரபுத்துவ மரபுகளை ஒழித்து விட்டுத் தன்னுடைய-சந்தேகத்துக்கிடமில்லாமல் அதிக முற்போக்கான-சட்டங்களை நிறுவினார், உளுத்துப் போன பேரரசை ஒழித்தார், பெரிய அரசுகளை ஏற்படுத்தி சிறிய அரசுகளின் எண்ணிக்கையைக் குறைத்தார்.

ஆனால் ஜெர்மானியர்கள் நெப்போலியனிடம் குறிப்பிடத்தக்க முறையில் நன்றி பாராட்ட வில்லை. அது புரிந்து கொள்ளப்படக் கூடியதே. இராணுவத் தோல்விகளில் அவர்களுடைய தேசிய கௌரவம் புண்படுத்தப்பட்டிருந்தது. "தகாத வழியில் அதிகாரத்தைப் பெற்ற நபர்" நிலப்பிரபுத்துவத்தின் அழுகிப் போன (அற்பவாதியின் இதயத்துக்கு மிகவும் இனிமையான) சேர்ப்புகளை ஒரே காலுதையில் ஒழித்துவிட்டதும் மற்றொரு காரணமாகும். ஜெர்மன் அற்பவாதி தன் எசமானருக்கு விசுவாசம் காட்டுவதை நிறுத்துவதைக் காட்டிலும் மரணத்தையே மேலென்று கருதுவார்.

ஜெர்மனி "கிளர்ச்சியற்ற மந்த நிலைமையிலிருந்து" மிகவும் முரட்டுத்தனமான முறையில் விழிக்கும்படி செய்யப்பட்டிருந்தது. மறுபடியும் அந்த நிலைமைக்குத் திரும்பக் கூடிய வாய்ப்பை அது நெடுங்காலமாக எதிர்பார்த்துக் கொண்டிருந்தது. நெப்போலியன் தோல்வியடைந்த பிறகு அந்த வாய்ப்பு ஏற்பட்டது. எங்குமே பிற்போக்குவாதம் ஆட்சி செலுத்தியது. ஜெர்மன் சிற்றரசர்களில் ஒருவர் பிரெஞ்சுக்காரர்களின் புனிதமற்ற கரங்களால் வெட்டிவிடப்பட்ட இராணுவவீரர்களின் சடைகளை மறுபடியும் ஏற்படுத்துகின்ற அளவுக்குக் கூடச் சென்றார்.

அரசர்கள் மத்தியில் கூட முன்னேற்றத்துக்கு ஆதரவளிக்கின்ற சிலர் இருந்தார்கள். வுர்டம்பர்க் அரசர் தன் மக்களுக்கு அரசியலமைப்புச் சட்டத்தைக் கொடுப்பதென்று முடிவு செய்தார். நாடாளுமன்றத்தை ஏற்படுத்துவதற்கு அந்தச் சட்டம் வழி வகுத்தது. அந்த நோக்கத்துடன் அவர் சமூகப் பிரிவுகளின் பிரதிநிதிகளை ஒன்றாகக் கூட்டினார். ஆனால் அப்பொழுது நடைபெற்ற சம்பவம் ஜெர்மனியில் மட்டுமே நடைபெற முடியும். சமூகப் பிரிவுகளின் பிரதிநிதிகள் அரசரின் மிதவாத முற்போக்கை நிராகரித்தார்கள், "பழங்காலத்திய நல்ல சட்டங்களை" மறுபடியும் ஏற்படுத்துமாறு கோரினார்கள். ஹேய்னெ எழுதிய **சீனச் சக்கர வர்த்தியைப்** போல

புரட்சியிலிருந்து விடுதலையடைந்த
மஞ்சு பிரபுக்கள்
"அரசியல் சட்டம் எமக்கு வேண்டாம்,
பிரம்படியே எமக்கு வேண்டும்"
என்று முழங்கினார்கள்![1]

இத்தகைய நிலைமைகளில் சற்றுத் தொலைவான தீவிரவாத அரசியல் இயக்கம் கூட எப்படித் தோன்ற முடியும்? மக்கள் தங்களுடைய நாட்டின் விதியில் தலையிடுவார்கள், தங்களுடைய கருத்துக்களைச் சுதந்திரமாக வெளியிடுவார்கள் என்று எந்த நம்பிக்கையாவது ஏற்பட முடியுமா?

ஜெர்மன் முதலாளி வர்க்கம் பிரஷ்ய முடியாட்சியிடம் தன்னுடைய எல்லா நம்பிக்கைகளையும் ஒப்படைத்திருந்தது. நாட்டில் பொருளாதார மற்றும் அரசியல் மத்தியப்படுத்தலை ஏற்படுத்தக் கூடிய ஒரே சக்தி அது மட்டுமே என்று கருதியது. அப்பொழுது நிலவிய உள்நாட்டுச் சண்டைகளுக்கும் மோதல்களுக்கும் இடையில் ஒற்றுமையான முதலாளித்துவ அரசு என்ற இலட்சியம் ஜெர்மன் அற்பவாதியின் தேசிய விருப்பார்வங்கள் மற்றும் நம்பிக்கைகளின் தெய்வமாக மாறியது. "அரசின் இந்த நிலைமை அரசாங்க எழுத்தரின் கடமையுணர்ச்சி-அதைப் போல வேறு எங்குமே பார்க்க முடியாது- ஜெர்மனியில் அரசைப் பற்றி நிலவுகின்ற எல்லா பிரமைகள் ஆகிய இரண்டையுமே விளக்குகின்றது."[2]

ஜெர்மன் அற்பவாதி ஆட்சியில் இருப்பவர்களிடம் அடிமையாக இருந்ததோடு திருப்தியடையவில்லை; அவர் "தன்னுடைய இதயத்தில் வைத்திருந்த" கடவுளுக்கும் அடிமையாக இருந்தார். சமய சீர்திருத்தவாதம் மற்றும் புரோட்டஸ்டென்ட் இயக்கத்தின் பிறப்பிடம் ஜெர்மனி. அங்கே மதபக்தி மிகவும் பலமாக இருந்தது. அது "அறநெறித் தூய்மையையும்," கடவுள்பக்தியையும் கோரியது.

அடிமைத்தனம் (அதன் எல்லா வடிவங்களிலும்) மற்றும் போலி ஆசாரத்தைக் கொண்ட மதத்தின் முறைப்படியான வழித்தோன்றலாகிய அற்பவாதி தன்னுடைய குறுகிய நெற்றியில் இரண்டு பெற்றோர்களின் முத்திரையையும் தாங்கியிருக்கிறார். அவர்

---

1. *The Poems of Heine*, London, 1878, p.175
2. Marx, Engels, *Collected Works*, Vol.5, Moscow, 1976, p.195.

பல பாத்திரங்களையும் தாங்கி நிற்பவர்; எசமானராக அல்லது ஊழியனாக, சாதாரணக் கந்தலாடைக்காரனாக அல்லது மலினமான கருத்துக்களை விற்பனை செய்பவனாக அவர் இருக்க முடியும். எல்லா உதாரணங்களிலுமே தன்னுடைய மேலதிகாரியிடம் தன்னை வேலைக்கு வைத்திருப்பவர், அரசர் அல்லது கடவுளிடம்-மண்டியிடுவதும் அடிமை யாவதும் அவரிடமுள்ள குறிப்பிடத்தக்கப் பண்பாகும். பல நூற்றாண்டுகளாக வளர்ந்து கெட்டியாகவுள்ள இந்த அடிமைத்தனம் அற்பவாதிக்கு, அவருடைய உளவியலுக்கு, அவருடைய ஆன்மிக உலகத்துக்கு ஒரு உள்ளீடான, உணர்வில்லாத அவசியமாக இருக்கிறது. அவருடைய சிந்தனைகளையும் உணர்ச்சிகளையும் வறட்டுக் கோட்பாடுகள் என்ற திரைகள் மறைக்கின்றன; அவர் தன்னுடைய இதயத்திலும் தலையிலும் விலங்குகளைச் சுமந்து செல்கிறார், ஆகவே அவற்றை மதிக்கிறார். சில சூத்திரங்கள் இல்லாமல், மேலே இருந்து வருகின்ற சுற்றறிக்கைகளும் உத்தரவுகளும் இல்லாமல் அவரால் தன்னுடைய வாழ்க்கையைப் பற்றிக் கற்பனை செய்யக் கூட முடியாது. சுதந்திரமாகச் செயலாற்ற வேண்டிய அவசியம் ஏற்படுகின்ற பொழுது அவர் சங்கடமடைகிறார். அவருக்குத் தேர்வுச் சுதந்திரம் கொடுத்தால் அவர் சுதந்திரத்தை ஒருபோதும் தேர்ந்தெடுக்க மாட்டார்.

அக்காலத்திய பிரஷ்ய அற்பவாதி கட்டுப் பாட்டின் மீது மோகம் கொண்டிருந்தார். ‘‘மாட்சிமை பொருந்திய சக்கரவர்த்தியின்’’ பாடிவீடுகளில்-இராணுவ ரீதி, ஆன்மிக ரீதி ஆகிய இரண்டிலுமே-பயிற்சி பெற்ற அற்பவாதி பிரம்பின் மூலம் ஏற்படும் கட்டுப்பாட்டை உடனே ஏற்றுக் கொண்டார், உலகமே அதைப் பொறுத்திருக்கிறது என்று மனப்பூர்வமாக நம்பினார். பிரம்பின் மீது உண்மையிலேயே ‘‘நாயைப் போன்ற’’ பிரியம் அவருக்கு ஏற்பட்டிருந்தது; தன்னுடைய எசமான விசுவாசத்தை நிரூபிப்பதற்காக அதன் மீது கை வைத்த நபருடைய குரல்வளையைக் கடிப்பதற்குத் தயாராக இருந்தார். அவரே பிரம்பின் பாத்திரத்தை மனமுவந்து நிறைவேற்றினார். ‘‘கலவரம் செய்பவர்களைத்’’ தண்டித்தார்.

அற்பவாதி தன்னுடைய சொந்தப் புனிதத் தன்மை, தன்னுடைய நடத்தையின் குறை சொல்ல முடியாத ‘‘ஒழுக்கத்தில்’’ மிகவும் போதையடைந்திருப்பதால் எல்லோருக்கும் ‘‘ஒழுக்கத்தைப் போதிப்பது’’, எல்லோரையும் சரியான பாதையில் இட்டுச் செல்வது தன்னுடைய புனிதமான கடமை என்று கருதுகிறார். ஒரு நபர் வசதியாக வாழ்க்கை நடத்த உதவி செய்யாத எப்பொருளைப்

பற்றியும் அறியா திருப்பது உயர்வுடையது என்று கருதுகிறார். அப்படியே அவர் தன்னுடைய சொந்த அறிவின்மையை மிகவும் உயர்வுடைய நற்பண்பு என்று அகம்பாவமான முறையில் பாராட்டுகிறார்.

இப்படிப்பட்ட ஒரு நபரை மார்க்ஸ் பின்வருமாறு வர்ணிக்கிறார்; "நேற்று கிரைஃப்ஸ்வால்டிலிருந்து ஹாஸ்ஸே வந்தார். அவரைப் பொறுத்தமட்டில் கிராம மதகுருவைப் போல அவர் அணிந்திருக்கும் பெரிய பூட்ஸ்கள் நான் எப்பொழுதும் வியப்படைய செய்யும் ஒரே விஷயமாகும். அவர் கிராம மதகுருவின் பூட்ஸ்களைப் போலவே பேசினார். அவருக்கு எந்த விஷயத்தைப் பற்றியும் ஒன்றுமே தெரியவில்லை. அவர் களைப்புத் தருகின்ற கன்டெர்பெரி அன் ஸெல்மைப் பற்றி சில தொகுதிகளடங்கிய ஒரு நூலை வெளியிடுவதற்கு ஏற்பாடு செய்து கொண்டிருக்கிறார். அவர் பத்து வருடங்களாக இந்தப் பணியில் ஈடுபட்டிருக்கிறார். இன்றுள்ள விமர்சனப் போக்கைத் தூக்கியெறிய வேண்டும் என்று நினைக்கிறார். மத உணர்வு என்பது வாழ்க்கை அனுபவத்தின் வெளியீடு என்று கருதுகிறார். அப்படிக் கூறும் பொழுது ஒரு வேளை குழந்தைகளை வெற்றிகரமாக வளர்ப்பதை மற்றும் அவருடைய பருத்த தொந்தியைக் குறிப்பிடுகிறார் போலும்; ஏனென்றால் பருத்த தொந்திகள் பலவிதமான அனுபவங்களுக்கு ஆளாகின்றன; கான்ட் சொல்வதைப் போல அது கீழே போனால் நயமற்ற செயல் ஆகிறது. அது மேலே போனால் மத ரீதியான அகத் தூண்டுதலாகிறது. மத மலச்சிக்கலைக் கொண்ட இந்த சமயவாதி ஹாஸ்ஸே என்ன மனிதர்!"[1]

ஹாஸ்ஸே ரகத்தைச் சேர்ந்த அற்பவாதிகள் ஆர்ப்பாட்டமான சொற்பொழிவுகள் செய்வதை மிகவும் விரும்புகிறார்கள்; அவர்களுடைய இழிவான, வரையறுக்கப்பட்ட தேவைகளின் உலகத்தைத் "தலை மற்றும் இதயத்தின்" தேவைகள் என்று கவனத்தைத் திருப்புவதற்கு எதிரானவர்கள் அல்ல. அவர்கள் போராட்டக்காரர்களைப் போல நடிப்பதையும் விரும்பாதவர்கள் அல்ல, ஆனால் அவர்கள் எப்பொழுதுமே "மரணமடையும் வரை" போராடுபவர்களல்ல, ஆனால் வயிற்றுக்காகப்" போராடுபவர்கள்.

அவர்களுடைய நட்சத்திரக் கனவுச் சிந்தனையின் ஒழுக்கங்கெட்ட தன்மையை உண்மையைத் தேடுகின்ற புத்தார்வக் கற்பனையான முயற்சி என்று ஏமாற்றுகின்ற பொழுது அவர்கள்

1. Marx, Engels, *Collected Works*, Vol.1, Moscow, 1975, pp. 387-388.

சிந்தனையாளர்களைப் போல நடிக்க முயற்சிக்கின்றார்கள்; ஆனால் சாதாரணமாக "தெய்வச் செயல்" என்பதற்கு மேல் அவர்களால் போக முடியவில்லை. அலுப்புத் தருகின்ற, சிறுதரமான செய்திகளிலும் "ஆன்மிக அறிவுரைகளைக்" கொண்ட வீண் பேச்சுக்களிலும் தங்களுடைய அறிவு மந்தத்தை நயப்படுத்துகிறார்கள்.

ஆங்கில அறவியல்வாதியான ஜெரிமி பெந்தாம் *(1748-1832)* "அற்பவாதிகளின் தந்தை" என்று மார்க்ஸ் பெயரிட்டார். அவர் 19ம் நூற்றாண்டின் முதலாளி வர்க்க அறிவின் நிதானமான ஏட்டுப் புலமையும் தொணதொணக்கும் அசிரீரி போன்றவர், "முதலாளி வர்க்க முட்டாள்தனத்தின் மேதை".[1] தன்னுடைய சொந்த ஆணவ முன்னேற்றத்தை சமூகத்தில் "உபயோகமாகவுள்ள" அனைத்துக்கும் அளவுகோலாகக் கருதுகின்ற அற்பவாதியை முன்மாதிரியான மனிதன் என்று பெந்தாம் "வெகுளித்தனமான அறிவு மந்தத்தில்" பிரகடனம் செய்தார்.

"கவிஞர்கள் மத்தியில் மார்ட்டின் டப்பருடைய இடத்தைத் தத்துவஞானிகள் மத்தியில் பெந்தாம் கொண்டிருக்கிறார்".[2] என்று மார்க்ஸ் **மூலதனத்தில்** எழுதினார். சென்ற நூற்றாண்டின் நடுப்பகுதியில் இங்கிலாந்தின் அற்பவாத வட்டாரங்களில் மார்ட்டின் டப்பர் அதிகமான செல்வாக்குப் பெற்றிருந்தார். அவருடைய கவிதையின் ஆர்ப்பாட்டமான கொச்சைத் தனமும் போலியான ஆழமும் அவர்களுக்கு மிகவும் பிடித்திருந்தன. மார்க்சின் புதல்வியர் மார்க்சிடம் 1865இல் சில வினாக்களுக்கு விடைகளை **ஒப்புதல்களில்** பதிவு செய்தார்கள். "நீங்கள் வெறுப்பது என்ன" என்று கேட்கப்பட்ட பொழுது "மார்ட்டின் டப்பர்"[3] என்று மார்க்ஸ் பதிலளித்தார். மார்க்சின் வாழ்க்கை முழுவதும் கூலி எழுத்தாளர்கள், திருட்டுத்தனமான அரசியல் சதிகாரர்கள், திறமையற்ற வாய்வீச்சுக் காரர்களைக் கொண்ட பெரும்கூட்டம் அவரை ஈவிரக்கமற்ற முறையில் சித்திரவதைச் செய்தது. அக்கூட்டத்திலிருந்து மார்க்ஸ் ஒரே ஒரு நபரை, தன்னுடன் தனிப்பட்ட முறையில் எத்தகைய சம்பந்தமும் இல்லாத ஒரு நபரின் பெயரைச் சிறிதும் குறிதவறாமல் மார்க்ஸ் தேர்ந்தெடுத்தார். அற்பவாதியின் கீழ்த்தரமான ஆசைகளுக்குத் தீனி போடுகின்ற மலிவான வெற்றியின், இலக்கிய ரீதியான அற்ப

1. K. Marx, *Capital*, Vol.1, p.571.
2. Ibid.
3. *Reminiscences of Marx and Engels*, Moscow, 1957, p.266.

வாதத்தின் உருவகம் என்று மார்ட்டின் டப்பரைப் பற்றி மார்க்ஸ் கருதினார்.

அத்தகைய அற்பவாதத் "தத்துவாசிரியர்" "மேன்மையான, புனைவியலான, இலட்சிய வடிவமான" அனைத்தையும் வழிபாடு செய்கிறார், "கொச்சையான பொருள்முதல்வாதத்தை" வெறுக்கிறார். பொருள்முதல்வாதம் என்ற சொல் பெருந்தீனி. மதுமயக்கம், காம வெறி, உடலின்பங்கள், ஆணவம், தன்னலம், கருமித்தனம், பேராசை, லாபவேட்டை, பங்குச் சந்தை மோசடிகளை-சுருக்கமாகச் சொல்வதென்றால் அவர் இரகசியமாக ஈடுபடுகின்ற இழிவான தீச்செயல்கள் அனைத்தையுமே குறிப்பதாக அற்பவாதி புரிந்து கொள்கிறார். "கருத்து முதல்வாதம்" என்ற சொல் நல்லனவற்றில் நம்பிக்கை, எல்லோருக்கும் பரோபகாரம், பொதுவான முறையில் "அதிகச் சிறப்பான உலகத்தில்" நம்பிக்கையைக் குறிப்பதாக அவர் புரிந்து கொண்டார். "அதிகச் சிறப்பான உலகத்தைப்" பற்றி அவர் மற்றவர்களுக்கு முன்னால் செருக்காகப் பேசினாலும் அவர் கஷ்டப்படுகின்ற பொழுது அல்லது அவருக்கு வழக்கமான "பொருள்முதல்வாத" மிகைப் பழக்கங்களால் அவர் ஓட்டாண்டியாகிக் கொண்டிருக்கின்ற நேரத்தில் மட்டுமே அவர் அதன் மீது நம்பிக்கை வைக்கிறார். அப்பொழுது அவர் தனக்கு மிகவும் பிடித்தமான பாட்டைப் பாடுகிறார்: "மனிதன் என்பவன் யார்? - பாதி மிருகம், பாதி தேவதை."[1]

அற்பவாதியின் இந்தப் பாடலை மனத்தில் கொண்டுதான் ஹென்ரிஹ் ஹேய்னெ பின் வரும் கவிதையை எழுதியிருப்பாரோ?

நான் கெட்டவனல்ல. நல்லவனுமல்ல;
என்னிடம் வேகமில்லை, சுணக்கமுமில்லை.
நான் நேற்று முன்னே சென்றால்,
நான் இன்று பின்னால் செல்வேன்.
ஒளி மிக்க மதவாதி நான்
பெண்குதிரையல்ல, ஆண்குதிரையுமல்ல;
ஸோஃபோக்ளிஸ், சாட்டை இருவருமே
என்னுடைய எழுச்சியின் ஊற்றுக்கள்.[2]

---

1. K. Marx and Fredrick Engels, *Selected Works* in three volumes, vol.3, Moscow, 1976, p.353.
2. *The works of Heinrich Heine, New Poems,* Vol. 10, London, 1904, p.189.

“ஸோஃபோக்ளிசையும் சாட்டையையும்” தீவிரமாக நேசிக்கின்ற இவர்கள் மிகவும் உணர்ச்சிக்கனிவானவர்கள்! “பாட்டாளியை அருவருப்பான, கெட்டுப் போன கீழ்மகன் என்பதற்கு மாறாக வேறு எவ்விதத்திலும் பார்க்காத அதே அற்பவாதக் கொச்சைத்தனம், *1848* ஜுன் மாதத்தில் பாரிசில் நடைபெற்ற படு கொலைகளை - அவற்றில் மூவாயிரத்துக்கும் அதிகமான இந்தக் ‘கீழ்மக்கள்’ படுகொலை செய்யப் பட்டார்கள்-பற்றி திருப்தியுடன் கைகளைத் தேய்த்துக் கொள்வது, மிருகங்களை இரக்கமில்லாமல் நடத்துவதைத் தடுக்கின்ற உணர்ச்சிப் பசப்பான சங்கங்களைக் கேலி செய்வதைப் பற்றி ஆவேசமடைகின்ற அதே அற்பவாதக் கொச்சைத்தனம்”[1]

அற்பவாதத்துக்குப் பல முகங்கள் உண்டு என்பது உண்மையே. அது நயமான, பண்படுத்தப்பட்ட வடிவங்களை மேற்கொள்வதும் உண்டு; அப்பொழுது அதைச் சுலபமாக அடையாளங்காண முடியாது. அது நவீன ஒப்பனையைப் பின்பற்றி ஒவ்வொரு புதிய யுகத்திலும் தன்னுடைய உடையலங்காரத்தை மாற்றிக் கொள்கிறது.

*19*ம் நூற்றாண்டின் ஆரம்பத்தில் ஜெர்மானிய சமூகத்தின் எல்லாத் துறைகளிலும் அற்பவாதம் உறுதியாக இடம்பெற்றிருந்தது. விஞ்ஞானம், கவிதை, அரசியலை அது கெடுத்திருந்தது.

ஆனால் அற்பவாத ஜெர்மனி மொத்த ஜெர்மனி அல்ல என்பது உண்மையே; பிறந்து கொண்டிருந்த பாட்டாளி வர்க்கத்தின், “போலித் தந்தையர் நாட்டின் மீது சாபத்தை” (ஹேய்னெ) நெய்து கொண்டிருந்த “சைலீஸிய நெசவாளர்களின்” ஜெர்மனியும் இருந்தது. லேஸ்ஸிங், கேதே, கான்ட், ஃபிஹ்டே, ஹெகல் ஆகியோருடைய ஜெர்மனியும் இருந்தது. ஆனால் கேதே, ஹெகலைப் போன்ற மாபெரும் மேதைகள் தங்களுடைய காலத்துக்கு மேலே, அற்பவாதச் சதுப்புக்கு மேலே உயர்ந்து நின்றவர்கள் கூட அவ்வப்பொழுது அந்தச் சதுப்பில் சிக்கிக் கொண்டார்கள். ஆனால் “பூமியில் சொர்க்கத்தைப் படைப்பதைப்” பற்றி “புதிய பாடலைத் தொடங்கியவர்கள்” அவர்களிடம் நம்பிக்கை வைத்தார்கள்.

*1840*க்களில், அதாவது சமூக நடவடிக்கைக் களத்தில் மார்க்சும் எங்கெல்சும் தோன்றிய காலத்தில் ஜெர்மனி “கிளர்ச்சியற்ற மந்த நிலைமையிலிருந்து” வெளிவரத் தொடங்கியிருந்தது. ஜெர்மனி

1.Marx, Engels, *Collected Works*, Vol.10, Moscow, 1978, p.242.

புரட்சியைச் சூல் கொண்டிருந்தது; ஜெர்மன் மூலச்சிறப்பான தத்துவ ஞானம் அதற்கு ஒரு வகையான தத்துவத் தயாரிப்பாக உதவியது.

ஹேய்னெ மிகவும் பொருத்தமாகக் கூறியதைப் போல அரசரின் தலையின் மேல் கில்லட்டின்[1] விழுவதற்கு முன்பாக வொல்தேரினுடைய சிரிப்பு ஒலிக்க வேண்டியிருந்த தென்றால், பிரெஞ்சு சமூக உணர்வில் ஒரு புரட்சியை ஏற்படுத்திய மாண்டெஸ்கியே, ரூஸோ மற்றும் டிட்ரோவின் கருத்துக்கள் 18ம் நூற்றாண்டின் இறுதியில் அந்த நாட்டில் நடைபெற்ற அரசியல் புரட்சிக்கு முன்னர் வந்தன என்றால் அதே முறையில் கேதேயின் இருளடர்ந்த மெஃபிஸ்டோபிலியச் சிரிப்பும் கான்ட், ஹெகல் ஆகியோருடைய செறிவு மிக்க தத்துவக் கட்டுமானங்களும் ஜெர்மனியில் புரட்சி ஏற்படப் போகிறது என்று உலகத்துக்குப் பிரகடனம் செய்தன.

கான்ட்டின் தத்துவஞானம் ஒரு பக்கத்தில் பிரெஞ்சுப் புரட்சியின் கருத்துக்களினாலும் மறு பக்கத்தில் அக்காலத்திய இயற்கை விஞ்ஞானத்தின் சாதனைகளிலும் பேணி வளர்க்கப் பட்டது. அவருடைய பரந்த அறிவு பிரபஞ்சம் அனைத்தையுமே அறிவதற்கு, வானியல் மற்றும் கணிதம் முதல் அறிவியல் மற்றும் அழகியல் முடிய, முந்திய காலச் சிந்தனை முன்வைத்த கேள்விகள் அனைத்துக்குமே விடைகளைத் தருவதற்கு முயற்சித்தது.

மனிதன் மற்ற இலட்சியங்களை அடைவதற்குச் சாதனம் அல்ல, அவன் சமூக வளர்ச்சியின் தன்னிலை முடிவு என்று ரூஸோ வழியில் கான்ட் அறிவித்தார். தற்செருக்கான, உடைமை நலன்களுடைய போராட்டத்துக்கு எதிராக தார் மிகக் கடமை என்ற தலைமையான அவசியத்தை அவர் முன்வைத்தார்: பகுத்தறிவின் ஆணைகளுக்குத் தக்க முறையில் ஒவ்வொரு வரும் எப்படி நடந்து கொள்ள வேண்டுமோ அப்படி நட. மக்கள் அதிகாரம் சுயேச்சையானது மற்றும் சட்டத்தின் முன்னிலையில் எல்லோரும் சமம் என்ற கருத்துக்களை அவர் வளர்த்துக் கூறினார்.

கான்ட் மனிதனுடைய அறிவை, புரிந்து கொள்வதற்கும் படைப்பதற்கும் அவனுடைய திறமையை தத்துவஞான

1. கில்லட்டின் (guillotine) மரணத் தண்டனை விதிக்கப் பட்டவர்களைச் சிரச்சேதம் செய்வதற்குப் பிரான்சில் மாபெரும் பிரரெஞ்சுப் புரட்சியின் போது உபயோகிக்கப்பட்ட இயந்திரம். டாக்டர் கியோட்டேன் என்பவரால் கண்டுபிடிக்கப்பட்டது. - மொ-ர்.

ஆராய்ச்சியின் மையப் பொருளாக வைத்தார். சிந்தனை பற்றிய எதேச்சாதிகார - மத அமைப்பின் விலங்குகளிலிருந்து அவர் சந்தேகம் என்ற ஆவியை-"கடவுளால் வழங்கப்பட்ட" உண்மைகளின் முடிவான மற்றும் தனிமுதலான தன்மை பற்றி சந்தேகம், முழுமையான மற்றும் அகல்விரிவான அறிவை நாம் என்றேனும் அடைவதற்குரிய திறமையைப் பற்றி சந்தேகம் விடுதலை செய்து வெளியே அனுப்பினார். அறிய முடியாத "தன்னிலைப் பொருள்களுடன்" கான்ட் கடவுளையும் சேர்த்தார்; அதன் மூலம் ஜெர்மனியில் மதத்தைப் பற்றிய தத்துவஞான விமர்சனத்துக்கு அடிப்படை அமைத்தார்.

ஆனால் கான்ட்டிடம் அதிகமான துணிச்சலையோ அல்லது குறையில்லாத சிந்தனைத் தொடர்ச்சியையோ நாம் அநேகமாகக் காண முடியாது. அவர் தத்துவத் துறையில் கூட பிறவிப் புரட்சிக்காரர் அல்ல. ஓர் அடி முன்னே வைக்கும் பொழுது அவர் எப்பொழுதுமே பின்னால் பார்த்துக் கொள்வார். பிரெஞ்சுப் புரட்சியினாலும் இயற்கை விஞ்ஞானங்களில் ஏற்பட்ட புரட்சியினாலும் தூண்டிவிடப்பட்ட மேதா விலாசம் நிறைந்த கருத்துக்களை ஜெர்மன் தத்துவஞானத்துக்குள் இரகசியமாக, "பின் கதவின்" வழியாகக் கொண்டு வருவதற்கு, குறுகிய மனப்பான்மை கொண்ட ஜெர்மன் அற்பவாதிக்கு அதிர்ச்சியளிக்காத வடிவத்தில் அவற்றை எடுத்துக் கூறுவதற்கு அவர் முயற்சி செய்தார். அவர் தன்னிடத்தில் முதலாளிவர்க்க மிதவாதியையும் முடியாட்சிவாதியையும், ஐயுறவுவாதியையும், பகுத்தறிவுவாதியையும், பொருள் முதல்வாதியையும் கருத்துமுதல்வாதியையும், நாத்திகவாதியையும் மதத்துக்கு நாகரிகமாக ஆதரவளிப்பவரையும் மிகவும் நம்ப முடியாத விதத்தில் ஒன்றுசேர்த்திருந்தார்.

கான்ட்டின் குறைகளை, அவருடைய அரை மனசுத் தன்மை, முன் ஜாக்கிரதை ஆகியவற்றைப் பரிகாசம் செய்த ஹேய்னெ இந்த "சிந்தனை உலகத்தை அழிப்பவரை" பிரெஞ்சு ஜாக்கொபின்வாதிகளின் தலைவரான மக்சிமிலியான் ரொபெஸ்பியேருடன்-பிரெஞ்சுப் பிரபுக்களைப் பயமுறுத்துவதற்கு அவருடைய பெயரை உச்சரித்தால் போதும்-ஒப்பிட்டார். மற்றவை எப்படியிருந்தாலும் அவர்களிடத்தில் பொதுவான சில குணாம்சங்கள் இருப்பதை ஹேய்னெ கண்டறிந்தார். முதலாவதாகவும் முதன்மையாகவும் அதே உறுதியான, சமரசம் செய்யாத, உணர்ச்சியற்ற, நிதானமான நேர்மை. இதைத் தவிர இருவரிடமும்

எதையும் "நம்ப மறுக்கும் திறமை" இருக்கிறது. ஒரே வேறுபாடு என்னவென்றால் ஒருவர் அதைக் கருத்துக்களுக்குக் கையாண்டு விமர்சனம் என்று பெயரிட்டார். அடுத்தவர் அதை மனிதர்களுக்குக் கையாண்டு குடியரசுவாத நற்பண்பு என்று பெயரிட்டார். முடிவில் "இருவரிடமும் அற்பவாத வரிச் சட்டம் மிகவும் அதிகமான அளவுக்கு இடம் பெற்றிருந்தது-அவர்கள் காபிக் கொட்டைகளையும் ஜீனியையும் நிறுத்துக் கொடுக்க வேண்டுமென்று இயற்கை முடிவு செய்திருந்தது; ஆனால் அவர்கள் மற்றவற்றை நிறுத்த வேண்டுமென்று விதி கட்டளையிட்டது; அவர்களுடைய தராசுகளில், ஒருவருடைய தட்டில் அரசரையும் அடுத்தவருடைய தட்டில் கடவுளையும் வைத்தது..."[1]

ரொபெஸ்பியேரைப் பொறுத்தமட்டில் ஒரு வேளை இது மிகவும் வன்மையானதாக இருக்கலாம்; ஆனால் ஒரு கையில் கடவுளுக்கு "மரண தண்டனையையும்" மறு கையில் "மன்னிப் பையும்" வைத்துக் கொண்டிருக்கும் கான்ட்டுக்கு இது மிகச் சரியானதே.

ஹேய்னெ பின்வரும் காட்சியை வேடிக்கையான முறையில் சித்தரிக்கிறார். அதில் சோகநாடகத்துக்குப் பிறகு கேலிக்கூத்து தொடர்கிறது. முதலில் இம்மனுயேல் கான்ட் இரக்கமேயில்லாத தத்துவஞானியாக நடிக்கிறார். அவர் விண்ணைச் சாடுகிறார், மொத்தக் காவற் படையையும் வாளுக்கு இரையாக்குகிறார், கடவுள் இருக்கிறார் என்கின்ற எல்லா வாதங்களையும் தவிடு பொடியாக்குகிறார். உலகத்தின் கர்த்தாவான கடவுள் இப்பொழுது மறுக்கப் பட்டு, தன் உடலிலிருந்து பெருகும் இரத்த வெள்ளத்தில் நீந்திக் கொண்டிருக்கிறார். எல்லோரிடமும் கருணை காட்டிய கடவுள் இனி மேல் கிடையாது, தகப்பனாருக்குரிய அன்பு இல்லை, இந்த உலகத்தில் சுய தவிர்ப்புக்காக மறு உலகத்தில் வெகுமதி இல்லை; அழியாத ஆன்மா அதன் கடைசியான வேதனையில் மூச்சுத் திணறிப் புலம்பிக் கொண்டிருக்கிறது..... கிழவன் லாம்ப்பெ, கான்ட்டின் விசுவாசமிக்க ஊழியன், வாழ்நாள் முழுவதும் பேராசிரியருக்குப் பின்னால் அவருடைய குடையைத் தூக்கிக் கொண்டு போனவன். அவன் அங்கே நடைபெற்ற அனைத்தையும் பீதியுடன் பார்த்துக் கொண்டிருக்கிறான். அவன் முகத்திலிருந்து வியர்வையும் கண்ணீர்த் துளிகளும் விழுந்து கொண்டிருக்கின்றன.

1. Heinrich Heine, *Works of Prose,* New York, 1943, p.198.

இம்மனுயேல் கான்ட் இதைக் கண்டு அனுதாபப்படுகிறார்; தான் ஒரு மாபெரும் தத்துவஞானி மட்டுமல்ல, அன்பு மிக்கவர் என்பதை எடுத்துக்காட்டுகிறார், அவர் சிந்திக்கிறார், பாதி நல்லெண்ணத்துடனும் பாதி பரிகாசத்துடனும் பேசுகிறார்: "கிழவன் லாம்ப்பெக்கு ஒரு கடவுள் அவசியம். இல்லாவிட்டால் அந்த ஏழை மனிதன் மகிழ்ச்சியோடிருக்க மாட்டான்; ஆனால் பூமியில் மனிதன் மகிழ்ச்சியோடிருக்க வேண்டும்- அதாவது செய்முறைப் பகுத்தறிவுக்குத் தகுந்தவாறு; மிகவும் சரி, செய்முறைப் பகுத்தறிவு கடவுள் இருக்கட்டும் என்று உத்தரவிடட்டும்."[1]

கான்ட்டின் தத்துவஞான முடிவுகளில் கூட அவருக்குள்ளிருந்த அற்பவாதியின் கை மேலோங்கியிருந்தாலும் அவருடைய எழுத்துக்களில் இருந்த விமர்சன உணர்ச்சி ஜெர்மனியில் மாபெரும் அறிவுக் கிளர்ச்சியைத் தூண்டியது; அந்த அறிவுக் கிளர்ச்சி ஃபிஹ்டே. ஷேல்லிங். குறிப்பாக ஹெகலின் தத்துவஞானத்தில் நிறைவடைந்தது.

கான்ட் தொடங்கிய தத்துவஞானப் புரட்சியை ஹெகல் அதன் தர்க்க ரீதியான முடிவுக்குக் கொண்டு வந்தார். அவருடைய எழுத்துக்களிலடங்கிய தத்துவச் சிந்தனையின் விமர்சனச் சக்தி அவரால் வளர்க்கப்பட்ட இயக்கவியல் முறையின் உதவியுடன் வன்மையான ஆயுதத்தைப் பெற்றது. எந்தத் தத்துவ ரீதியான வறட்டுச் சூத்திரம் தனிமுதலானது, அழிக்கப் பட முடியாதது என்ற கருத்தை- அதே சமயத்தில் எந்தச் சமூக அமைப்பும் அழிக்கப்பட முடியாதது, நிரந்தரமானது என்பதையும்- ஹெகலிய இயக்கவியல் உறுதியாக மறுத்தது. ஹெகலினால் வளர்க்கப்பட்ட இயக்கவியல் தத்துவஞானத்தை வர்ணிக்கின்ற பொழுது, "அது ஒன்றையுமே முடிவானதாக, புனிதமானதாகக் கருதவில்லை என்று எங்கெல்ஸ் குறிப்பிட்டார். அது ஒவ்வொன்றின், ஒவ்வொன்றிலுமுள்ள தற்காலிகத் தன்மையை வெளிப்படுத்துகிறது."[2]

"மெய்யானவை ஒவ்வொன்றும் அறிவு பூர்வமானது; அறிவு பூர்வமானவை அனைத்தும் மெய்யானவை" என்பது ஹெகலின் பிரபலமான ஆய்வுரையாகும். மனிதகுல வரலாற்றுக் களத்தில் மெய்யானவை ஒவ்வொன்றுமே காலப்போக்கில் பகுத்தறிவுக்கு

1.Heinrich Heine, *Works of Prose*, New York, 1943, p.200.

2. K. Marx and Fredrick Engels, *Selected Works* in three volumes, vol.3, Moscow, 1976, p.339.

முரணாகி விடுவதால் அவை புரட்சியினால் ஒழிக்கப்படுவதற்குரிய நிலையை அடைகின்றன என்ற பொருளில் மேற்கூறிய ஆய்வுரையை விளக்க முடியும்.

ஹென்ரிஹ் ஹேய்னெ மாபெரும் கவிஞர் மட்டுமல்ல, அவர் ஒரு ஆழமான தத்துவ ஞானியாகவும் இருந்தார். அவர் ஹெகலிடம் தத்துவஞானத்தைப் பயின்றவர். ஹெகல் தன்னுடைய இயக்கவியல் கட்டுமானங்களை அமைத்துக் கொண்டிருந்த பொழுது "இசையமைப்பாளருக்குப் பின்னால்" அவர் எப்படி "நின்று கொண்டிருந்தார்" என்பதை அவர் வர்ணித்தார்:

"உண்மையை எல்லோரும் புரிந்து கொள்ளக் கூடாது என்பதற்காக அவர் அதை மிகவும் தெளிவில்லாத, செயற்கையான முறைகளில் எழுதினார். யாராவது அதைப் புரிந்து கொண்டு விடலாமோ என்ற அச்சத்தில் அவர் சில சமயங்களில் கவலையோடு சுற்றுமுற்றும் பார்ப்பதை நான் கண்டிருக்கிறேன். அவருக்கு என்னிடத்தில் அதிகமான பிரியம், ஏனென்றால் நான் அவருக்கு துரோகம் செய்ய மாட்டேன் என்று அவர் உறுதியாக நம்பினார், அந்தச் சமயத்தில் அவர் அடிமைப் புத்தி உடையவர் என்று கூட நான் நினைத்தேன். ஒரு நாள் 'மெய்யானவை ஒவ்வொன்றும் அறிவு பூர்வமானது' என்ற சொற்களை நான் ஆட்சேபித்த பொழுது அவர் விசித்திரமான முறையில் சிரித்தார்; 'அறிவு பூர்வமானவை அனைத்தும் மெய்யானவை" என்றும் அதற்குப் பொருள் காணலாம் என்றார். அவர் அவசரமாகச் சுற்று முற்றும் பார்த்தார். ஆனால் சீக்கிரத்திலேயே அமைதியடைந்தார். ஏனென்றால் அவர் கூறியதை ஹென்ரிஹ் பெர் மட்டுமே கேட்டுக் கொண்டிருந்தார். நான் இந்த அணியலங்காரங்களைப் பிற்காலத்தில்தான் புரிந்து கொண்டேன். கிறிஸ்துவ சமயம் முற்போக்கானது, ஏனென்றால் அது மரணமடைந்த கடவுளைப் பற்றி போதிக்கிறது, ஆனால் புறச்சமய வழி பாட்டில் கடவுள்களுக்கு மரணத்தைப் பற்றி எதுவுமே தெரியாது என்று வரலாற்றுத் தத்துவஞானத்தில் அவர் ஏன் கூறினார் என்பதையும் நான் பிற்காலத்தில்தான் புரிந்து கொண்டேன். ஆகவே கடவுள் இருக்கவில்லை என்றால் அது எத்தகைய முன்னேற்றமாக இருந்திருக்கும்!"[1]

---

1. *Gedichte and Gedanken von Heinrich Heine*, Aus dem Nachlasse des Dichters, Hamburg, 1875, S. 257-58.

ஃபாவுஸ்டு நாடகத்தில் வருகின்ற மெஃபிஸ் டோபிலைப் போல ஹெகல் கூறியிருக்க முடியும்: "மென்மேலும் அதிகமாக மறுக்கின்ற ஆன்மா நான், அது மிகச் சரியே - ஏனென்றால் தோன்றியவை அனைத்துமே அழியக் கடவன."

ஆனால் ஹெகல் தன்னுடைய இயக்கவியலிலிருந்து உலகைக் குலுக்குகின்ற "மெஃபிஸ் டோபிலிய" முடிவுகளைப் பெறவில்லை. அவர் மிக அதிகமான அளவுக்கு கௌரவமான குடி மகனாகவும் பிரஷ்ய அரசரின் விசுவாசமான ஊழியனாகவும் இருந்தார்.

கான்ட்டைப் போல ஹெகல் விஞ்ஞானத்தில் அற்பவாதியாக இருந்தார். அவர் இயக்கவியல் என்ற வாளை உறையிலிருந்து வெளியே எடுத்தார்; அதை உடனடியாகத் தன்னுடைய அமைப்பு என்னும் துருப்பிடித்த உறைக்குள் மறைத்துவிட்டார். உறையை உயர்த்தி உதடுகளில் முத்தமிட்டார், தன்னுடைய அரசரான மூன்றாவது பிரெடெரிக் வில்ஹெல்முக்கு முன்னால் "வீரப்பெருந்தகைமையுடன்" முழந்தாளிட்டு பிரபலமான இரவுத் தொப்பி அணிந்திருக்கும் தன் தலையையும் குனிந்து வணங்கினார். அதற்காக அரசாங்கத் தத்துவஞானி என்ற பட்டத்தையும் பெற்றார்.

மூலச்சிறப்பான ஜெர்மானியத் தத்துவ ஞானப் பாரம்பரியத்திலிருந்து "புரட்சியின் இயற்கணிதத்தைப்" படைப்பதற்கு-அந்த வார்த்தைகளின் உண்மையான பொருளில்-மற்ற தலைகள், மற்ற குணாம்சங்கள் அவசியமாக இருந்தன. பழைய சமூகத்தின் அற்பவாத விலங்குகள் அனைத்திலிருந்தும் விடுதலையடைந்தவர்கள், தங்கள் காலத்துக்கு மேல் உயர்ந்து நின்றவர்கள், தங்களுடைய சொந்தச் சிந்தனையின் விளைவுகளைக் கண்டு அஞ்சாதவர்கள், அவற்றைத் துணிவுடன் செயல்படுத்தக் கூடியவர்கள், விஞ்ஞானத்துக்கு மாறா உறுதிப்பாடும் புரட்சிக்கு விசுவாசமுமே ஒரே உறுதியாகக் கொண்டவர்கள் அப்படிப்பட்டவர்கள்.

மாபெரும் மனிதர்கள் அவர்களுடைய மாபெரும் நடவடிக்கைகளுக்கு நிலைமைகள் முதிர்ச்சி அடைந்திருக்கும் இடங்களில், நேரங்களில் தோன்றுகிறார்கள். ஹெகல் மரணமடைந்த வருடத்தில் கார்ல் மார்க்ஸ் என்ற பதின்மூன்று வயதுச் சிறுவன் டிரியர் உயர்நிலைப் பள்ளியில் படித்துக் கொண்டிருந்தான். அந்த நகரத்துக்குப் பக்கத்திலுள்ள பார்மன் என்ற இடத்தில் பதினொன்று வயதான பிரெடெரிக் எங்கெல்ஸ் வசித்தார்.

அவர்கள் இருவரும் பிறப்பால் ரைன் பிரதேசத்தைச் சேர்ந்தவர்கள். இது முற்றிலும் தற்செயலான நிகழ்வுதானா?

ரைன் பிரதேசம் இரண்டு மாபெரும் பண்பாடுகளின்-ஜெர்மானிய, பிரெஞ்சுப் பண்பாடுகளின்-தாக்கத்துக்கு உட்பட்டிருந்தது. நெப்போலியன் காலத்தில் அது பிரான்சின் ஒரு பகுதியாகக் கூட ஆயிற்று. ஜெர்மனியின் மற்ற பகுதிகளைப் போலல்லாமல் அங்கே நிலப்பிரபுத்துவ மரபுகள் முழுமையாக ஒழிக்கப்பட்டிருந்தன.

ஆனால் ரைன் பிரதேசம் பிற்போக்கான பிரஷ்ய எதேச்சாதிகாரத்தின் ஆட்சிக்குள் வந்த பொழுது அப்பிரதேசத்தைச் சேர்ந்த மக்கள் மிக அதிகமாக ஏமாற்றமடைந்தார்கள். வேறுபாடு பளிச்சென்று தெரிந்தது! ரைன் பிரதேசத்தில் சில அரசு அதிகாரிகள் கூட மிதவாத மற்றும் தீவிரவாதக் கருத்துக்களைப் பேசியது இயற்கையே.

அண்டை நாடாகிய பிரான்சைக் குலுக்கிக் கொண்டிருந்த புரட்சிகரமான புயல்களின் இடியோசை ரைன் பிரதேசத்தில் மிகவும் தெளிவாகக் கேட்டது. பிரெஞ்சுப் பொருள்முதல் வாதம் மற்றும் அறிவியக்கத்தின் கருத்துக்கள் ரைன் பிரதேசத்தின் மூலமாக ஜெர்மனிக்குள் வந்து கொண்டிருந்தன. மற்ற எல்லா இடங்களைக் காட்டிலும் அதிக இயற்கையான முறையில் இங்கே மூலச்சிறப்பான ஜெர்மன் தத்துவ ஞானக் கருத்துக்கள் கற்பனாவாத சோஷலிச (குறிப்பாக சான்- சிமோனின்) கருத்துக்களுடன் மோதிக் கொண்டன. உணர்ச்சி மிக்க, கற்பனையான கவிதை, மத்திய காலத்தின் அரசகுலக் காதற் கதைகள், மாதாகோவில் இசை ஆகியவற்றில் வளர்க்கப்பட்ட ஜெர்மானியர்களுடைய சிந்தனைகள் மற்றும் உணர்ச்சிகளின் மீது அண்டை நாட்டின் நகைச்சுவையான, பரிகாசமான கலை புத்துணர்வூட்டுகின்ற தாக்கத்தைக் கொண்டிருந்தது.

இவை தவிர, ஜெர்மனியிலேயே அதிகமாக வளர்ச்சியடைந்த, பல்வகையான தொழில் துறை ரைன் பிரதேசத்தில் இருந்தது. எனவே அங்கே பழைய சமூகத்துக்குப் "புதைகுழி தோண்டுகின்ற" தொழில்துறைப் பாட்டாளி வர்க்கத்தின் எண்ணிக்கையும் மிக அதிகமாக இருந்தது.

இல்லை, ஜெர்மனியின் ரைன் பிரதேசத்தில் மார்க்ஸ், எங்கெல்ஸ் பிறந்தது தற்செயலானதல்ல.

2

வாழ்க்கைத் தொழிலைத் தேடல்

மகிழ்ச்சியைப் பற்றி

உங்களுடைய கருத்து?

-போராட்டம்

கார்ல் மார்க்சின் ஒப்புதல்கள் [1]

வசந்தகாலத்தில் சூரியன் பிரகாசமாக ஒளி வீசிக் கொண்டிருந்த ஒரு பகற்பொழுதில் வாட்டசாட்டமான உடல், கறுப்புத் தலை முடி சகிதம் ஒரு நபர் முகத்தில் புன்சிரிப்புடன் கைகளில் அணையாடைகள் சுற்றப்பட்டிருந்த குழந்தையைத் தாங்கி டிரியர் நகராட்சி அதிகாரியின் அலுவலகத்துக்கு வேகமாகப் போய்க் கொண்டிருந்தார். ஒரு சில நிமிடங்களுக்குப் பிறகு அவர் அதிகாரிக்கு முன்னால் நின்று கொண்டிருந்தார். அந்த அதிகாரி இம்மாதிரியான சந்தர்ப்பத்தில் தான் வழக்கமாகக் கேட்கும் கேள்விகளைக் கேட்டார். பிறகு தன்னுடைய இறகுப் பேனாவை எடுத்துக் காகிதத்தில் எழுதினார்:

“டிரியர் மாவட்டத்தைச் சேர்ந்த டிரியர் நகராட்சி அதிகாரியின் அலுவலகத்தில் ஜனன, திருமண, மரணப் பதிவாளராகிய எனக்கு முன்னால் 1818ம் வருடம் மே மாதம் 7ந் தேதியன்று பிற்பகல் 4 மணிக்கு டிரியரில் குடியுரிமைச் சான்றிதழுடைய திரு.ஹென்ரிஹ் மார்க்ஸ் (வயது 37, மேன் முறையீட்டு நீதிமன்றத்தில் வழக்குரைஞர் தொழில்) ஆஜராகி ஒரு ஆண் குழந்தையைக் காட்டினார். அந்தக் குழந்தை வழக்குரைஞராகத் தொழில் செய்கின்ற, டிரியரில்

1. Reminiscences of *Marx and Engels*, p. 266.

குடியுரிமைச் சான்றிதழுடைய திரு.ஹென்ரிஹ் மார்க்சுக்கும் அவருடைய மனைவி ஹென்ரியேட்டா பிரெஸ்பார்க்குக்கும் மே மாதம் 5ந் தேதியன்று அதிகாலையில் 2 மணிக்கு டிரியரில் பிறந்ததாகத் தெரிவித்தார். தங்களுடைய குழந்தைக்குக் கார்ல் என்று பெயர் சூட்ட விரும்புவதாக அவர்கள் தெரிவித்தார்கள்."1

அதிகாரி பிறப்புச் சான்றிதழில் கையொப்பமிட்டு அதைத் தகப்பனாரிடம் கொடுத்தார். அது ஒரு வரலாற்றுச் சிறப்புடைய ஆவணம். பெரியவரானதும் சொந்த நாட்டிலிருந்து நாடு கடத்தப்படவிருக்கின்ற ஒருவர், மற்ற எவரையும் காட்டிலும் அந்த நாட்டுக்கு அதிகமான புகழைக் கொண்டு வரப் போகின்றவர் பிறந்திருப்பதை அறிவிக்கின்ற சான்றிதழ் என்பது அந்த அதிகாரிக்குத் தெரியாது. மகிழ்ச்சியில் திளைத்த தகப்பனாரும் அப்படி நினைக்கவில்லை. அவர் தன் குடும்பத்தை நோக்கி, புரூக்கென் ஹாஸேயில் 664ம் எண்ணுடைய சிறிய, இரண்டு மாடி வீட்டை நோக்கி நடந்தார்; எதிரில் வந்தவர்கள் அவருக்குப் பணிவோடு வணக்கமும் வாழ்த்தும் கூறினார்கள்; அவரோ ஆனந்தத்தில் தன்னை மறந்திருந்தபடியால் எப்படியோ ஒரு வழியாக அவர்களுக்குப் பதில் வணக்கம் கூறினார்.

அந்த நகரத்தில் ஹென்ரிஹ் மார்க்சை எல்லோருக்குமே நன்றாகத் தெரியும். அவருடைய உயர்ந்த கல்வித் தகுதிகளை, குறைகாண முடியாத ஒழுக்கத்தை, பரோபகார உணர்ச்சியை- குற்றமற்ற நபர் ஆபத்தில் சிக்கி விட்டால் தன்னுடைய சட்டத் திறமையை முழுமையாகப் பயன்படுத்தி அவருக்கு உதவியளிக்க அவர் எப்பொழுதுமே தயாராக உள்ளவர் - அவர்கள் மிகவும் மதித்தார்கள்.

யூத மத குருக்களின் குடும்பத்தில் பிறந்த ஹென்ரிஹ் மார்க்ஸ் யூத சமயத்தைக் கைவிட்டு லூதரன் சமயத்தை ஏற்றுக் கொண்டார்.

மார்க்ஸ் தம்பதிகளின் இல்லத்தில் கிறிஸ்துவப் புனிதர்கள் வணங்கப்பட்ட போதிலும் வொல்தேர், ஷீல்லர், ராஸீன், ரூஸோ, லேஸ்ஸிங், ஸ்பினோஸா, கான்ட் ஆகியோர் இன்னும் அதிகமாகவே மதிக்கப்பட்டார்கள். ஹென்ரிஹ் மார்க்ஸ் ஐரோப்பியப் பண்பாட்டின் செழுமையான பாரம்பரியத்தைத் தன்வயப்படுத்திக் கொண்டதுடன் தன் அன்புக்குரிய மகன் கார்லிடம் அதை

---

1. Marx, Engels, *Collected Works*, Vol. 1, p. 635.

ஒப்படைக்கவும் செய்தார். ஆகவே கார்லின் "தொட்டிலில் கலைத் தேவதைகள் வைத்த" (மேரிங்) பலவிதமான திறமைகளும் குழந்தைப் பருவத்திலிருந்து வளர்ச்சியடைவதற்கு முழு வாய்ப்புக் கிடைத்தது.

மார்க்சின் குடும்பம் பிரிவி கவுன்சிலர் பேரன்லுட்விக் வான் வெஸ்ட்ஃபாலன் குடும்பத்தினருடன் நெருங்கிய நட்புக் கொண்டிருந்தது இளைஞரான மார்க்சின் நற்பேறு என்றே குறிப்பிட வேண்டும். வெஸ்ட்ஃபாலன் குடும்பத்தைச் சேர்ந்த மூவர் அவருடைய வாழ்க்கையில் முக்கியமான பங்கு வகிக்கப் போகிறார்கள்: முதலாவதாக, அக்குடும்பத்தின் தலைவர்-அவர் மார்க்சுக்கு இரண்டாவது தகப்பனாரானார்; இரண்டாவதாக, அவருடைய கடைசி மகன் ஏட்கர் - மார்க்சின் குழந்தைப் பருவ நண்பர், பள்ளி நாட்களில் அவருடைய விளையாட்டுத் தோழர் (1840க்களின் இறுதியில் அவர் ஒரு சமயத்தில் கம்யூனிஸ்டு சங்கத்துக்கு நெருக்கமாக வந்தார்); கடைசியாக, ஏட்கரின் சகோதரி ஜென்னி- மார்க்சின் எதிர்கால மனைவி, வாழ்க்கை முழுவதும் அவருடைய நம்பிக்கைக்குரிய கூட்டாளி.[1]

லுட்விக் வான் வெஸ்ட்ஃபாலன் ஒரு கவர்ச்சிகரமான பிரமுகர். அவர் ஸ்காட்லாந்து மற்றும் ஜெர்மானிய உயர்குடியில் பிறந்தவர். அவர் அக்காலத்தில் மிகவும் அதிகமாகப் படித்தவர்களில் ஒருவர், கவிதைப் பிரியர். கார்லின் தகப்பனார் வொல்தேரையும் ராஸீனையும் அவருக்கு அறிமுகப்படுத்தினார் என்றால் லுட்விக்வான் வெஸ்ட்ஃபாலன் தான் மனப்பாடமாக அறிந்திருந்த ஹோமரையும் ஷேக்ஸ்பியரையும் கார்லிடம் (ஜென்னியும் ஏட்கரும் உடனிருக்க) படித்துக் காட்டினார். முதியவரான வெஸ்ட் ஃபாலன் மார்க்சிடம் கவிதை ரசனையைத் தூண்டி அவருடைய அழகியல் ஈடுபாடுகளை வளர்த்தார். சான்- சிமோனைப் பற்றி மார்க்சிடம் முதலில் எடுத்துக் கூறியவர் அவரே.

மார்க்சினுடைய அறிவைச் சமூக விஷயங்களில் திருப்பி அன்றைய சமூக அமைப்பைப் பற்றி விமர்சன ரீதியான அணுகுமுறையை முதலில் தூண்டியவர் ஒருவேளை வெஸ்ட்ஃபாலனாக இருக்கலாம். மார்க்ஸ் விஞ்ஞானத் துறையில் தன்னுடைய முதல் ஆராய்ச்சியை-டாக்டர் பட்டத்துக்காக

---

1. ஜென்னியின் மூத்த சகோதரரான ஃபெர்டினாண்டு 1850க்களில் பிற்போக்கான பிரஷ்ய அரசாங்கத்தில் உள்நாட்டு அமைச்சர் பதவி வகித்த பொழுது மார்க்சின் தீவிரமான அரசியல் எதிரியாக இருந்தார்.

எழுதப்பட்ட ஆய்வுக் கட்டுரையை-"என்னுடைய அன்பு மிக்க, தந்தையைப் போன்ற நண்பருக்குச்" சமர்ப்பித்தது தற்செயலானதல்ல. அவர் தன்னுடைய சமர்ப் பணத்தில் வெஸ்ட்ஃபாலனை "காலம் முன்னோக்கி எடுத்து வைக்கின்ற ஒவ்வொரு காலடியையும் உண்மையின் உற்சாகத்துடனும் கவனத் துடனும் வாழ்த்துபவர்" என்றும் "பின்னோக்கி இழுக்கும் ஆவிகளுடைய இருண்ட நிழல்களுக்கு முன்னால் ஒருபோதும் பின்வாங்காதவர்"[1] என்றும் வர்ணித்தார். இளம் மார்க்சுக்குத் தன்னுடைய சொந்தக் குடும்பத்தில் அல்லது பள்ளிக்கூடத்தில் கிடைத்ததைப் போன்ற வளமான ஆன்மிக உணவு "வெஸ்ட்ஃபாலனுடைய பழைய இல்லத்தில் கிடைத்தது" என்பதில் ஐயமில்லை.

அந்த உயர்நிலைப் பள்ளியில் மார்க்சின் ஆன்மிக வளர்ச்சிக்கு அதிகமான உணவு கிடைக்கவில்லை. அந்தக் காலத்தில் பள்ளிக் கூடக் கல்வி முறை உருப்போடுதல், ஒப்பித்தல் என்ற "பழைய மரபுகளுக்கு" ஏற்பவே நடத்தப்பட்டது. மதப் பாடங்கள், வரலாற்று விவரங்கள், கணிதப் பாடத்தில் சூத்திரங்கள் ஆகியவற்றில் ஏற்கெனவே தயாரிக்கப்பட்ட பதிலை மனப்பாடம் செய்வது, அதைத் துல்லியமாக ஒப்பிப்பது- மாணவர்களிடம் இந்தத் திறமையையே ஆசிரியர்கள் மிகவும் மதித்தார்கள். கற்பிக்கப்பட்டவற்றைத் தடங்கல் இல்லாமல் ஒப்பிக்கக் கூடிய, "புனித நூலில்" அடங்கியிருக்கும் அழிவில்லாத உண்மைகளைத் திருத்தமான கையெழுத்தில் எழுதக் கூடியவனே அவர்களுடைய கருத்தின்படி சிறந்த மாணவன். சுதந்திரமான அபிப்பிராயம், துணிகரமான கற்பனைப் பாய்ச்சல், பிரச்சினைகளுக்கு முடிவு காண்பதில் தற்சிந்தனையான அணுகுமுறை - இவை அனைத்தும் சிறப்புத்தகுதிச் சின்னங்களல்ல, குறைகள் என்றே அதிகமாகக் கருதப்பட்டன.

உயர்நிலைப் பள்ளிக் கல்வி முறை மாணவனின் ஆளுமையை வளர்ப்பதைக் காட்டிலும் அதை ஒடுக்கவே செய்தது. அது விஞ்ஞானங்களைப் படிக்கின்ற ஆர்வத்தைத் தூண்டவில்லை, அலுப்பூட்டுகின்ற கோட்பாடுகளின் தொகுதி என்ற முறையில் வெறுப்பையே அதிகமாக ஏற்படுத்தியது. கற்பிக்கப்பட்ட பாடங்களை மறுக்க முடியாது, அவை முடிவானவை, கண்டிப்பான தன்மையைக் கொண்டவை. இவை மாணவர்களுடைய மனங்களைக் கெடுத்தன;

---

1. Marx, Engels, *Collected Works*, Vol. 1, p. 28.

முயற்சியற்ற, அடுத்தவரை நம்பி வாழ்கின்ற சிந்தனையை, அடுத்தவர்களுடைய கருத்துக்களைத் திருப்பிக் கூறுகின்ற, "அங்கீகரிக்கப்பட்டவற்றுக்கு" வணக்கம் செலுத்துகின்ற பழக்கத்தை வளர்த்தன. ஆகவே பள்ளிக்கூடம் மாணவர்களுடைய கருத்தில் விஞ்ஞானத்தின் வன்மையை அரித்தழித்தது, ஏனென்றால் அது எதேச்சாதிகார சிந்தனா முறையை, விதிகளைக் கொண்டு சிந்திக்கின்ற முறையை வளர்த்தது. உண்மையைப் போற்றுவதற்குப் பதிலாக அது மெய்ம்மைகள் அழியாதவை என்ற நம்பிக்கையை வளர்த்தது; சுதந்திரமான முடிவுகளைத் தேடுகின்ற "சிந்தனா விசாரத்துக்குப்" பதிலாக அது அர்த்தத்தைப் புரிந்து கொள்ளாமல் உருப்போடுகின்ற சித்திரவதையை ஏற்படுத்தியது.

மார்க்ஸ் கல்வி பயின்ற டிரியர் பள்ளி அத்தகைய கல்வி நிலையங்களில் மிகவும் சிறப்பானவற்றில் ஒன்று எனலாம்; ஏனென்றால் அங்கே அநேகமாக ஒரு மிதவாத உணர்ச்சி நிலவியது. மார்க்சின் ஆசிரியர்களில் சிலர் தங்கள் துறையில் பிரபலமானவர்களாக இருந்தார்கள்: உதாரணமாக, யோஹன் ஹூகோ வீட்டென்பாஹ் (தலைமை ஆசிரியர்) பிரெஞ்சு அறிவியக்கத்தின் கருத்துக்களை ஆதரித்தார், டிரியர் நகரத்தின் வரலாற்றாசிரியரான அவர் கேதேயுடன் தனிப்பட்ட பழக்கம் உடையவராக இருந்தார். முன்னேற்றத்திலும் மனிதனுடைய மேம்பாட்டிலும் தன்னுடைய மாணவர்கள் புனிதமான நம்பிக்கை வைக்கும்படி அவர் அரும்பாடுபட்டார். கணிதம் மற்றும் பௌதிகவியல் ஆசிரியரான யோஹன் ஷ்தேய்னின்கர் போலீசுத் துறையின் கண்காணிப்புக்கு உட்பட்டிருந்தார்.

ஆனால் இந்த ஆசிரியர்கள் கல்வி போதனையின் தன்மை, நோக்கங்கள் மற்றும் முறைகளில் கணிசமான எத்தகைய மாற்றத்தையும் ஏற்படுத்த முடியவில்லை என்பது உண்மையே. ஆசிரியர்கள், மாணவர்களுடைய சிந்தனை சரியான வழியில் செல்வதை உறுதிப்படுத்துவதற்கென்று பிரஷ்ய அரசாங்கம் அவர்களைத் தீவிரமாகக் கண்காணித்து வந்தது. அந்த நோக்கத்துடன் அரசாங்கம் விஸ்டுஸ் லியோர்ஸ் என்பவரைப் பள்ளிக்கூடத்தின் இணை இயக்குநராக நியமித்திருந்தது. அவருடைய பிற்போக்குக் கருத்துக்கள் பிரசித்தமானவை. அரசருக்கும் நாட்டுக்கும் அரணாகவிருந்த படித்த அற்பவாதிகளை அந்த உயர்நிலைப் பள்ளி தயாரிக்க வேண்டும். அதைத்தான் அது செய்தது.

மார்க்ஸ் அந்தப் பள்ளியிலிருந்து விலகிய சமயத்தில் அவருடைய வகுப்பில் 32 மாணவர்கள் இருந்தார்கள்; அவர்களில் பெரும் பான்மையானவர்களின் வயது பத்தொன்பதிலிருந்து இருபத்தேழு வரை இருந்தது, அதாவது அவர்கள் பள்ளியில் படிக்கின்ற வயதைக் காட்டிலும் அதிக வயதானவர்கள். அந்த மாணவர்கள் சுறுசுறுப்பில்லாதவர்கள், அநேகமாக ஒவ்வொரு வகுப்பிலும் இரண்டு வருடங்கள் தங்கிப் படித்தவர்கள். இவர்களில் பதின் மூன்று மாணவர்கள் பள்ளி இறுதித் தேர்வில் தோல்வி அடைந்தார்கள்.

மார்க்சுடன் படித்த மாணவர்களில் பலர் குட்டி முதலாளி வர்க்க, விவசாயக் குடும்பங்களைச் சேர்ந்தவர்கள். அவர்கள் குருட்டுத் தனமான மதப்பற்றில் மூழ்கியிருந்தார்கள். மதகுருவின் வேலையே எதிர்காலத்தைப் பற்றி அவர்களுடைய கனவுகளின் சிகரம். அந்த வகுப்பைச் சேர்ந்த 25 கத்தோலிக்க மாணவர்கள் எழுதிய பள்ளியிறுதிக் கட்டுரைகளை ஆராயும் பொழுது அவர்களில் பாதிக்கும் அதிகமானவர்கள் இறைப் பணிக்குத் தங்களை அர்ப்பணித்துக் கொள்ளத் தயாராக இருந்தார்கள் என்பது தெரிகிறது.

அவர்களுடைய கனவுகள் நனவாயின. 1835ம் வருடத்தில் டிரியர் பள்ளியிலிருந்து பள்ளி இறுதித் தேர்வை முடித்து வெளியேறிய மாணவர்களில் பிரஷ்யாவுக்கு 13 கத்தோலிக்க மத குருக்களும் 7 வழக்குரைஞர்கள் மற்றும் உயர் நிலை அதிகாரிகளும் 2 டாக்டர்களும் கிடைத்தனர். அந்த வருடப் பள்ளியிறுதி வகுப்பு கோஷ்டி உலகத்துக்கு ஒரு கார்ல் மார்க்சைக் கொடுக்கும் என்று யாராவது நினைத்திருப்பார்களா?

அந்தப் பள்ளியின் ஆசிரியர்கள் நிச்சயமாக நினைத்திருக்க மாட்டார்கள், ஏனென்றால் கார்ல் மார்க்ஸ் தனிச்சிறப்புடைய மாணவர் என்று யாரும் கருதவில்லை. அவர் எல்லாப் பாடங்களிலும் சுமாரான மதிப்பெண்களைத்தான் பெற்றார்; எதிர்காலத்தில் வரலாற்றுப் பொருள் முதல்வாதத்தைப் படைக்கப் போகின்ற மாணவர் வரலாற்றுத் தேர்வு எழுதிய பொழுது மற்ற பாடங்களைக் காட்டிலும் குறைவான மதிப் பெண்களைத்தான் ஆசிரியர்கள் கொடுத்தனர்.

இதைப் பற்றி ஆச்சரியமடைவதற்கு ஒன்றுமில்லை. அந்த ஆசிரியர்கள் சில விதிமுறைகளைப் பின்பற்றினார்கள்-மார்க்சுக்கு அவை பொருந்தவில்லை. அவருடைய சிந்தனைகளின் தற்சிந்தனை

அவர்களைப் பயமுறுத்தியது. ஒரு பிரச்சினையின் மூலவேர்களை அறிவதற்கு, ஒவ்வொரு பாடத்தையும் விரிவாக அறிந்து கொள்வதற்கு, தன்னுடைய சிந்தனைகளை-சிறுதரமாக இன்றி-தத்ரூபமாக வர்ணிப்பதற்கு அவர் செய்த முயற்சியை அவர்கள் கண்டித்தார்கள். அவை "மிகையான அலங்கார நடை", "அதிகமான பளுவை அவசியமில்லாமற் சுமத்துதல்," "சலிப்பூட்டும் சொற்குவியல்" என்று அவர்கள் கூறினார்கள். மார்க்சின் கையெழுத்து அழகாக இல்லாததும் அவர்களுக்கு எரிச்சலூட்டியது. "வெறும் கிறுக்கல்" என்று இலத்தீன மொழி ஆசிரியர் புகார் செய்தார். அதை மற்ற ஆசிரியர்களும் ஒத்துக் கொண்டார்கள்.

"இளைஞர்களுக்குக் கற்பிக்கும்" ஆசிரியர்களின் ஏட்டுப்புலமை மார்க்சுக்கு அருவருப்பைக் கொடுத்தது. அது பிந்திய வருடங்களிலும் அவரிடம் நிலைத்திருந்தது. அவர் 1862இல் எங்கெல்சுக்கு எழுதிய கடிதத்தில் இந்த ஏட்டுப் படிப்பாளிகளில் ஒருவரை வர்ணித்தார். இந்த ஆசிரியர் வெளித்தோற்றத்தில் கௌரவமான மனிதர், தன் புலமையைப் பற்றி அகந்தை மிக்கவர். ஆனால் படிப்பது மற்றும் கற்பிப்பதில் உருப்போடுகின்ற முறைக்கு அப்பால் அவர் ஒருக்காலும் போவதில்லை. அவருடைய புலமை ஏற்கெனவே தயாரிக்கப்பட்ட பதில்களைத் தேடி எடுப்பதைத் தவிர வேறு ஒன்றுமில்லை. அவர் கணிதப் பாடங்கள் எல்லாவற்றையும் படித்தவர், ஆனால் கணிதவியலை அறியார். இந்த ஏட்டுப்படிப்பாளி நேர்மையானவராக இருந்தால் அவர் தன்னுடைய மாணவர்களுக்கு உபயோகமாக இருக்கக் கூடும். அவர் போலித் தந்திரங்களில் ஈடுபடாமல் உண்மையைச் சொல்லியிருந்தால் எவ்வளவு நன்றாக இருக்கும்: இங்கே ஒரு முரண்பாடு இருக்கிறது. சிலர் இப்படிச் சொல்கிறார்கள், மற்றவர்கள் வேறு விதமாகச் சொல்கிறார்கள். இந்தப் பிரச்சினையில் எனக்குச் சொந்த அபிப்பிராயம் இல்லை, நீங்களே சிந்தியுங்கள், இப்பிரச்சினையின் அடிமட்டத்துக்குப் போக முடியுமா என்று பாருங்கள்! "இந்த அணுகுமுறையைப் பின்பற்றினால் ஒரு பக்கத்தில் மாணவர்களுக்குச் சில விவரங்கள் கிடைக்கும், மறு பக்கத்தில் அவர்களைத் தாமே உழைக்கும்படி உற்சாகப்படுத்தியதாகவும் இருக்கும்."[1] ஆனால் ஏட்டுப் படிப்பாளியின் இயல்புக்கு மாறான ஒரு நிபந்தனையை நான் குறிப்பிடுகிறேன் என்று மார்க்ஸ் உடனடியாகக் குறிப்பிட்டார்.

---

1. Marx, Engels, Werke, Bd.30, Berlin, 1964, S. 628.

மார்க்ஸ் படித்த உயர்நிலைப் பள்ளியின் ஆசிரியர்கள் எந்த அளவுக்கு இந்தச் சித்திரத்தை ஒத்திருந்தார்கள் என்று சொல்வது கடினம். தனிப்பட்ட முறையில் அவர்கள் ஏட்டுப்படிப்பாளிகளாக இல்லாதிருந்திருக்கலாம். ஆனால் ஒரு நபரின் தனிப்பட்ட உளவியல் அமைப்பு இங்கே முக்கியமல்ல. அந்த அமைப்பே முக்கியம். அது உயர்நிலைப் பள்ளிக் கல்வியின் ஏட்டுப்படிப்பையும் கடுவேதனையான சலிப்பையும் தவிர்க்க முடியாத முறையில் வளர்த்தது.

கார்ல் மார்க்சின் ஆன்மிக உலகம் உயர்நிலைப் பள்ளிக் கல்வி முறையினால் உருவாக்கப்பட்டதல்ல; அதற்கு மாறாக, சுதந்திரமான, மிகவும் தீவிரமான அறிவு உழைப்பில் அது உருவாயிற்று, நல்ல கவிதையையும் நகைச் சுவையையும் ரசிக்கின்ற சில நண்பர்களடங்கிய சிறு குழுவில், வெஸ்ட்ஃபாலன் குடும்பம் மற்றும் அவருடைய தகப்பனாரைக் கொண்ட குழுவில் அது உருவாயிற்று.

டிரியர் மேன்முறையீட்டு நீதிமன்றத்தில் வழக்குரைஞரான ஹென்ரிஹ் மார்க்ஸ் தன் பதவி காரணமாக அரசியல் தன்மையைக் கொண்ட வழக்குகளில் பங்கெடுப்பது அவசியமாக இருந்தது. எனவே சமூக அநீதிகளைப் பற்றிய பயங்கரமான உண்மைகள் அவருக்குத் தெரியும். அவர் தன் மகனிடம் அவற்றைப் பற்றிப் பேசியிருக்க வேண்டும்.

கார்ல் மார்க்ஸ் 1843இல் *Rheinische Zeitung* இல் (ரைன் பத்திரிகை) எழுதிய கட்டுரையிலிருந்து இந்த உண்மைகளைப் பற்றி நாம் அறிந்து கொள்ள முடிகிறது. **மோஸெல் நிருபர் நியாயப்படுத்துகிறார்** என்ற தலைப்பில் அவர் எழுதிய கட்டுரையில் மோஸெல் பிரதேசத்தில் வசித்த மக்கள் தம்முடைய அபிப்பிராயத்தை ஒளிவு மறைவில்லாமலும் பகிரங்கமாகவும் தெரிவிக்க முடியவில்லை என்று நிரூபிக்க முயற்சிக்கிறார்: 1830க்களில், அதாவது அவருடைய இளமைப் பருவத்தில் நடைபெற்ற சில நீதிமன்ற வழக்குகளை வர்ணிக்கிறார்.

"நல்ல குணத்தின் காரணமாக எல்லோராலும் விரும்பப்பட்ட ஒரு குடிமகன் மாவட்டத் தலைவருடைய வேலைக்காரியிடம் பேசும் பொழுது 'உன் எசமானர் நேற்று போதையில் இருந்தார்' என்று கூறினார் (அந்த மாவட்டத் தலைவர் முந்திய நாள் மாலையில் அரசருடைய பிறந்த நாளைக் கொண்டாடிய பொழுது மகிழ்ச்சி நிரம்பிய நண்பர்கள் மத்தியில் அதிகமாகக் குடித்தார்). இந்தச்

சாதாரண வார்த்தைக்காக அவர் டிரியர் போலீஸ் நீதிமன்றத்தில் பகிரங்கமாக விசாரணை செய்யப்பட்டார். ஆனால் நீங்கள் எதிர்பார்த்ததைப் போல அவர் விடுதலை செய்யப்பட்டார்.''[1]

இந்த வழக்கில் மார்க்சின் தகப்பனார் வழக்குரைஞராகப் பங்கெடுத்தபடியால் அது மார்க்சின் நினைவில் பசுமையாக இருந்திருக்கலாம். அவருடைய ''குறை சொல்ல முடியாத நேர்மை'' மற்றும் ''சட்டத் திறமைகளின்'' விளைவாகக் குற்றம் சாட்டப்பட்டவர் விடுதலை அடைந்தார்.

டிரியர் மாவட்டத்தைச் சேர்ந்த சில விவசாயிகள் தங்கள் சட்டமன்றப் பிரதிநிதியின் மூலம் இளவரசருக்கு ஒரு மனுவைக் கொடுப்பதென்று முடிவு செய்தார்கள். அந்தப் பிரதிநிதியின் மீது நீதிமன்ற நடவடிக்கைகள் தொடங்கப்பட்டன. ''சில வருடங்களுக்கு முன்பு அரசு நிர்வாகம் மற்றும் பொருளியல் **(cameralistics)** பேராசிரியரான திரு.கௌஃப்மன்'' ஒரு ரைன் பத்திரிகையில் **''மோஸெல் பிரதேசத்தில் திராட்சைக் கொடி பயிரிடுபவர்களுடைய பரிதாபகரமான நிலையைப் பற்றி** என்ற ஒரு கட்டுரையை எழுதினார். அரசாங்கம் அதைத் தடை செய்தது.''[2]

இளம் மார்க்சைச் சூழ்ந்திருந்த அரசியல் நிலைமையை இந்த விவரங்கள் விளக்குகின்றன.

1830க்களில் டிரியர் நகரத்தின் அறிவுஜீவிகளிடத்தில் பிரஷ்ய அரசாங்கத்துக்கு மிதவாத எதிர்ப்புத் தோன்றியது; அதில் கார்ல் மார்க்சின் தகப்பனார் சுறுசுறுப்பாகப் பங்கெடுத்தார். 1834ம் வருடத்தின் ஆரம்பத்தில் மிதவாதிகளின் கூட்டங்களும் ஆர்ப்பாட்டங்களும் நடைபெற்றன, மர்ஸேல் கீதம் பாடப்பட்டது. அங்கே செய்யப்பட்ட சொற்பொழிவுகளில் பிரெஞ்சுப் புரட்சியின் எதிரொலியைப் போலீஸ்காரர்களின் கூர்மையான காதுகள் கண்டுபிடித்தன. ஹென்ரிஹ் மார்க்சும் ''ஆபத்தான'' பாடல்களைப் பாடினார், சொற்பொழிவாற்றினார். அவை அதிகமாக மிதவாதத் தன்மையைக் கொண்டிருந்தன. ஆனால் அவர் மீது சட்ட நடவடிக்கைகளைத் தொடங்குவதற்கு இதுவே போதுமானதாக இருந்தது.

கார்ல் மார்க்ஸ் தன் தகப்பனார் மீது அதிகமான அன்பு

1. Marx, Engels, *Collected Works,* Vol. 1, p. 355.
2. Ibid., p.357.

கொண்டிருந்தார். அவரைப் பற்றி இனிய நினைவுகள் மகனின் முதிர்ச்சிக் காலத்திலும் நிலைத்திருந்தன. அவர் எப்பொழுதும் தன் தகப்பனாருடைய புகைப்படத்தை தன்னோடு வைத்திருந்தார்; மரணப் படுக்கையிலும் அந்தப் புகைப்படம் அவரிடமிருந்தது. ஆனால் ஹென்ரிஹ் மார்க்ஸ் மத, அரசியல் துறைகளில் மிதவாதியாக இருந்தாலும் கடைசி வரையிலும் பிரஷ்ய தேசபக்தராகவும் மதப்பற்றுடைய கிறிஸ்துவராகவுமே இருந்தார். அவர் ஷீல்லரை மிகவும் போற்றினார்; அவர் ஷீல்லரின் கதாநாயகர்களில் ஒருவரான நல்லவரும் உணர்ச்சிக் கனிவுடையவருமான மோரை ஒத்திருந்தார். அந்த மோர் தன் குடும்பம் மற்றும் குழந்தைகளின் சுகத்தில் முழு மகிழ்ச்சியடைந்தார். தன்னுடைய அன்புக்குரிய மகனின் மேதாவிலாசமான திறமையை அவரால் இனங்காண முடிந்தது; ஆனால் கார்ல் தன்னுடைய அடிச்சுவடுகளைப் பின்பற்றுவார், அடக்கமான, ஆனால் ''மேன்மையான'' தொழிலைத் தேர்ந்தெடுத்துக் கொள்வார், அதன் மூலம் கௌரவமான மனிதர்களுக்கு மத்தியில் ''தகுதிமிக்க இடத்தைப்'' பெறுவார். முன்னுதாரணமான குடும்பத் தலைவராக விளங்குவார் என்று அவர் எதிர்பார்த்தார்.

இந்த விஷயத்தில் இளம் மார்க்ஸ் தன்னுடைய தகப்பனாரைக் காட்டிலும் குறைவான உற்சாகத்தையே கொண்டிருந்தார். அவர் தன்னுடைய பள்ளிப் பருவத்திலேயே அற்பவாத வாழ்க்கையின் ஆனந்தமான இலட்சியத்தை - அதன் அறிவுமிக்க நயமான வடிவத்தில் கூட - தீவிரமாக வெறுப்பதற்குத் தொடங்கியிருந்தார்.

இதன் முதல் நிரூபணத்தை மார்க்ஸ் தன்னுடைய 17ம் வயதில் எழுதிய பள்ளியிறுதிக் கட்டுரையில் நாம் பார்க்கின்றோம். **வேலையைத் தேர்ந்தெடுப்பதைப் பற்றி ஒரு இளைஞனுடைய சிந்தனைகள்** என்ற தலைப்பில் மார்க்ஸ் அக்கட்டுரையை எழுதினார்.

''எதிர்காலத்தில் எப்படி இருக்க விரும்புகிறேன்'' என்ற சொந்த விருப்பங்களை விவாதிப்பதற்கு இந்தத் தலைப்பு வாய்ப்புத் தருவதாகவே மார்க்சின் வகுப்பிலிருந்த சக மாணவர்களில் பெரும்பான்மையானவர்கள் கருதினார்கள். ஆனால் மார்க்ஸ் அப்படி நினைக்கவில்லை என்பது சுவாரசியமானதாகும். ஒரு வேலையைத் தேர்ந்தெடுப்பதிலுள்ள புறநிலையான மற்றும் அகநிலையான நிபந்தனைகளைப் பற்றியும் வேலைக்கும் தனிப்பட்ட திறமைகளுக்கும் இடையிலுள்ள பொருத்தத்தைப் பற்றியும் விரிவான

சமூக விவாதத்துக்கு இது ஒரு வாய்ப்பு என்று அவர் கருதினார். மார்க்ஸ் தன்னுடைய முதிர்ச்சிக் காலத்தில் முழுமையாகவும் சிறப்பான முறையிலும் வளர்த்த கருத்துக்கள் ஏற்கெனவே இளம் மார்க்சிடம் "கோடைக்காலத்தின் மின்னல் வீச்சைப் போலப் பளிச்சென்று ஒளி வீசின" (மேரிங்) என்பதை இங்கே பார்க்கிறோம்.

"நாம் செய்ய வேண்டியவை என்று நாம் நம்புகின்ற நிலைமையை நாம் எப்பொழுதுமே அடைய முடியாது; சமூகத்துடன் நம்முடைய உறவுகளை நாம் நிர்ணயிக்கக் கூடிய நிலைமையை அடைவதற்கு முன்னரே அவை ஏற்கெனவே நிறுவப்பட்டு விடுகின்றன."[1]

அவருடைய வகுப்பு மாணவர்கள் வர்த்தகத்தைக் காட்டிலும் இராணுவ வேலையின் சாதகங்களை அல்லது இறைப் பணி மற்றும் மதகுரு வேலையில் ஏற்படுகின்ற நன்மைகளைப் பற்றி ஆர்ப்பாட்டமாக விவாதித்துக் கொண்டிருந்த நேரத்தில் மார்க்ஸ் ஆணவத்தைத் தூண்டி பதவி ஆசை என்ற பேயை எழுப்புகின்ற வேலைகளின் போலியான பளபளப்பைப் பற்றியும் எதிர்கால வேலையைக் கற்பனையில் பிரகாசிக்கச் செய்கின்ற "பிரமைகளைப்" பற்றியும் எழுதினார். நம்முடைய திறமைகளைப் பற்றிய சுயஏமாற்றுதல்களுக்கு இதுவே காரணம் என்பது அவருடைய கருத்தாகும். "இத்தவறு நம்மை நாமே பழிவாங்கிக் கொள்ளச் செய்கிறது", "அது வெளியுலகத்தின் கண்டனத்தைச் சந்திக்காவிட்டாலும் அத்தகைய கண்டனத்தில் ஏற்படுவதைக் காட்டிலும் அதிக பயங்கரமான வேதனையை நம்மிடத்தில் ஏற்படுத்துகிறது", அத்தவறில் ஏற்படுகின்ற தன்னிகழ்ச்சி "ஒருவருடைய இதயத்தை எப்பொழுதுமே அரிக்கிறது, இதயத்திலிருந்து ஜீவரத்தத்தை உறிஞ்சி மனித இன வெறுப்பு மற்றும் மன முறிவு என்ற நஞ்சுடன் கலக்கிறது."[2]

ஒரு வேலையைத் தேர்ந்தெடுக்கின்ற பொழுது அந்தத் தேர்வு போலிக் கருத்துக்களை அடிப்படையாகக் கொண்டிருந்தால் "சுய ஏமாற்றுதலுக்கு" இரையாவது சுலபமே. உறுதியான கோட்பாடுகளை, வன்மையான, அசைக்க முடியாத நம்பிக்கைகளை இன்னும் தன்னிடம் ஏற்படுத்திக் கொள்ளாமலிருக்கும் இளைஞனைப்

---

1. Ibid., p.4.
2. Ibid., p.7.

பொறுத்தமட்டில் மிகவும் ஆபத்தான வேலைகள் "வாழ்க்கையில் அதிகமான சம்பந்தமில்லாமல் சூக்குமமான உண்மைகளோடு சம்பந்தப் பட்டிருப்பவையே". [1]

இந்தச் சுவாரசியமான அறிவிப்பு இந்தக் கட்டத்தில் மார்க்சின் ஆன்மிக உலகத்தை நமக்கு விளக்குகிறது. ஏட்டுப்படிப்பு விஞ்ஞானத்தைப் பற்றி அவரிடம் ஏற்பட்டிருந்த அதிருப்திக்கும் "சூக்குமமான உண்மைகளை" "வாழ்க்கை ஈடுபாட்டுடன்" இணைப்பதற்கு அவர் மேன்மேலும் விரும்பியதற்கும் இது ஒரு வேளை சான்றாக இருக்கக் கூடும்.

தனிப்பட்ட மனநிறைவு என்ற அற்பவாத இலட்சியத்தை மார்க்ஸ் பின்வரும் சொற்களில் மறுக்கிறார்: "ஒரு நபர் தனக்காக மட்டுமே பாடுபட்டால், ஒருவேளை பிரபலமான அறிவாளியாகலாம், மாபெரும் ஞானியாகலாம், மிகச் சிறந்த கவிஞராகலாம், ஆனால் அவர் ஒரு குறையில்லாத, உண்மையிலேயே மாபெரும் மனிதராக முடியாது." [2]

ஆம். மனிதன் சுய பரிபூரணமடைவது நோக்கம், அதற்கு ஒவ்வொரு வேலையும் ஒரு சாதனம் என்பது உண்மையே. ஆனால் மனிதன் "தன்னுடைய சக மனிதர்களின் பரிபூரணத்துவத்துக்காக, நன்மைக்காகப் பாடுபடுவ தன் மூலமாக மட்டுமே" தன்னுடைய சுய பரிபூரண நிலையை அடைய முடியும். நாம் வேலையைத் தேர்ந்தெடுப்பதில் மனிதகுலத்தின் நன்மை (ஆகவே நம்முடைய பரிபூரணத்துவமும்) நமக்கு "முக்கியமான வழிகாட்டியாக" இருக்க வேண்டும்.

வரலாற்றில் பொது நலத்துக்காகப் பாடுபட்டுப் புகழீட்டிய மாபெரும் மனிதர்களுடைய உதாரணத்தை மார்க்ஸ் தன்னுடைய கருத்துக்கு ஆதரவாக எடுத்துக்காட்டுகிறார். "மிகவும் எண்ணற்ற மனிதர்களை மகிழ்ச்சியடையச் செய்தவரே மிகவும் அதிகமான மகிழ்ச்சியைப் பெறுகிறார் என்று அனுபவம் எடுத்துக்காட்டுகிறது." [3]

தன்னுடைய சுயேச்சையான பாதையின் தொடக்கத்தில் மார்க்ஸ் தன்னுடைய வாழ்க்கை முழுவதும் பின்பற்றப் போகின்ற

---

1. Ibid., p.8.
2. Ibid.
3. Ibid.

குறிக்கோளை வகுத்தளிக்கிறார்: "மனிதகுல முன்னேற்றத்துக்குப் பாடுபடு!" இது மலர்கள் தூவிய பாதையல்ல, முட்கள் நிறைந்த பாதை என்பதை அவர் ஒத்துக்கொள்கிறார்; ஆனால் அது அவருக்குக் கவலையளிக்கவில்லை. தான் தேர்ந்தெடுத்திருக்கின்ற வேலையின் "பெரும் பொறுப்பின்" முழுச் சுமையையும் அவர் உணர்ந்திருக்கிறார்.

ஆனால் அவர் தன்னுடைய எதிர்காலத்தைத் தேர்ந்தெடுத்துவிட்டார். "மனிதகுலத்தின் நன்மைக்காக நாம் சிறப்பாகப் பாடுபடுவதற்குரிய வேலையை நாம் தேர்ந்தெடுத்துவிட்டால் அதன் எந்தச் சுமையும் நம்மை அழுத்த முடியாது, ஏனென்றால் அது எல்லோருடைய நன்மைக்காகவும் செய்யப்படுகின்ற தியாகம்." இங்கே மார்க்ஸ் மறுபடியும் அற்பவாத வாழ்க்கையின் "அற்பமான, வரையறைக்குட்பட்ட சுயநல மகிழ்ச்சியை" "பல கோடிக்கணக்கானவர்களுக்குச் சொந்தமான ஒன்றின்"[1] மகிழ்ச்சியுடன் வேறுபடுத்திக் காட்டுகிறார்.

இந்தக் கட்டுரை பெரிய அளவுக்கு இன்னும் ஒரு பள்ளி மாணவனுடைய கட்டுரைதான் என்பது உண்மையே. இங்கே மார்க்சினுடைய முந்திய ஆன்மிக வளர்ச்சி முழுவதையும் ஒன்று திரட்டப்பட்ட வடிவத்தில் நாம் பார்க்கிறோம். காண்ட் மற்றும் பிரெஞ்சு அறிவியக்கத்தின் தாக்கத்தை உணர முடியும்; அதில் இன்னும் உணர்ச்சிக் கனிவான, புனைந்துரையான குறிகள் இருக்கின்றன, "ஒரு பொதுவான நோக்கத்தைத்" தருகின்ற "பரம் பொருளைப்" பற்றிய குறிப்புக்களும் "பரம் பொருளின் அறைகூவல்களும்" அதில் இருக்கின்றன. ஆனால் அந்தக் கட்டுரை முழுவதிலும் ஆசிரியரின் முத்திரை ஏற்கெனவே விழுந்திருக்கிறது, மார்க்சின் குணாம்சத்தில் மகிழ்ச்சி நிரம்பிய அம்சங்களான தற்சிந்தனையான வலிமையும் உணர்ச்சிக் குறியும் நடையிலும் உள்ளடக்கத்திலும் இடம் பெற்றிருக்கின்றன.

இந்த இளைஞனுடைய கட்டுரை வாழ்க்கை முழுவதற்கும் வேலைத்திட்டத்தைக் (பொதுவான வடிவத்தில் என்றபோதிலும்) கொண்டிருக்கிறது. மார்க்ஸ் தன்னுடைய இதயத் "துடிப்புக்குத்" தக்கவாறு தன்னுடைய எதிர்காலத்தைக் கணிக்கிறார்.

மார்க்சிடம் அரசியல் ஆர்வங்கள் கிளர்ந்தெழுந்திருப்பதாக இக்கட்டுரையில் இன்னும் எந்த அறிகுறியும் இல்லை. ஆனால் அவர்

1. Ibid.

பிற்போக்கானவை அனைத்தையும் வெறுத்ததை இக்கட்டுரை எடுத்துக்காட்டுகிறது. இந்த வெறுப்பை மார்க்ஸ் புத்தகங்களிலிருந்து மட்டுமல்லாமல் தன்னைச் சுற்றியிருக்கும் யதார்த்தத்திலிருந்தும் பெற்றுக் கொண்டார்.

மிக முந்திய காலமான 1833இல் தடை செய்யப்பட்ட புத்தகங்கள். அரசியல் கவிதைகள் ஆகியவை டிரியர் உயர்நிலைப் பள்ளியில் கண்டுபிடிக்கப்பட்டன. மாணவர் ஒருவர் கைதும் செய்யப்பட்டார் என்று அறிகிறோம். இது மாணவர்கள் மத்தியில் அறிவுக் கிளர்ச்சியை ஏற்படுத்தி வாழ்க்கையைப் பற்றி மார்க்சினுடைய அணுகுமுறையில் தாக்கத்தை ஏற்படுத்தியிருக்க வேண்டும். மார்க்ஸ் பள்ளியிறுதிச் சான்றிதழைப் பெற்றுக் கொண்டு பான் பல்கலைக்கழகத்தில் சேருவதற்காகச் சொந்த ஊரை விட்டுப் புறப்பட்ட பொழுது பள்ளிக்கூடத்தின் இணை இயக்குநரான விஸ்டுஸ் லியோர்சைச் சந்தித்து விடை பெறுவதற்கு உறுதியாக மறுத்தார். பள்ளி மாணவர்களை அரசியல் ரீதியான கண்காணிப்பில் வைக்கும் விசேஷக் கடமையை அவர் நிறைவேற்றியது தெரிந்ததே, மார்க்ஸ் அவரைச் சந்திக்க மறுத்தது அவருடைய மன உறுதியைக் காட்டுகிறது. அதனால் அவருக்கும் தகப்பனாருக்கும் மோதல் கூட ஏற்பட்டிருக்கலாம்.

ஹென்ரிஹ் மார்க்ஸ் தன் மகனுக்கு எழுதிய ஆரம்ப காலக் கடிதங்களில் ஒன்றில் இந்தச் செயலுக்காக மகனைக் கண்டிக்கிறார். கார்லுடன் உயர்நிலைப் பள்ளியின் மற்றொரு மாணவனான ஹென்ரிஹ் கிலெமென்சும் லியோர்சிடம் நேரில் விடை பெற்றுக் கொள்ள மறுத்ததை இக்கடிதத்திலிருந்து அறிகிறோம். கார்லின் "குற்றத்தைப்" பற்றி ஆத்திரமடைந்த லியோர்சை சமாதானப் படுத்துவதற்காக ஹென்ரிஹ் மார்க்ஸ் ஒரு "பச்சைப் பொய்யைச்" சொல்ல வேண்டியிருந்தது. "அவன் அப்பொழுது வீட்டில் இல்லை" என்று அவர் தெரிவித்தார்.

ஆனால் வாழ்க்கையுடனும் அறிவுலகத்துடனும் மார்க்சின் உண்மையான மோதல் வருவதற்கு இன்னும் சற்றுக் காலமாயிற்று.

---

1. Ibid. p, 647.

3

"கோபமான பரிகாசமும்" "கவிதாவே சத்துக்கான தேடலும்"

உங்களுக்குப் பிடித்தமான

வாசகம்?

-De omnibus dubitandum.

எல்லாவற்றைப் பற்றியும்

சந்தேகப்படு.

கார்ல் மார்க்சின் ஒப்புதல்கள்[1]

*1835*ம் வருடத்தின் இலையுதிர் காலத்தில் மார்க்ஸ் பான் பல்கலைக்கழகத்தில் சட்டவியல் படிக்கச் சென்றார். ஆனால் மார்க்சுக்கு சட்ட வியலைக் காட்டிலும் உலகம் அதிக விரிவானதாக இருந்தது. அவர் சுதந்திரமான வாழ்க்கை என்ற நீர்ச்சுழலுக்குள் இளமைத் துடிப்போடு குதித்தார். அவர் பலவிதமான ஆன்மிக நடவடிக்கைகளில் முதலில் ஈடுபட்டார்; ஆனால் அவர் கட்டுப்பாடில்லாத மாணவர் கூட்டங்களையும் அவற்றின் தங்குதடையற்ற குதூகலத்தையும் விருந்துகளையும் சண்டைகளையும் பல விதமான வீரசாகசச் செயல்களையும் மறந்து விடவில்லை. ஒரு சண்டையின் போது கார்ல் காயமடைந்தார். ஒரு நாள் அவர் "இரவுக்கால அமைதியைக் குலைத்ததற்காகக்" கைது செய்யப்பட்டார். அவருடைய வற்றாத நகைச் சுவை உணர்ச்சிக்காக நண்பர்கள் அவரை நேசித்தார்கள். ஆனால் அவருடைய புண்படுத்துகின்ற கேலிப் பேச்சும் பரிகாசப் பாடல்களும் அவர்களைப்

1. *Reminiscenees of Marx and Engels,* p.266.

பயமுறுத்தின. இத்திறமைக்காக மார்க்ஸ் உயர்நிலைப் பள்ளியிலேயே பிரபல மடைந்திருந்தார்.

முதியவரான ஹென்ரிஹ் மார்க்ஸ் தன் மகனிடம் "சண்டைகளையும் தத்துவஞானத்தையும் எப்படி ஒன்றுசேர்க்கிறாய்" என்று கேட்டதற்குப் போதிய காரணம் இருந்தது. தகப்பனாருடைய கடிதங்கள் மகனுடைய உடல் நலம், மன நலத்தைப் பற்றி அதிகமான அக்கறையைக் காட்டுகின்றன. உடல் நலத்தை நன்கு பேண வேண்டும். ஏனென்றால் "உடல் நலக்குறைவான விஞ்ஞானி பூமியில் மிக அதிகமான பரிதாபத்துக்குரியவர்" என்று அவர் எழுதுகிறார் அவர் தன் மகனுக்கு நற்போதனைகளை வழங்குகிறார்: "இளமைக் காலத்தின் பாவச் செயல்களுக்காக" "பயங்கரமான தண்டனை" பெற்ற குன்ஸ்டர் ஒருவருடைய உதாரணத்தைச் சுட்டிக் காட்டுகிறார்.[1]

ஆனால் அவருடைய தகப்பனார் மகனுடைய மாணவ வாழ்க்கையில் ஒழுக்கத்தைப் பற்றி மட்டுமல்லாமல் அறிவு வளர்ச்சியைப் பற்றியும் கவலைப்பட்டார். 17 வயதான கார்ல் பான் பல்கலைக்கழகத்திலிருந்து தகப்பனாருக்கு எழுதிய ஆரம்பக் கடிதங்களில் ஒன்றில் மதத்தைப் பற்றித் தன்னிடம் புதிதாகத் தோன்றியிருக்கும் சந்தேகங்களைப் பற்றி எழுதியிருக்க வேண்டும். ஹென்ரிஹ் மார்க்ஸ் அக்கடிதத்துக்குப் பின்வருமாறு பதிலளித்தார்: "நீ அறநெறிப்படி தொடர்ந்து நல்லவனாக இருப்பாய் என்பதை நான் உண்மையாகவே சந்தேகிக்கவில்லை. ஆனால் கடவுளிடம் தூய்மையான நம்பிக்கை வைப்பது அறநெறிக்குப் பெரும் ஆதரவாக இருக்கும். என்னிடம் இந்த விஷயத்தில் வெறியுணர்ச்சி கிடையாது என்பது உனக்குத் தெரியும். ஆனால் இந்த நம்பிக்கை-சீக்கிரமாகவோ அல்லது தாமதமாகவோ- மெய்யாகவே மனிதனுக்கு அவசியம்; நாஸ்திகன் கூட கடவுளை வணங்கும்படி இழுக்கப்படுகின்ற தருணங்களும் வாழ்க்கையில் ஏற்படுகின்றன."[2]

ஹென்ரிஹ் மார்க்ஸ் தன்னுடைய வாதத்தைப் பலப்படுத்துவதற்காக நியூட்டன், லோக், லேய்ப்னித்ஸ் ஆகியோரை உதாரணமாகக் காட்டுகிறார். ஆனால் ஹென்ரிஹ் மார்க்ஸ் இத்தகைய நயமான கண்டிப்புகளுடன் மட்டும் நிற்கவில்லை; பானில் மிகையான சுதந்திரக் காற்று வீசுகிறது, அங்கிருந்து பிரஷ்யப் பேரரசின் தலைநகரமான பெர்லினின் கட்டுப்படுத்தப்பட்ட, கட்டிறுக்கமான

1. Marx, Engels, *Collected Works*, Vol. I, pp. 647, 649.
2. Ibid., p. 647.

சூழலுக்கு மாற்றிக் கொள் என்று அவர் வற்புறுத்துகிறார். இதற்கு இன்னும் அழுத்தமான காரணங்களும் இருந்தன; அன்றைய ஜெர்மனியின் தத்துவச் சிந்தனை பெர்லின் பல்கலைக்கழகத்தில் குவிக்கப் பட்டிருந்தது. "இந்த தொழிற்சாலையுடன் ஒப்பிடுகின்ற பொழுது மற்ற பல்கலைக்கழகங்கள் உண்மையான மதுபானக் கூடங்களே"[1] என்று லுட்விக் ஃபாயர்பாஹ் கூறினார்.

எந்த வேலையைத் தேர்ந்தெடுப்பது என்ற ஸ்தூலமான பிரச்சினையைப் பற்றி கார்ல் திரும்பத் திரும்பச் சிந்தித்தார். டிரியர் நகரத்திலேயே மிகவும் அழகான பெண். "நடன அரங்குகளின் அரசியாகிய" ஜென்னி வான்வெஸ்ட்ஃபாலனுக்கும் மார்க்சுக்கும் திருமணம் நிச்சயமானதும்-அது "அவருடைய முதல் வெற்றி. மிகவும் மகிழ்ச்சிகரமான வெற்றி" (மேரிங்)-அது மிகவும் அவசரமாக முடிவு செய்யப்பட வேண்டிய பிரச்சினையாயிற்று.

மார்க்சின் தகப்பனார் தன் மகனுக்கு எழுதிய கடிதங்களில் ஜென்னி உனக்காக மாபெரும் தியாகம் செய்திருக்கிறாள் என்று மகனிடம் நினைவுபடுத்தத் தவறவில்லை. ஜென்னி வசதியான எத்தனையோ இளைஞர்களின் வேண்டுதல்களை நிராகரித்திருந்தாள்; ஆனால் கார்ல் எப்படியோ அவளுடைய இதயத்தை வெற்றி கொண்டுவிட்டபடியால் அந்த அசாதாரணமான இளம் பெண்ணின் எதிர்காலம் தன் கைகளில் ஒப்படைக்கப்பட்டிருப்பதைக் கார்ல் உணர வேண்டும்; ஆகவே அவர் "உலகத்தின் மரியாதைக்கு" உரியவராக வேண்டும், தன்னுடைய எதிர்காலக் குடும்பத்துக்குப் பொருளாயத வசதிகளைச் செய்வதைப் பற்றி அக்கறை எடுத்துக் கொள்ள வேண்டும்.

இதைக் கார்லும் உணர்ந்தார். அவர் 1836இல் பெர்லின் பல்கலைக்கழகத்தில் சேர்ந்தார். பானில் வாழ்க்கையின் ஆனந்தங்களை அனுபவிப்பதில் முழு மனத்துடன் ஈடுபட்டதைப் போல அதே உணர்ச்சி வேகத்துடன் ஆராய்ச்சிப் படிப்பில் ஈடுபட்டார். அவருடைய அக்கறைகள் மிகவும் பல்வகையாக இருந்தன. மூலச்சிறப்பான பண்டைக் காலம், நாடகம், அழகியல், கவிதை, தத்துவஞானம், சட்டவியல் ஆகியவற்றில் ஆழமான அக்கறை காட்டினார். எதிர்கால வேலையைப் பற்றி முடிவு செய்கின்ற வேதனை நிறைந்த முயற்சியில் அவர் இன்னும் ஈடுபட்டிருந்தார். ஒரு சமயத்தில் எழுத்தாளனாவதென்று நினைத்தார். அவர் இசைப்பாடல்கள், சானேட் கவிதைகள் எழுதினார், நோட்டுப்புத்தகங்கள் நிறைய

---

1. Auguste Cornu, *Karl Marx and Friedrich Engels,* Leben and Werk, Bd. I,S. 73.

கவிதைகளை எழுதிக் குவித்தார். ஒரு வரலாற்று நாடகத்தையும் கேலியான நாவலையும் கூட எழுதினார். அவருடைய தகப்பனார் கவிஞர், எழுத்தாளர், இலக்கிய விமரிசகர் மற்றும் நாடக ஆசிரியர் போன்ற வேலைகளிலுள்ள சாதகங்களையும் பாதகங்களையும் அவருடன் மிகவும் அக்கறையோடு விவாதித்தார், எத்தகைய பொருட்களைப் பற்றி எழுதலாம் என்று ஆலோசனை கூறினார், அவருடைய திறமையைப் பற்றி அறிவுரை கூறினார்.

தன்னுடைய மகன் "சூக்குமமான கருத்தியலானவற்றில்" ஈடுபடுவதாக ஹென்ரிஹ் மார்க்ஸ் கருதினார்; ஆனால் அவர் நடைமுறைப் பிரச்சினைகளைப் பற்றிக் கவலைப்பட்டார். அவர் கார்லிடம் "தேசபக்த" நடையில் ஒரு நாடகத்தை எழுதும்படி, பிரஷ்ய முடியாட்சியின் "மேதாவிலாசத்தை" விளக்கிக் கூறும்படி, ஜெர்மானிய உணர்ச்சியில் ஒரு வரலாற்றுப் பொருளைப் பற்றி எழுதும்படி ஆலோசனை கூறினார். ஏனென்றால் அத்தகைய "எழுச்சிப் பாடல்" "புகழ் அடைவதற்கும்" "பிரபலமடைவதற்கும்" நல்ல அடிப்படையாக இருக்கும் என்றார்.[1] இலக்கிய விமரிசகராக வேண்டும் என்ற மகனுடைய விருப்பத்தை அவர் அங்கீகரிக்கவில்லை; ஏனென்றால் மாபெரும் லேஸ்ஸிங் தன்னுடைய வாழ்நாளில் மிகக் குறைவான பாராட்டுக்களையே பெற்றார். ஏழை நூலகராகவே மரண மடைந்தார்.[2]

எனினும் நாம் ஹென்ரிஹ் மார்க்சுக்கு உரிய சிறப்பை அளிக்க வேண்டும். அவர்தான் கார்லின் அசாதாரணமான திறமையை முதலில் அங்கீகாரம் செய்தவர்; அவருடைய மகத்தான எதிர்காலத்தை-தெளிவில்லாத முறையில் என்ற போதிலும்-முதலில் உணர்ந்தவர். "கடவுளின் கருணையில் உன்னுடைய மற்றும் உன் குடும்பத்தின் நன்மைக்கு, என்னுடைய ஆருடம் தவறாக இல்லாமலிருக்குமானால் மனிதகுலத்தின் நன்மைக்காக, நீ இன்னும் நெடுங்காலம் வாழ்ந்திருக்கப் போகிறாய்"[3] என்று அவர் 1836இல் தன் மகனுக்கு எழுதினார்.

சில சமயங்களில் அவர் தன் மகனின் எதிர்காலத்தைப் பற்றிக் கவலைப்பட்டார். கார்லின் திறமை, அவரை ஒத்த வயதுள்ளவர்களிடமிருந்து அவர் வேறுபட்டிருப்பது, அவருடைய அசாதாரணமான மனத்திடம், விடாப்பிடியாக உண்மையைத்

1. Marx, Engels, *Collected Works*, Vol. I, pp. 672, 673.
2. Marx, Engels, *Gesamtausgabe*, Bd. I, Halbband, 2, S. 210
3. Marx, Engels, *Collected Works*, Vol. I, p. 662.

தேடல்- இவை அனைத்தின் காரணத்தால் தன் மகனை "ஆபத்தான பிசாசு" பிடித்திருக்கிறது, உலகியல் வெற்றிக்குரிய தெளிவான பாதையிலிருந்து அவரை விலக்கிவிடும், அமைதியான வாழ்க்கையை எதிர்த்துக் கலகம் செய்யும்படி அவரைத் தூண்டும் என்று அவர் நினைத்தார்.

"அது வானத்துப் பிசாசா அல்லது ஃபாவுஸ்டின் பிசாசா?" ஹென்ரிஹ் மார்க்ஸ் தன்னைத் துன்புறுத்திக் கொண்டிருந்த பிரச்சினையைப் பற்றி இப்படிக் கேட்டுக் கொண்டார். கேதேயினுடைய ஃபாவுஸ்டின் முடிவை நினைத்த பொழுது அது பின்பற்றப்பட வேண்டிய உதாரணமாக அன்பு நிறைந்த தகப்பனாருக்குத் தோன்றவில்லை. நிரந்தரமான அதிருப்தியுடன் உண்மையையும் வாழ்க்கையின் மெய்ப் பொருளையும் தேடிய ஃபாவுஸ்டின் உருவம்-அற்புதமான தருணம் என்ற கைக்கு அகப்படாத கானல் நீரைக் கண நேர ஓய்வுகூட இல்லாமல் தேடியவர், மெய்யான மகிழ்ச்சியைத் தேடிக் கொண்டிருந்த பொழுது தனக்குக் கிடைத்த சிறு பங்கைக் கொண்டு திருப்தியடையாமல் தன்னைச் சுற்றியிருந்தவர்களுக்கு வேதனையை ஏற்படுத்தியவர், அவர்களுக்காகத் தங்களுடைய வாழ்க்கையையும் சுதந்திரத்தையும் தியாகம் செய்யத் துணிந்தவர்களே வாழ்க்கைக்கும் சுதந்திரத்துக்கும் தகுதி உடையவர்கள் என்று கருதுபவர் - அந்த உருவம் மார்க்சின் தகப்பனாருக்குக் கவர்ச்சியாக இருந்திருக்க முடியாது, தன் மகனைப் பயமுறுத்திக் கொண்டிருக்கும் பிசாசு அது என்று அவர் பயந்தார்.

"உன்னையும் உன்னுடைய எதிர்காலத்தையும் பற்றி நினைக்கும் பொழுது என் இதயத்தில் மகிழ்ச்சி பொங்குகிறது. ஆனால் என்னிடம் கவலைகளையும் அச்சத்தையும் தூண்டுகின்ற கருத்துக்களைச் சில சமயங்களில் என்னால் அகற்ற முடியவில்லை. உன்னுடைய அறிவுக்கு, உன்னுடைய திறமைகளுக்குத் தகுந்தாற்போல உன் இதயம் இருக்கிறதா என்ற கேள்வி மின்னல் கீற்றைப் போல என்னிடத்தில் தோன்றுகிறது. துன்பம் நிறைந்த இவ்வுலகத்தில் கூருணர்ச்சி படைத்த மனிதன் ஆறுதலடைவதற்கு மிகவும் அவசியமான, சாதாரணமான ஆனால் புனிதமான உணர்ச்சிகளுக்கு உன் இதயத்தில் இடமிருக்கிறதா?... நீ என்றைக்காவது உண்மையான மானுட மகிழ்ச்சியை, குடும்ப மகிழ்ச்சியை அடைவாயா? இது என் இதயத்துக்குக் குறைவான வேதனையைத் தருகின்ற கேள்வியல்ல. ஒரு குறிப்பிட்ட நபரை என்னுடைய குழந்தையைப் போல நான் நேசித்து வருகின்றபடியால் அண்மைக் காலத்தில் மற்றொரு கவலையும் என்னை வாட்டுகிறது.

உனக்கு மிகவும் பக்கத்தில் இருப்பவர்களுக்கு மகிழ்ச்சியுண்டாக்க உன்னால் என்றைக்காவது முடியுமா?"[1] அவர் "குறிப்பிட்ட நபர்" ஜென்னி வான் வெஸ்ட்ஃபாலன். அந்த நங்கையின் மகிழ்ச்சியைப் பற்றியே இங்கே ஹென்ரிஹ் மார்க்ஸ் உருக்கமாகக் குறிப்பிடுகின்றார்.

ஒருவர் மகிழ்ச்சியைப் பற்றி எப்படிப் புரிந்து கொள்ள வேண்டும்? ஒருவேளை கார்ல் மார்க்ஸ் தனக்கு "மிகவும் பக்கத்தில் இருந்தவர்களுக்கு" அவருடைய தகப்பனார் கனவு கண்ட, கவலைகள் ஊடாடாத "குடும்ப" மகிழ்ச்சியைத் தராதிருந்திருக்கலாம். என்னுடைய வாழ்க்கைப் பணியான மூலதனத்தை எழுதுவதற்காக என்னுடைய உடல்நலத்தை, மகிழ்ச்சியை, குடும்பத்தை நான் தியாகம் செய்தேன் என்று மார்க்ஸ் எழுதியிருக்கிறார். அவருடைய ஓய்வில்லாத வாழ்க்கையின் எல்லாச் சுமைகளையும்-அலைச்சல், சிறை, நாட்டிலிருந்து வெளியேற்றப்படுதல், வறுமை, காட்டுமிராண்டித் தனமான ஒடுக்குமுறை-ஜென்னி தன் கணவருடன் பகிர்ந்து கொண்டாள். மூன்று குழந்தைகள் இறந்தன. ஆனால் அவள் மார்க்சின் மிக நெருங்கிய சகாவாக, ஆலோசகராக, அவருடைய நற்தெய்வமாக இருந்தாள். ருஷ்யாவிலிருந்து அமெரிக்கா வரையிலும் புதிய, போராடுகின்ற உலகத்தின் சின்னமாக மார்க்ஸ் ஆகியிருப்பதை அவள் உயிரோடிருந்து பார்த்தாள். இது அவள் இழந்த அனைத்துக்கும் ஈடாக இருந்தது.

ஹென்ரிஹ் மார்க்சின் வருந்தீங்குணர்தல் பொய்த்துவிடவில்லை. அவருடைய மகனைப் பிடித்தாட்டியது வானத்துப் பிசாசு அல்ல, அது ஃபாவுஸ்டின் பிசாசே. அது அவரை ஓரிடத்தில் நிற்க அனுமதிக்கவில்லை; அவருடைய ஆன்மிக வளர்ச்சியில், பரிபூரணத்தை நோக்கி அவருடைய தேடலில், பிடிக்கு அகப்படாத, கவர்ச்சி நிறைந்த "பிசாசுத் தர்க்கவியலை" முழுமையான அறிவு என்ற பொய்த் தோற்றத்தை, யதார்த்தத்தை முழுமையாகப் புரிந்து கொள்வதை நோக்கி அவருடைய தேடலில் முடிவில்லாதபடி மென்மேலும் முன்னேறிச் செல்ல வேண்டும் என்று அது தூண்டியது. அதற்கு மார்க்சும் அவருக்கு "மிகவும் பக்கத்தில் இருந்தவர்களும்" தியாகங்களைச் செய்ய வேண்டும் என்று அது கோரியது. மார்க்ஸ் சமூக உண்மையின் தர்க்கவியலின் சேவைக்குத் தன்னை முழுமையாக அர்ப்பணித்துக் கொண்டார். அவர் தன்னுடைய பள்ளிக்கூடக் கட்டுரையில் மகிழ்ச்சியைப் பற்றி எழுதிய கருத்துக்கு

1. Ibid., p. 670.

(“எல்லோருடைய நன்மைக்காகச் செய்யப்பட வேண்டிய தியாகங்கள்,” “கோடிக் கணக்கான மக்களுடைய மகிழ்ச்சி”) அவர் விசுவாசமாக நடந்து கொண்டார்.

ஃபாவுஸ்டைப் போலின்றி மார்க்ஸ் மெஃபிஸ்டோபிலைத் தனக்குள்ளேயே வைத்திருந்தார். தன்னுடைய சொந்த நூல்களின் மிகவும் ஈவிரக்கமில்லாத விமர்சகராக அவர் எப்பொழுதும் இருந்தார். “எல்லாவற்றையும் சந்தேகப்படு” என்பது மார்க்சுக்குப் பிடித்தமான மூதுரை. முதலாவதாகவும் முதன்மையாகவும் அவர் இதைத் தன்னுடைய சொந்த எழுத்துக்களுக்குக் கையாண்டார்.

மாணவப் பருவத்தின் ஆரம்ப வருடங்களில் அவர் செய்த கவிதைச் சோதனைகள் கண்டிப்பு நிறைந்த தீர்ப்புக்கு உட்படுத்தப்பட்டன. 19 வயதாகிய மார்க்ஸ் தகப்பனாருக்கு எழுதிய கடிதத்தில் அவற்றைப் பின்வருமாறு மதிப்பிடுகிறார்: “நம் காலத்தைப் பற்றிய கடுந்தாக்குதல்கள், மேலோட்டமான வளர்ச்சியில்லாத உணர்ச்சி வெளியீடுகள். இயல்பான விதத்தில் எதுவுமில்லாதவை. எல்லாமே கற்பனையில் தோன்றியவை. இருப்பதற்கும் இருக்க வேண்டியதற்கும் இடையில் முழுமையான எதிர்நிலை, கவித்துவமில்லாத பிரசங்கச் சிந்தனைகள், ஓரளவுக்கு உணர்ச்சித் துடிப்பும் கவிதாவே சத்துக்கான தேடலும் கொண்டவை.”[1] மார்க்சின் விமர்சனக் கூர்மை இங்கே அவரை ஏமாற்றிவிடவில்லை என்பது வெளிப்படையாகும்.

“வெகு தொலைவிலுள்ள தேவதையின் அரண்மனையைப் போன்ற உண்மையான கவிதையின் பளிச்சிடும் உலகத்தை” அவர் முடிவில் சிற்சில கவிதைகளில் கண்டபோதிலும் இந்த வெற்றி அவருடைய கவித் திறமையைப் பற்றி நிதானமாக மதிப்பீடு செய்வதற்கு ஒரு வாய்ப்பாகவே மார்க்சுக்கு உதவியது, “என்னுடைய படைப்புகள் அனைத்தும் ஒன்றுமில்லாதபடிச் சிதைவடைந்தன.”[2] இக்கூற்றை அதன் நேர்ப் பொருளில் புரிந்து கொள்ள வேண்டும்: மார்க்ஸ் தன்னுடைய கவிதைகளையும் நாவல்களின் உருவரைகளையும் எரித்துவிட்டார்.

மார்க்ஸ் “கலைத் தேவதைகளின் நடனங்களையும் வன தேவதைகளின் இசையையும்”[3] கைவிட்ட பிறகு அதிகமான ஆர்வத்துடன் விஞ்ஞானத்தை நோக்கித் திரும்பினார். இதற்கு முன்னர்

1. Ibid., p. 11.
2. Ibid., p. 17.
3. Ibid.

கூட கவிதை அவருக்குத் துணைத் தொழிலாகவே இருந்தது. அவர் எழுதிக் கொண்டிருந்த இசைப்பாடலை அல்லது கவிதை நாடகத்தைப் பாதியில் நிறுத்திவிட்டு சட்டவியல் அல்லது தத்துவஞானத்தில் மூழ்கிவிடுவார். அவர் லேஸ்ஸிங்கின் **லவொகொவோன்,** வின்கெல்மானின் **கலைகளின் வரலாறு** மற்றும் ஓவிடின் **இரங்கற்பாக்களுடன்** ரேய்மாருஸின் **மிருகங்களின் கலை உணர்ச்சிகள்,** லுடெனின் ஜெர்மன் வரலாறு, அரிஸ்டாட்டிலின் **சொல்வன்மை** மற்றும் பேக்கன், ஷேல்லிங், கான்ட், ஹெகல் ஆகியோர் எழுதிய நூல்களையும் படித்தார். சட்டவியலைப் பற்றி மலையளவு நூல்களைப் படித்தார். ஒரு வருடத்தில் அவர் படித்த நூல்களின் எண்ணிக்கை நமக்கு மெய்யாகவே திகைப்பளிக்கின்றது!

ஆனால் மார்க்ஸ் வெறுமனே படிக்கவில்லை. அவர் படித்த புத்தகங்களிலிருந்து நீண்ட பகுதிகளை நோட்டுகளில் எழுதிக் கொள்வார்; அவற்றைப் பற்றித் தன்னுடைய சொந்தச் சிந்தனைகளையும் எழுதி வைத்திருப்பார். இந்தப் பழக்கத்தை அவர் வாழ்நாள் முழுவதும் பின் பற்றினார். இது அவருடைய சிந்தனையையும் நினைவாற்றலையும் ஒழுங்குபடுத்தியது; அவருடைய ஆராய்ச்சிகளுக்கு மிகவும் உதவி புரிந்தது.

மார்க்ஸ் ஒரு புதிய அறிவுத்துறை பற்றிப் படிக்கும் பொழுது அது உடனடியாக அத்துறையைப் பற்றி சுதந்திரமான பகுப்பாய்வாக முன்னேற்றமடைவது அவருக்கே உரித்தான குணாம்சமாகும். அவர் ஒரு மாணவனைப் போல ஈடுபாடற்ற முறையில் நூல்களைப் படிக்கவில்லை. அவருடைய சுதந்திரமான, படைப்பாற்றல் மிக்க சிந்தனையை ஊக்குவிப்பதற்கு அது ஒரு சந்தர்ப்பமாக, தூண்டுதலாக உதவியது.

அவர் சட்டவியலையும் தத்துவஞானத்தையும் படித்த பொழுது "சட்டவியலின் மொத்தத் துறையையும் உள்ளடக்கிய சட்டவியலின் தத்துவஞானத்தைத்" தேடுகிறார். பதினெட்டு வயதான மார்க்ஸ் இப்பொருளுக்கு அறிமுகமாக மட்டுமே "சுமார் 300 பக்கங்களைக் கொண்ட ஒரு மகிழ்ச்சியற்ற நூலை"[1] எழுதுகிறார்.

அதே கல்வியாண்டில் கலையின் வரலாற்றையும் தத்துவஞானத்தின் வரலாற்றையும் படித்துக் கொண்டிருந்த பொழுது அவர் சுமார் 24 பக்க அளவில் ஒரு உரையாடலை எழுதினார்; அதில் "கலையும் விஞ்ஞானமும் ஓரளவுக்கு ஒன்றுசேர்க்கப்பட்டிருந்தன."

1. Ibid., p. 12.

கிளியாந்தஸ் அல்லது தத்துவஞானத்தின் தொடக்க நிலையும் அவசியமான தொடர்ச்சியும் என்பது அந்த உரையாடலின் தலைப்பாகும். அது நமக்குக் கிடைக்காமல் போனது வருந்தற்குரியதே; ஏனென்றால் அந்தக் கட்டத்தில் எழுதப்பட்டவற்றில் மார்க்சினுடைய பாராட்டைப் பெற்றது இந்தக் கட்டுரை மட்டுமே. மற்றவை அனைத்தும் அவருடைய கவிதைகளைப் போலவே கடுமையான விமர்சனத்திற்கு ஆளாயின.

இந்தக் கல்வியாண்டின் போது (1836 - 37) அவருக்கு உறக்கமில்லாத இரவுகளும் வேதனை மிக்க ஆன்மிகச் சண்டைகளும் ஏற்பட்டன. "ஆன்மப் பயணம்" ஏற்கெனவே செய்யப் பட்டதை நிராகரிப்பதிலேயே வழக்கமாக முடிந்தது. தத்துவஞானம் மற்றும் சட்டவியலில் ஏதாவதொரு அறிஞரின் கருத்தை மார்க்ஸ் ஏற்றுக் கொண்டு அதைத் தர்க்க ரீதியான முடிவுக்கு வளர்த்துச் செல்வதற்கு முயற்சிப்பார். ஆனால் அதன் விளைவாக அந்த அறிஞரும் அவருடைய போதனையும் தன்னுடைய சொந்தத் தேடல்களும் பயனற்றவை என்பதைக் காண்பார். ஒரு கோவிலில் இருக்கும் விக்கிரகங்களைத் தூக்கியெறிவார், உடனே அதில் புதிய விக்கிரகங்களை நிறுவுவார். உண்மையின் பீடத்திலிருந்து ஒரு விக்கிரகத்தைத் தூக்கியெறிவார், அப்பீடத்தில் மற்ற விக்கிரகங்களை நிறுவுவார். கவிதை, அழகியல், தத்துவஞானத் துறைகளில் அவர் ஏராளமான நூல்கள் எழுதினார்-ஆனால் உடனே அவற்றை நெருப்புக்கு இரையாக்கினார். மற்ற எழுத்தாளர்கள் தங்கள் வாழ்க்கை முழுவதிலும் எழுதக் கூடிய நூல்களை அவர் ஒரே வருடத்தில் எழுதி முடித்தார். ஒரு அற்பவாதிக்கு இது பெருமையாக இருக்கும். ஆனால் இளைஞரான மார்க்சுக்கு இது அதிருப்தியின் துன்பத்தைக் கொடுத்தது.

மார்க்ஸ் தன்னுடைய கற்பனை உலகங்களைப் படைத்து முடிப்பதற்குள்ளாகவே உடைத்து விடுகிறார். புதிய உலகங்களைத் தேடிப் புறப்பட்டுவிடுகிறார். அவர் எழுதிய தேடல் என்ற கவிதையை ஜென்னிக்கு அர்ப்பணித்தார். அதில் அவரே பின்வருமாறு எழுதுகிறார்:

என்னைக் கட்டிய தளைகளை நொறுக்கி எழுந்தேன்.
"எங்கே செல்கிறாய்?" " எனக்கொரு உலகம் தேடி!"

"இங்கே அகன்ற பசும்புல் வெளிகளும்
கீழே-கடல்களும் மேலே-விண்மீன்களும் இல்லையா?"....

உலகம் என்னிடமிருந்து தோன்ற வேண்டும்,
என் இதயத்தில் அது வேரூன்ற வேண்டும்,
என் இரத்தத்தில் அது ஊற்றெடுக்க வேண்டும்,
என் ஆன்மாவின் மூச்சில் அது வசிக்க வேண்டும்....
நான் நெடுந்தூரம் அலைந்து சென்றேன்,
திரும்பினேன்-கீழும் மேலும் உலகங்கள்,
விண்மீன்களும் கதிரவனும் துள்ளின,
மின்னல் வெட்டியது-நான் மடிந்தேன்.[1]

தான் சாதித்தவற்றைப் பற்றித் தொடர்ச்சியான அதிருப்தியும் பரிபூரணத்தை நோக்கி முடிவில்லாத தேடலும் அவருடைய முதிர்ச்சிக் காலத்திலும் அவருடைய சிறப்பான அம்சங்களாக இருந்தன. அவருடைய சிந்தனை உருவமெடுத்த உடனே ஏற்கெனவே சாதிக்கப்பட்டவற்றை அது கடந்து சென்றுவிடும், எழுதப் பட்டவற்றை இதுவரையிலும் அடைந்திராத சிகரங்களிலிருந்து நோக்கும். அதன் பிறகு புதிய சிகரம் தோன்றும். அச்சிகரங்களைத் தன்னுடைய காலடியில் குவிப்பது அவருடைய நோக்கமல்ல. உண்மையை அதன் மெய்யான ஒளியில் பார்க்கக் கூடிய சிகரத்தை எட்டுவதே அவருடைய நோக்கம்.

பல்ஸாக் யாருக்கும் தெரியாத அரும்படைப்பு என்று சிறு கதையை எழுதினார். அக்கதையில் ஒரு சிறந்த கலைஞன் அதியற்புதமான ஒரே ஒரு ஓவியத்தை வரைகிறான். அந்த ஓவியத்தில் வண்ணத்தின் முழு அழகையும் தீட்ட வேண்டும், இயற்கையை விஞ்சும் வகையில் இயற்கை அழகைத் தீட்ட வேண்டும் என்று விரும்புகிறான். அவன் பல வருடங்களாக அந்தப் பணியில் ஈடுபட்டிருக்கிறான். தொல்கதையில் வருகின்ற பிக்மாலியன் ஒரு சிற்பத்தைத் திருத்திக் கொண்டிருந்ததைப் போல அவன் ஓவியத்தில் ஒவ்வொன்றையும் திருத்திக் கொண்டிருக்கிறான். கடைசியில் அவன் நோக்கம் நிறைவேறிவிட்டது என்று நினைக்கிறான். ஆனால் பார்வையாளர்கள் அது தூரிகையின் ஒழுங்கில்லாத வீச்சுக்கள் என்றுதான் நினைக்கிறார்கள். மிகையான திறமை அந்த ஓவியத்தைச் சிதைத்து விட்டது.

மார்க்ஸ் மூலதனத்தின் முதல் தொகுதியைப் பல வருடங்களாக அரும்பாடுபட்டு எழுதிக் கொண்டிருந்தார். 1867 பிப்ரவரியில் அந்தப் பணி முடிவடைகின்ற தறுவாயில் அவர் பல்ஸாக்கின் கதையைத்

---

1. Ibid., p. 559.

திரும்பப் படித்தார்; அது கலைநுணுக்கம் நிறைந்த பரிகாசக் கதை என்று எங்கெல்சுக்கு சிபாரிசு செய்தார்.[1] மூலதனத்தை எழுதிக் கொண்டிருந்த பொழுது பரிபூரணத்தைத் தேடிய தன்னுடைய கடுமுயற்சியையும் அந்தப் பணி நிறைவு பெறுமா என்று அவர் சில சமயங்களில் கவலைப்பட்டதையும் இக்கதையின் பரிகாசத்தில் அவர் கண்டிருக்க வேண்டும்.

பல்ஸாக்கின் கதாநாயகனைப் போலன்றி மார்க்ஸ் தன்னுடன் நடத்திய போராட்டத்தில் வெற்றியடைந்தார். அவருடைய ஈவிரக்கமற்ற சுயவிமர்சனம், தலைப்புப் பொருளை இயன்ற அளவுக்கு அதிக முழுமையாகப் புரிந்து கொள்ள வேண்டும், அதை மிகச் சிறந்த முறையில் விளக்க வேண்டும் என்ற அவருடைய உள்மனத்தின் கோரிக்கைகள் அவருக்கு உதவி புரிந்தன. முதலாளித்துவச் சமூகத்தைப் பற்றி அவருடைய படப்பிடிப்பு பல நூற்றாண்டுகளுக்கு நிலைத்திருக்கக் கூடிய அரும்படைப்பாக இருந்தது. மூலதனம் ஒரு முழுமையான கலைப் படைப்பு என்று கூறுவதற்கு மார்க்சுக்கு முழு உரிமையுண்டு. ஆனால் அதற்கு அவர் பல வருடங்கள் மிகவும் தீவிரமாகப் பாடுபட்டார். அதற்கு அவர் தன் வாழ்க்கையை அர்ப்பணித்தார் என்று சொல்வதே பொருத்தமாக இருக்கும். ஏனென்றால் அவருடைய வாழ்க்கை முழுவதுமே மூலதனத்தைப் படைப்பதற்கு ஒரு தயாரிப்பாகவே இருந்தது.

உண்மையான படைப்பாளிகள் அனைவரையும் போல மார்க்ஸ் எப்பொழுதும் தன்னுடைய நூல்களைக் காட்டிலும் உயர்ந்து நின்றார். அவருடைய வளமான எழுத்துக்களில் அவருடைய ஆன்மிக உலகத்தின் செழுமை அரைகுறையாகவே பிரதிபலிக்கப்பட்டிருந்தது. ஆகவே, அவருடைய "மிகச் சிறந்த" புத்தகம் எழுதப் படாமலே இருந்தது. ஆகவேதான் அவர் அதிருப்தியின் வேதனைக்குத் தொடர்ச்சியாக ஆளானார்.

சிந்தனை ஐயப்பாடு மந்த நிலைமையின், கோழைத்தனத்தின் சின்னமாக இருக்கலாம். அது வாழ்க்கை இரகசியங்களின் சிக்கலுக்கு முன்னால் நடுங்கி விவிலிய எக்லெசியாஸ்டசைப் போல அவை ஏழு முத்திரைகளால் மூடப்பட்டிருப்பதாக அறிவிக்கிறது. எக்லெசியாஸ்டஸ் "வானப் பரப்பின் கீழே நடைபெறுகின்ற எல்லாவற்றையும்" அறிவின் மூலம் ஆராய்ந்தார். "எல்லாமே பகட்டு, ஆன்மாவின் நச்சரிப்புத்தான்" என்ற முடிவுக்கு வந்தார்.

---

1. Marx, Engels, *Werke*, Bd. 31, Berlin, 1965. S. 278.

ஆனால் அதே ஐயப்பாடு தத்துவ ரீதியான துணிச்சலுக்கு, கடந்த காலத்தின் கலவரமடைந்த பொய்த் தோற்றங்கள்-அவை இன்னும் சக்திகுன்றவில்லை-மீது சிந்தனை பார பட்சமற்ற தீர்ப்பு வழங்குகின்ற பொழுது அவசியமான ஆயுதமே.

ஹெகல் வேடிக்கையான பரிகாசத்தையும் சோகமான பரிகாசத்தையும் சந்தேகப் பரிகாசத்தையும் பற்றி எழுதினார். சந்தேகப் பரிகாசம் "எல்லாவற்றையும் ஒழிக்கின்ற பல்துறைக் கலையாக" உதவுகிறது. ஆன்மநித்திய வாதத்துக்கு இட்டுச் செல்கிறது. டிட்ரோ குறிப்பிட்டதைப் போல அப்பொழுது உணர்ச்சியற்ற பியானோ தன்னை உலகத்தில் இருக்கின்ற ஒரே பியானோ என்று நினைத்துக் கொள்கிறது. ஆனால் "ஆக்கபூர்வமான" பரிகாசமும் உண்டு. அது படைப்புக் கிளர்ச்சியைப் பக்குவப்படுத்துகின்ற பொருளாக இருக்கிறது, ஒரு புதிய கருத்தைப் பிரசவிப்பதற்கு உதவுகிறது. அதற்காகப் பாதையைச் சுத்தப்படுத்தி நம்பிக்கை என்னும் உத்வேகத்தைக் கொடுக்கிறது.

மனிதகுலம் தன்னுடைய கடந்த காலத்திடமிருந்து புன்சிரிப்புடன் விடைபெற்றுக் கொள்கிறது என்பது மூதுரை. அது தன்னுடைய **தத்துவ ரீதியான** கடந்த காலத்திலிருந்தும் புன்சிரிப்புடன் விடைபெற்றுக் கொள்கிறது. மறு மலர்ச்சி யுகத்தில் மதம் மற்றும் "தலையில் நடுவட்ட மழிப்புடைய அரிஸ்டாட்டிலுடைய" அதிகாரத்தைப் பற்றி பரிகாசமான அணுகுமுறை சிந்தனைக் களத்தில்-புது யுகத்தின் இயற்கை விஞ்ஞானம் மற்றும் தத்துவஞானத்தில்-புரட்சியின் முன்னோடியாகும். சர் பிரென்ஸிஸ் பேக்கன் தர்க்க ரீதியான வாதங்களின் மூலம் மத்திய காலக் கோட்பாட்டுவாதிகளின் "விக்கிரகங்களை" அகற்றி, புதிய கருத்துக்கள் மற்றும் இலட்சியங்களால் அவற்றை மறுப்பதற்கு முன்னால் பிரான்சுவா ராப்லேயின் குதூகலமான, ஒழுக்கக்குறைவான சிரிப்பு ஒலித்தது.

சமூகம் முழுமைக்கும் எது உண்மையோ அது இந்த உதாரணத்தில் தனி மனிதருக்கு - குறிப்பாக மார்க்சைப் போன்ற ஒரு நபருக்கு - உண்மையானதே. ஒரு மேதை எப்பொழுதுமே எதிர்மறை மற்றும் பரிகாச உணர்ச்சியைக் கொண்டிருக்கிறார். ஏனென்றால் "உயர்ந்தனவற்றில்" உள்ள தற்காலிகமான, கடைகெட்ட, பரிதாபகரமானவற்றை அவரைப் போலக் கூர்மையாக வேறு எவராலுமே உணர முடியாது. "உயர்ந்தனவற்றை" சிற்பியின் கூர்மையான சிற்றுளி கொண்டு அவ்வளவு கவனமாகச் சுத்தப்படுத்த வேறு எவராலுமே முடியாது.

மார்க்சின் பரிகாச உணர்ச்சியின் ஊற்றுக்களில் முங்கியெழுவதற்கு விரும்பினால் நாம் கலைக்குத் திரும்ப வேண்டும்.

பல்ஸாக் தன்னுடைய கசப்பான, பரிகாச மிக்க கதாநாயகனைக் கலையின், அதன் இரகசியங்கள், எழுச்சிகள், கனவு மயக்கங்களின் உருவகம் என்று கூறினார். இது மிகவும் ஆழமானது; ஏனென்றால் கலை எல்லாவித வறட்டுக் கோட்பாட்டுவாதத்துக்கும் கல்லாகிப் போன கருத்துக்களுக்கும் அந்நியமாக இருக்கிறது. அது யதார்த்தத்தை ஒரு நிகழ்வுப் போக்காக, இயக்கமாக, நடவடிக்கையாகப் புரிந்து கொள்கிறது. இல்லையென்றால் அது கலையாக இருக்க முடியாது. அதன் பேருருவ வடிவத்தில் கூட அது "கெட்டிதட்டிப் போனவற்றை" மறுக்கிறது. அதில் வாழ்க்கையின் மூச்சையும் துடிப்பையும் சேர்க்க முயல்கிறது.

யதார்த்தத்தைத் தத்துவ ரீதியாகப் புரிந்து கொள்கின்ற பொழுது வரையறுப்புகளும் வகுத்தளித்தல்களும் துல்லியமாகவும் முழுமையாகவும் இருப்பது அவசியம்; ஆகவே அதன் முடிவுகள் "நிரந்தரமானவையாக" "அசைக்க முடியாதவையாக" மாற்றமடைகின்ற சாத்தியம் ஏற்பட்டுவிடுகிறது. அதற்கு மாறாக கலையில் (நிச்சயமாக மெய்யான கலையில்) உலகத்தைப் பற்றி நம்முடைய கருத்துக்கள் கல்லாகிவிடுகின்ற சாத்தியம் இல்லை.

மார்க்ஸ் குழந்தைப் பருவத்திலிருந்தே கலைச் சூழலில் வளர்ந்தார். ஷீல்லர் அவருடைய உள்ளத்தில் எதேச்சாதிகாரத்துக்கும் ஏழைகள் மீது வன்முறைக்கும் எதிராக வெறுப்பைத் தூண்டிக் கொண்டிருந்த நேரத்தில் மனித உணர்ச்சிகள் மற்றும் உறவுகள் என்ற பல்வகையான உலகத்தை ஷேக்ஸ்பியர் அவருக்கு எடுத்துக்காட்டி அவருடைய இயற்கையான நகைச்சுவை உணர்ச்சிக்கு மெருகேற்றிக் கொண்டிருந்தார். கேதே உணர்ச்சியைச் சிந்தனையுடன், கற்பனையின் விசித்திர நாடகத்தை வாழ்க்கை மற்றும் மரணத்தின் உட்பொருளைப் பற்றி உயர்வான சிந்தனைகளுடன், மரபு ரீதியான ஒழுக்கத்தின் போலித்தனத்தைப் பற்றிய மெஃபிஸ்டோபிலியச் சிரிப்பை விஞ்ஞானம் மற்றும் அதன் சர்வவல்லமை பற்றிய வாக்னரின் ஆவேசத்துடன் இணைக்கும்படி நிர்ப்பந்தித்தார்.

நாம் பழைய பெர்லின் நகரத்தில் ஒரு அமைதியான தெருவில் ஒரு மாணவர் விடுதிக்குத் திரும்புவோம். அங்கே சுருட்டுப் புகை மேகங்களுக்கு நடுவில் கறுப்புத் தலைமுடி கொண்ட இளைஞரான கார்ல் ஹென்ரிஹ் மார்க்ஸ்- 1837இல் அந்தப் பெயருக்கு எந்த

முக்கியத்துவமும் இல்லை, யாருக்கும் தெரியாது - தன் தகப்பனாருக்குக் கடிதத்தை எழுதி முடித்துக் கொண்டிருந்தார்.

நான் பலவற்றையும் மறுத்து விட்டேன்; "பரிகாசம் என்னும் ஆவேசம் என்னைப் பிடித்துக் கொண்டிருக்கிறது"; என்னுடைய முயற்சிகள் "வீணாகி" விட்டபடியால் நான் எழுப்பியிருக்கும் "கொந்தளிப்பான பிசாசுகளை" அமைதிப்படுத்தக் கூடிய பலம் என்னிடம் இல்லை என்று தோன்றுகிறது என்று மார்க்ஸ் தகப்பனாருக்கு எழுதிக் கொண்டிருந்தார்.

ஆனால் இது அவருடைய வாழ்க்கையின் திருப்பத்தில் தற்காலிகமான நெருக்கடியே. யதார்த்தம் மற்றும் விஞ்ஞானத்துடன் அவருடைய மோதலின் முதல், முதிர்ச்சியற்ற கட்டத்தில் அது பகுதியளவுக்கு "கடைசிப் பாடலாகவும்" எதிர்காலத்துக்கு, இதைக் காட்டிலும் முக்கியமான, அடிப்படையான மோதல்களுக்குப் பகுதியளவுக்குத் துணிவான முன்னுரையாகவும் இருந்தது.

இந்த முன்னுரையில் இங்குமங்கும் - மிகவும் தெளிவாக, நம்பிக்கையாக இல்லாவிட்டாலும் - சில குரல்கள் கேட்கின்றன. இவை பிற்காலத்தில் முழுக் கச்சேரிகளாக வளர்ச்சியுற்றன. எல்லாவற்றையும் மறுத்த, உலகத்திடமும் தன்னிடமும் இரக்கமற்ற முறையில் நடந்து கொண்ட அறிவு உழைப்பு மார்க்ஸ் நினைத்ததைப் போல வீணாகிவிடவில்லை; அதன் மறுப்புகள் பயனற்றவை அல்ல. அவை புதிய கனிகளின் விதைகளை மறைத்துக் கொண்டிருந்தன. அவருடைய சிந்தனை மரபு வழிப்பட்ட, விஞ்ஞானப் போலியான பிதற்றலை, தப்பெண்ணங்களைவேரோடு பிடுங்கிக் கொண்டிருந்தது; உண்மையான விஞ்ஞானத்தின் முளைகள் வளர்வதற்காக மண்ணைப் பண்படுத்திக் கொண்டிருந்தது.

இது உண்மை என்பதை 1837 நவம்பர் 10இல் அவர் தகப்பனாருக்கு எழுதிய அதே கடிதத்திலிருந்து பார்க்கலாம்.

சட்டவியலின் தத்துவஞானத்தைப் பற்றி தான் செய்திருக்கும் ஆராய்ச்சிகளை விரிவாக வர்ணித்துத் தகப்பனாருக்கு எழுதிய கடிதத்தில் மார்க்ஸ் தன்னுடைய நூலில் உள்ள குறைபாடுகளின் காரணங்களைத் தேடுகிறார். தொடக்க முதலே, "கணிதவியல் வறட்டுக் கோட்பாட்டின் விஞ்ஞானத்துக்கு மாறான வடிவம்" உண்மையை அடைவதற்குத் தடையாக இருந்தது. தத்துவஞானத்தில் ஸ்பினோஸா காலத்திலிருந்து வளர்ச்சியடைந்திருக்கின்ற "வடிவ கணித" முறையை மார்க்ஸ் குறிப்பிடுகிறார். வடிவகணிதத்தில்

முக்கோணம் வெவ்வேறு உறவுகளில் ஆராயப்பட்டு அந்தப் பகுப்பாய்வு தேற்றங்கள் அல்லது முற்கூற்றுகளிலிருந்து கறாரான, சம்பிரதாயமான முறையில் பெறப்பட்ட கருதுகோள்களில் பதிவு செய்யப்படுவதைப் போல இம்முறையில் அறியப்படும் பொருள் பல்வேறு பக்கங்களிலிருந்து கொடுக்கப்படுவதாகக் கருதப்படுகிறது. முக்கோணம் மாற்றமடைவதில்லை, "வேறு ஏதேனும் ஒன்றாக வளர்ச்சியடைவதில்லை," வேறு வார்த்தைகளில் சொல்வதென்றால், "ஒருவன் இப்படியும் அப்படியுமாக வாதிடுகிறார், ஆராயப்படுகின்ற பொருளைச் சுற்றிச் சுற்றி வருகிறார்; ஆனால் ஆராயப்படுகின்ற பொருள் வாழ்கின்ற, பன்முக வழியில் வளர்ச்சியடைகின்ற ஏதோ ஒன்றாக உருவமெடுப்பதில்லை."

"செத்த" பருப்பொருளின் வெளித் தோற்றங்களை ஆராய்கின்ற பொழுது சிறந்த பலன்களைத் தருகின்ற இந்த முறை "உயிருடனுள்ள" பருப்பொருளை, சிறப்பாக சமூகப் போக்குகளை, விளக்குவதற்கு முற்றிலும் போதுமானதாக இருக்கவில்லை. "இங்கே அறியப்படும் பொருள் அதன் வளர்ச்சியில் ஆராயப்பட வேண்டும். எந்தத் தன்னிச்சையான பிரிவினைகளையும் நுழைக்கக் கூடாது, அறியப்படுகின்ற பொருள் தன் முரண்பாடுகளில் தோய்ந்த ஒன்றாக, தனக்குள் ஒருமையை அடைகின்ற ஒன்றாக வளர்ச்சியடைய வேண்டும்."[1]

அறியப்படும் பொருளை அதன் வளர்ச்சியில், தானாகவே உருவாகி, "பன்முக வழியில் வளர்ச்சியடைந்து, வாழ்கின்ற ஒன்றாக" ஆராய்வது- இந்த முறையியல் நிபந்தனை **மூலதனத்தில்** மேதாவிலாசத்துடன் நிறைவேற்றப்பட்டது.

மேலே தரப்பட்ட சூத்திரத்தில் ஹெகல் பெரிய அளவுக்கு இடம் பெற்றிருக்கிறார் என்பது உண்மையே. இங்கே அவருடைய தாக்கத்தை ஒருவர் உணர முடியும். பருப்பொருளையும் வடிவத்தையும் எதிர்நிலைப்படுத்தியதற்காக- அதன் விளைவாக, "பருப்பொருள்" நிறைத்து வைக்கப்பட்டிருக்கும் சொருகு அறைகளைக் கொண்ட மேசை போன்ற ஒன்று அவருக்குக் கிடைத்தது- மார்க்ஸ் தன்னை விமர்சித்துக் கொள்வதிலும் இந்த உண்மையைக் காணமுடியும். இந்த அணுகுமுறையைப் பற்றி பரிகாசமான முறையில் எழுதிய மார்க்ஸ் "உள்ளடக்கத்தின் தொடர்ச்சியாக மட்டுமே வடிவம் இருக்க வேண்டும்" என்ற முடிவுக்கு வந்தார்.

---

1. Marx, Engels, *Collected Works*, Vol. I, p. 12.

மரபு வழிப்பட்ட தத்துவஞான ஆராய்ச்சியில் உள்ள சில சிக்கல்களிலிருந்து ஹெகல் மார்க்சைக் காப்பாற்றிய போதிலும் அவரைத் தழுவிக் கொள்ள மார்க்ஸ் அவசரப்படவில்லை. முதலில் ஹெகலியத் தத்துவஞானத்தின் "கோரமான, கரடுமுரடான இசையை" அவர் விரும்பவில்லை என்பதை மார்க்ஸ் ஒத்துக்கொள்கிறார். அதிகமான ஆராய்ச்சி உழைப்பின் விளைவாக மார்க்ஸ் உடல்நலமில்லாதிருந்த பொழுது ஹெகலை "தொடக்கத்திலிருந்து கடைசி வரை" படித்தார். ஆனால் அதற்குப் பிறகும் அவர் ஹெகலைப் பற்றி தொடர்ந்து எச்சரிக்கையாகவே இருந்தார். "எனக்கு வெறுப்பாக இருந்த கருத்தைச் சொன்னவரை வழிபடும் விக்கிரகமாக்கிக் கொள்வதற்கு எனக்குச் சங்கடமாக இருந்தது" என்று மார்க்ஸ் எழுதுகிறார். "கரடுமுரடான இசை" மோகினிப் பெண்ணின் பாட்டின் கவர்ச்சியைக் கொண்டிருந்திருக்க வேண்டும். அவர் மயங்கிவிட்டார்.

"டாக்டர்கள் கழகத்தில்" இருந்த இளம் ஹெகலியவாதிகள் ஹெகலை உற்சாகத்துடன் வழிபாடு செய்தார்கள். ஆனால் ஹெகலின் பிரகாசமான ஒளியில் மயங்கிவிடாத நபராக மார்க்ஸ் இருந்தார். அவர் ஹெகலின் வழியைப் பின்பற்றப் போகிறாரா என்ற கேள்வி இன்னும் முடிவு செய்யப்படாமல் இருந்தது.

ஹெகலை விரிவாகப் படிப்பதற்கு முன்னர் மூலச்சிறப்பான ஜெர்மன் தத்துவஞானத்தின் இரண்டு மாமேதைகளின்- கான்ட் மற்றும் ஃபிஹ்டே- தாக்கத்தை மார்க்ஸ் ஏற்கெனவே உணர்ந்திருந்தார். கான்ட்டின் நூல்களிலிருந்த மேன்மையான தார்மிக இலட்சியங்களும் தத்துவஞான மற்றும் மதச்சிந்தனையின் உறுதியான ஐயுறவுவாதமும் மார்க்சைக் கவர்ந்தன என்றால் பிரதானமாக ஃபிஹ்டேயின் தத்துவஞானத்தின் சுறுசுறுப்பான, ஆவேசமான, உறுதியான சித்தம் அவர் மனதில் பதிந்தது.

இளம் மார்க்ஸ் செயலில் ஈடுபடுவதற்குத் துடித்தார். விஞ்ஞானச் சிந்தனையை உலகத்தை மாற்றுகின்ற நெருப்பாகவும் வாளாகவும் செய்ய அவசரப்பட்டார். எனவே தன்னுடைய தொடக்ககால மாணவ வருடங்களில் ஃபிஹ்டேயின் தத்துவஞானம் மற்றும் கண்ணோட்டத்திலிருந்து அவர் பெற்றவை மிக அதிகமே.

அக்காலத்தில் ஃபிஹ்டேயின் ஆளுமை தீவிரவாத இளைஞர்களை மிகவும் வசீகரித்தது. அவரிடம் தத்துவச் சிந்தனை ஈடுபாட்டுடன் செயலுக்கான துடிப்பும் இணைந்திருந்தது. அவர்

போராட்டக்காரராகவும் தத்துவஞானியாகவும் இருந்தார்; சிந்தனையையும் செயலையும் ஒன்றுபடுத்தினார். அவரைத் தத்துவஞானத்தின் போனபப்பார்ட் என்று கூறினார்கள். ஆனால் அவருடைய தத்துவப் பணியின் ஆரம்பக் கட்டத்தில் அவரைத் தத்துவஞான ஜாக்கொபின்வாதி என்று சொல்லியிருந்தால் அது பொருத்தமானதே. புரட்சிகர பிரான்சின் குடிமகன் என்று தன்னைக் குறிப்பிடுவதற்கு அவருக்கு உரிமையளிக்கப்பட்ட பொழுது அவர் அதை ஒரு கௌரவமாகக் கருதினார்.

அவர் கான்ட்டிடமிருந்து வேறுபாடானவர், எந்த வடிவத்திலும் சமரசத்தை ஏற்றுக் கொண்டவரல்ல. அவருடைய சிந்தனையும் நடவடிக்கைகளும் சவாலாக, "அவமதிப்பு" என்கின்ற அளவுக்குத் துணிச்சலாக இருந்தன. அவருடைய எழுத்துக்களில் சுதந்திர உணர்ச்சியும் பெருந்தகைமையான கண்ணியமும் இருந்தன. அவருடைய இலக்கிய நடை தெளிவானதாக, கம்பீரமானதாக, உருக்கமானதாக இருந்தது. என்னுடைய தத்துவஞானத்தின் உதவியினால் ஒரு யுகத்தின் உணர்ச்சியையே நெறிப்படுத்த முடியும் என்று அவர் உரிமை பாராட்டுவதை ஒருவர் உணர முடியும். "தத்துவஞானம் என்பது வறண்ட ஊகமல்ல. ஓட்டைச் சூத்திரங்களை உருட்டுவதல்ல... ஆன்மாவை அதன் மூல வேர்களுடன் மாற்றியமைத்தல், புத்துயிரூட்டல், புத்தெழுச்சி- ஒரு புதிய உறுப்பைப் படைத்தல், அதிலிருந்து காலத்தில் ஒரு புதிய உலகத்தை அடைதல்- தத்துவஞானம்"[1] என்று அவர் எழுதினார்.

ஃபிஹ்டே செயலற்ற சிந்தனைத் தவத்துக்குப் பதிலாக படைப்புச் செயலுக்கு, தனிமனிதனுடைய படைப்பு நடவடிக்கைக்கு இடமளித்தார். மனிதன் தன்னுடைய நடவடிக்கைகளின் மூலம் தன்னை உருவாக்கிக் கொள்கிறான் என்பது அவருடைய முக்கியமான கருத்து. மார்க்ஸ் தன்னுடைய மாணவப் பருவத்தில் நெருங்கிப் பழகிய இளம் ஹெகலியவாதிகளிடம் இக்கருத்துக்கள் அதிகமான செல்வாக்குப் பெற்றிருந்தன.

ஃபிஹ்டேயின் "நடவடிக்கைத் தத்துவ ஞானம்" என்பது உலகத்தைப் பற்றிய கருத்து முதல்வாதக் கண்ணோட்டமே. அவருடைய நடைமுறை வெறும் ஆன்மாவின் நடைமுறையே. ஃபிஹ்டேயின் (மற்றும் இதர சிந்தனையாளர்களின்) கருத்துக்களின்

1. J.G.Fichte, *Werke,* Bd. 6.S, 415-16.

"அறிவுக் கரு" நடைமுறையைப் பற்றிய இயக்கவியல் பொருள் முதல்வாதப் போதனையாக, உலகத்தை மாற்றுவதற்கு உண்மையான கருவியாகப் பயன்பட்ட விஞ்ஞான தத்துவத்தைப் படைப்பதற்கு மார்க்ஸ் தன்னுடைய ஆன்மிக வளர்ச்சியில் இன்னும் நெடுந்தூரம் செல்ல வேண்டியிருந்தது.

கான்ட். ஃபிஹ்டே இருவருமே மனிதாபி மானிகளே, ஆனால் சுதந்திரம் மற்றும் தனி மனிதனுடைய முழுமையான வளர்ச்சி என்ற கருத்தை கான்ட் நெடுந்தொலைவிலுள்ள எதிர் காலத்துக்குத் தள்ளி வைத்தார், ஃபிஹ்டே அதற்குக் கற்பனாவாதக் கூறுகளைக் கொடுத்தார். ஜெர்மானியக் கருத்துமுதல்வாதத்தின் மூலச்சிறப்பான தத்துவஞானம் இளைஞரான மார்க்சுக்கு ஏன் திருப்தியைத் தரவில்லை என்பதை 1837இல் அவர் எழுதிய ஒரு பரிகாசக் கவிதையில் காணலாம்;

கான்ட்டும் ஃபிஹ்டேயும் தொலை தூரத்திலுள்ள
உலகத்தைத் தேடி வானில் பறக்கிறார்கள்;
நான் ஆழமான உண்மையைத் தேடுகிறேன்
அதைத் தெருவில் கண்டெடுக்கிறேன்.[1]

கான்ட்டையும் ஃபிஹ்டேயையும் பற்றி அவர் எழுதியிருப்பது ஹெகலுக்கும் பொருந்தும் என்பது உண்மையே. "ஆன்மாவின்" முந்நிலைத் தன்மையை மட்டுமின்றி, "தெருவில்", உண்மையான வாழ்க்கையில் நடைபெறுவதையும் தத்துவ ரீதியில் புரிந்து கொள்வதற்கு மார்க்ஸ் துடிக்கிறார்.

முந்திய வருட முழுவதும் அவர் செய்த சிந்தனைகள் பின்வரும் முடிவில் தொகுத்துரைக்கப்படுகின்றன; "என்னுடைய கருத்துமுதல் வாதத்திலிருந்து அதை நான் கான்ட் மற்றும் ஃபிஹ்டேயின் கருத்துமுதல்வாதத்துடன் ஒப்பிட்டுச் செழுமைப்படுத்தியிருக்கிறேன்-யதார்த்தத்தில் கருத்தைத் தேடுகின்ற நிலைக்கு நான் முன்னேறினேன். முன்பு கடவுள்கள் பூமிக்கு மேலே வசித்தார்கள் என்றால் இப்பொழுது அதன் மையமானார்கள்."[2]

அவர் பொருள்முதல்வாதத்துக்கு மாறுவது இன்னும் தொலைவில்தான் இருக்கிறது. "கடவுள்கள்" தூக்கியெறியப்படவில்லை, அவர்கள் அந்த உலகத்திலிருந்து இந்த உலகத்துக்கு "தன்னிலைப் பொருளிலிருந்து" "நமக்குரிய

1. Marx, Engels, *Collected Works,* Vol. I, p.577.
2. Ibid p 18

பொருளாக" மாற்றப்படுகிறார்கள். ஏனென்றால் யதார்த்தம் தெய்விகக் கருத்து குடிகொண்டிருக்கும் ஆலயமென்று அறிவிக்கப்படுகிறது.

மார்க்ஸ் இந்த ஆலயத்துக்குள் நிரந்தரமான கைதியாக நுழையவில்லை; ஹெகலியத் தத்துவஞானத்தில் விரித்துரைக்கப்படுகின்ற பரமகருத்துக்கு முன்னால் தாள் பணிந்து வணங்குபவராக நுழையவில்லை. இந்தக் கடவுள் அந்த அளவுக்கு "வல்லமையானவரா", தன்னுடைய விமர்சனத்தின் தீவிரமான தாக்குதல்களை அவரால் தாங்கிக் கொள்ள முடியுமா என்று அவர் சோதித்துப் பார்க்க விரும்பினார்.

4
"உண்மையைச் சொல்வதென்றால் நான் கடவுள் கூட்டத்தை வெறுக்கிறேன்"

இரும்புக் கையுறையை வீசி எறிகிறேன்,
உலகின் அகன்ற முகத்தை அருவருப்பாகப்
பார்க்கிறேன்.

அரக்கி பூமிக்குள் ஓடுகிறாள்.
என் மகிழ்ச்சியை நசுக்க முடியாது,
அழிந்த நாட்டில் கடவுளைப் போல
வெற்றி முரசொலிக்க நான் வருகிறேன்.
ஒவ்வொரு சொல்லும் செயல், நெருப்பு.
என் மார்பும் கடவுளைப் போன்றதே.

கார்ல் மார்க்ஸ்[1]

கார்ல் மார்க்ஸ் பெர்லினில் மாணவனாக இருந்த வருடங்களில் தத்துவஞான உணர்வில் மட்டுமல்ல அரசியல் உணர்விலும் தீவிரமான வளர்ச்சி அடைந்தார். உயர்நிலைப் பள்ளியில் பயின்ற காலத்திலேயே அவர் பிற்போக்கான எல்லாவற்றையும் தீவிரமாக வெறுத்தார் என்பதை நாம் கண்டோம். பான் பல்கலைக்கழகத்தில் அவர் இளம் எழுத்தாளர்களின் இலக்கியக் குழு ஒன்றில் சேர்ந்திருந்தார். அந்தக் குழு ஆபத்தானது என்று போலீசு இலாகா கருதியது. பான் பல்கலைக்கழகம் கொடுத்த சான்றிதழில் மார்க்ஸ் "கொலோனில் தடை செய்யப்பட்ட ஆயுதங்களை வைத்திருந்தார்"[2] என்று குறிப்பிடப்பட்டிருந்தது.

---

1. Marx, Engels, *Collected Works*, Vol. I, p. 586..
2. Ibid., p. 658.

பிரஷ்ய முடியரசின் தலைநகரமான பெர்லினில் நாட்டின் அரசியல் வாழ்க்கையை அதிகக் கூர்மையாக உணரக் கூடிய வாய்ப்பு மார்க்சுக்குக் கிடைத்தது என்பதில் சந்தேகமில்லை. அவர் தீவிரவாதப் போக்குடைய இளம் எழுத்தாளர்களோடு பழகினார்; ஹான்ஸ் கேஃப்டரைப் போன்ற மிதவாத ஹெகலியவாதப் பேராசிரியர்களின் சொற்பொழிவுகளைக் கேட்டார்; கருத்துவேறுபாடான விஞ்ஞான, அரசியல் மற்றும் மதப் பிரச்சினைகளைப் பற்றி மாணவர்கள் நடத்திய விவாதங்களில் கலந்து கொண்டார்.

கார்ல் தன்னிடம் வளர்ச்சியடைந்து கொண்டிருந்த அரசியல் ரீதியான சந்தேகங்களைப் பற்றித் தன் தகப்பனாரிடம் பேசியிருக்க வேண்டும். இச்சந்தேகங்கள் ஹென்றிஹ் மார்க்சிடமும் ஓரளவுக்கு ஏற்படுவதுண்டு. ஆனால் தன் மகனிடம் "அதிதீவிரமான இடதுசாரிக்" கருத்துக்கள் ஏற்படக் கூடிய சாத்தியத்தைப் பற்றி சிறு சமிக்கையைக் கண்டால் கூட அவர் பீதியடைந்தார். ஏனென்றால் மகனுடைய எதிர்காலத்துக்கு அதனால் ஆபத்தேற்படலாம்.

அவர் 1836ம் வருடத்தின் முடிவில் மகனுக்குப் பின்வருமாறு எழுதினார்; "சட்டவியலைப் பற்றி உன்னுடைய கருத்துக்களில் உண்மை இல்லாமலில்லை. ஆனால் அவற்றை ஒரு அமைப்பாக மாற்றினால் புயல்கள் ஏற்படுவது சாத்தியமே. கல்வியாளர்களிடம் ஏற்கெனவே எவ்வளவு உக்கிரமான புயல்கள் வீசிக் கொண்டிருக்கின்றன என்பது உனக்குத் தெரியாதா? மற்றவர்களிடம் எரிச்சலூட்டுகின்றவற்றை முற்றிலும் அகற்றிவிட முடியாது என்ற போதிலும் குறைந்த பட்சம் வடிவமாவது சமரசமாகவும் ஏற்றுக் கொள்ளப்படக் கூடியதாகவும் இருக்க வேண்டும்."[1]

புயல்களை எழுப்பாதே, சமரசமாகவும் உடன்படக் கூடிய முறையிலும் நடந்து கொள். மற்றவர்கள் எரிச்சலடைகின்றவற்றை அகற்றி விடு! வெல்ல முடியாத போர்வீரனுக்குரிய வீராவேசத்தை ஏற்கெனவே பெற்றிருந்த, புரட்சிகரப் புயல்களின் எதிர்கால "இடிக்கடவுளான" ஒரு இளைஞனிடம் இப்படி அறிவுரை கூறப்பட்டது!

தகப்பனாருக்கும் மகனுக்கும் இடையில் கருத்து வேறுபாடுகள் அதிகரித்துக் கொண்டிருந்தன. அவர்களுக்கிடையில் ஒரு கண்ணாடித் தடுப்பு உருவாகியிருப்பதைப் போலத் தோன்றியது. அவர்கள்

1. Ibid., p. 665.

ஒருவரையொருவர் பார்க்கும் பொழுது சிரித்துக் கொண்டார்கள். அவர்கள் பாச உணர்ச்சியினால் இன்னும் கட்டுண்டிருந்தார்கள். ஆனால் ஒருவர் பேச்சை அடுத்தவர் கேட்பதற்கும் புரிந்து கொள்வதற்கும் ஏற்கெனவே இயலாத நிலை ஏற்பட்டிருந்தது. கார்ல் மார்க்ஸ் தகப்பனாருக்கு எழுதிய நீண்ட ஒப்புதல் கடிதத்தைப் பற்றி முந்திய அத்தியாயத்தில் குறிப்பிட்டோம். அக்கடிதம் தகப்பனாரிடம் ஏற்படுத்திய விளைவு மிகவும் குறிப்பிடத்தக்கதாகும்.

மார்க்ஸ் வருட முழுவதும் செய்த தீவிரமான ஆராய்ச்சி, அவருடைய அறிவார்ந்த, கவித்துவம் நிறைந்த தேடல் தகப்பனாருடைய அங்கீகாரத்தைப் பெறவில்லை, அவரிடம் எரிச்சலும் ஆவேசமுமே ஏற்பட்டது. அவர் கண்ணீர்விட்டுக் கொண்டே மகனைக் கடிந்து கொள்கிறார். என் மரணம் நெருங்கி வந்து கொண்டிருக்கும் நேரத்தில், என்னுடைய இளைய மகன் எட்வார்டு சமீபத்தில் மரணமடைந்திருக்கும் பொழுது, குடும்பத்தின் ஒரே நம்பிக்கையான கார்ல் மிகவும் கசப்பான ஏமாற்றத்தை ஏற்படுத்துகிறானே என்று அவர் குமுறினார். அவன் தன்னுடைய நேரத்தையும் பலத்தையும் உடல்நலத்தையும் அர்த்தமற்ற நடவடிக்கைகளில் வீணாக்கிக் கொண்டிருக்கிறான், “அவன் இன்று நிர்மாணிப்பதை நாளைக்கே அழித்து விடுகிறான்.” அவன் “தன்னுடைய சொந்த வேலையைப்” பாராட்டுவதில்லை, “மற்றவர்களுடைய சாதனைகளையும்” தன்வயப்படுத்திக் கொள்வதில்லை, எந்தப் பயனுமே இல்லாத, தெளிவற்ற, சூக்குமமான கருத்தமைப்புகளில், “அர்த்தமில்லாத, உசிதமில்லாத” ஆராய்ச்சிகளில் தன்னுடைய திறமையை வீணாக்கிக் கொண்டிருக்கிறான்.

ஹென்ரிஹ் மார்க்ஸ் தன் மகனுடைய வாழ்க்கை முறையை நினைத்து வேதனைப்பட்டார்: “ஒழுங்கின்மை, அறிவின் எல்லாத் துறைகளினூடும் நாற்றமெடுக்கும் தேடல்கள், எண்ணெய் விளக்கின் மங்கலான வெளிச்சத்தில் ஊசிப் போன சிந்தனை, ஒரு குவளை பீரைக் குடித்துவிட்டுத் தறிகெட்டு ஓடுவதற்குப் பதிலாக மாணவனின் நீண்ட அங்கியுடன், வாரி விடப்படாத தலைமுடியுடன் அலைதல், எல்லா மரியாதைகளையும்- தகப்பனார் என்ற தகுதியையும்- அலட்சியப்படுத்திவிட்டு மற்றவர்களுடன் கலந்து பழகாமல் ஒதுங்கிக் கொள்ளுதல். உலகத்தோடு உறவாடுவதற்குப் பதிலாகத் துப்புரவில்லாத அறையில் அடைந்து கிடப்பது. அதன் மிகச் சிறப்பான குப்பைகளுக்கு மத்தியில் ஒருவேளை ஜென்னியின் காதல் கடிதங்களையும் கண்ணீருடன் எழுதப்பட்ட தகப்பனாரின்

அறிவுரைகளைக் கொண்ட கடிதங்களையும் கிழித்துப் புகைக் குழாயில் போட்டுப் புகைபிடித்தல்...''[1]

நிகழ்காலத்தைப் பற்றி இந்த வர்ணனையே போதுமானது, ஆனால் எதிர்காலத்தைப் பற்றி? ''நாகரிகமில்லாத படிப்பாளியுடன்'' ஏழைக்குச்சில் நடத்துகின்ற வாழ்க்கை ஜென்னியைப் போன்ற ஒரு பெண்ணுக்குத் தகுதியான எதிர்காலமா? தகப்பனாருடைய வழிகாட்டுதல் இனிமேல் இல்லையென்றால் உலகியலை அறியாதிருக்கின்ற தன் மகனுடைய கதி என்னாகும் என்பதை நினைத்த பொழுது அவருடைய இதயம் புண்பட்டது. ''தீங்கான பேய்களை'' விரட்டி விட்டு எல்லாவற்றைப் பற்றியும் நிதானமாக, செய்முறை நோக்கில் சிந்திக்க வேண்டும் என்று அவர் மகனிடம் மன்றாடினார். பெற்றோர்களுக்கும் வருங்கால மனைவிக்கும் கார்ல் செய்ய வேண்டிய கடமைகளையும் பொறுப்புகளையும் அவர் பட்டியலிட்டார். மகன் அவற்றை நிறைவேற்றினால் ''சத்தியத்தின் பாதைக்குத்'' திரும்புவதற்கு உதவி புரியும் என்று அவர் நம்பினார். அவை ''நாகரிகமில்லாத சிறுவனை ஒழுங்குமிக்க மனிதனாக, அனைத்தையும் மறுக்கின்ற மேதையை உண்மையான சிந்தனையாளனாக, கட்டுப்பாடில்லாத இளைஞர்களின் கட்டுப்பாடில்லாத தலைவனை சமூகத்துக்குத் தகுதியுடைய மனிதனாக மாற்றுவதற்கு உதவி புரியும்; இப்படிப்பட்ட மனிதன் விலாங்கு மீனைப் போல வழுக்கிக் கொண்டு போகாமல் போதிய சுய கௌரவத்தை வைத்துக் கொண்டும் அறவோர்களுடன் கலந்துறவாடுவதன் மூலமாக மட்டுமே தன்னை மிகவும் இனிமையான, சாதகமான முறையில் உலகத்தின் பார்வைக்குக் காட்டுகின்ற கலையைக் கற்க முடியும். மரியாதை, அன்பு, கௌரவத்தை இயன்ற அளவுக்குச் சீக்கிரமாகப் பெற முடியும். இயற்கை அன்னை தன்னிடம் அதிகமான அளவில் வழங்கியிருக்கின்ற திறமைகளை நடைமுறையில் பயன்படுத்த முடியும் என்பதைப் புரிந்து கொள்வதற்குப் போதிய அறிவையும் சாதுரியத்தையும் அடைவான்.''[2]

ஹென்றிஹ் மார்க்ஸ் தன் மகனுக்கு எழுதிய கடைசிச் சொற்கள் இவை. அவர் 1839 மே மாதத்தில் மரணமடைகின்ற வரை படுத்த படுக்கையாக இருந்தார். அவர் சீக்கிரத்தில் மரணமடைந்து விட்டதனால் தகப்பனாருக்கும் மகனுக்கும் இடையில் கசப்பான

1. Ibid., p. 688.
2. Ibid.

மோதல் ஏற்படுவது தவிர்க்கப்பட்டது, ஆகவே கார்ல் தன்னுடைய வாழ்க்கை முழுவதிலும் தகப்பனாரைப் பற்றி இனிய நினைவுகளைக் கொண்டிருக்க முடிந்தது என்று ஒகுஸ்ட் கொர்நியூ எழுதியிருப்பது சரியாகும்."[1]

கார்ல் மார்க்சின் தாயாரான ஹென்ரியேட்டா தன் மகனுடைய உடல்நலத்தைப் பற்றி எப்பொழுதும் அதிகமான அக்கறை காட்டினாலும், அவருடைய ஆன்மிகத் தேடல்களைப் பற்றி எதுவுமே புரிந்து கொள்ளாமலிருந்தாள். அவள் 1863 வரை உயிருடன் இருந்தாள். தன் மகன் ஒரு பரிதாபகரமான தோல்வி என்றே கருதினாள். மூலதனத்தைப் பற்றி எழுதுவதைக் காட்டிலும் சிறிதளவு மூலதனத்தையாவது சேகரிப்பதற்குத் தன்னுடைய மகன் முயற்சி செய்திருந்தால் அது சிறப்பாக இருந்திருக்கும் என்று அவள் கசப்புடன் கூறுவது வழக்கம். அவள் கருத்து ஒரு விதத்தில் சரியானதே. ஏனென்றால் மூலதனத்தை எழுதுவதற்காகத் தனக்குக் கிடைத்த சன்மானம் அதை எழுதிய காலத்தில் புகைபிடித்த புகையிலைச் செலவுக்குக் கூடப் பற்றாது என்று மார்க்சே ஒத்துக்கொண்டிருக்கிறார். முதலாளி வர்க்க, அற்பவாத நோக்கில் அவர் தன்னுடைய வாழ்க்கையை சிறிதும் லாபமில்லாத இலட்சியத்துக்கு அர்ப்பணித்துவிட்டார்.

அவர் "கண்ணியமிக்க" அறிவாளி என்ற முறையில் சமூகத்தில் நடமாட வேண்டும் தன்னுடைய அறிவை உபயோகித்து முழுப்பலனையும் (அது "பொது நன்மைக்காகவே") அடைய வேண்டும் என்பது பெற்றோர்களின் இலட்சியம்; ஆனால் அந்த இலட்சியம் மாணவப் பருவத்திலிருந்தே மார்க்சுக்கு அருவருப்பாக, அந்நியமானதாக இருந்தது. அப்படி எத்தனை "அறிவாளிகளை" அவர் உரையரங்குகளிலும் வாழ்க்கையிலும் கவனித்திருக்கிறார்! (மூலதனத்தின் "பட்டம் பெற்ற கைக்கூலிகள்" எத்தனை பேர்களை அவர்களுடைய தகுதிகளுக்கேற்ப அவர் "சிறப்பித்திருக்கிறார்"!)

"கல்வியாளர்களுடன் புயல்களைத்" தவிர்க்க வேண்டும் என்று பெற்றோர்கள் கேட்டுக் கொண்டதற்குப் பதிலளிப்பதைப் போல இளம் மார்க்ஸ் தன்னுடைய கவிதைகளில் ஒன்றில் பின்வருமாறு எழுதினார்;

---

1. Auguste Cornu, Karl Marx and Friedrich Engels Leben and Werke, Bd. 1, S. 103 - 104.

என்னுடைய ஆன்மாவின் கருத்து வெறியை
என்னால் ஒருபோதும் அமைதிப்படுத்த இயலவில்லை,

எதையும் நான் சுலபமென்று நினைக்கவில்லை,
நான் ஓய்வில்லாமல் முன்னேற வேண்டும்.

கடவுள்கள் அருளும் ஆசிகளை
அனைத்தையும் பெற நான் முயற்சிப்பேன்,
ஆழத்திலுள்ள அனைத்து அறிவைப் பெறுவேன்,
கவிதைக் கலையின் ஆழத்தைத் தொடுவேன்.

எனவே நாம் எல்லாவற்றையும் இழக்கத் தயாராவோம்;

ஓய்வு இல்லை, சோர்வும் இல்லை;
செயல் இல்லாத, விருப்பம் இல்லாத,
கிளர்ச்சியற்ற மௌனத்தில் அல்ல;

வலியெனும் நுகத்தடியின் கீழ்க்குனிந்து
ஏங்குகின்ற மோனத்தில் அல்ல;
ஏக்கம், கனவு, செயல்
நமக்கு நிறைவேறும் வழியின்றி.[1]

மார்க்ஸ் எழுதிய கவிதைகள் எவ்விதத்திலும் பரிபூரணமானவை அல்ல; இந்த உண்மையை அந்த இளம் கவிஞரே நன்றாக உணர்ந்திருந்தார். ஆனால் இந்தக் கவிதைகள் மிகவும் சுவாரசியமானவையாக இருக்கின்றன, ஏனென்றால் அவை அவருடைய ஆன்மிகக் கிளர்ச்சிக்குக் கண்ணாடியாக இருக்கின்றன; உலகத்தைப் பற்றி அவருடைய அணுகுமுறையை, சமூக விருப்பு வெறுப்புக்களை, அவரிடம் வளர்ந்து கொண்டிருந்த சமூக உணர்வை அவை பிரதிபலிக்கின்றன.

பொதுவாகக் கலையும் சிறப்பாகக் கவிதையும் அரசியல் சூழ்நிலை மாற்றங்களை எப்பொழுதுமே கூருணர்ச்சியுடன் புரிந்து கொள்கின்றன; அவை சமூகக் கொந்தளிப்புக்களின் வெப்பமானியாக இருக்கின்றன. மற்ற வடிவங்களில் அரசியல் நடவடிக்கை தற்காலிகமாகச் சாத்தியமில்லாமலிருக்கின்ற பொழுது இது சிறப்பான உண்மையாகும். 1830க்களின் முடிவில் ஜெர்மனியில் இந்த நிலைமையே நிலவியது; அங்கே "ஒவ்வொரு பொதுஜன இயக்கமும்...

1. Marx, Engels, *Collected Works*, Vol. I, pp. 525-527.

மடிந்தது"[1] ஆனால் அது புயலுக்கு முன்பாக இருக்கும் அமைதியைப் போன்றதே.

புதுக் காற்று ஏற்கெனவே வீசத் தொடங்கி விட்டது. 1835ம் வருடத்திலிருந்து இளம் எழுத்தாளர்களின் குரல் மென்மேலும் பலமாக ஒலித்தது. அவர்கள் இளம் ஜெர்மனி என்ற சங்கத்தின் உறுப்பினர்கள். அவர்கள் பத்திரிகை மற்றும் வழிபாட்டுச் சுதந்திரத்தையும் அரசியலமைப்புச் சட்டத்தையும் கோரினார்கள். ஹேய்னெவின் அங்கதக் கவிதை ஜெர்மனி முழுவதும் ஒலித்துக் கொண்டிருந்தது. பிளாட்டென், ஃபிரெய்லிக்ராத் ஆகியோரின் சுதந்திர வேட்கைக் கவிதைகள் வெளியாகிக் கொண்டிருந்தன. கியோர்கு ஹேர்வெக் கவிதா வாழ்க்கையைத் தொடங்கியிருந்தார். மேதாவிலாசம் நிறைந்த கவிஞரும் கட்டுரையாளருமான லுட்விக் பெர்னெ வெளிநாட்டிலிருந்து பிரஷ்ய எதேச்சாதிகாரத்துக்கு எதிராக முழங்கிக் கொண்டிருந்தார்.

இந்தக் காலகட்டத்தில் இளம் மார்க்ஸ், இளம் எங்கெல்ஸ் ஆகிய இருவருமே கவிதை மீது அசாதாரணமான அக்கறை காட்டுவதை நாம் காண்கின்றோம். அது இயற்கையே. அவர்கள் முதலில் எழுதியது கவிதைகளே; அவர்களுடைய முதல் வெளியீடுகளும் கவிதை நூல்களே. நெடுங்காலம் வரை மார்க்ஸ் தொழில் முறை எழுத்தாளராகவே விரும்பினார்.

இளம் மார்க்சின் கவிதைப் பரிசோதனைகளில் புயல் வீசப் போகிறது என்ற எதிர் பார்ப்பும் கலக உணர்ச்சிகளும் நிறைந்திருக்கின்றன. சுற்றிலுமுள்ள உலகத்தின் பால் தீவிரமான வெறுப்பையும் அதைச் சவாலுக்கு அழைப்பதையும் இக்கவிதைகளில் ஒருவர் தெளிவாகப் பார்க்க முடியும். அவருடைய கற்பனை அதிகமான அளவில் கட்டுப்பாடில்லாத, சூடேறிப்போன உணர்ச்சிகளை, துன்பியற் கதாநாயகனின் மிகையான உருவத்தைப் பிரசவித்தது. அந்தக் கதாநாயகன் "நெருப்புச் சக்கரத்தில் முறுக்கிக் கட்டப்பட்டிருக்கிறான்", உலகத்தின் "கொடுமையான வாழ்க்கையைச் சுற்றித்" தன் கரங்களை வீசித் தன்னுடைய "முறுக்கேற்றப்பட்ட சாபத்தின்" மூலம் அதை நொறுக்கிவிடுவதாகக் கனவு காண்கிறான் (Oulanem என்ற சோக நாடகம்).[2] "நானே வாள், நானே நெருப்பு!" என்று ஹேய்னெ பிரகடனம் செய்தார். அவரைப்

1. Marx, Engels, *Collected Works*, Vol, 6. p. 32.
2. Marx, Engels, *Collected Works*, Vol, I, p. 599.

போல மார்க்ஸ் தன்னுடைய ஒவ்வொரு சொல்லும் "நெருப்பாக, செயலாக"¹ இருக்க வேண்டுமென்று ஏங்குகிறார்.

மனித வாழ்க்கையில் சில சந்திப்புகள் எவ்வளவு விசித்திரமானவை! 1840க்களின் நடுப்பகுதியில் மார்க்சைச் சந்தித்தது ஹேய்னெயின் வாழ்க்கையில் ஒரு மாபெரும் சம்பவமாக இருந்தது; அவருடைய கவிதைக் கணைகள் அதிகமான அரசியல் கூர்மையை அடைந்தன. அதற்குச் சிறிது காலத்துக்கு முன்னர், 1830க்களின் நடுப்பகுதியில், ஹேய்னெயின் கவிதை மார்க்சுக்கு அறிமுகமான பொழுது மார்க்சின் படைப்பு வளர்ச்சியில் அது அதே அளவுக்கு முக்கியமான பாத்திரத்தை வகித்தது.

1837ம் வருடத்திற்குள் 19 வயது நிறைந்த மார்க்ஸ் ஹேய்னெயின் நூல்களை ஏற்கெனவே நன்றாகப் படித்திருந்தார் என்பது ஆதாரங்களுடன் நிறுவப்பட்டிருக்கிறது. அந்தச் சமயத்தில் ஜெர்மனியில் ஹேய்னெயின் பெயரை உச்சரிப்பது கூடத் தடை செய்யப்பட்டிருந்தது. முன்பு மேற்கோள் காட்டிய மார்க்ஸ் தகப்பனாருக்கு எழுதிய கடிதத்தில் நாடுகடத்தப்பட்ட கவிஞர் எழுதிய சமாதானம் என்ற கவிதையிலிருந்து, ஷ்பிரேயே ஆற்றின் அழுக்குத் தண்ணீர் "ஆன்மாக்களைக் கழுவுகிறது, தேநீரை நீராளமாக்குகிறது"² என்ற வரியை வேண்டுமென்றே எடுத்தாளுகிறார்.

ஜெர்மானியக் கவிதையின் கலகக்காரரான ஹேய்னெ அந்தச் சமயத்தில் மார்க்ஸ் வழிபட்ட "தெய்வங்களில்" ஒன்றாக இருந்தார் என்பதில் ஐயமில்லை; அவர் கவிதைகள் இதைப் பிரதிபலிக்கின்றன. அவற்றில் ஹேய்னெயின் புதிய யாப்புகளையும் அடிக்கடி வருகின்ற சந்தப் பொருத்தமின்மைகளையும் நாம் உணர்கிறோம்; இப்பொருத்தமின்மைகள் மார்க்சிடம் ஏற்பட்டிருந்த "கலக உணர்ச்சியின்" குமுறல்களுடன் முற்றிலும் பொருந்தியிருந்தன. எல்லாவற்றுக்கும் மேலாக ஹேய்னெயின் அங்கதத்தை அவற்றில் உணர்கிறோம். அந்த அங்கதம் புத்தார் வாதம் மற்றும் "பூமியில் வேரூன்றிய" யதார்த்த வாதம், தன்னுணர்ச்சிப் பாங்கு மற்றும் சமூக உணர்ச்சியின் கலவையாக இருந்தது.

---

1. Ibid., p. 586.
2. Ibid., p. 18.

"உலகின் அகன்ற முகத்துக்கு" முன்னால் இரும்புக் கையுறையைத் தூக்கியெறிந்த மார்க்ஸ் அங்கதம். முரண்நகை என்ற வாளைத் தூக்கிப் "பருத்த வயிறுகளைக் கொண்டவர்களின் பொய் ஒழுக்கத்துக்கும் சீர்மைக்கும்" பலமான அடிகளைக் கொடுக்க மறக்கவில்லை. இவ்விஷயத்தில் ஜெர்மன் அற்பவாதத்தையும் "முட்டாள்தனமான, ஊமை ஜெர்மன் பொதுமக்களையும்" அவர் ஏளனம் செய்கின்ற வரிகள் விசேஷமான அக்கறையைக் கொண்டிருக்கின்றன.

ஜெர்மன் மக்கள், முட்டாள் ஊமைகள்
நாற்காலியில் அமர்ந்து பார்த்துக் கொண்டிருக்கிறார்கள்.

புயல் இங்குமங்கும் சுழன்றடிக்கிறது,
மேகங்கள் இருண்டு தெரிகின்றன, நம்பிக்கையில்லை;

மின்னலடிக்குது, பாம்புகள் மறைகின்றன,
உணர்ச்சிகள் மாறாமல் இருக்கின்றன.

ஆனால் கதிரவன் தோன்றியதும்
காற்று கிசுகிசுக்கிறது, புயல் தணிகிறது;
மக்கள் கடைசியில் எழுகிறார்கள்,
குழப்பம் முடிந்துவிட்டது என்று
புத்தகத்தை எழுதுகிறார்கள்.

அவர்கள் புனைகதையைத் தேடுகிறார்கள்.
எல்லாவற்றையும் முழுமையாக ஆராய்வோம்.
நடைபெற்றவை வேடிக்கையே ஆனாலும்
சொர்க்கம் இப்படி விளையாடக் கூடாது.
எல்லாவற்றையும் முறைப்படி செய்ய வேண்டும்;
முதலில் தலை, பிறகு காலைத் தொட வேண்டும்.

குழந்தை போல அவர்கள் நடக்கிறார்கள்:
மாண்டு மறைந்தவற்றைத் தேடுகிறார்கள்!
சொர்க்கமும் பூமியும் தம் வழிகளில் போகட்டும்.
நாம் நிகழ்காலத்தை நேராகப் பார்ப்போம்.
அவை பழகிய பாதைகளில் சென்றன;
கடலலைகள் கரையை அமைதியாகத்
தொட்டுத் திரும்புகின்றன.[1]

---

1. Ibid., pp. 575 - 576.

ஒரு நபர் தன்னுடைய பணப்பையைப் பத்திரமாக மறைத்து வைத்திருக்கும் பொழுது அவர் தன்னைப் பற்றி எப்படி மகிழ்ச்சியடையாமல் இருக்க முடியும் என்று ஜெர்மன் அற்பவாதி நினைக்கிறார். இந்தச் சுயதிருப்தியை மார்க்ஸ் ஏளனம் செய்கிறார். **தேளும் ஃபேலிக்சும்** என்ற தலைப்பில் அவர் எழுதிய நகைச்சுவை நாவலில் "பழமையான ஜெர்மன் மரபை", "அதிகமான கிறிஸ்துவத் தன்மை கொண்ட" குடும்பத்தைப் பற்றி ஏளனமாகச் சித்திரிக்கிறார், பிற்போக்கான மனிதர்களையும் மிதவாதத்துக்கு எதிரான போர்வீரர்களையும் கேலி செய்கிறார். மார்க்சின் முதிர்ச்சிக் கால நூல்களில் உள்ள சிறந்த நகைச்சுவையான சாயல்களை இங்கே நாம் பார்க்கிறோம். சிறந்த ஒவ்வொன்றுக்கும் அதன் எதிரிடை இருக்கிறது, அந்த எதிரிடை அதை அகற்றிவிடுகிறது என்று அவர் குறிப்பிட்டார்; இராட்சசனுக்கு எதிரிடை குள்ளன், அதைப் போல மேதைக்கு அற்பவாதி, மாவீரன் சீஸருக்கு நடிப்புப் பேர்வழி ஆக்டேவியனஸ், சக்கரவர்த்தி நெப்போலியனுக்கு முதலாளி வர்க்க அரசன் லுயீ ஃபிலீப், தத்துவஞானி கான்ட்டுக்குப் பெண்களை வட்டமிடுகின்ற குருக், கவிஞர் ஷீல்லருக்கு ஹோஃப்ரட் ராவுபஹ், லேய்ப்னித்சின் வானத்துக்கு வோல்ஃபின் வகுப்பறை, அதைப் போல, கடலில் அடிக்கின்ற ஒவ்வொரு புயலும் சேற்றையும் புழுதியையும் முன்னனுமானிக்கிறது.[1]

பிற்காலத்தில் மார்க்ஸ் எழுதிய **லுயீ போன பார்ட்டின் பதினெட்டாம் புரூமேர்** என்ற புத்தகத்தில் இளமைப் பருவத்தில் தன்னிடம் தோன்றிய அங்கதச் சித்திரத்துக்குத் திரும்புகிறார்; "உலக வரலாற்றில் இடம் பெற்றுள்ள மாபெரும் சம்பவங்கள் அனைத்தும் இரண்டு தடவை தோன்றுகின்றன; மாபெரும் தலைவர்களும் இரண்டு சந்தர்ப்பங்களில் தோன்றுகிறார்கள் என்று ஹெகல் எழுதியுள்ளார். அவர்களுடைய தோற்றம் முதல் சந்தர்ப்பத்தில் சோகக் கதையாகவும் இரண்டாவது சந்தர்ப்பத்தில் கேலிக்கூத்தாகவும் இருக்கிறது என்பதை எழுதுவதற்கு அவர் மறந்துவிட்டார். டன்டோனுக்குப் பதிலாகக் கொஸிடியேர்; ரொபெஸ்பியேருக்குப் பதிலாக லுயீ பிளாங்; 1793ம் வருட முதல் 1795ம் வருடம் முடிய இருந்த மலைக் கட்சிக்குப் பதிலாக 1848 - 51ம் வருடத்திய மலைக் கட்சி; மாமனுக்குப் பதிலாக மருமகன். புரூமேர் பதினெட்டின்

1. Ibid., p. 628.

இரண்டாம் பதிப்பை ஒட்டிய சந்தர்ப்பங்களிலும் அதே கேலிச் சித்திரம் தோன்றுகிறது.''[1]

அற்பவாதி எப்பொழுதும் மூலச்சித்திரத்தைக் காட்டிலும் கேலிச் சித்திரத்தையே விரும்புகிறார். புயற்காற்று அவருக்குப் பீதியைக் கொடுக்கிறது; ஆனால் அதற்குப் பிறகு மிஞ்சுகின்ற புழுதி அவரிடம் குதூகலத்தை ஏற்படுத்துகிறது. அவர் மறுபடியும் எல்லாவற்றையும் "முறைப்படி செய்யத்'' தொடங்குகிறார்; புயல் முழுவதையும் புத்தகங்களில் அடைத்து விட வேண்டும். அதை வாங்கிப் படிக்க ஆள் சுலபமாகக் கிடைக்கும். இளம் மார்க்ஸ் தன்னுடைய அங்கதச் செய்யுளில் இந்தக் கருத்துக்கு அடிக்கடித் திரும்புகிறார்.

ஜெர்மானியர்கள் மெய்யாகவே கிளர்ந்தெழுந்தார்கள்;
மக்கள் வெற்றி ஓங்கியது.
எல்லாம் முடிந்த பிறகு ஒவ்வொருவரும்
ஒவ்வொரு மூலையிலும் அறிவிப்பைப் படித்தனர்.

"அதிசயங்கள் நடைபெறப் போகின்றன-
எல்லோருக்கும் இரண்டுக்குப் பதில்
மூன்று கால்கள் முளைக்கும்!''
செய்தி அவர்களைக் கலக்கியது,
ஆழ்ந்த வருத்தம் மேவியது;
"ஒரு நொடியில் அதிகம் செய்துவிட்டோம்,
நாம் மறுபடியும் ஒழுங்காக நடக்க வேண்டும்.
மற்றவற்றை அச்சிட்டு வெளியிடுவோம்,
வாங்கிப் படிக்க ஆளா இல்லை!''[2]

---

1. கா. மார்க்ஸ். லுயீ போனபார்ட்டின் பதினெட்டாம் புரூமேர். முன்னேற்றப் பதிப்பகம். மாஸ்கோ. 1983. ப. 12.

18ம் நூற்றாண்டின் கடைசியில் நடைபெற்ற பிரெஞ்சுப் புரட்சியின் மாபெரும் தலைவர்களான டன்டோனையும் ரொபெஸ் பியேரையும் 1848ம் வருடப் புரட்சியின் போது தலைமையான பாத்திரத்தை வகிப்பதற்கு முயற்சி செய்த அரைமனதுடைய, குட்டி முதலாளி வர்க்க அரசியல்வாதிகளான கொஸிடியேருடனும் லுயீ பிளாங்குடனும் மார்க்ஸ் இங்கே கிண்டலான முறையில் வேறுபடுத்திக் காட்டுகிறார்.

2. Marx, Engels, *Collected Works*, Vol. I, p. 577.

இந்த நூல்களில் இளைஞரான மார்க்ஸ் தன்னுடைய அரசியல் உணர்ச்சிகளை வெளியிடுகிறார். பிற்போக்குவாதத்தைச் சகித்துக் கொள்ள மறுத்தல், புரட்சிப் புயல் மற்றும் மக்களின் வெற்றி ஏற்படும் என்ற எதிர்பார்ப்பு, அரசியல் கோழைத்தனம் மற்றும் அரசியல் அக்கறையின்மையைப் பற்றி அவருடைய விமர்சனம், புத்தகங்களில்-வாழ்க்கையில் அல்ல - புரட்சியை ஏற்படுத்துவதில் ஜெர்மானியர்களின் குறிப்பிடத்தக்க திறமையைப் பற்றி அவருடைய கிண்டல் ஆகியவற்றை இவற்றில் காண்கிறோம்.

மார்க்சின் தொட்டிலில் கலைத் தேவதைகள் வளமான பரிசுகளை வைத்தனர்; ஆனால் கவித்திறமை அவற்றில் இல்லை என்று ஃப்ரான்ஸ் மேரிங் கூறுவது முற்றிலும் சரியல்ல. மார்க்சின் கவிதைகளில் பல மற்றவர்களைப் பின்பற்றி எழுதப்பட்டவை என்றாலும், அவை பொதுப்படையாகவும் தெளிவில்லாமலும் இருக்கின்றன என்று மார்க்சே கருதியபோதிலும் "வெகு தொலைவிலுள்ள தேவதையின் அரண்மனையைப் போலப்" பளிச்சிடுகின்ற கவிதைத் துணுக்குகளைக் கொண்டிருக்கின்றன. "இனிய, என்றும் அன்பு நிறைந்த" ஜென்னிக்கு அர்ப்பணிக்கப்பட்ட தன்னுணர்ச்சிக் கவிதைகளிலும், குறிப்பாக அவருடைய சிந்தனைத் திறனும் கோப உணர்ச்சியும் வெளிப்பட்ட அங்கதக் கவிதைகளிலும் இவை உள்ளன. அவருடைய ஆரம்ப காலக் கவிதை முயற்சிகளில் ஷீல்லரின் உணர்ச்சிக் கனிவான புத்தார்வவாதத்தின் தாக்கம் இருந்தது என்றால் அவருடைய பிற்காலக் கவிதைகளில் கேதே மற்றும் சிறப்பாக ஹேய்னெயின் முத்திரைகள் இருக்கின்றன.

அற்பவாதியின் ஆன்மிக ஆசிரியர்களான மதகுருக்களின் போலியான கூற்றுக்களை மார்க்ஸ் கூர்மையாகக் கிண்டல் செய்கிறார். லூதர்வாத மரபைச் சேர்ந்த புஸ்ட்குஹென் என்ற போதகர் *1820*க்களில் கேதேயின் **வில்ஹெல்ம் மேய்ஸ்டர்** என்ற நாவலை நையாண்டி செய்து ஒரு புத்தகம் எழுதினார். அந்த மாபெரும் ஜெர்மானியக் கவிஞருடைய நூல் "ஒழுக்கக்குறைவுடையது" என்று குற்றஞ்சாட்டினார். மார்க்ஸ் இவரைக் கிண்டல் செய்து சில அங்கதச் செய்யுள்கள் எழுதினார்.

போதகர் புஸ்ட்குஹென் தன்னுடைய ஓட்டைப் பிரசங்கங்களைக் கொண்டு மாதாகோவில் சமையலறையில் அப்பம் சுட்டு அவற்றைத் தன்னுடைய விசுவாசமிக்க கூட்டத்தினரிடம் கொடுக்கட்டும். ஆனால் "குள்ளர்கள்" எப்பொழுதுமே தற்பெருமைக் கோளாறு உடையவர்கள், அவர்கள் ஒரு "இராட்சதனுடன்"

மோதுவதற்கு வீண் முயற்சிகளைச் செய்வார்கள். அவர்கள் தங்களுடைய சொந்த அளவுகோல்களை உபயோகித்து அவரைக் குறை சொல்வார்கள். அவருடைய மாபெரும் காலணிகளில் உள்ள புழுதியை மட்டுமே அவர்களால் பார்க்க முடியும். பிறகு இந்தக் "குள்ளர்கள்" அகம்பாவத்தோடு இரங்கியருள்வார்கள். "இராட்சதனின்" சிறப்பான அம்சங்களை அவர்கள் குறைகள் என்று கருதுவார்கள்; "குள்ளர்களாகிய" தாங்கள் மதிக்கின்ற அம்சங்கள் அவரிடம் இல்லாதிருப்பதைக் காண்பார்கள். பிறகு அவர்கள் அவரை எதற்காக கௌரவிக்க வேண்டும்? கேதே ஒரு தோத்திரப் பாடல் கூட எழுதாமலிருக்கும் பொழுது அவரை எப்படி மிகவும் உயர்வாக நினைக்க முடியும் என்று புஸ்ட்குஹெறன் தன்னுடைய ஆழமான ஆன்மிக எளிமையில் நினைப்பதாக மார்க்ஸ் ஏளனம் செய்கிறார். கேதே இயற்கையைக் கற்றார்; அவர் லூதரின் கோட்பாட்டை அல்லவா கற்றிருக்க வேண்டும், அதைப் பற்றியல்லவா கவிதை எழுதியிருக்க வேண்டும்.

கேதே என்றால் சீமாட்டிகளுக்கு பயம்,
முதிய மகளிர் படிப்பதும் சரியல்ல.
அவர் இயற்கையைக் கற்றார்,
சண்டை இதுதான்.
ஆனால் மத போதனையுடன் ஏன் முடிக்கவில்லை?
அவர் லூதர் கோட்பாட்டை
மனப்பாடம் செய்திருக்க வேண்டும்,
அதைக் கொண்டு கவிதை புனைந்திருக்க வேண்டும்.
அவரிடம் அழகான, சில சமயங்களில்
விசித்திரமான, சிந்தனைகள் இருந்தன;
"எல்லாம் கடவுளின் அருள்"
என்று முடிக்கத் தவறினார்.

அவருடைய நூல்களிலிருந்து கிடைக்கும் பயன் என்ன? கடைசியில் "ஒரு கணக்கு அவரைப் புரட்டிவிட்டது!"

கேதேயை மேன்மேலும் உயர்த்துகின்ற
விருப்பம் மிகவும் விசித்திரமே,
உண்மையில் அவர் சாதனை கீழானது.
ஒரு தோத்திரமாவது எழுதினாரா?
ஒரு விவசாயியோ ஆசிரியனோ
விளக்குவதற்கு கேதேயிடம் என்ன

இருக்கிறது? எங்கே காட்டுங்கள்.
ஆண்டவனின் அருளைப் பெறாத மேதை,
ஒரு கணக்கு அவரைப் புரட்டிவிட்டதே!¹

ஃபாவுஸ்டு நாடகம் பற்றி என்ன கூறுவார்? "பாவங்கள் மனிதனைப் பிசாசிடம் கொண்டு போய்ச் சேர்க்கின்றன" என்ற நீதியைக் கூறுவதற்கு, ஒருவர் தன்னுடைய ஆன்மா கடைத்தேறுவதைப் பற்றிக் கவலைப்பட வேண்டும் என்று எடுத்துக்காட்டுவதற்கு எவ்வளவு சிறப்பான கதை! ஆனால் கேதே எல்லாவற்றையுமே தவறான முறையில் சித்திரிக்கிறார். அவருடைய ஃபாவுஸ்டு "கடவுளையும் உலகத்தையும் பற்றிச் சந்தேகிப்பதற்குத் துணிந்தான்", "இளம் பேதை கிரெட்ஹென் அவன் பிசாசுக்கு இரையாகிவிட்டான், கடைசித் தீர்ப்பு நாள் நெருங்கிக் கொண்டிருக்கிறது என்று எடுத்துக்காட்டாமல் அவரைப் போற்றினாள்."

ஃபாவுஸ்டின் அதிகாரபூர்வமான கதையைப்
படியுங்கள். கவிஞர் எழுதியது
வெறும் வக்கரிப்பு: அவன் கடனாளி,
ஒழுக்கக்கேடன், பந்தயம் வைத்துச்
சீட்டாடுவான். மேலிருந்து உதவியில்லை,
எல்லாவற்றையும் முடிக்க விரும்பினான்.
ஆனால் நரகத்தை நினைத்துக் கலங்கினான்.
அறிவு, செயல், வாழ்க்கை, மரணம்,
நரகத்தைப் பற்றி நன்றாகக் கற்றான்;
இவற்றைப் பற்றிக் கூடார்த்தமாக
அவன் பலவாறாக எழுதினான்.
கடன் வாங்கினால் பிசாசு, நரகம்
நிச்சயம் என்று கவிஞர் சொல்லியிருக்கக் கூடாதா?
கடனில் சிக்கியவர்களுக்கு நிரந்தரமாகக்
கடைத்தேற்றம் இல்லையென்பது தெரியாதா?²

ஷீல்லர் சமாசாரம் வேறு! "ஷீல்லர் பைபிளை அதிகமாகப் படித்திருந்தால் இவ்வளவு மட்டமாக எழுதியிருக்க மாட்டார்."³

---

1. Ibid., p. 579.
2. Ibid.
3. Ibid., p. 578.

கேதேயின் பெருஞ்சிறப்பு புஸ்ட்குஹெறன் ரகத்தைச் சேர்ந்த தற்புகழ்ச்சிக் "குள்ளர்களுக்கு" எரிச்சலேற்படுத்துகிறது, அவர்களுடைய கடமையுணர்ச்சிக்கு ஊறு செய்கிறது, குறைந்த பட்சம் அவருடைய செல்வாக்கைக் "குறைத்தால்தான்" அவர்கள் ஆனந்தமடைவார்கள்!

புஸ்ட்குஹெறன்களின் இழிவான, பழமைவாத உலகத்தை விமர்சனம் செய்வது அத்தகைய மனிதர்களை வளர்த்த ஆசாரமான மத கவிதை உணர்ச்சியை விமர்சனம் செய்வதாகவும் இருந்தது; இது தவிர்க்க முடியாதபடி மதத்தைப் பற்றிக் கேள்விகளை எழுப்புவதற்கு இட்டுச் சென்றது.

மார்க்ஸ் 1837ம் வருடக் கவிதைகளில் மதகுருமார்களின் தீவிரமான முட்டாள்தனத்தின் மீது போர் தொடுத்த பொழுது அவர் தலைமையான பாசாங்குக்காரரும் மிக உயர்ந்த கொடுங்கோலருமாகிய கடவுள் மீதும் போர் தொடுத்தார்.

மதத்துடன் இறுதியாக முறித்துக் கொள்ளாமல் அற்பவாத உலகக் கண்ணோட்டத்துடன் பரிபூரணமாக முறித்துக் கொள்ள முடியாது. கருத்துமுதல்வாத நிலைகளிலிருந்து மதத்தைப் பற்றி முரணற்ற, ஈவிரக்கமற்ற விமர்சனத்தைச் செய்ய முடியாது; ஏனென்றால் அது யதார்த்தத்தைப் பற்றிய விமர்சனத்தோடு சம்பந்தப்படுகிறது. கார்ல் மார்க்ஸ் புறப்பட்ட பாதையின் தவிர்க்க முடியாத தர்க்கவியல் இதுவே.

1830க்களின் இறுதியில் அவருடைய மிக நெருங்கிய நண்பர்களான "டாக்டர்கள் கழகத்தின்" இளம் ஹெகலியவாதிகளைப் போலவே அவருடைய கவனமும் பிரதானமாக மதத்தை விமர்சிப்பதை நோக்கித் திரும்பியது. டேவிட் ஷ்டிராவுஸ் 1835இல் வெளியிட்ட **இயேசுவின் வாழ்க்கை** என்ற நூல் மதத்தின் மீது தத்துவஞானத் தாக்குதலைத் தொடங்கியது. சுவிசேஷங்கள் "தெய்விகத் தன்மை" கொண்டவை என்பதை அவர் மறுத்தார். அந்த "டாக்டர்கள் கழகத்தில்" மார்க்சின் நெருங்கிய நண்பர்களில் ஒருவரான புரூனோ பௌவர் இன்னும் முன்னேறிச் சென்று நான்கு சுவிசேஷங்களிலும் வரலாற்று ரீதியான உண்மை அணுவளவு கூட இல்லை என்று கூறினார்.

அதே சமயத்தில் லுட்விக் ஃபாயர்பாஹ் *Hallische* Jahrbucherஇல் ("ஹாலே வருடாந்தர சஞ்சிகை") எழுதிய கட்டுரைகளில் மதம் மற்றும் தத்துவஞானத்தின் ஒருமையைப் பற்றி

ஹெகலின் ஆய்வுரையை விமர்சித்தார். அவருடைய விமர்சன நிலைகள் சீக்கிரத்திலேயே அவரைப் பொருள்முதல்வாதத்துக்கு இட்டுச் சென்றன.

பிரெடெரிக் கோப்பென் மார்க்சின் மூத்த நண்பர்களில் ஒருவர். அவர் 18ம் நூற்றாண்டின் பிரெஞ்சு மற்றும் ஜெர்மன் அறிவியக்கத்தின் மரபுகளை மீண்டும் நிறுவுவதற்காகப் போராடினார். அவர் 1840இல் வெளியிட்ட ஒரு பிரசுரத்தை "என்னுடைய நண்பர், டிரியரைச் சேர்ந்த கார்ல் மார்க்சுக்கு" என்ற சமர்ப்பணத்துடன் வெளியிட்டார்.

"டாக்டர்கள் கழகத்தின்" உறுப்பினர்களிலேயே மார்க்ஸ்தான் மிகவும் குறைந்த வயதுடையவர். எனினும் அந்தப் பேராசிரியர்கள், துணைப் பேராசிரியர்கள் மத்தியில் முக்கியமான நிலையை அவர் மிகவும் சீக்கிரத்தில் அடைந்தார். அவருடைய அசாதாரணமான அறிவுத் திறனை, வன்மையான தற்சிந்தனையை, சுதந்திரமான சிந்தனைப் போக்கை அவர்கள் உணர்ந்தார்கள். அவருடைய பல்துறை அறிவை, துணிச்சல் நிறைந்த தீர்ப்பை, அவருடைய நகைச்சுவை உணர்ச்சியை அவர்கள் பாராட்டினார்கள். புரூனோ பௌவர் ஏற்கெனவே உதவிப் பேராசிரியராகவும் இளம் ஹெகலியவாதிகள் இயக்கத்தின் அங்கீகரிக்கப்பட்ட தலைவராகவும் இருந்தார். அவர் பானிலிருந்து மாணவராகிய மார்க்சுக்கு மரியாதை கலந்த கடிதங்களை எழுதினார். "டாக்டர்கள் கழகத்தின்" "அறிவுத்துறை அக்கறைக்கு" இணையாக வேறு எதுவுமில்லை என்று எழுதினார்;[1] "உங்களுடன் சாலையைக் கடந்து போய்க் கொண்டிருக்கும் பொழுது கூட நான் பெர்லினில் சிரித்ததைப் போல ஒருபோதும் சிரித்ததில்லை" என்று மார்க்சுக்கு எழுதினார்.[2]

இளம் ஹெகலியவாதிகள் மதத்துக்கு எதிராக நடத்திய போராட்டத்தில் கார்ல் மார்க்ஸ் தீவிரமாகப் பங்கெடுத்தார். இறையியல் பேராசிரியர் ஒருவரைப் பற்றி மார்க்ஸ் காரசாரமான புத்தகத்தைக் கூட எழுதினார்; ஆனால் அதை வெளியிடவில்லை. எனினும் அவருடைய கருத்துக்கள் சுவடில்லாமல் மறைந்துவிடவில்லை; அவருடைய மூத்த சகாக்கள் அவற்றை எடுத்துக் கொண்டு மேலும் வளர்த்தனர். கோப்பென் மார்க்சுக்கு எழுதிய கடிதத்தில் இதை ஒப்புக் கொள்வதைப் பார்க்க முடியும். கோப்பென் தன்னைப் பற்றிச் சிரித்துக் கொண்டு, மார்க்ஸ் பானுக்குப் போன பிறகு

1. Marx / Engels, *Gesamtausgabe*. Bd. 1. Halbband 2, S. 235.
2. Ibid., S. 236.

கடைசியாக "நானே சுதந்திரமாகச் சிந்தித்து சில கருத்துக்களை" (அதாவது மார்க்சிடமிருந்து கடன் வாங்காத சில கருத்துக்களை) உருவாக்கினேன் என்று 1841இல் மார்க்சுக்கு எழுதினார். Hallische Jahrbucher இல் புரூனோ பௌவர் எழுதிய மிகவும் சிறப்பான கட்டுரைக் கூட மார்க்சிடமிருந்து கடன் வாங்கிய கருத்துக்களைக் கொண்டதே என்று கோப்பென் குறிப்பிடுகிறார். "நீங்கள் ஒரு சிந்தனைக் களஞ்சியம், சிந்தனைப் பட்டறை, அல்லது ஒரு பெர்லின் வாசியைப் போல எடுத்துக் கூறுவதென்றால், கருத்துக்களின் காளைத் தலை"[1] என்று அவர் அக்கடிதத்தின் இறுதியில் எழுதினார்.

மார்க்ஸ் மாணவராக இருந்த காலத்திலேயே அறிவு நோக்குடைய இளம் மாணவர்கள் மத்தியில் தலைமையான செல்வாக்குப் பெற்றிருந்தார். இடது ஹெகலியவாதிகளின் இடது முனைக்கோடியில் அவர் இருந்தார். அவருடைய நண்பர்கள் கூட அவரை "வெறிகொண்ட புரட்சிக்காரர்"[2] என்று கருதினார்கள்.

ஆனால் அது இன்னும் தத்துவ ரீதியான புரட்சியைப் பற்றிய, முதலாவதாகவும் முதன்மையாகவும் மதத்தைப் பற்றிப் "புரட்சிகரமான" அணுகுமுறையைப் பற்றிய பிரச்சினையாகவே இருந்தது என்பது உண்மையே. ஆனால் இங்கே பௌவர், கோப்பென் மற்றும் அவர்களுடைய குழுவினரைக் காட்டிலும் மார்க்ஸ் அதிகமான தூரம் முன்னால் போய்விட்டார். அவர் மாணவராக இருந்த கடைசி மூன்று வருடங்களில் மதத்தின் பொய்களை மறுக்கின்ற நிலையிலிருந்து மதத்தை அடியோடு நிராகரிக்கின்ற நிலைக்கு முன்னேறிவிட்டார். கிறிஸ்துவ மதம் "அறநெறி அற்றது" என்று மார்க்ஸ் கூறுகிறார், அவரும் பௌவரும் ஃபாயர்பாஹும் பழைய கடவுளை வானத்திலிருந்து தூக்கியெறிந்துவிட்டு நீதிமன்றத்துக்கு இழுத்து வரப்போகிறார்கள் என்று கியோர்கு யூன்க் என்ற இளம் ஹெகலியவாதி 1841இல் அர்னோல்டு ரூகேக்கு எழுதிய கடிதத்தில் குறிப்பிட்டார்.[3]

கடவுளை வானத்திலிருந்து தூக்கியெறிவதற்கு மதக் கடவுள்களை ஒழிப்பதற்கு மார்க்ஸ் தயாரிப்புச் செய்து கொண்டிருந்த பொழுது, மிக முந்திய காலமான 1838இலேயே பண்டைக் காலத்தின் மாபெரும் நாத்திகர்களான எபிகூரஸ், லுக்ரேத்சியஸ் காருஸ்

1. Ibid., S. 257.
2. Ibid., S. 262.
3. Ibid., S. 261-62.

ஆகியோரை நோக்கித் திரும்பினார். அவர்கள் துணிவுடன் கடவுளுக்கு விட்ட சவால் அக்காலகட்டத்தில் அவருடைய தேடலுக்கு மிகவும் கவர்ச்சியூட்டியது. ''மதத்தின் இறுக்கமான முடிச்சுகளிலிருந்து மனிதர்களின் அறிவை விடுவிப்பதற்கும்''[1] அதன் மூலம் ''கடவுளின் அடிமையை வானத்துக்கு உயர்த்துவதற்கும் அவர்கள் முயற்சித்தது அவரைக் கவர்ந்தது.

மார்க்ஸ் டாக்டர் பட்டம் பெறுவதற்குச் சமர்ப்பித்த ஆராய்ச்சிக் கட்டுரையில் எபிகூரஸ் ''கிரேக்க அறிவியக்கத்தின் மாபெரும் பிரதிநிதி'' என்று லுக்ரேத்சியஸ் எழுதிய சிறப்பான வரிகளை மேற்கோள் காட்டியிருந்தார்:

மனித வாழ்க்கை மதத்தின் மரணச் சுமையினால்
பூமிப் புழுதியில் அடிமையாகக் கிடந்த பொழுது
ஒரு கிரேக்கன் முதலில் தலைநிமிர்ந்து நின்றான்
சவால் விட்டுச் சண்டை போட்டான்.
கடவுள் கதைகள் அவனை நசுக்கவில்லை,
வானத்திலிருந்து மின்னல் வெட்டவில்லை...
ஆகவே மதம் அவன் காலுக்கடியில், நசுங்கிக் கிடக்கிறது;
அவன் வெற்றியினால் நாம் வானத்துக்குச்
சமமாக உயர்த்தப்பட்டோம்.[2]

எபிகூரஸ் காலத்துக்கும் 1830க்களின் இறுதியில் ஜெர்மனியில் மதத்தைப் பற்றி நிலவிய ''புயல் மற்றும் தாக்குதல்'' என்ற சகாப்தத்துக்கும் இடையில் பொதுவான கூறுகள் அதிக முண்டு. பண்டைக் கால கிரீசில் எபிகூரசைத் தவிர மற்றவர்களும் மதத்தைத் தாக்கியதுண்டு; ஆனால் அவர்கள் கோழைத்தனமான, முரண்பாடான முறையில்தான் தாக்கினார்கள். உதாரணமாக, ஸ்டோயிக்குகள் (Stoics)- இளம் ஹெகலியவாதிகளைப் போலவே- தமக்கே உரிய ஊக முறையில் பழங்கால மதத்தை ஏற்றுக் கொண்டனர். எபிகூரஸ் சலுகைகளைச் செய்யவில்லை, ''சாமர்த்தியமாகவோ'' அல்லது ''தந்திரமாகவோ'' நடந்து கொள்ளவில்லை. ''உலகத்தைப் பொறுத்தமட்டில் அவர் பகிரங்கமான நாத்திகராக'' இருந்தார். ''அதன் மதத்தை நேரடியாகத் தாக்கினார்''. அதற்காகவே சமயத் தலைவர்கள் பல நூற்றாண்டுகளாக அவரைத் திட்டிக் கொண்டிருக்கிறார்கள் என்று மார்க்ஸ் அவரைப் பாராட்டினார்.[3]

---

1. Marx, Engels, *Collected Works*, Vol. I, p. 468.
2. Ibid., p. 73.
3. Marx, Engels, *Collected Works*, Vol. 5, p. 142.

ஜெர்மனியில் ஹெகல் உள்பட பல சமயத் தத்துவஞானிகள் மாபெரும் கிரேக்க அணுவாதிகளைப்[1] பற்றி ஏளனமாகப் பேசினார்கள். இளம் மார்க்ஸ் அந்தச் சமயத்தில் ஹெகலிய வாதிகளுக்கு நெருக்கமானவராக இருந்தபோதிலும் ஹெகலின் பெயர் அவரைத் தடுக்கவில்லை. மற்ற எல்லாவற்றையும் காட்டிலும் உண்மையே அவருக்கு முக்கியமானது. உண்மையே அவர் வணங்கிய கடவுள்.

கிரேக்கத் தத்துவஞானம் மற்றும் பொதுவாக கிரேக்க அறிவின் வரலாற்றில் எபிகூரிய, ஸ்டோயிக் மற்றும் ஐயுறவுவாத அமைப்புக்களின் மாபெரும் முக்கியத்துவத்தை "மாபெரும் சிந்தனையாளரான" ஹெகல் அங்கீகரிக்காதபடி அவருடைய "ஊக முறை" தடுத்தது என்று மார்க்ஸ் தன்னுடைய ஆராய்ச்சிக் கட்டுரையின் முன்னுரையில் குறிப்பிட்டார்.[2]

மேலும் மத அரங்கத்தில் தத்துவஞானத்தைக் கொண்டு வந்த ப்ளூடார்கைப் பற்றி எழுதுகின்ற பொழுது மார்க்ஸ் உண்மையில் ஹெகலுடன் அல்லது, சரியாகச் சொல்வதென்றால், அவருடைய ஆதரவாளர்களின் வலது அணியினருடன் வாதம் புரிகின்றார்.

ஹெகலைப் பொறுத்தமட்டில், "கடவுள் இருப்பதைப் பற்றிய நிரூபணங்கள்" தொடர்பாக மார்க்ஸ் அவரையும் விமர்சனம் செய்கிறார். இந்த "நிரூபணங்களை" கான்ட் ஏற்கெனவே மறுத்துவிட்டார். ஆனால் ஹெகல் அவற்றைத் தலைகீழாக நிறுத்திவிட்டார், "அதாவது அவற்றை நியாயப்படுத்துவதற்காக நிராகரித்துவிட்டார்." "ஆதரித்து வாதாடுகின்ற வழக்குரைஞர் தம்முடைய கட்சிக்காரர்களைத் தாமே கொலை செய்வதன் மூலமாகவே அவர்களை தண்டனையிலிருந்து காப்பாற்ற முடியுமென்றால் அந்த நபர்கள் எந்த ரகத்தைச் சேர்ந்தவர்கள்?"[3] என்று மார்க்ஸ் கிண்டலாகக் கேட்கிறார்.

"கடவுள் இருப்பதைப் பற்றிய நிரூபணங்கள்" உண்மையில் தலைமையான மனித உணர்வு இருப்பதைப் பற்றிய நிரூபணங்களே,

---

1. அணுவாதிகளைப் பற்றித் தெரிந்து கொள்வதற்கு இப்புத்தகத்தின் *162*ம் பக்கத்தில் டெமாக்ரிட்டஸைப் பற்றி எழுதப்பட்டிருக்கும் குறிப்பைக் காண்க.

2. Marx, Engels, *Collected Works*, Vol. I, p. 30.

3. Ibid., p. 103.

ஆகவே "கடவுள் இல்லை" என்பதற்குரிய நிரூபணங்களே என்று மார்க்ஸ் எடுத்துக்காட்டுகிறார். இயற்கை நன்கமைக்கப்பட்டிருப்பதால் கடவுள் இருக்கிறார் என்று "நிரூபணங்களில்" ஒன்று கூறுகிறது. ஆனால் இயற்கை அமைப்பின் "பகுத்தறிவுத் தன்மை" கடவுள் மிகையானவர், கடவுள் தேவையில்லை என்பதை நிரூபிக்கிறது.

"கடவுள் இருக்கிறார்" என்பதற்கு மெய்யான நிரூபணங்கள் பின்வருமாறு கூற வேண்டும்; "இயற்கை மோசமாக அமைக்கப்பட்டிருப்பதால் கடவுள் இருக்கிறார்"; "உலகத்தில் பகுத்தறிவு இல்லாதபடியால் கடவுள் இருக்கிறார்"; "சிந்தனை இல்லாதபடியால் கடவுள் இருக்கிறார்."

"உலகம் பகுத்தறிவுடன் தோன்றவில்லை என்பவருக்கு... அவருக்குக் கடவுள் இருக்கிறார், அல்லது பகுத்தறிவு இல்லாததனால் கடவுள் இருக்கிறார்."[1]

இந்த முடிவு அக்காலத்துக்கு முற்றிலும் துணிவானதாகும்.

மனித சுய உணர்வே "உயர்ந்த கடவுள்" "அதைத் தவிர வேறு எதுவும் கிடையாது" என்று மார்க்ஸ் உறுதியாகப் பிரகடனம் செய்தார்; "உண்மையைச் சொல்வதென்றால் நான் கடவுள் கூட்டத்தை வெறுக்கிறேன்" என்று புரோமித்தியஸ் துணிச்சலாகக் கூறியதை "வானத்திலும் பூமியிலும் உள்ள அனைத்துக் கடவுள்களுக்கும் எதிரானதாக" அவர் திருப்பினார். இந்தத் துணிவான கருத்து மத எதிர்ப்பு மட்டுமல்லாமல் அரசியல் தன்மையும் கொண்டிருந்தது.

மார்க்ஸ் பல்கலைக்கழகத்தை விட்டு வெளியேறுகின்ற பொழுது ஆட்சியில் இருப்பவர்களின் அடிமைகளான "பரிதாபகரமான பிறவிகளுக்கு" உணர்வு பூர்வமாகச் சவால் விட்டார். விலங்குகள் மாட்டப்பட்ட கலகக்காரனான புரோமித்தியசை "பகுத்தறிந்து" பணியும்படி ஜேயசின் ஊழியனான ஹெர்மஸ் முயற்சி செய்த பொழுது அவன் அதை இகழ்ச்சியாக நிராகரித்தான். மார்க்ஸ் எஷ்கிலசின் புரோமித்தியசுடன் அவர்களை நோக்கிப் பின்வருமாறு கூறினார்:

---

1. Ibid., p. 105.

இது உறுதி: என்னுடைய நிலையை
உங்களுடைய அடிமைத்தனத்துக்கு மாற்றிக்
கொள்ள மாட்டேன்;
ஜேயசுக்கு ஊழியம் புரிவதைக் காட்டிலும்
இந்த மலைக்கு ஊழியம் செய்வது மேல்.[1]

மார்க்சின் மிகையான "இடதுசாரி" நிலையைக் கண்டு "பரிதாபகரமான பிறவிகள்" அதிர்ச்சியடைந்தனர். மார்க்சின் அஞ்சாநெஞ்சத்தைப் பற்றி அர்னோல்டு ரூகே எழுதினார். தத்துவத்தின் பயங்கரவாதத்தை ஆதரித்த பௌவர் கூட மார்க்சின் சவாலைக் கண்டு அஞ்சினார், ஆராய்ச்சிக் கட்டுரையின் துணிச்சல் மிக்க முன்னுரையின் தொனியைக் குறைக்கும் படி அவரைக் கேட்டுக் கொண்டார்; பிற்போக்குவாத அமைச்சரான எய்ஹ்கோர்னிடம் மன்னிப்புக் கேட்டுக் கொள்ளும்படி ஆலோசனை கூறினார்; போராட்டத்தில் ஜாக்கிரதையாக நடந்து கொள்ள வேண்டும், அரசாங்கத்தைத் தாக்கக் கூடாது என்று அறிவுரை கூறினார்.

இப்படிப்பட்ட அறிவுரை- தகப்பனாரோ அல்லது நண்பர்களோ- யாரிடமிருந்து வந்தாலும் அதற்குச் செவி சாய்க்கக் கூடியவர் அல்ல மார்க்ஸ். வானத்தையும் பூமியையும் சேர்ந்த கடவுள்களுக்கு முன்னால் இரும்புக் கையுறையைக் கழற்றியெறிந்த மார்க்ஸ் அத்துடன் நின்றுவிடவில்லை. போராட்டத்தில் இறங்கிவிட்ட மார்க்ஸ் கடைசி வரை போராடுவதற்குத் தயாராக இருந்தார்; இப்போராட்டத்தில் அவர் எவ்வளவு தூரம் போகக் கூடும் என்பதை அவருடைய நெருங்கிய நண்பர்கள் கூட ஊகிக்க முடியவில்லை.

இளம் எங்கெல்ஸ் *1841*ம் வருடத்தின் முடிவில் எழுதிய **நம்பிக்கையின் வெற்றி** என்ற கவிதையில் மார்க்சின் முறியடிக்கப்பட முடியாத போராட்ட உணர்வைச் சிறப்பாக வர்ணிக்கிறார். கவிதையின் ஆரம்பத்தில் அவர் புரூனோ பௌவரைச் சித்திரிக்கிறார்:

பச்சைக் கோட்டணிந்த ஒல்லியான வில்லன்
பிதற்றுகிறார்; அந்த முகத்துக்குப் பின்னால்
நரகத்தின் குழந்தையைப் பார்க்க முடியும்.
அவர் கொடியை உயர்த்துகிறார்; அவரது

1. Ibid., p. 31.

பைபிள் விமர்சனப் பொறிகள் பறப்பதை
மேலே அரை வட்டத்தில் பார்க்க முடியும்.

பிறகு மார்க்ஸ் தோன்றுகிறார்;

கட்டுக்கடங்காத் துடிப்புடன் ஓடுவது யார்?
டிரியர் நகர இளைஞன், கறுப்பு நிறம்
அவன் தாண்டுவதில்லை, குதிப்பதில்லை,
துள்ளிக் குதித்து ஓடுகிறான்.
வானத்திலிருக்கும் பந்தலைப் பிடித்து
பூமிக்குக் கொண்டு வருவதைப் போல
கைகளை விரித்து வானத்தைத் தொட முயல்கிறான்.[1]

மார்க்சும் புரூனோ பௌளவரும் 1841இல் மதத்தைப் பற்றிய விமர்சனத்தில் ஒன்றாகப் பணியாற்றிய பொழுது அவர்களுடைய வாழ்க்கைப் பாதைகள் ஒன்று கலந்தன என்றாலும் பிற்காலத்தில் அவை அதிகமாகப் பிரிந்தன. காலப் போக்கில் பௌளவரின் தத்துவ ரீதியான ''பயங்கரவாதம்'' அரசாங்கத்தின் பால் மென்மேலும் அதிகமான விசுவாசமாக மாறியது; பிறகு ஜெர்மன் சமூக-ஜனநாயகவாதிகளுக்கு எதிராக முதலாளி வர்க்கத்தின் பயங்கர ஆட்சிக்குத் தலைமை தாங்கிய பிஸ்மார்க்குக்கு மிகவும் விசுவாசமான ஆதரவாக மாறியது முற்றிலும் தர்க்க ரீதியானதே.

மத விமர்சனத்தைப் பொறுத்தவரை மார்க்ஸ் ஏற்கெனவே 1843க்குள் பௌளவரைக் காட்டிலும் வெகு தூரம் போய்விட்டார். *Deutsch- Franzosische Jahrbucher* இல் (''ஜெர்மன் - பிரெஞ்சு வருடாந்தர சஞ்சிகை'') அவர் எழுதிய கட்டுரைகளில் மதத்தைத் தீவிரமான முறையில் விமர்சிப்பதற்கு மதத்தைப் பற்றிய தத்துவஞான மறுப்பு மட்டும் போதுமானதல்ல என்று அவர் எடுத்துக்காட்டினார்.

ஒருவர் மேக மண்டலங்களுக்கு இடையில் சஞ்சரித்தால் ''வானத்தின் பந்தலைப் பிடித்து பூமிக்குக் கொண்டு வர'' முடியாது. அதற்கு அவர் பூமியில் நிற்க வேண்டும். மதத்தின் மூல வேர்கள் ''பூமியில்'' இருக்கின்றன. மதஞ்சார்ந்த அவல நிலை சமூக உறவுகளின் மெய்யான அவல நிலையின் வெளியீடுதான். அவை அதை வளர்க்கின்றன.

---

1. Marx, Engels, *Collected Works*, Vol. 2, Moscow, 1975, p. 336.

பரம்பொருளுக்கு முன்னால் "கடவுளின் அடிமைகளின்" பணிவான நிலை சமூகத்தில் மனிதனுடைய ,அடிமைத்தனமான, ஒடுக்கப்பட்ட, சார்ந்திருக்கும் நிலையின் பிரதிபலிப்பு மட்டுமே, சமூக உறவுகள் இன்னும் மெய்யாகவே மனிதப் பண்பை அடையவில்லை என்ற உண்மையின் பிரதிபலிப்பு மட்டுமே.

"மதம் என்பது தன்னை இன்னும் அறிந்து கொள்ளாத அல்லது மறுபடியும் தன்னை இழந்துவிட்ட மனிதனின் சுய உணர்வு மற்றும் சுய மதிப்பே."[1] மனிதனுக்கு விரோதமான சக்திகள் மனிதனை ஆள்கின்ற மனிதத் தன்மையற்ற உலகத்தின் உற்பத்தியே அது.

"தலைகீழாக இருக்கும் உலகம்" "தலைகீழான" உலகக் கண்ணோட்டத்தை ஏற்படுத்துகிறது. கண்ணீர்க் கடலில் மிதக்கும் பொழுது "தன்னை இன்னும் அறிந்து கொள்ளாத மனிதன் மறு உலக வாழ்க்கையைப் பற்றிக் கற்பனையான கனவுகளில் ஆறுதல் தேடுகிறான். பூமியில் தனக்கு மகிழ்ச்சி இல்லை என்பதால், சொர்க்கத்திலிருக்கும் இன்பங்களைப் பற்றிய சமயப் பிரசங்கங்களில் நம்பிக்கை வைக்கிறான்.

மனிதன் தன்னுடைய விடுதலைக்காகவும் இயற்கையை எதிர்த்தும் நடத்துகின்ற போராட்டத்தில் பலவீனத்தையும் ஆதரவற்ற நிலையையும் உணர்கிறான்; எனவே கடவுளுக்கு வலிமையையும் எல்லாம் வல்ல தன்மையையும் தருகிறான். மனிதன் பூமியில் தன்னுடைய வாழ்க்கையின் அவல நிலைக்குப் பரிகாரத்தைக் கடவுளிடம் தேடுகிறான். அதனால்தான் அக்காலத்திய மதம் "இதயமற்ற உலகத்தின் இதயமாகவும்" "உணர்ச்சியற்ற நிலைமைகளின் உணர்ச்சியாகவும்" இருப்பது மட்டுமின்றி, இந்த உலகத்துக்கும் அதன் நிலைமைகளுக்கும் எதிர்ப்பாகவும் இருக்கிறது.

ஆனால் இந்த எதிர்ப்பு மௌனமானதே. அது அடிமையின், "ஒடுக்கப்பட்ட பிறவியின் பெருமூச்சே;" சமூக மற்றும் தனிநபருடைய அவல நிலை தெய்விகத் தன்மைக்கு எதிரான ஒன்றல்ல, அதன் அத்தியாவசியமான குணாம்சமாக இருக்கிறது. ஒன்று மற்றொன்றை வளர்க்கிறது. நிர்ணயிக்கிறது.

மதத்துக்கு எதிரான தீவிரப் போராட்டம் "அந்த மதத்தை ஆன்மிக வாசனையாகக் கொண்ட உலகத்துக்கு" எதிரான போராட்டத்தை முன்னூகிக்கிறது. இது அந்நியப்படுதலின் எல்லா

1. Marx, Engels, *Collected Works*, Vol. 3, p. 175.

வடிவங்களிலிருந்தும் மனிதனுடைய விடுதலைக்காக நடைபெறுகின்ற போராட்டம், மனிதனுடைய முழு வளர்ச்சிக்கான போராட்டம்.

புரூனோ பௌவரும் லுட்விக் ஃபாயர் பாஹூம் மதத்தை விமர்சனம் செய்வதுடன் நின்றுவிட்டார்கள்; ஆனால் மதத்தைப் பற்றிய விமர்சனம் "எல்லா விமர்சனங்களுக்குமே முற்கருதுகோளாகும்"[1].

ஃபாயர்பாஹ் கூறியதைப் போல மனிதனே மனிதனுக்குக் கடவுள் என்றால் மனிதனை இழிவு படுத்துகின்ற, அடிமைப்படுத்துகின்ற, கைவிடுகின்ற, புறக்கணிக்கின்ற **எல்லா உறவுகளும்** தூக்கியெறியப்பட வேண்டுமென்று மார்க்ஸ் தர்க்க ரீதியாக முடிவு செய்தார். நாய்கள் மீது வரி விதிப்பதற்குத் திட்டமிட்டதைக் கேள்விப்பட்ட ஒரு பிரெஞ்சுக்காரர் "பாவம் நாய்கள்! உங்களை மனிதர்களைப் போல நடத்துவதற்கு விரும்புகிறார்கள்!"[2] என்று கூறினாராம். இந்த உறவுகளை வர்ணிப்பதற்கு இந்தக் கூற்று மிகப் பொருத்தமானது.

மார்க்சின் டாக்டர் பட்ட ஆராய்ச்சிக் கட்டுரையில் கடவுளை நோக்கித் துணிவாகச் சவால் விட்டதன் விளைவுகளை எடுத்துக்காட்டுவதற்காக நாம் கால ரீதியில் முன்னே போய் விட்டோம். "பகுத்தறிவு இல்லாததுதான் கடவுள் இருப்பதற்குக் காரணம்" என்ற ஆராய்ச்சிக் கட்டுரையின் முடிவிலிருந்து "பகுத்தறிவில்லாத" உலகத்தைப் புரட்சிகரமாக மாற்றியமைப்பது அவசியம் என்ற முடிவுக்கு வருவதற்கு ஒரு அடி முன்னால் வைப்பது போதுமானது. ஆனால் இந்த ஒரு காலடியே தீவிரமான இளம் ஹெகலியவாதிக்கும் புரட்சிக் காரனுக்கும் உள்ள வேறுபாடாகும்.

இளம் மார்க்சின் விஞ்ஞான ரீதியான உலகக் கண்ணோட்டம் வளர்ச்சியடைந்த திசைகளில் ஒன்றுதான் மதத்தைப் பற்றிய விமர்சனம். மாணவப் பருவத்தின் பிற்காலத்தில் தத்துவஞானமே அவருடைய முக்கியமான அக்கறையாக இருந்தது. மதத்தைப் பற்றிய மார்க்சின் விமர்சன அணுகுமுறையுமே அவருடைய தத்துவஞான வளர்ச்சியினால் பெருமளவுக்கு நிர்ணயிக்கப்பட்டிருந்தது.

---

1. Ibid., p. 175.
2. Ibid., p. 182.

5

“தத்துவஞானம் இல்லாமல் முன்னேற்றம் ஏற்பட முடியாது”

தத்துவஞான ஆராய்ச்சிக்கு முதலில் அவசியமாக இருப்பது துணிவான, சுதந்திரமான அறிவே.

கார்ல் மார்க்ஸ்[1]

மார்க்சின் டாக்டர் பட்ட ஆராய்ச்சியின் ஆரம்பக் குறிப்புகளில் அவருடைய இந்தத் கருத்து இடம் பெற்றிருக்கிறது. இதை இப்படியும் பொழித்துரைக்கலாம்: துணிவான, சுதந்திரமான அறிவுக்கு, அதாவது சுதந்திரமான தத்துவச் சிந்தனைக்கு தத்துவஞானப் பயிற்சி அதே அளவுக்கு அவசியமே. இதற்குச் சிறந்த உதாராணமாக மார்க்சையே குறிப்பிடலாம்.

நீதி இயல் துறையில் சுதந்திரமான தத்துவ ஆராய்ச்சிகளை மார்க்ஸ் தொடங்கிய பொழுது தத்துவஞான ரீதியில் தனக்குப் போதுமான பயிற்சி இல்லை என்பதை மார்க்ஸ் அறிந்தார் என்று நாம் ஏற்கெனவே குறிப்பிட்டோம். தத்துவச் சிந்தனை முன்னேற்றமடையக் கூடிய, வளர்ச்சி இருக்கும் ஒரு பொருளை அது சரியாக எடுத்துரைக்கக் கூடிய பொது வடிவங்களை நன்கு அறிந்து கொள்ளாமல் தத்துவத்தின் ஸ்தூலமான துறைக்குள் எவ்விதத்திலும் முன்னேறிச் செல்ல முடியாது என்பதை அவர் உணர்ந்தார்.

ஹெகலின் பிரபலமான உதாரணத்தை உபயோகிப்பதென்றால் அறிவு வேட்கையின் அடையாளச் சின்னமாகிய மினர்வாவின் ஆந்தை அந்தி நேரத்தில், எல்லாக் காரியங்களும் முடிக்கப்பட்ட பிறகு, வாழ்க்கையின் மாலைப் பொழுதில் பறந்து செல்கிறது; உறங்கிக்

1. Marx, Engels, *Collected Works*, Vol. I, p. 469.

கொண்டிருக்கும் ஆன்மாவின் உலகத்துக்கு மேலே, மிகவும் உயரத்திலிருக்கும் வானத்தில் தன் மௌனப் பயணத்தை நிறைவேற்றுவதற்காகச் சிந்தனை சுய உணர்வின் சிகரங்களை நோக்கிப் பாய்கிறது.

தத்துவஞானம் என்பது வாழ்க்கை அனுபவத்தின் மூலம் அறிவு பெற்ற முதியவர்களின் விவகாரம் என்றும் இந்த உருவகத்தைப் புரிந்து கொள்ளலாம். ஆனால் அது சரியல்ல. இளைஞர்களுடைய மனங்களைப் பண்படுத்துகின்ற மனிதகுலக் கலாச்சாரம் என்ற மாபெரும் சோதனைச் சாலையில் இரண்டு துறைகள் மிக முக்கியமான பாத்திரத்தை வகிக்கின்றன என்று கூறலாம். அவை கலையும் தத்துவஞானமுமாகும்.

நீங்கள் பௌதிகத்தைத் தெரிந்து கொள்ளாமல் கணிதத்தைக் கற்க முடியும் (எனினும் அது சிறந்த வழியல்ல); சடப் பொருட்களின் தன்மையைப் பற்றித் தெரிந்து கொள்ளாமல் டாக்டராக இருக்க முடியும்; வானவியலைப் பற்றி எதுவுமே தெரியாமல் தொழில்நுட்பக் கருவிகளைத் தயாரிக்க முடியும். ஆனால் கலை மற்றும் தத்துவஞானத்தைத் தெரிந்து கொள்ளாமல் பண்பாடுடைய மனிதராக இருக்க முடியாது. நான் இதை இன்னும் திட்டவட்டமாகக் கூறுவேன்; அவை இல்லாமல் ஸ்தூலமான எந்த நடவடிக்கைத் துறையிலும் மெய்யாகப் படைப்பாற்றலைக் கொண்ட எந்தச் சாதனையையும் நீங்கள் செய்ய முடியாது.

இக்கருத்து சற்று விசித்திரமாகத் தோன்றலாம். பூமியில் நாகரிகத்தை எடுத்துக் கொள்வோம். அது முன்னர் வாழ்ந்த தலைமுறைகளின், இன்று வாழ்ந்து கொண்டிருக்கின்ற தலைமுறையினரின் உழைப்பின் விளைவாகும். நகரங்கள்- அவை கட்டிடக் கலைஞர்கள் மற்றும் கட்டிட நிர்மாணிகளின் சாதனை; கால்வாய்கள், பாலங்கள், சாலைகள்- அவை தொழிலாளர்கள் மற்றும் பொறியியலாளர்களுடைய சாதனை; தொழிற்சாலைகள், இயந்திரங்கள், ஊதுலைகள், இயந்திரக் கருவிகள், கார்கள், லாரிகள், ஆகாய விமானங்கள், விண்வெளி ராக்கெட்டுகள் - அவை விஞ்ஞானிகள், வரைவாளர்கள், தொழில் நுட்பவியலாளர்கள் மற்றும் தொழிலாளிகளின் செய்திறன் மற்றும் கடும் உழைப்பின் சாதனை. வயல்களில் முதிர்ந்திருக்கும் பயிர்களை வேளாண்மை நிபுணர்களும் விவசாயிகளும் உருவாக்கினார்கள். இவை அனைத்தும் மனிதகுலத்துக்குப் பெருமையையும் மகிழ்ச்சியையும் தருகின்றன.

வாழ்க்கையின் மையம், கரு அதுவே, ஆனால் இவற்றில் தத்துவஞானிகளின் உழைப்பை நாம் எங்கே காண்கிறோம்?

தத்துவஞானத்தின் "செய்முறைப்" பயன் என்ன? அது உலகத்திற்குள் வெறுங்கைகளுடன் வரவில்லையா? துல்லியமான இயற்கை விஞ்ஞானங்களைப் போலன்றி அதன் விளைவுகள் புதிய இயந்திரங்களிலோ அல்லது முன்னைக் காட்டிலும் திறமையான தொழில்நுட்பவியல் நிகழ்வுப் போக்குகளிலோ காணப்படுவதில்லை; அது சக்தியின் புதிய ஆதாரங்களைக் கண்டு பிடிக்கவில்லை; கலப்புப் பொருள்களை அல்லது புதிய மருந்துகளைக் கண்டுபிடிக்கவில்லை.

இயற்கை விஞ்ஞானங்களுக்கு உபயோகிக்கின்ற அளவைகளிலிருந்து வேறுபட்ட அளவைகளைத் தத்துவஞானத்துக்குப் பயன்படுத்த வேண்டும் என்பது வெளிப்படை. கலைப் படைப்புகளின் சமூக முக்கியத்துவத்தை மதிப்பிடுவதற்குப் பயனெறிவாத அணுகுமுறையை உபயோகிக்க முடியாது; அதைப் போல இங்கும் அந்த அணுகுமுறை பொருந்தாது.

ஃபீடியசின் **வீனஸ்** சிலை. ரொதேனின் **சிந்தனையாளர்** சிலை. மோத்ஸார்தின் **இரங்கற்பா**, ஸ்கிரியாபினின் **பரவசக் கவிதை** ஆகியவற்றின் "செய்முறைப்" பயன் என்ன என்று கேட்பது பொருளற்றது.

கலை நம்மை உயர்த்துகிறது, பண்படுத்துகிறது, அழகு நுகர்ச்சி இன்பத்தை வழங்குகிறது, நேசிப்பதற்கும் வெறுப்பதற்கும் உலகத்தை வண்ணங்களாகவும் பிம்பங்களாகவும் பார்க்கவும் கற்பிக்கிறது. இது உண்மை. ஆனால் தத்துவஞானத்துடன் ஒரு ஒப்புவமையும் இருக்கிறது. கலை நம்முடைய உணர்ச்சிகளைப் பண்படுத்தி உலகத்தைப் பற்றி நம்முடைய அழகு நுகர்ச்சியை வளர்க்கிறது என்றால் தத்துவஞானம் அறிவைப் பண்படுத்துகிறது, தத்துவ ரீதியான சிந்தனைத் திறமையை வளர்க்கிறது (இவை தவிர வேறு முக்கியமான பணிகளும் உண்டு). கலை நாம் அழகைப் புரிந்து கொள்ளக் கற்பிக்கிறது என்றால் தத்துவஞானம் நாம் இயக்கவியல் நிலையில் சிந்திக்கக் கற்பிக்கிறது.

கலையைப் பயில்வதனால் சிந்தனையின் அழகியல் அம்சத்தை, புனைகதைகளை உருவாக்குவதற்கும் எதிர்பாராத இணைப்புக்களை கண்டு பிடிப்பதற்கும் அதன் திறமையை வளர்க்கிறது என்றால் தத்துவஞானப் பயிற்சி மிக உயர்ந்த பொதுமைப்படுத்தல்களைச் செய்யும் சிந்தனைத் திறனை, கருதுகோள்களை இயக்கவியல்

நெகிழ்ச்சியுடன் புரிந்து கொள்ளும் திறமையை வளர்க்கிறது; ஒரு பொருளைத் தனித்துப் பார்க்காமல் தொடர்ச்சியாக மாற்றமடைந்து கொண்டிருக்கும் பன்முகப்பட்ட உறவுகளின் உலகத்தின் ஒரு பகுதியாகப் பார்க்கும்படி கற்பிக்கிறது.

அறிவுத்துறையில் முன்னர் ஏற்பட்டிருக்கும் முன்னேற்றங்களின் விளைவுகளைக் கூட்டிணைக்கின்ற மனிதனுடைய தத்துவ ரீதியான வளர்ச்சியின் சாரமே தத்துவஞானம் என்ற ஒரு காரணத்துக்காக மட்டுமாவது அது தனிமனிதனுடைய ஆன்மிக வளர்ச்சியில் அசாதாரணமான பாத்திரத்தை வகிக்கிறது.

அறிதல் என்ற கற்பாதைகளின் மீது களைப்புடன் நடந்து செல்கின்ற பிரயாணி தன் பயணத்தின் இறுதியில் வந்து சேர்கின்ற பனிமூடிய மலைச் சிகரங்கள் அல்ல தத்துவஞானம். அது "மலையின் மீது ஏறுவதற்குப் பயன்படுத்துகின்ற சாதனமுமாகும்". அது துணிச்சலான கருதுகோள்கள் என்ற செங்குத்தான சரிவுகளில் காலூன்ற உதவுகிறது; ஒரு நிகழ்வை மற்றொன்றிலிருந்து பிரிக்கின்ற இடைவெளியை ஒப்புவமைகள் மற்றும் பொதுமைப்படுத்தல்களைக் கொண்டு பாலம் அமைக்க, இதுவரை யாருமே கண்டிராத மேற்பகுதிக்கு இட்டுச் செல்கின்ற பாறை முகட்டைப் பார்க்க உதவுகிறது. அனுபவவாதத்தைப் பின்பற்றினால் கீழ்ப்பகுதிகளில் சுற்றிக் கொண்டிருப்போம்; எவ்வளவு சிறப்பாக இருந்தாலும் அந்தப் பாதையில் நாம் முன்னே போகலாமே தவிர மேலே போக முடியாது. எனவே அனுபவவாதம் என்ற கவர்ச்சிகரமான பாதை குறுகிய சாத்தியங்களை மட்டுமே கொண்டிருப்பதைப் புரிந்து கொள்வதற்கு அது உதவுகிறது.

வேறு வார்த்தைகளில் சொல்வதென்றால் தத்துவஞானப் பயிற்சி அறிவை- அதன் இயக்கவியலில் பரிபூரணமடைந்த, செழுமையான வடிவத்தில்- திரட்டுவது மட்டுமின்றி அறிவைப் பண்படுத்துகிறது; தத்துவ ரீதியான சிந்தனைத் திறனைப் பயிற்றுவிப்பதற்கு இளமைப் பருவமே மிகவும் சிறந்த காலம். "இளைஞர் எவருமே தத்துவஞானப் பயிற்சி பெறுவதில் தாமதம் செய்ய வேண்டாம்"[1] என்று எபிகூரஸ் எழுதினார். டாக்டர் பட்ட ஆராய்ச்சிக் கட்டுரையைத் தயார் செய்த பொழுது மார்க்ஸ் தன்னுடைய குறிப்புக்களில் இந்த வாக்கியத்தை மேற்கோள் காட்டினார்.

---

1. Ibid., p. 488.

தத்துவஞானம் ஒரு வீண் வேலை என்று அற்பவாதியின் கொச்சையான மூளையே கருதுகிறது. உலகத்தின் "பிம்பமும் ஆசானுமான" (மார்க்ஸ்) சாக்ரடீசின் சிடுசிடுப்பான மனைவி க்ஸாந்திப்பா சாக்ரடீசிடம் நடந்து கொண்ட முறையை தத்துவஞானத்தைப் பற்றி அற்பவாதியின் அணுகுமுறைக்கு ஒப்பிட முடியும். சாக்ரடீஸ் வீட்டைக் கவனிப்பதில்லை, குடும்பத்தைப் பராமரிப்பதில்லை, "வெட்டிப் பேச்சில்" மூழ்கியிருக்கிறார் என்று அவள் சாக்ரடீசை எப்பொழுதும் திட்டிக் கொண்டேயிருந்தாள். தன் கணவனைக் காட்டிலும் குறைவான தகுதியும் அறிவும் உடைய மற்றவர்களுக்கு உயர்ந்த பதவிகளும் கௌரவமும் பணமும் கிடைக்கும் பொழுது சாக்ரடீஸ் ஒட்டுப் போட்ட உடையணிந்து காலணிகள் இல்லாமல் நடப்பதும் தன் மாணவர்கள் கொடுத்த குறைவான பணத்தைக் கூட அவர் பெற்றுக் கொள்ள மறுப்பதும் அவளுக்கு ஆவேசத்தை ஏற்படுத்தும்.

தத்துவஞானம்- துல்லியமான விஞ்ஞானங்களையும் கலையையும் போலன்றி- மனிதனுக்குச் சிந்தனை செய்யக் கற்பிப்பதைத் தன்னுடைய முக்கிய நோக்கமாகக் கொண்டிருக்கிறது. "நிதான அறிவுள்ள" மனிதர்களுக்கு இது ஒரு சிறப்பான அம்சமாகத் தோன்றுவதில்லை. அற்பவாதி இதை ஒரு குறையாகவே எடுத்துக் கொள்கிறான். ஏனென்றால் தத்துவ ரீதியான சிந்தனையினால் அவனுக்குப் பயனில்லை. அது ஒரு மனிதனை விசித்திரமானவனாக, "இந்த உலகத்துடன் சம்பந்தமில்லாதவனாக" ஆக்குகிறது என்று அற்பவாதி கருதுகிறான்.

மனித நிதான அறிவு "தன்னுடைய மிகவும் முட்டாள்தனமான அற்பக் கருத்துரைகளையும் சாதாரணச் செய்திகளையும் terra incognita (அறியப்படாத நிலமாக.-ப-ர்.) தத்துவஞானிகளுக்கு எதிர்நிலையில் நிறுத்துவதற்குத் தனக்கு உரிமை இருப்பதாக நம்புகிறது"[1] என்று மார்க்ஸ் தன்னுடைய ஆராய்ச்சிக் கட்டுரைக்காகத் தயாரித்த ஆரம்பக் குறிப்புகளில் எழுதினார்.

தத்துவச் சிந்தனையைக் காட்டிலும் சுலபமானது வேறு எதுவும் இல்லை என்று அற்பவாதி நினைக்கிறார். அவரும் "அற்பமான இடங்களில் ஆழமான தத்துவஞானத்தைப்" பேசுகிறார். அதாவது நன்னெறிப் போதனைகளையும் உலகத்தில் எல்லாவற்றையும் பற்றி வாய்ப் பேச்சில் ஈடுபடுகிறார்.

---

1. Ibid., p. 444.

தத்துவஞானம் குறித்த "நிதானமான" அணுகுமுறை என்பது வாடிக்கையாக சில தத்துவஞானக் கருதுகோள்களையும் விதிகளையும் வகையினங்களையும் உருப்போடுவதாகும்; பௌதிகத்தில் அல்லது கணிதத்தில் விதிகளையும் சூத்திரங்களையும் உருப்போடுவதைப் போன்றதே இதுவும். பெருக்கல் வாய்ப்பாடு தெரிந்திருப்பதனால் உயர் கணித ஆராய்ச்சியில் பயனில்லை. தத்துவஞானத் துறைக்கு இந்த "அறிவு" இன்னும் உபயோகமற்றதே.

துல்லியமான விஞ்ஞானங்கள் நிறுவப்பட்ட, மறுக்கப்பட முடியாத, அனுபவ முறையில் நிரூபிக்கப்பட்ட உண்மைகள் என்ற நிலையில் தொடங்குகின்றன. தத்துவஞானம் இறுதிநிலையில் முடிவான உண்மைகளை எட்டியவுடன் **முடிவடைகிறது.**

எந்த ஒரு தத்துவஞான அமைப்பின் முன்னரே தயாரிக்கப்பட்ட விளைவுகளையும் ஆராய்வதன் மூலம் தத்துவ ரீதியில் சிந்திக்கக் கற்றுவிட முடியாது. தத்துவஞானத்தின் மொத்த வரலாற்றையுமே சூக்குமமான வடிவங்களில் மனித சிந்தனையின் முன்னேற்றத்தின் வரலாறு என்ற அடிப்படையில் ஆராய்வது அவசியம்.

ஹெகல் எழுதிய **தர்க்கவியல்** முழுவதையும் நன்றாகப் படித்துப் புரிந்து கொள்ளாமல் மார்க்ஸ் எழுதிய **மூலதனத்தைப்** புரிந்து கொள்ள முடியாது என்று லெனின் எழுதினார். அதைப் போலவே ஷேல்லிங், ஃபிஹ்டே, காண்ட், லேய்ப்னித்ஸ், ஸ்பினோஸா, அரிஸ்டாட்டில், பிளாட்டோ, சாக்ரடீஸ், டெமாக்கிரீடஸ், ஹெரக்லீடஸ் ஆகியோருடைய தத்துவஞானங்களைப் புரிந்து கொள்ளாமல் ஹெகலின் **தர்க்கவியலைப்** புரிந்து கொள்ள முடியாது.

தத்துவஞான மற்றும் சமூகச் சிந்தனையின் மொத்த வரலாற்றையும் தன்வயப்படுத்திக் கொள்ளாமல் ஹெகலின் **தர்க்கவியலை** வெல்ல முடியாது, ஹெகலைக் காட்டிலும் முன்னே போக முடியாது, ஒரு புதிய உலகக் கண்ணோட்டத்தைப் படைக்க முடியாது என்ற உண்மை அதைக் காட்டிலும் முக்கியமானதாகும். 1830க்களில் இளம் ஹெகலியவாதிகள் ஹெகலிய அமைப்பின் சுற்றுவட்டத்திற்குள் ஊடாடிக் கொண்டு, அதன் ஆய்வுரைகளுக்கு விளக்கம் கூறி, அவருடைய போதனையில் முதலில் இந்த அம்சத்தையும் பிறகு அந்த அம்சத்தையும் பற்றிச் சிந்தித்தபடியால் அவர்கள் ஒரு நச்சுச் சுழலுக்குள் சிக்கியிருந்தார்கள்; அவர்கள் முக்கியமான முறையில் ஒரு காலடி கூட முன்னே வைக்க முடியவில்லை. ஹெகலியத் தத்துவஞானத்தில் உலக ஆன்மா

தன்னுடைய இலக்காகிய சுய அறிவைப் பெற்ற பிறகு உலகத்தில் என்ன நடைபெறும் என்ற பிரச்சினையைப் பற்றி அவர்கள் தீவிரமாக விவாதித்துக் கொண்டிருந்தார்கள்.

மார்க்ஸ் ஒருபோதும் மரபுவழிப்பட்ட ஹெகலியவாதி அல்ல. முதலில் ஹெகலின் போதனையைப் பற்றி அவருடைய அணுகுமுறை அவர் "வெறுத்த" ஒரு பொருளைப் பற்றிய அணுகுமுறையாகக் கூட இருந்தது என்பதை நாம் பார்த்தோம். ஆனால் அவர் தன்னாலியன்ற அளவுக்கு முழு அக்கறையுடனும் கவனத்துடனும் ஹெகலைப் படித்தார். ஒரு மாபெரும் சிந்தனையாளர் என்ற முறையில் ஹெகலுக்கு அவர் மரியாதை அளித்தார், ஆனால் அவரை வழிபடுகின்ற தெய்வமாக மாற்றவில்லை. அவர் ஏற்றுக் கொள்ள முடியாத அம்சங்கள் (ஹெகலின் தனிமுதலான உண்மை மற்றும் முழுமையான அமைப்பு) ஹெகலிடம் இருந்தன.

இளம் மார்க்ஸ் டாக்டர் பட்டத்துக்கு எழுதிய ஆராய்ச்சிக் கட்டுரை அவருடைய இந்தத் தத்துவஞான நிலையைப் பிரதிபலிக்கிறது; அவர் ஹெகலிடமிருந்து ஹெகல் மூலமாக ஹெகலை முறியடிப்பதற்கு முன்னேற்ற மடைந்ததை இந்த நிலை எடுத்துக்காட்டுகிறது.

மார்க்சின் சந்தேகம் மற்றும் மறுப்புணர்ச்சி அவருடைய தேடலைத் தத்துவஞானச் சிந்தனையின் தோற்றுவாய்களுக்கு இட்டுச் சென்றது. அவர் சாக்ரடீஸ், பிளாட்டோ மற்றும் அரிஸ்டாட்டிலையும் படிக்கத் தொடங்கினார். டியோஜெனிஸ் லயெர்தியஸ், ப்ளூடார்க், சிம்ப்ளித்சியஸ், ஃபிலிஸ்டஸ், சிசிரோ, ஸ்டொபெயஸ், ஃபிலப்போனஸ், லுக்ரெத்சியஸ் காருஸ், ஸேக்ஸ்தியுஸ் எம்பீரிகுஸ் ஆகிய பண்டைக்கால ஆசிரியர்களின் எண்ணற்ற நூல்களையும் படித்தார்.

பண்டைக்காலத் தத்துவஞானத்தின் பல்வேறு போக்குகளிலும் கோட்பாடுகளிலும் மார்க்ஸ் டெமாக்கிரீடஸ் மற்றும் எபிகூரசின் மீது முழு கவனத்தைச் செலுத்தினார்; அவர்கள் பண்டைய கிரீசின் மாபெரும் பொருள்முதல்வாதிகள். பொருள்முதல்வாதிகளின் போதனைகளைப் பகுத்தாராய்கின்ற இந்த முயற்சியே ஹெகலுக்கும் அவருடைய மரபுவழிப்பட்ட சீடர்களுக்கும் சவாலாக இருந்தது. புதிய உலகக் கண்ணோட்டத்தைத் தேடுகின்ற முயற்சி எந்தத் திசையில் செல்கிறது என்பதை அது எடுத்துக்காட்டியது.

கருத்துமுதல்வாதச் சுற்றுவட்டத்துக்குள் ஹெகலை வெல்ல முடியாது; கருத்துமுதல்வாதக் கோட்பாடுகளில் ஒன்றும் இதற்கு உதவவில்லை. இங்கே பொருள்முதல்வாதம் மட்டுமே பயனளிக்க முடியும்.

மார்க்ஸ் டாக்டர் பட்டத்துக்காக எழுதிய ஆராய்ச்சிக் கட்டுரை அவர் பொருள்முதல்வாத நிலைக்கு மாறிவிட்டதை நிரூபிக்கவில்லை; ஆனால் கருத்துமுதல்வாதத்தின் மீது அவருக்கு அதிருப்தி ஏற்பட்டிருந்தது என்பதற்கு அக்கட்டுரை சான்றாக இருக்கிறது. கருத்துமுதல்வாதம் தத்துவ ஞானத்தை எதார்த்தத்திலிருந்து பிரித்து அதை ஊக முயற்சிகளுக்குள் செலுத்தியது. அதனால் தத்துவஞானத்துக்கும் "உலகத்துக்கும்" இடையில், சிந்தனைகளுக்கும் எதார்த்தத்துக்கும் இடையில் பள்ளம் ஏற்பட்டுவிட்டது. "உலகம்" தத்துவஞானத்துக்கு அந்நியமாகவும் தத்துவ ஞானம் "உலகத்துக்கு" அந்நியமாகவும் மாறின. தன்னை அடைய விரும்புகின்ற உந்துதலால் தூண்டப்படும் தத்துவஞானம் "அடுத்தவற்றை எதிர்த்து உலைவடைகிறது."

அதே சமயத்தில் "உலகம்" தத்துவஞானத்தில் தோய்கின்ற பொழுது தத்துவஞானம் "உலகியல்" தன்மையை அடைய விரும்புகிறது. அப்படியானால் ஹெகலியத் தத்துவஞானத்தில் உள்ளுறையாக இருந்த "உள் சுய அமைதியும் முழுமையும்" அழிந்துவிட்டன என்று பொருளாகும்.

ஹெகலியத் தத்துவஞானம் ஹெகலியவாதிகளின் போதனைகளிலேயே சீர்குலையத் தொடங்குகிறது. "உலகத்தைப் பொறுத்தமட்டில் முதலில் தலைகீழான உறவாகவும் தத்துவஞானத்தின் தீங்கான போக்காகவும் தோன்றியது இரண்டாவது நிலையில் தனிப்பட்ட தத்துவஞான சுய உணர்வில் பிளவாகவும் மாறி முடிவில் தத்துவஞானத்தின் வெளிப்புறப் பிரிவினையாகவும் இருமை நிலையாகவும், எதிர்நிலையான இரண்டு தத்துவஞானப் போக்குகளாகவும் வெளிப்படுகிறது."[1]

ஹெகலின் அடிமைத்தனமான, சுய புத்தி இல்லாத ஆதரவாளர்களை மார்க்ஸ் அதிகமாக ஏளனம் செய்கிறார். இவர்கள் கீழ்மட்ட மனிதர்கள், எத்தகைய தனித்தன்மையும் இல்லாதவர்கள், இவர்கள் வழக்கமாக "கடந்த காலத்தின் தத்துவஞான மேதைக்குப் பின்னால் மறைந்து கொள்பவர்கள்- ஆனால் சிங்கத்தின்

---

1. Ibid., p. 86.

தோலைப்போர்த்துக் கொண்டிருக்கும் கழுதை சீக்கிரத்திலேயே கண்டுபிடிக்கப்படுகிறது; இன்று அல்லது நேற்றைய தினத்தின் குள்ளனுடைய ஈனக்குரல் யுகங்களினூடே எதிரொலிக்கின்ற காம்பீரியக் குரலுடன் கோமாளித்தனமான வேறுபாட்டுடன் புலம்புகிறது."[1]

ஒரு குள்ளன் இரண்டு மூக்குக் கண்ணாடிகளை அணிந்து கொண்டு ஒரு மேதையின் பிட்டங்களில் நின்று கொண்டிருக்கும் சித்திரத்தை மார்க்ஸ் ஏளனத்தோடு தீட்டுகிறார்; தான் பார்க்க முடிந்த அதிசயமான காட்சிகளை அவன் பிரகடனம் செய்கிறான்; ஆர்க்கிமிடஸ் புள்ளி இதயத்தில் அல்ல, நான் நின்று கொண்டிருக்கும் "கனமான, உறுதியான அடித்தளத்தில்" இருக்கிறது என்று விளக்குவதற்குக் கோமாளித்தனமான முயற்சி செய்கிறான். "முடி, நகம், விரல், மலம் ஆகியவற்றின் தத்துவஞானிகள் மற்றும் இதரர்களை இப்படித்தான் நாம் அடைகின்றோம்..."[2]

இங்கே மார்க்ஸ் ஒரு பக்கத்தில் வலது சாரி ஹெகலியவாதிகளின் பரிதாபமிக்க நிலையையும் மறு பக்கத்தில் ஹெகல் வழிபாட்டை, அவருடைய போதனையைத் தனிமுதலானதாக உயர்த்துவதை, ஹெகலியத் தத்துவஞானத்தின் பல்வேறு கூறுகளையும் அம்சங்களையும் விளக்கிக் கூறுகின்ற பாதையில் மட்டுமே எதிர்காலத் தத்துவஞான வளர்ச்சி நடைபெற வேண்டும் என்ற வாதத்தைக் கண்டனம் செய்கிறார்.

அதைப் பொறுத்தமட்டில் ஹெகலின் தத்துவஞானத்தின் விதியை, மத்திய காலத்தைச் சேர்ந்த உரையாசிரியர்களால் சீர்குலைக்கப்பட்ட அரிஸ்டாட்டிலினுடைய தத்துவஞானத்தின் வரலாற்று விதியுடன் ஒப்பிட முடியும். அரிஸ்டாட்டிலின் கருத்துக்கள் ஒரு வகையான தோத்திர நூலாக மாற்றப்பட்டன; மத நம்பிக்கையின் அதிகாரத்தை ஆதரிப்பதற்கு அவருடைய அதிகாரம் உபயோகிக்கப்பட்டது. அவர் எல்லாம் அறிந்தவர் என்ற நம்பிக்கை முட்டாள் தனமான எல்லைகளை எட்டியது. 17ம் நூற்றாண்டில் சூரியனில் கறும் புள்ளிகள் இருக்கின்றன என்பதை தொலைநோக்கு கருவியின் மூலமாகப் பார்த்து உறுதிப்படுத்திக் கொள்ளும்படி யேசு சபையைச் சேர்ந்த ஒரு பேராசிரியரிடம் வானவியல் ஆராய்ச்சியாளரான கிர்ஹார் கூறிய பொழுது அவர் பின்வருமாறு

1. Ibid., p. 87.
2. Ibid.

பதிலளித்தார்: ''மகனே, அதனால் பயனில்லை. நான் அரிஸ்டாட்டிலைத் தொடக்கத்திலிருந்து முடிவு வரை இரண்டு தடவைகள் படித்திருக்கிறேன். சூரியனில் கறும் புள்ளிகள் இருக்கின்றன என்ற சிறு குறிப்பைக் கூட அரிஸ்டாட்டில் எழுதவில்லை. எனவே அப்படிப்பட்ட கறும் புள்ளிகள் இருக்க முடியாது.''

தத்துவஞானத்தைப் பற்றி- இது ''மேதைகளின்'' தத்துவஞானமாக இருந்தாலும் கூட இத்தகைய ''பக்திமிக்க'' அணுகுமுறை மார்க்சின் விமர்சன அறிவுக்குத் திருப்தியளிக்கவில்லை. ''ஒரு தத்துவஞானம் உண்மையில் தத்துவஞானமாக இருக்கும் என்பதை அதிகாரத்தினால் அல்லது நம்பிக்கையினால்- மக்களினத்தின் அதிகாரத்தினால் அல்லது நூற்றாண்டுகளின் நம்பிக்கையினால் என்றாலும் கூட- ஏற்றுக் கொள்வது சரியா?''[1] என்று அவர் எழுதினார். எனவே உண்மையான தத்துவஞான ஆராய்ச்சிக்கு முதலில் துணிவான, சுதந்திரமான அறிவு அவசியம்; அது இதுவரையிலும் சாதிக்கப்பட்டவற்றைக் கொண்டு திருப்தி அடையக் கூடாது. கடந்த காலப் பாரம்பரியத்தைப் படைப்பாற்றலுடன் பகுத்தாராய்ந்து புதிய சாதனைகளைத் தேட வேண்டும் என்பது மார்க்சின் கருத்தாகும்.

அதனால்தான் தத்துவஞானம் மதத்துடன் பொருந்துவதில்லை. நம்பிக்கை மற்றும் குருட்டுத்தனமான வழிபாட்டை அடிப்படையாகக் கொண்ட தலைமை அதிகார மரபை அது ஏற்றுக் கொள்வதில்லை.

ஹெகல் அரிஸ்டாட்டிலைப் போன்ற அதே ரகத்தைச் சேர்ந்த மாபெரும் சிந்தனையாளர் என்று மார்க்ஸ் கருதினார். அரிஸ்டாட்டிலுக்குப் பிந்திய (எபிகூரிய, ஸ்டோயிக் மற்றும் ஐயுறவுவாதத்) தத்துவஞானங்களின் விதிக்கும் ஹெகலுக்குப் பிந்திய தத்துவஞானத்தின் விதிக்கும் இடையில் பொதுவான அம்சங்கள் இருப்பதை அவர் காண்கிறார். வலதுசாரி ஹெகலியவாதிகள் தத்துவஞானத்தைக் காட்டிலும் மதம் உயர்வானது என்று நிரூபிப்பதற்கு முயற்சி செய்தனர்; அவர்கள் மேன்மையான ப்ளூடார்கைப் போல தத்துவஞானத்தை ''மத அரங்கத்துக்கு'' முன்னால் கொண்டு வந்தார்கள்; ஆனால் மார்க்ஸ் தத்துவஞானமே ''தலைமை அதிகாரமானது'' என்கிறார். ''தத்துவஞானத்தின் உலகத்தை அடக்குகின்ற, முற்றிலும் சுதந்திரமான இதயத்தில் ஒரு துளி

1. Ibid., p. 506.

இரத்தம் துடிக்கின்ற வரையிலும் எபிகூரசினுடைய போர் முழக்கத்தை எதிரிகளிடம் பதிலாக எடுத்துக் கூறுவதற்கு ஒருபோதும் களைப்படையாது; 'மக்களால் வணங்கப்படுகின்ற கடவுளை மறுப்பவன் அல்ல, மக்கள் கடவுளைப் பற்றி நம்புகின்றவற்றை ஆமோதிப்பவனே உண்மையில் பாவம் செய்தவன்.'[1]

அரிஸ்டாட்டிலுக்குப் பிந்திய தத்துவஞானம் கிரேக்கத் தத்துவஞானத்தின் தலைமையான சிகரமாகும். அது அடிமையுடைமை உலகத்தின் சீரழிவையும் புதிய சகாப்தத்தின் ஆரம்பத்தையும் அறிவித்தது. ஹெகலுக்குப் பிந்திய தத்துவஞானமும் அதே வரலாற்று நிலைமையில் இருந்தது. அது "பிளவடைந்த உலகத்தை" எதிரிட்டது. அதன் இசைக் கருவி "அயோலிய யாழ்"; அந்த யாழின் நரம்புகளைப் புயல் மீட்டியது. "ஆனால் ஒரு மாபெரும் தத்துவஞானத்தை, உலகத் தத்துவ ஞானத்தைப் பின்தொடர்ந்து ஏற்படுகின்ற இந்தப் புயல் மனக் குழப்பத்தைத் தோற்றுவிப்பதற்கு ஒருவர் தன்னை அனுமதிக்கக் கூடாது."[2]

"புயலைப்" பற்றிய, ஒரு புதிய "பேராற்றல் மிக்க" யுகத்தைப் பற்றிய இந்த எதிர்பார்ப்பு 1830-களின் கடைசியிலும் 1840-களின் தொடக்கத்திலும் மார்க்சின் மனோநிலையின் குறிப்பிடத்தக்க அம்சமாகும். அப்பொழுது ஜெர்மனி உறக்கத்திலிருந்து விழிக்கத் தொடங்கியிருந்தது; அதன் பொருளாதார, அரசியல் மற்றும் அறிவுத்துறை வாழ்க்கையின் புத்தாக்கம் தொடங்கியிருந்தது; அது 1848-ஆம் வருடத்தின் புரட்சிகரமான கொந்தளிப்பை முன்னறிவித்தது.

டாக்டர் பட்ட ஆராய்ச்சிக் கட்டுரையை எழுதிக் கொண்டிருந்த பொழுது மார்க்சினுடைய "புயலின் முற்பொழுதைப்" பற்றிய மனோநிலை இன்னும் மிகவும் தெளிவற்றதாக, உண்மையான அரசியலிலிருந்து மிகவும் அப்பாற்பட்டதாக இருந்தது என்பது மெய்யே. அது கருத்துமுதல்வாதத் தத்துவஞானத்தின் தெளிவில்லாத வகையினங்களில்தான் வெளிப்பட்டது. அது வெடித் திரியைப் போன்றதே. வெடிகுண்டில் இணைக்கப்பட்டிருக்கின்ற திரி மெதுவாகத்தான் எரிகிறது. ஆனால் சீக்கிரத்தில் குண்டு வெடிக்கிறது.

மார்க்ஸ் ஒரு "புயலை" முன்னறிவிக்கின்ற பொழுது "ஆசானைத் தவறாகப் புரிந்துகொண்டிருக்கின்ற" ஹெகலியவாதிகளின் கோழைத்தனமான நிலையைத் தாக்குவது

---

1. Ibid., p. 30.
2. Ibid., p. 491.

குறிப்பிடத்தக்கதாகும். "தனிமுதலான ஆன்மா வாடிக்கையாக மிதவாதத் தன்மையில் வெளியாகிறது" என்று அவர்கள் கருதினார்கள். தத்துவஞானத்துக்கும் "உலகத்துக்கும்" இடையில் உள்ள தகராறை "உண்மையான தேவைகளுடன் சமாதான ஒப்பந்தத்தின் மூலம்", "ஆயுதந்தாங்கிய சக்திகளை வெட்டுவதன் மூலம், அவற்றைப் பிரித்துவிடுவதன் மூலம்" சரிப்படுத்தி விட முடியும் என்று நினைக்கின்ற "அரை குறையான அறிவுடையவர்களின்" கருத்துக்களை அவர் குறை கூறுகிறார்.[1]

"இப்பிரித்துவிடுதல்", குறிப்பாக, தத்துவஞானம் முக்கியமான பிரச்சினைகளைக் கைவிட்டுச் சுய உணர்வு உலகத்துக்குள் பின்வாங்குவதில் வெளிப்படுகிறது; இந்த நிலைமை அரிஸ்டாட்டிலுக்குப் பிந்திய நிலைமையை முற்றிலும் ஒத்ததாகும். உதாரணமாக, மார்க்ஸ் எபிகூரிய, ஸ்டோயிக் தத்துவஞானத்தை விட்டில் பூச்சிக்கு ஒப்பிடுகிறார்; "உலக முழுமைக்கும் வெப்பமளிக்கின்ற சூரியன் மறைந்ததும் விட்டில் பூச்சி தனி மனிதர்களின் விளக்கு வெளிச்சத்தைத் தேடுகிறது."[2]

ஆனால் மார்க்ஸ் இங்கே எதிர்மறையான அம்சத்தைப் பார்ப்பதுடன் மிகவும் கவர்ச்சிகரமான அம்சத்தையும், தனிநபரிடத்தில், அவருடைய ஆன்மிக உலகத்தில், அறவியல் பிரச்சினைகளில், இதரவற்றில் அக்கறையை, அதாவது கிரேக்க மனிதாபிமானம் என்று சொல்லப்படுவதையும் பார்க்கிறார்.

இக்கண்ணோட்டத்தில் சாக்ரடீசின் ஆளுமையின் மீது அவருடைய அக்கறை சிறப்பானதாகும். தத்துவஞானத்தை அன்றாட வாழ்க்கையுடன் இணைப்பதில் வெற்றி பெற்ற, தத்துவஞானத்தை பண்டைக்கால ஏதன்சின் தெருக்களுக்கும் சதுக்கங்களுக்கும் கொண்டு வந்த அறிஞரின் "இலட்சிய ரீதியான" உருவம் இளம் மார்க்சைக் கவர்ந்தது. "கிரேக்க வாழ்க்கையுடன் கிரேக்கத் தத்துவஞானத்தின் உறவு, ஆகவே அதன் உள்ளீடான வரையறை சாக்ரடீசிடம் வெளிப்பட்ட காரணத்தால் அவர் மிகவும் முக்கியமானவராக இருக்கிறார்."[3]

இயற்கையை, அண்டவெளியைப் புரிந்து கொள்வதை நோக்கமாகக் கொண்ட அறிவில் சாக்ரடீசுக்குச் சிறிதும்

1. Ibid., pp. 491,492.
2. Ibid., p. 492.
3. Ibid., pp. 438-39.

அக்கறையில்லை. தன்னைப் பற்றி மனிதனுக்கு எதுவுமே தெரியாதென்றால் அவன் உலகத்தைப் பற்றியும் பிரபஞ்சத்தைப் பற்றியும் எப்படி அறிய முடியும்? "உன்னை அறிந்து கொள்" என்பது சாக்ரடீசின் தத்துவஞானத்தின் முதற் கோட்பாடாகும்.

மனிதன் அறிந்து கொள்ள வேண்டிய முக்கியமான விஷயங்கள் பின்வருவனவாகும்: நன்மை, தீமை என்பன யாவை? அழகு என்பது என்ன? நீதி என்பது என்ன? வாழ்க்கை, மரணம் என்பவை என்ன? காதல் என்பது என்ன? மகிழ்ச்சி என்பது என்ன?

இவை தத்துவஞான ஆராய்ச்சிக்குத் தகுதியில்லாத மிகவும் சாதாரணமான விஷயங்கள் என்று மக்கள் நினைக்கிறார்கள். இங்கேதான் சாக்ரடீஸ் தன்னுடைய கிண்டலையும் இயக்கவியலையும் கையாள்கிறார். அவர் விவாதத்தை விரும்புகின்ற எவருடனும் விவாதம் புரியத் தயாராக இருக்கிறார். மற்றவர்களிடமிருந்து அறிவொளி பெற விரும்புகின்ற அப்பாவியைப் போல நடிக்கிறார். வெகுளித்தனமான ஆனால் சாதுரியமான கேள்விகளைக் கேட்கிறார்; அவரோடு விவாதம் செய்கின்ற, சுயதிருப்தி அடைந்த நபரின் அறியாமையை, இயக்கவியல் ரீதியில் அவரால் சிந்திக்க இயலாமையை, ஒரு நபருடைய கண்ணோட்டத்தையும் சந்தர்ப்பங்களையும் பொறுத்து ஒரே நடவடிக்கை நன்மையானதாக அல்லது தீமையானதாக இருக்க முடியும் என்பதைப் புரிந்து கொள்ள இயலாமையை அவை வெளிப்படுத்துகின்றன.

சாக்ரடீசின் கிண்டல் (மார்க்சும் எங்கெல்சும் மற்றவர்களுடனும் நடத்திய விவாதங்களில் அதை அடிக்கடி உபயோகப்படுத்தினார்கள்) "செவிலித்தாயின் செயலைப்" போன்றது என்பது மார்க்சின் பொருத்தமான உதாரணமாகும்; அதன் உதவியின் மூலம் தத்துவச்சிந்தனை பிறக்கிறது, வளர்கிறது.

"எல்லாம் தெரியும் என்ற சுய திருப்தி மனப்பான்மையைக் கொண்ட" "சாதாரணமான நிதான அறிவுக்கு" சாக்ரடீசின் கிண்டல் ஒரு "இயக்கவியல் பொறியாகும்". "சாதாரண அறிவுக்குச்" சவால் விடுகின்ற அனைத்துத் தத்துவஞானத்துக்கும் இந்தக் கிண்டல் குறியடையாளம் என்பது மார்க்சின் கருத்து.[1]

---

1. Ibid., p. 494.

சாக்ரடீஸ் "தத்துவஞானத்தின் உருவகம்"- முதலாவதாக, அவரிடம் தத்துவஞானம் ஈடேற்ற மடைகிறது, **வாழ்க்கையின் புறவுருவமாக,** செய்முறையாக இருக்கிறது என்ற அர்த்தத்தில், இரண்டாவதாக, தனிமனித சுய உணர்வின் தத்துவஞானம் அது என்ற அர்த்தத்தில். இக்காரணத்துக்காக மார்க்ஸ் அதன் வரலாற்று ரீதியில் நிர்ணயிக்கப்பட்ட வரையறைகளை, அதன் அகநிலைத் தன்மையை, அது தனக்குள் திரும்புவதைக் காண்கிறார். ஆனால் தனிப்பட்ட, மனித மட்டத்தில் அறிவாளியைப் பற்றிய, முரணில்லாத, நேர்மையான தத்துவஞானியைப் பற்றிய இலட்சிய ரீதியான பிம்பத்தை இளம் மார்க்சுக்குக் கொடுத்தது சாக்ரடீசே என்பது வெளிப்படையாகும். அத்தத்துவஞானி உண்மையில் தனக்கே மரண தண்டனை விதித்துக் கொண்டார்; ஏனென்றால் அந்த முடிவு அவருடைய உள் நம்பிக்கைகளிலிருந்து தர்க்க ரீதியாக முன்னேற்றமடைந்தது.

தத்துவஞானிகள் "தாங்களே வாழ்கின்ற பிம்பங்கள், வாழ்கின்ற கலைப் படைப்புகள்"[1], தங்களால் உருவாக்கப்பட்ட அமைப்புகள் மற்றும் தத்துவங்களின் உயிர்ப்புள்ள விளக்கங்கள் என்ற மார்க்சின் கருத்து மற்றவர்களைக் காட்டிலும் சாக்ரடீசுக்கே அதிகமாகப் பொருந்தும். ஒரு தத்துவஞானியின் ஆளுமை அவருடைய போதனையிலிருந்து சிறிதும் பிரிக்கப்பட முடியாது என்று இளம் மார்க்ஸ் கருதினார்.

டாக்டர் பட்ட ஆராய்ச்சிக் கட்டுரையிலும் அதற்கென்று தயாரிக்கப்பட்ட ஆரம்பக் கட்டுரைகளிலும் மார்க்ஸ் டெமாக்கிரீடஸ், எபிகூரஸ் மற்றும் ப்ளூடார்கை எவ்விதமாக வர்ணிக்கிறார் என்பது இக்கண்ணோட்டத்தின்படி சுவாரசியமானதாகும். இத்தத்துவ ஞானிகளைப் பற்றி அவருடைய அணுகுமுறையில், அவர்களிடம் அவர் எதை விரும்புகிறார், எதை வெறுக்கிறார் என்பதில் இளம் மார்க்சின் ஆளுமையின் கூறுகள் வெளிப்படுகின்றன.

டெமாக்கிரீடஸ், எபிகூரஸ் என்ற இரண்டு தத்துவஞானிகளின் தத்துவங்களும் ஒரே படித்தானவை அல்லது அநேகமாக ஒரே படித்தானவை என்று எப்பொழுதுமே கருதப்பட்டிருக்கின்றன. இக்கருத்து சரியல்ல என்று மார்க்ஸ் எடுத்துக்காட்டுகிறார். அவர்களிருவரும் அணுவாதக் கொள்கையை உருவாக்கி ஒரே விதமாக அதை வளர்த்திருந்த போதிலும், இத்தத்துவத்தின் உண்மை, நம்பத்தக்க நிலை, கையாளுதல் ஆகியன பற்றிய ஒவ்வொன்றிலும்

1. Ibid., p. 436.

அவர்கள் எதிரும் புதிருமான நிலையில் இருக்கிறார்கள். விஞ்ஞானத்தைப் பற்றி அவர்களுடைய அணுகுமுறை கூட எதிராகவே இருந்தது.

டெமாக்கிரீடஸ் தன்னுடைய வாழ்க்கை மற்றும் தேடல்களின் கோட்பாட்டைப் பின் வருமாறு உரைத்தார்: "பாரசீகத்தின் மகுடத்தை அடைவதைக் காட்டிலும் ஒரு புதிய காரண காரியத்தைக் கண்டுபிடிப்பது எனக்கு மேலானது!"[1] அவர் எல்லாவற்றிலும் தர்க்கவியலைத் தேடுகிறார், தற்செயலான நிகழ்வு என்பதை நிராகரிக்கிறார்; ஏனென்றால் அது "முழு நிறைவான சிந்தனையுடன் பொருந்தாது". தான் திரட்டியிருக்கின்ற அறிவைப் பற்றி அவருக்கு எப்பொழுதும் அதிருப்தியே. அவர் வடிவகணிதத்தைக் கற்பதற்காக எகிப்துக்கும் பாரசீகத்திலுள்ள ஹால்டியர்களுக்குச் சென்றார். அவர் இந்தியாவுக்குச் சென்று யோகிகளிடமிருந்து அறிவைச் சேகரித்தார் என்றும் சிலர் கூறுவதுண்டு.

அவருடைய சகாப்தத்தின் கலைக்களஞ்சியப் பரப்பைக் கொண்ட அறிவு பிரபஞ்சத்தைப் பற்றி மிகவும் உருப்படியான, ஊகத் தத்துவத்தை, அணுவாதத் தத்துவத்தை உருவாக்கியது. அத்தத்துவத்தின் முக்கியமான கூறுகளைப் பிற்காலத்தில் பல நூற்றாண்டுகளாக ஏற்பட்டிருக்கும் விஞ்ஞான வளர்ச்சி நிரூபித்திருக்கிறது. எனினும் அவர் அதிருப்தியோடிருந்தார். தன்னுடைய கண்ணின் புலனுணர்வு அறிவின் கூர்மையைப் பாதிக்கக் கூடாது என்பதற்காக அவர் தன்னைக் குருடாக்கிக் கொண்டார்.

எபிகூரஸ் முற்றிலும் வேறுவிதமான மனிதர், தத்துவஞானத்தைப் பற்றி அவருடைய அணுகு முறையும் வேறு. டெமாக்கிரீடஸ் எல்லோரிடமிருந்தும் அறிவைத் திரட்ட

1. Ibid., p. 44.

கிரேக்கர்கள் மத்தியில் கலைக்களஞ்சியப் பரப்பைக் கொண்ட முதல் அறிவாளி டெமாக்கிரீடசே. அவர் அணுவாதத் தத்துவஞானத்தை நிறுவியவர்களில் ஒருவர். அணுக்கள், சூனியம் என்ற இரண்டு மூலத் தொடக்கங்கள் உள்ளன என்பது டெமாக்கிரீடசினுடைய கருத்தாகும். அறிதலுக்கான எல்லாப் பொருட்களையும் புலன்கள் கொடுத்த போதிலும் அவை பொருள்களைப் பற்றி "மங்கலான" அறிவை மட்டுமே தருகின்றன. இது வேறொரு அறிவினால், "ஒளிமிக்க", அதிக நுட்பமான அறிவினால், பகுத்தாராயும் அறிவினால் கடக்கப்படுகிறது. இந்த அறிவு அதன் ஆராய்ச்சியின் மூலம் அணுக்களையும் சூனியத்தையும் கண்டுபிடிக்கிறது.

விரும்பினாரென்றால் எபிகூரஸ் தனக்கு ஆசிரியர் இல்லாததைப் பற்றி, சுயமாகவே கற்றதைப் பற்றி, எந்த உதவியும் இல்லாமல் உண்மையை நோக்கிச் செல்கின்ற வழியை அடைந்ததைப் பற்றிப் பெருமைப்படுபவர். டெமாக்கிரீடசின் நிம்மதியற்ற மனம் அவரை உலகத்தின் எல்லாப் பகுதிகளுக்கும் துரத்தியது, அவர் வெளி நாடுகளில் எண்பது வருடங்களைக் கழித்தார், ஆனால் எபிகூரஸ் ஏதன்சிலிருந்த தன்னுடைய தோட்டத்தை விட்டு வெளியே இரண்டு அல்லது மூன்று தடவைகள்தான் போயிருக்கிறார், அதுவும் கூட நண்பர்களைச் சந்திப்பதற்காகவே. அவர் தத்துவஞானத்தில் அமைதியையும் இன்பத்தையும் அடைந்தார்; டெமாக்கிரீடசுக்கு எதிரிடையான முறையில் துல்லியமான விஞ்ஞானங்களை நிராகரித்தார். எல்லாப் பொருட்களைப் பற்றியும் முழுமையான அறிவைத் திரட்டமுடியவில்லையே என்ற வேதனையில் டெமாக்கிரீடஸ் கண்களைக் குருடாக்கிக் கொண்டார்; ஆனால் எபிகூரஸ் மரணம் நெருங்குவதை உணர்ந்தவுடன் வெந்நீரில் குளித்தார். ஒயினைக் கொண்டு வரும்படி உத்தரவிட்டார். தத்துவ ஞானத்துக்கு விசுவாசமாக இருக்கும்படி நண்பர்களைக் கேட்டுக் கொண்டார்.

நிகழ்வுகளைப் புலன்களினால் அறிய முடியும் என்பதில் எபிகூரஸ் முழு நம்பிக்கை கொண்டிருந்தார். எனவே சூரியன் மிகவும் பெரியது என்று டெமாக்கிரீடஸ் கருதிய பொழுது எபிகூரசுக்கு அது இரண்டடி அளவை அதாவது தம் பார்வைக்குத் தோன்றுகின்ற அளவைக் கொண்டதாக இருந்தது.

டெமாக்கிரீடஸ் எல்லாவற்றிலும் பார்க்க முடியும் என்று நம்பிய அவசியத்தை எபிகூரஸ் நிராகரித்தார். அவசியம் என்பது மனிதனை ஒடுக்குகின்ற தவிர்க்க முடியாத விதியாகிய ஊழ் என்று அவர் கருதினார். மனிதனுடைய எல்லா நடவடிக்கைகளையும் முன்பே நிர்ணயிக்கின்ற மதத்துடனும் கடவுள்களுடனும் அவர் அதை இணைக்கிறார். மனிதனுடைய நடத்தை அவனையே, சந்தர்ப்பத்தையே சார்ந்திருக்க வேண்டும், அவசியத்தை அல்ல.

அவசியத்தில் வாழ்க்கை நடத்துவது துரதிர்ஷ்டம், ஆனால் அத்தகைய வாழ்க்கை எவ்விதத்திலும் அவசியமல்ல என்பார் எபிகூரஸ். சுதந்திரத்துக்கான பாதைகள் எல்லாப் பக்கங்களிலும் திறந்தே இருக்கின்றன; அவை பல, சுருக்கமானவை, சுலபமானவை. ஒரு நபர் அவசியத்தை மட்டுமே "அடக்கிவிட" வேண்டும். ஒரு நபர் அங்கீகரிக்க வேண்டியது "சந்தர்ப்பம், கடவுள் அல்ல". இதற்கு

முற்றிலும் பொருத்தமான முறையில் எபிகூரஸ் தன்னுடைய அணுவாதத் தத்துவத்தில் அணுக்களின் தற்செயலான கீழ்நோக்கிச் சரிதலைக் கொண்டு வருகிறார்; இவ்விஷயத்தில் அவர் டெமாக்கிரீடசிடமிருந்து வேறுபடுகிறார்.

அணுக்கள் தற்செயலாகக் கீழ்நோக்கிச் சரிதல் நகைப்புக்குரியது என்று பலர் கருதினார்கள், அது அணுவாதத் தத்துவத்தைச் செழுமைப்படுத்திய புதுமை, அது அத்தத்துவம் வளர்ச்சியடைவதற்கு உதவியது என்று மார்க்சே முதலில் நிரூபித்தார் (அவருடைய டாக்டர் பட்ட ஆராய்ச்சிக் கட்டுரையின் நிரந்தரமான முக்கியத்துவம் இதில் அடங்கியிருக்கிறது). மார்க்ஸ் தன்னுடைய இயக்கவியல் உள்ளுணர்ச்சியின் விளைவாக இம்முடிவுக்கு வந்தார்; நவீன அணுவியல் பௌதிகம் நிச்சயமற்ற கோட்பாட்டை முன்வைத்திருப்பதன் மூலம் இதைப் பரிசோதனை முறையில் நிரூபித்திருக்கிறது என்று கூறலாம்.

நாத்திக மற்றும் பண்டைக்கால கிரேக்க அறிவொளித் தத்துவஞானமாகிய எபிகூரியத் தத்துவஞானம் வாழ்க்கையின் எளிமையான, இயற்கையான மகிழ்ச்சியில் திளைக்கின்ற சுதந்திரமான மனிதனைப் போற்றியது. போலியான தத்துவஞானிகளும் அற்பவாதிகளும் அதைத் தங்களுடைய எரிச்சலான விமர்சனத்துக்கு உட்படுத்தினார்கள்.

இந்த விமர்சகர்களின் முன்னணியில் புகழ்மிகுந்த ப்ளூடார்க் இருந்தார்; அவர் சுயதிருப்தியடைகின்ற முட்டாள்தனத்தின், தன்னை புத்திசாலி என்று நினைக்கின்ற பகட்டான கௌரவத்தின் உருவகம் என்று மார்க்ஸ் கருதினார்.

எபிகூரசின் வாதத்தின் ஒத்திசைவான, நேர்மையான, துணிவான தர்க்க முறையை அதன் முடிவுகள் மதத்தை நிராகரிப்பதற்கு இட்டுச் சென்றாலும் அதைக் கண்டு அஞ்சாத தர்க்க முறையை- ப்ளூடார்கின் கோழைத்தனமான, அரை மனதுடைய, சுதம்பவாத நிலையுடன், அவரது கடவுளுக்குப் பயப்படுகின்ற, நன்னெறி சார்ந்த பேச்சுடன், அவருடைய போலித்தனமான குழைவுடன் மார்க்ஸ் வேறுபடுத்திக் காட்டினார்.

தன்னுடைய சொந்தக் ''கடமையுணர்ச்சியில்'', ''நற்பண்புகளில்'', தன்னுடைய உடல் நலத்தைப் பற்றிய அக்கறையில், மறு உலகத்தில் "நிரந்தரமான இன்பத்தை" அடைய வேண்டும் என்ற அக்கறையில் திருப்தியடைகின்ற சாதாரணமான

அறிவின் மலிவான "தத்துவஞானத்துக்கு", தன்னுடைய சொந்த, அற்பமான "நானின்" வறுமையையும் அவமானத்தையும் நல்லொழுக்கத்தை வலியுறுத்துவதன் மூலம் மறைத்துக் கொள்கின்ற "தத்துவஞானத்துக்கு" ப்ளூடார்கின் வாதம் சிறந்த உதாரணமாகும். மார்க்சின் மனதில் ப்ளூடார்கின் உருவம் பயத்தினால் சுருங்கிய, அடிமைத்தனமாகக் கெஞ்சுகின்ற, "நல்லவர்கள் தமது வாழ்க்கையின் பலன்களை வாழ்க்கையோடு இழக்க வேண்டுவது எவ்வளவு அநீதியானது"[1] என்று போதிக்கின்ற மனிதருடன் இணைந்திருந்தது. சிந்தனைத் துறையில் "கண்ணியம்" இல்லாத அனைத்தையும் ப்ளூடார்க் மறுப்பது இயற்கையே. ப்ளூடார்கைப் படிக்கும் பொழுது புழுக்கமான "வகுப்பு அறையில்" உட்கார்ந்திருப்பதைப் போல நாம் உணர்கிறோம். எபிகூரசையும் "உலகத்தின் புத்தம்புதிய, கூருணர்ச்சி உடைய கவிமன்னனாகிய" லுக்ரெத்சியசையும் படிக்கின்ற பொழுது கவர்ச்சியான உடையணிந்திருக்கும் துணிச்சலான கழைக் கூத்தாடியைப் பார்க்கிறோம்; நாம் நம்மை மறக்கிறோம், நம்மைக் காட்டிலும் மேலே உயர்கிறோம், வெகு தூரத்துக்கு அப்பால் பார்க்கிறோம், மேலும் சுதந்திரமாக மூச்சு விடுகிறோம்.

சரி, ஒவ்வொருவரும் தனக்கு ஏற்ற நபரைத் தேர்ந்தெடுத்துக் கொள்ளட்டும். "தன்னைப் பற்றியே கவலைப்பட்டுக் கொண்டிருப்பதைக் காட்டிலும் தன்னுடைய சொந்த வளங்களைக் கொண்டு முழுமையான உலகத்தை நிர்மாணிக்க, உலகத்தைப் படைப்போனாக முன்வராத நபர் ஏற்கெனவே ஆன்மாவினால் சாபமிடப்பட்டிருக்கிறார். அவர் விலக்கி வைக்கப்பட்டிருக்கிறார்-ஆனால் அது எதிரான அர்த்தத்தில்; அவர் ஆலயத்திலிருந்து வெளியே தள்ளப்பட்டு ஆன்மாவின் நிரந்தரமான ஆனந்தத்திலிருந்து விலக்கி வைக்கப்பட்டிருக்கிறார். தன்னுடைய சொந்தமான, தனிப்பட்ட ஆனந்தத்தைப் பற்றிப் பாட்டுப் பாடியும் இரவு நேரத்தில் தன்னைப் பற்றிக் கனவு காணும்படியும் விதிக்கப் பட்டிருக்கிறார்."[2]

தத்துவஞானத்தில் ப்ளூடார்கின் ஆன்மிக வாரிசுகள் எப்பொழுதுமே அதிகமாக இருந்தார்கள். மார்க்ஸ் ப்ளூடார்குடன் செய்த வாதம் அவருடைய எல்லா ஆன்மிக வாரிசுகளோடும் வாதம் புரிவதாகவும் இருந்தது என்பது மெய்யே.

1. Ibid., p. 468.
2. Ibid., pp. 468-69.

ஜீவனுள்ள, உயிர்த்துடிப்புள்ள சிந்தனையைச் சிறைப்படுத்தி உறங்க வைப்பதற்காக நன்னெறி சார்ந்த தடைகளையும் தேசபக்த உரைகளையும் கொண்ட சிலந்தி வலையை நெய்த ப்ளூடார்க் மரபினருடைய அலங்காரமான சொற்கூளம் மார்க்சிடம் தீவிரமான எரிச்சலை ஏற்படுத்தியது. ப்ளூடார்கின் "நன்னெறி சார்ந்த விமர்சனம் மற்றும் விமர்சன நன்னெறியின்" அனைத்து வெளிப்பாடுகளையும் மார்க்ஸ் தன் பேனா முனையினால் வரலாற்றின் ஏளனத்துக்கு உள்ளாக்கினார்.

19ம் நூற்றாண்டில் குட்டி முதலாளித்துவ ஜனநாயகவாதியான கார்ல் ஹைன்ஸென் எங்கெல்சுடன் செய்த வாதத்தில் இந்த "விமர்சனத்தை" சுமார் இரண்டாயிரம் வருடங்களுக்கு முன்பு ப்ளூடார்க் எபிகூரசுடன் செய்த வாதத்தைப் போலவே தத்ரூபமாக விளக்கினார்.

ஹைன்ஸென் வடிவத்தில் "விமர்சகராக வருகின்ற அற்பவாதியை", என்னுடைய மரபு தத்துவஞானமோ அல்லது கல்வியறிவோ அல்ல, அது "வாழ்க்கையின் முழுமையே" என்று அகம்பாவத்தோடு கூறுகின்ற, "முழுநிறைவான பொது அறிவை" போதிக்கின்ற, "தன்னுடைய சொந்த நற்பண்புகளைப் பற்றித் தானே திருப்தியடைகின்ற அற்பவாதியின் உணர்வை" விளக்கிக் காட்டுகின்ற, ஒரு சில "குறைவான, சதையில்லாத" உண்மைகளை அசைக்க முடியாத வறட்டுக் கோட்பாடுகளாக மாற்றி "இத்தகைய நம்பிக்கைகளுக்கு எதிராகப் பேசுபவர்களின் 'குருட்டுத்தனம்', 'முட்டாள்தனம்' அல்லது 'போக்கிரித்தனத்தைப்' பற்றித் தன்னுடைய தார்மிக ஆவேசத்தைக் கொட்டுகின்ற"[1] அற்பவாதியை மார்க்ஸ் இரக்கமற்ற நகைச்சுவையுடனும் கிண்டலுடனும் தாக்கினார்.

ப்ளூடார்கின் ஆதரவாளர்கள் எல்லோரையும் பற்றி மார்க்சின் இந்தத் தீவிரமான, எதிர்மறையான மதிப்பீடு விஞ்ஞானத்தைப் பற்றி அவருடைய ஆக்கபூர்வமான அணுகு முறையையும் உண்மையான தத்துவஞானச் சிந்தனையின் கடமைகளையும் பாத்திரத்தையும் பற்றி அவருடைய கருத்தையும் மிகத் தெளிவாக எடுத்துக்காட்டுகிறது.

தத்துவஞானம் வறட்டுக் கோட்பாட்டுடன், நிர்ணயிக்கப் பட்ட, கெட்டிப்பட்டுவிட்ட ஆய்வுரையுடன் பொருந்தாது.

1. Marx, Engels, *Collected Works*, Vol. 6, pp. 313, 317, 321.

ஹெகலிய அமைப்பின் முடிவான, முழுமையான, தனிமுதலான மற்றும் “ஊகமான” தன்மையே மார்க்சுக்கு அதிருப்தியளித்தது. அவர் தன்னுடைய டாக்டர் பட்ட ஆராய்ச்சிக் கட்டுரையிலேயே ஹெகலியத் தத்துவஞானம் “உலகத்துடன்”, யதார்த்தத்துடன் முறித்துக் கொண்டிருப்பதைப் பற்றி மிகவும் வன்மையாக விமர்சனம் செய்தார் என்பதை நாம் ஏற்கெனவே பார்த்தோம்.

மார்க்சின் தொடக்க காலத் தத்துவஞான நிலை வெடிகுண்டுத் திரியைக் கொண்டிருந்தது. சீக்கிரத்தில் மார்க்ஸ் தத்துவஞானத்தைப் பற்றி பரந்த செயல் விளைவுடைய முடிவுகளுக்கு வந்தார்.

இயற்கை விஞ்ஞானங்கள் போதிய வளர்ச்சி அடையாமலிருந்தபடியால் துல்லியமான விஞ்ஞானங்களுக்கு மாற்றீடாக இருக்கும்படி தத்துவஞானம் நிர்ப்பந்திக்கப்பட்டது. அது உலகத்தின் சர்வாம்சத் தத்துவஞானம், விஞ்ஞானங்களின் அரசி நானே என்று கோரியது. இக்கோரிக்கை அதன் முழு அளவுக்கு ஹெகலியத் தத்துவஞானத்தில் எடுத்துரைக்கப்பட்டது. அதனால்தான் ஹெகலிய அமைப்பு பழைய கருத்தில் புரிந்து கொள்ளப்பட்ட தத்துவஞானத்தின் **பரிபூரண வடிவமாக,** அதன் மகுடமாக, ஆகவே அதன் முடிவு நிலையாகக் கருதப்பட்டது.

எளிதில் நுழைய முடியாத ஆன்ம உலகங்களில் ஆட்சி செய்கின்ற “விஞ்ஞானங்களின் அரசியான” தத்துவஞானம் பூமிக்கு வர வேண்டிய அவசியத்தைச் சந்திக்கும் என்பதை மார்க்ஸ் தன்னுடைய மாணவப் பருவத்தின் பிற்காலத்தில் கூட முழுமையாக உணர்ந்திருந்தார். ஆனால் அந்தச் சமயத்தில் அவர் இன்னும் ஒரு கம்யூனிஸ்டு அல்லது புரட்சிகரமான ஜனநாயகவாதியாகக் கூட இருக்கவில்லை, அரசியலில் தன்னுடைய நிலையை அவர் தெளிவாக வரையறுத்துக் கொள்ளவில்லை. “உலகத்தைப்” பற்றியும் தத்துவஞானத்தை “உலகத்துடன்” இணைக்கின்ற வடிவங்களைப் பற்றியும் அவருடைய கருத்துக்கள் இன்னும் சூக்குமமாகவே இருந்தது இயற்கையே.

இதற்கு மூன்று வருடங்களுக்குப் பிறகு மார்க்ஸ் **சட்டம் பற்றிய ஹெகலியத் தத்துவ ஞானத்துக்கு விமர்சனம்** முகவுரை என்ற நூலை எழுதினார். அதில் “உலகத்துடன்” தத்துவ ஞானத்தின் உறவைப் பற்றிய ஆய்வுரையை உலகத்தைப் பற்றிய புரட்சிகரக் கண்ணோட்டத்தின் அனைத்து முழுமையோடும் உறுதியோடும் அவர் வகுத்துத் தந்தார்.

புரட்சி "தத்துவஞானியின் மூளையில் ஆரம்பமாகிறது", அது முதிர்ச்சியடைகின்ற முரண்பாடுகளைப் பிரதிபலிக்கிறது என்கிறார் மார்க்ஸ். ஆனால் தத்துவ விமர்சனம் என்னும் ஆயுதம் "ஆயுதங்களின் விமர்சனத்துக்கு" மாற்றீடாக முடியாது. தத்துவம் பெருந்திரளான மக்களால் ஏற்றுக் கொள்ளப்பட்டவுடன் பொருளாயதச் சக்தியாக மாறுகிறது.[1] ஆகவே தத்துவஞானம் பொருளாயதச் சக்தியாக மாற வேண்டுமென்றால் அது புரட்சிகரமான வர்க்கத்தின், அதாவது பாட்டாளி வர்க்கத்தின் தத்துவஞானமாகச் செயலாற்ற வேண்டும்.

"தத்துவஞானம் தன்னுடைய பொருளாயத ஆயுதங்களைப் பாட்டாளி வர்க்கத்திடம் காண்பதைப் போல, பாட்டாளி வர்க்கம் தன்னுடைய **ஆன்மிக** ஆயுதங்களைத் தத்துவஞானத்தில் காண்கிறது. கூர்மதியுடையவரிடம் இந்த மண்ணில் சிந்தனையின் மின்னல் தாக்கிவிட்டால் **ஜெர்மானியர்கள் மனிதப் பிறவிகளாக** விடுதலை பெறுவது நடக்கும்."[2]

எனினும், "அன்றைக்கிருந்த" தத்துவஞானம், அதாவது ஹெகலியத் தத்துவஞானம் அகற்றப்பட வேண்டிய யதார்த்தத்தின் குறைகளைத் தன்னிடம் கொண்டிருக்கிறது. எனவே "அதை அகற்றாமல் தத்துவஞானத்தை யதார்த்தமாக்க முடியாது"[3]. முந்திய தத்துவஞானம் உண்மையில் மார்க்ஸ், எங்கெல்சினால் அகற்றப்பட்டது. இந்த "அகற்றுதல்" சாதாரணமான நிராகரிப்பாக இருக்கவில்லை. அது ஒரு புரட்சியாக இருந்தது; மூலச்சிறப்பான தத்துவஞானத்தின் மொத்த அடிப்படையிலும் முதலாவதாகவும் முதன்மையாகவும் ஹெகல் மற்றும் ஃபாயர்பாஹின் பாரம்பரியத்தைக் கொண்டும் பொருள்முதல்வாத இயக்கவியல் முறை என்ற "நிபெலுங்குகளின் வாள்" தயாரிக்கப்பட்டது. இம்முறை விஞ்ஞானக் கம்யூனிசத் தத்துவத்தில் அதன் மிகச் சிறப்பான பண்புருவத்தைப் பெற்றது. அந்த விஞ்ஞானக் கம்யூனிசம் பாட்டாளி வர்க்கத்தின் "உண்மையான போர் முழக்கமாக", மனிதகுலத்தை விடுவிப்பதற்கும் மனிதனுக்குத் தகுதியான சமூகத்தை நிர்மாணிப்பதற்கும் அது நடத்தும் போராட்டத்தில் வலிமையான ஆயுதமாக இருக்கிறது.

மார்க்சின் முன்னறிவிப்புக்கு முற்றிலும் பொருத்தமான முறையில் இருபதாம் நூற்றாண்டுப் பாட்டாளி வர்க்கம்

---

1. Marx, Engels, *Collected Works*, Vol. 3, p. 182.
2. Ibid., p. 187.
3. Ibid., p. 181.

ஒடுக்கப்பட்டிருக்கின்ற, நலிவுற்ற வர்க்கம் என்ற அதன் நிலையை அகற்றிக் கொண்டிருக்கிறது, மார்க்சியத் தத்துவஞானத்தை எதார்த்தமாக மாற்றிக் கொண்டிருக்கிறது.

. . . . . .

நாம் இளம் மார்க்சுக்குத் திரும்பி பெர்லின் பல்கலைக்கழகத்தில் பட்டம் பெறுகின்ற வரை அவருடைய ஆன்மிக வளர்ச்சியைச் சுருக்கமாகக் கூறுவோம்.

டாக்டர் பட்டத்துக்காக மார்க்ஸ் எழுதிய ஆய்வுக் கட்டுரை அவருடைய நாத்திகவாதத்தை நிரூபிக்கிறது. முரணற்ற நாத்திகவாதம் கருத்துமுதல்வாதத்துடன் பொருந்தாது என்பது நமக்குத் தெரிந்ததே. அது தவிர்க்க முடியாத வகையில் பொருள்முதல்வாதத்துக்கு இட்டுச் செல்கிறது. மார்க்ஸ் தனது ஆய்வுக் கட்டுரையில் இன்னும் கருத்துமுதல்வாதத் தத்துவஞானப் பாரம் பரியத்துடன் முறித்துக் கொள்ளவில்லை. ஆனால் அவர் ஏற்கெனவே பண்டைக்கால கிரேக்கத் தத்துவஞானத்தின் பொருள்முதல்வாதத்தையும் அறிவியக்க மனிதாபிமானத்தையும் நோக்கித் தன்னுடைய கவனத்தைத் திருப்பிவிட்டார்.

மார்க்ஸ் தன்னுடைய ஆய்வுக் கட்டுரையைப் பிரசுரிக்கின்ற உத்தேசத்தைக் கொண்டிருந்தார். எனவே அன்றைய தணிக்கை முறையின் விளைவாக அவர் பல பிரச்சினைகளைப் பற்றி முற்றிலும் திறந்த மனத்துடன் தன் கருத்துக்களை எழுத முடியவில்லை என்பதை நினைவிலிறுத்த வேண்டும்.

மார்க்சின் ஆன்மிக வளர்ச்சி இளம் ஹெகலியவாதிகளை விஞ்சிவிட்டது. அவர் ஒரு இளம் அறிஞர், ஒரு ஆராய்ச்சி நூலைக் கூட இன்னும் வெளியிடாதவர்; எனினும் அவருடைய அறிவின் சிறப்பை இளம் ஹெகலியவாத இயக்கத்தின் மிகவும் தலைசிறந்த அறிவாளிகள் கூட அங்கீகரித்தார்கள்.

பிற்காலத்தில் "உண்மையான சோஷலிஸ்ட்" இயக்கத்திலிருந்த மோஸஸ் ஹேஸின் கருத்து இங்கே குறிப்பிடத்தக்க அக்கறையைக் கொண்டிருக்கிறது. 1841ம் வருடத்திலேயே மோஸஸ் ஹேஸ் கட்டுரையாளராகவும் தத்துவஞானியாகவும் பிரபலமடைந்திருந்தார். அக்காலத்திலேயே அவர் ஹெகலியத் தத்துவஞானத்தைப் பிரெஞ்சு சோஷலிசத்துடன் இணைப்பதற்கு முற்றிலும் ஒத்திசைவாக இல்லாத, ஆனால் முற்றிலும் உறுதியான முயற்சியைச் செய்திருந்தார்.

இயேசுநாதரின் வருகையைப் போல கம்யூனிஸ்ட் புரட்சி வரப் போகிறது என்று தெளிவில்லாத, அரை மாயாவாத முறையில் பிரகடனம் செய்திருந்தார். எனினும் மோஸஸ் ஹேஸ் சமீபத்தில் பட்டம் பெற்றிருந்த கார்ல் மார்க்ஸ் தத்துவஞான வளர்ச்சியில் தன்னைக் காட்டிலும் மிகவும் உயர்ந்தவர் என்று கருதினார், மார்க்சுக்கு மகத்தான எதிர்காலம் காத்திருக்கிறது என்று மதிநுட்பத்துடன் ஆரூடம் கூறினார்.

மோஸஸ் -ஹேஸ் தன்னுடைய நண்பர் ஆவுயெர்பாஹூக்கு 1841 செப்டெம்பர் 2ந் தேதியன்று எழுதிய கடிதத்தில் பின்வருமாறு எழுதினார்; "நம்முடைய நண்பர்கள் குழுவைச் சேர்ந்த ஒருவருடன் பழகுவது உங்களுக்கு மகிழ்ச்சியைக் கொடுக்கும். அவர் பானில் வசிக்கிறார். சீக்கிரத்தில் அங்கேயே ஆசிரியராகப் போகிறார்.... இது ஒரு அசாதாரணமான நிகழ்வு என்பேன்; நானும் அதே துறையில்தான் ஈடுபட்டிருக்கிறேன் என்றபோதிலும் அவர் என்னிடம் மாபெரும் தாக்கத்தை ஏற்படுத்தினார். சுருக்கமாகச் சொல்வதென்றால் மிகச் சிறந்த, ஒருவேளை தற்பொழுது வாழ்கின்ற தத்துவஞானிகளில் ஓரே ஒரு மெய்யான தத்துவ ஞானியைத் தெரிந்து கொள்வதற்கு நீங்கள் தயாராக இருக்க வேண்டும். சீக்கிரத்தில் அவர் பொது அரங்கத்தில் (புத்தகத்தின் மூலம் அல்லது மேடைச் சொற்பொழிவின் மூலம்) தோன்றும் பொழுது ஜெர்மனியின் கவனம் முழுவதையும் தன்னிடத்தில் திருப்பப் போகிறார். அவர் தன்னுடைய தத்துவஞானப் போக்கு, கல்வி இரண்டிலுமே ஷ்டிராவுசை மட்டுமின்றி ஃபாயர்பாஹையும் விட உயர்ந்தவராக இருக்கிறார் இரண்டாவது எவ்வளவு முக்கியமானது என்பது உங்களுக்கே தெரியும்! அவர் தர்க்க வியலைப் பற்றிச் சொற்பொழிவாற்றுகின்ற பொழுது நான் பானில் இருக்க முடியுமானால் அவர் சொற்பொழிவை மிகவும் கவனமாகக் கேட்பேன். அப்படிப்பட்ட ஒரு நபர் என் தத்துவஞான ஆசிரியராக இருக்க வேண்டுமென்று நான் எப்பொழுதுமே விரும்பியிருக்கிறேன். மெய்யான தத்துவஞானத் துறையில் நான் எவ்வளவு சிறுதிறமாகச் செயலாற்றினேன் என்பதை இப்பொழுது உணர்கிறேன்! பொறுமை! நான் இனியும் எதையேனும் கற்றுக் கொள்ள முடியும்!

நான் போற்றுகின்ற மனிதர் டாக்டர் மார்க்ஸ் என்ற பெயருடையவர்; அவர் மிகவும் இளைஞராகவே இன்னும் இருக்கிறார் (அதிகமாகப் போனால் இருபத்துநான்கு வயதே இருக்கும்); மத்திய கால தத்துவஞானத்துக்கும் அரசியலுக்கும் அவர் இறுதியான அடியைக் கொடுப்பார்; அவர் மிகக் கூர்மையான நகைச்

சுவையை மிகவும் ஆழமான தத்துவஞானச் செறிவுடன் இணைக்கிறார்; ரூஸோ, வொல்தேர், ஹோல்பாஹ், லேஸ்ஸிங், ஹேய்னெ, ஹெகல் ஆகியோர் ஒரே நபராக இணைந்திருப்பதை- **இணைந்திருப்பது** என்று நான் கூறினேன், கலந்திருப்பதாகச் சொல்லவில்லை-கற்பனை செய்யுங்கள். அவர்தான் டாக்டர் மார்க்ஸ்."[1]

ஒருவேளை இன்று நமக்குக் கிடைத்திராத இளம் மார்க்சின் எழுத்துக்களை ஹேஸ் படித்திருக்கலாம் அல்லது மார்க்சுடன் நடத்திய உரையாடல்களின் அடிப்படையில் அவர் இந்த முடிவுக்கு வந்திருக்கலாம். ஆனால் அவருடைய முன்னறிவிப்பு குறிப்பிடத்தக்க அளவுக்குத் துல்லியமாக இருந்தது. மார்க்ஸ் புரட்சிகரமான உலகக் கண்ணோட்டத்தைப் படைப்பதற்காகத் தன்னை உள்முகமாகத் தயாரித்துக் கொண்டிருந்தார். தத்துவச் சிந்தனையின் மேதாவிலாசம் அவரிடம் வேகமாக வளர்ச்சியடைந்து வெளிப்பட்டுக் கொண்டிருந்தது.

---

1. Marx / Engels, Gesamtausgabe, Bd. I. Halbband. 2, S. 260-61.

6

"யதார்த்தத்தை இரக்கமற்ற முறையில் விமர்சனம் செய்தல்"

மக்கள் தங்களைப் பற்றியே பயம்
அடையும்படி கற்பித்தால்தான்
அவர்களுக்குத் துணிவு ஏற்படும்.

கார்ல் மார்க்ஸ்[1]

நீண்ட கால உழைப்புக்குப் பிறகு தத்துவ ஞானத்தில் டாக்டர் பட்டத்தைப் பெற்ற மார்க்ஸ் 1841ம் வருடத்தின் வசந்தகாலத்தில் சொந்த ஊரான டிரியருக்குச் சென்றார்; புரூனோபௌவர் அவரை பானுக்கு வரும்படி பல மாதங்களாக அழைத்துக் கொண்டிருந்த காரணத்தால் டிரியரிலிருந்து அங்கே சென்றார்.

டிரியரில் மார்க்சுக்கும் அவருடைய உறவினர்கள் மற்றும் தாயாருக்கும் இடையில் பிணக்கு ஏற்பட்டது. மார்க்சின் தயார் மகன் உதவாக்கரை என்று கூறித் தகப்பனாருடைய சொத்தில் அவருடைய பங்கைக் கொடுப்பதற்கு மறுத்தாள். மார்க்சின் தாயாருக்கும் வெஸ்ட்ஃபாலன் குடும்பத்துக்கும் இடையில் கருத்து வேறுபாடுகள் ஏற்பட்டன. இதன் விளைவாக ஜென்னி மிகவும் துன்பமடைந்தாள். குடும்பம் நடத்துவதற்குத் தனக்கு வருமானம் இல்லாதபடியால் ஜென்னியைத் திருமணம் செய்து கொள்ள முடியாமற் போகலாம் என்ற நிலை மார்க்சுக்கு வேதனையைக் கொடுத்தது.

இந்த சோக நிலைமை மார்க்சின் திருமணம் நடைபெறுகின்ற வரை நீடித்தது என்ற போதிலும் அவரிடம் பலம், உணர்ச்சி, உற்சாகம் முழு அளவில் இருந்தன. தன்னுடைய திறமைகளையும் அறிவையும் தகுந்த முறையில் பயன்படுத்த வேண்டும் என்ற கருத்து அவருடைய

1. Marx, Engels, *Collected Works*, Vol. 3, p. 178.

இதயத்தில் சுடர்விட்டெரிந்தது; அவர் அரசியல் வாழ்க்கையில் தீவிரமாகப் பங்கெடுக்க விரும்பினார்.

மார்க்சுக்கு இருபத்து மூன்று வயதாகி விட்டது. ஆனால் கௌரவமிக்க தத்துவஞான டாக்டர் பட்டம் குதூகலமான இந்த இளைஞனிடத்தில் எவ்விதமான "கௌரவத்தையும்" கூடுதலாக ஏற்படுத்தியதாகத் தோன்றவில்லை. அவர் எப்பொழுதும் போலவே குறும்புச் செயல்களில் ஈடுபட்டிருந்தார். வாழ்க்கையின் ஏற்ற இறக்கங்களைக் கண்டு சிரிப்பதற்குத் தயாராக இருந்தார்.

மார்க்ஸ் முன்பிருந்ததைப் போலவே குதூகலமான கூட்டங்களின் இதய ஒலியாக இருந்தார். அவரிடம் ஒருவர் இதயந் திறந்து பேசலாம். உற்சாகமாகச் சிரிக்கலாம். ஆனால் அவருடைய குத்தலான கிண்டலும் "இரக்கமில்லாதபடி கொட்டும்", அது எப்பொழுதுமே புண்படுத்தக் கூடியது அல்ல என்று சொல்ல முடியாது. ஆனால் ஒழுக்கக் குறைவு, அடிமைத்தனம், கீழ்மை சிறிதளவே காணப்பட்டாலும் அவருடைய நகைச்சுவை இரக்கமற்றதாக மாறிவிடும். அப்பொழுது அவருடைய "மிகச் சிறந்த நண்பர் கூடத்" தப்ப முடியாது.

மார்க்ஸ் சுயேச்சையான நடவடிக்கைக்குப் பல திட்டங்களைத் தயாரித்தார். 1841ம் வருடத்தின் வசந்தகாலத்தின் போது புரூனோபௌவருடன் சேர்ந்து Archiv des Atheismus ("நாத்திக சஞ்சிகை") என்ற தீவிரவாத இதழை நடத்துகின்ற எண்ணம் அவரிடம் ஏற்பட்டது. மிதவாத முதலாளி வர்க்கத்தின் தலைவர்களில் ஒருவரான அர்னோல்டு ரூகே அப்பொழுது Deutsch-Jahrbucher ("ஜெர்மன் வருடாந்தர சஞ்சிகை") என்ற இதழை நடத்தி வந்தார். அவர் இதைப் பற்றி 1841 செப்டெம்பரில் பின்வருமாறு எழுதினார்: "இப்பொழுது எனக்கு மோசமான நேரம். ஏனென்றால் பு.பௌவர், கார்ல் மார்க்ஸ், கிறிஸ்டியன்ஸென், ஃபாயர்பாஹ் ஆகியோர் அஞ்சாநெஞ்சத்தைப் பிரகடனம் செய்யப் போகிறார்கள் அல்லது அவர்கள் ஏற்கெனவே பிரகடனம் செய்து விட்டார்கள். நாத்திகவாதம் மற்றும் ஆன்மாவின் அழிவு என்ற கொடியை ஏற்றிவிட்டார்கள்; கடவுள், மதம், அமரத்துவம் ஆகியவை கீழே இறக்கப்படும். மக்களே கடவுள்கள் என்ற பிரகடனம் செய்யப்படும். நாத்திகவாத இதழ் வெளிவரப் போகிறது, போலீசார் இதை இப்படியே அனுமதித்தால் கொந்தளிப்பு ஏற்படும். ஆனால் அதைத் தவிர்க்க முடியாது.[1]

---

1. A. Corny. *Karl Marx and Friedrich Engels, Leben and Werk,* Bd. I. S. 245.

இந்தத் திட்டம் நிறைவேறவில்லை. பானில் பேராசிரியர் பதவியைப் பெறுவதென்ற மார்க்சின் நம்பிக்கைகளும் உடைந்தன. ஏனென்றால் பிற்போக்குவாத விமர்சனத் தாக்கத்தின் விளைவாக புரூனோ பௌவர் தன்னுடைய ஆசிரியர் பதவியிலிருந்து நீக்கப்பட்டார். அங்கே மார்க்சுக்கு வேலை கிடைப்பது கடினம் என்பது தெளிவாயிற்று.

இவை அனைத்தைப் பற்றியும் மார்க்ஸ் அதிகம் கவலைப்பட்டதாகத் தெரியவில்லை. உலகத்தோடு தொடர்பில்லாத ஆசிரியரின் பரபரப்பில்லாத வாழ்க்கை அவரைக் கவரவில்லை. அவர் ஃபாயர்பாஹின் "மானிடவியல்" பொருள்முதல்வாதத்தைச் சிறிது காலம் தீவிரமாக ஆதரித்தார். எனினும் ஃபாயர் பாஹ் தன் மனைவியுடன் கிராமத்துக்குச் சென்று, உலகத்திலிருந்து ஒதுங்கி, புரூக்பெர்க் கோட்டையின் கனமான சுவர்களுக்குப் பின்னால் இயற்கையைப் பற்றி அமைதியான தியானத்திலும் உணர்ச்சிமிக்க தத்துவஞான சிந்தனையிலும் ஈடுபட்ட உதாரணம் மார்க்சிடம் எழுச்சியேற்படுத்தவில்லை.

நடைமுறையில் தத்துவஞானம் மற்றும் யதார்த்தத்தின் ஒற்றுமையை ஊக்குவிக்கின்ற செயலில் ஈடுபட வேண்டுமென்று மார்க்ஸ் துடித்தார். தத்துவ ரீதியான ஆராய்ச்சிகளை "வாழ்க்கை ஈடுபாட்டுடன்" இணைக்க வேண்டுமென்ற இத்துடிப்பு எந்த வேலையைத் தேர்ந்தெடுக்கலாம் என்ற உயர்நிலைப் பள்ளிக் கட்டுரையிலேயே பிரதிபலிக்கப்படுகிறது, பல்கலைக் கழகத்தில் படித்த வருடங்களின் போது அது பலமடைந்தது.

மார்க்சின் அரசியல் போக்குகளின் வளர்ச்சியும் இன்றைக்கிருக்கும் சமூக யதார்த்தம் அநீதியானது, அருவருப்பானது, அதைப் புரட்சிகரமாக மாற்றுவது அவசியம் என்று அவரிடம் வளர்ச்சியுற்று ஆழமடைந்து கொண்டிருந்த கருத்துக்களும் அதற்கு உதவி செய்தன.

பல்கலைக்கழகத்தில் படித்துக் கொண்டிருந்த பொழுது மார்க்ஸ் அரசியலிலிருந்து ஒதுங்கியிருந்தார். "கலப்பற்ற" தத்துவத்தில் முற்றிலும் மூழ்கியிருந்தார், பல்கலைக்கழகத்திலிருந்து பட்டம் பெற்றுக் கொண்டு வெளியே வந்த பிறகுதான் அவர் திடீரென்று அரசியல் பிரச்சினைகளில் ஈடுபட்டார் என்று கருதுவது வழக்கம். இது உண்மையல்ல. 1837இல் அவர் எழுதிய பல கவிதைகள் அற்பவாத உலகத்துடன் அவர் தீர்மானமாக முறித்துக் கொண்டதைப்

பிரதிபலித்தன என்பதை நாம் முன்னரே பார்த்தோம். மேலும் இதே சமயத்தில் எட்வார்டு கான்ஸ் என்பவர் சான்-சிமோனுடைய கருத்துக்களைப் பகிரங்கமான முறையில் பரப்பியதோடு உழைப்பை விடுவிக்க வேண்டும் என்று அறைகூவினார். மார்க்ஸ் அவருடைய சொற்பொழிவுகளில் தவறாமல் கலந்து கொண்டு கவனத்தோடு கேட்டார். சீக்கிரத்தில் மார்க்ஸ் அவருடன் நெருங்கிப் பழகினார். மேலும் 1837இல் மார்க்ஸ் டாக்டர் அடோல்ப் ருட்டென்பர்கைத் தன்னுடைய மிகவும் நெருக்கமான நண்பர் என்று குறிப்பிட்டார். அவர் "இளைஞர்கள் சங்கத்தின்" உறுப்பினர் என்பதால் ஒரு தடவை கைது செய்யப்பட்டவர். "தவறான நோக்கங்களைக் கொண்ட கட்டுரைகளை" எழுதிய காரணத்துக்காகப் போலீசின் கண்காணிப்புக்கு ஆளாகியிருந்தார்.

புரூனோ பௌவர் வரலாற்றுப் போக்கின் மீது தாக்கம் செலுத்தக் கூடிய "நடவடிக்கைத் தத்துவஞானத்தை" விரித்துரைக்கின்ற முயற்சியில் ஈடுபட்டிருந்தார்; அதன் காரணமாகவே மார்க்ஸ் அவருடனும் நெருங்கிப் பழகினார். மதத்தைப் பற்றி பௌவர் மற்றும் ஃபாயர் பாஹ் செய்து கொண்டிருந்த விமர்சனமே அந்தச் சமயத்துக்குச் சாத்தியமான ஒரே அரசியல் விமர்சனம் என்று மார்க்ஸ் கண்டார்.

ஆனால் பௌவர் எந்தத் தத்துவ விமர்சனத்தைப் பற்றித் திருப்தி அடைந்தாரோ அது போதுமானதல்ல என்று மார்க்ஸ் தன்னுடைய மாணவ வருடங்களின் இறுதியிலேயே கருதினார். பௌவர் 1841 மார்ச் 31ந் தேதியன்று மார்க்சுக்கு எழுதிய கடிதத்தில் காணப்படுகின்ற சுவாரசியமான சொற்றொடருக்கு இக்கருத்து வேறுபாடு காரணமாக இருக்கலாம்; "செய்முறையான தொழிலில் நீங்கள் ஈடுபடுவது பைத்தியக்காரத்தனமாகும். இப்பொழுது தத்துவம்தான் மிகவும் வன்மையான செய்முறை; அது எவ்வளவு விரிவான அர்த்தத்தில் செய்முறைத் தன்மையை அடையும் என்பதை நாம் முன்னறிந்து கூற இயலாது."[1]

இதற்கிடையில் ஜெர்மனியில் வரலாற்று நிகழ்ச்சிகள் வேகமாக வளர்ச்சியடைந்து கொண்டிருந்தபடியால் தத்துவத்திலும் வாழ்க்கையிலும் அரசியல் பிரச்சினைகள் முன்னணிக்கு வரத்தொடங்கியிருந்தன.

1. Marx / Engels, *Gesamtausgabe,* Bd. I. Halbband 2. S. 250.

1840ம் வருடத்தின் கோடைக்காலத்தில் ஒரு புதிய அரசர், நான்காவது பிரெடெரிக் வில்ஹெல்ம் அரியணையில் அமர்ந்தார். அவர் மிதவாதச் சீர்திருத்தங்களைச் செய்வார். அரசியலமைப்புச் சட்டத்தைக் கொடுப்பார் என்று எல்லோருமே எதிர்பார்த்தார்கள். அவர் அழகான சொற்களையும் பரந்தகன்ற சைகைகளையும் நேசிப்பவர், எனவே சுதந்திரம் கிடைக்கும் என்ற வீண் நம்பிக்கைகளை ஊக்குவித்தார். ஆனால் உண்மையில் அவர் "பிற்போக்குத்தனமான புத்தார்வவாதக்" கொள்கையைப் பின் பற்றினார்; முடியரசு மற்றும் கிறிஸ்துவத் திருச்சபையின் சக்தியைப் பலப்படுத்துவதில் மட்டுமே அக்கறை காட்டினார்.

மார்க்ஸ்-பிற்காலத்தில் அவரே எழுதியதைப் போல-இந்தப் புதிய அரசருடைய "மதிப்பையும் பாத்திரத்தையும்" உடனடியாகக் கண்டார்: இந்த "அற்பவாதிகளின் அரசர்" முடிசூட்டு விழாவில் "தன்னுடைய இதயமும் மனமும் எதிர்கால முக்கியமான அரசுச் சட்டமாக இருக்கும் என்று அறிவித்தார்."[1] அவர் பிரஷ்யாவைத் தன்னுடைய "இராஜ்யம்" என்றும் ஜெர்மன் மக்கள் இன்னும் வயதுக்கு வராத குழந்தைகள், பிர்ச் பிரம்பினாலும் இஞ்சிரொட்டியினாலும் பாடம் கற்பிக்கப்பட வேண்டியவர்கள் என்றும் கூறினார்.

பிர்ச் "பிரம்பு" பிரதானமாக, மதத்துக்கு எதிராகப் போராடுவதற்குத் துணிந்த இளம் ஹெகலியவாதிகளுக்கு எதிராகவே உபயோகிக்கப்பட்டது. பிரபலமான இளம் ஹெகலிய வாதிகள் பல்கலைக்கழகப் பதவிகளிலிருந்து நீக்கப்பட்டார்கள். ஹெகலியவாதத்தைத் தத்துவ ரீதியாக மறுப்பதற்காக வயோதிகரும் பாதி முதுமைத் தளர்ச்சியடைந்த கருத்துமுதல்வாதத் தத்துவஞானியுமான ஷேல்லிங் பெர்லினுக்கு வரவழைக்கப்பட்டார்.

பிரமைகள் எவ்வளவு வேகமாகத் தோன்றினவோ அவ்வளவு வேகமாக மறைந்தன. பிரஷ்ய அரசிடம் நிதானமான எதிர்ப்பைக் காட்டிய இளம் ஹெகலியவாதிகள் முடியாட்சி இடதுசாரித் திசையில் நகரும் என்ற எல்லா நம்பிக்கைகளையும் இழந்துவிட்டபடியால் தாங்களே இடதுசாரித் திசையில் வேகமாக முன்னேறத் தொடங்கினார்கள்.

நாட்டில் மிதவாத ஜனநாயக இயக்கம் பலமடைந்தது; மக்களின் அரசியல் உணர்வில் விழிப்பேற்பட்டது. ஜெர்மனியில்

---

1. Marx, Engels, *Collected Works*, Vol. 3, p. 139.

தொழில் துறை வளர்ச்சியடைந்து தேசிய முதலாளி வர்க்கம் பலமடைந்த பொழுது முடியாட்சியின் நிலப்பிரபுத்துவ விருப்பார்வங்கள் மென்மேலும் காலங்கடந்தவையாக மாறின.

இந்தச் சமயத்தில் மார்க்ஸ் ஒரு புதிய நடவடிக்கைக்குத் தன்னைத் தயாரித்துக் கொண்டிருந்தார். "முற்றிலும் வித்தியாசமான தன்மையைக் கொண்ட அரசியல், தத்துவஞானப் பணிகளின்"[1] காரணமாகப் பண்டைக்கால கிரேக்கத் தத்துவஞான ஆராய்ச்சித் துறையில் என்னுடைய முந்திய திட்டங்களை நிறைவேற்ற முடியவில்லை என்று 1841ம் வருடத்தின் முடிவில் அவர் எழுதினார்.

அவர் குறிப்பிட்ட பணிகள் எவை? முதலாவதாகவும் முதன்மையாகவும் மார்க்ஸ் மதத்துடன் கணக்குத் தீர்த்துக் கொள்ள விரும்பினார், அவர் கிறிஸ்துவ மதக் கலையைப் பற்றி ஒரு ஆராய்ச்சிக் கட்டுரையை எழுதிக் கொண்டிருந்தார். ஆனால் அவர் இந்தச் சமயத்தில் அரசு அமைப்பைப் பற்றிய ஹெகலியவாதக் கருத்தை விமர்சித்து எழுதிக் கொண்டிருந்த நூலில்தான் அவருடைய அரசியல் விருப்பார்வங்கள் இன்னும் திட்டவட்டமாக வெளிப்பட்டன.

ஹெகலுக்கு-அவரைப் போலவே இளம் ஹெகலியவாதிகளுக்கும்-அரசியலமைப்புச் சட்ட முடியாட்சியே இலட்சியமாக இருந்தது; ஆனால் மார்க்ஸ் இந்தக் "கலப்படப் பொருளின்" மீது யுத்தப் பிரகடனம் செய்தார். "அது முதலிலிருந்து முடிவுவரை தன்னை மறுத்துக் கொண்டு அழித்துக் கொள்கிறது"[2] என்று அவர் எழுதினார்.

1842 மார்ச் மாதத்தின் தொடக்கத்தில் கூறப்பட்ட இக்கருத்து மார்க்சினுடைய அரசியல் தீவிரவாதத்துக்குச் சான்றாக இருக்கிறது. அன்றைய முடியாட்சி அமைப்பை மிதவாதத் தன்மை உடையதாக்குவது தீர்வாகாது, அதை ஒழிப்பதுதான் தீர்வு என்று அவர் கருதினார். அவர் ராஜியப் பிரமுகர்களைப் பற்றி அதிகமான வெறுப்போடு "அதிகமான நம்பிக்கை கொண்ட போக்கிரிகள்", "அனுபவமுள்ள பகட்டர்கள்", "மக்களை விலங்குகளின் தரத்துக்கு இழிவு படுத்துவதே"[3] அவர்களுடைய அரசாங்கக் கொள்கை என்று எழுதினார்.

மார்க்ஸ் பத்திரிகைச் சுதந்திரத்தைப் பற்றி எழுதிய கட்டுரைகளில் பிரஷ்ய முடியாட்சியுடன் பகிரங்கமான முதல்

---

1. Marx / Engels, *Gesamtausgabe*, Bd. I. Halbband 1. S. 34.
2. Marx, Engels, *Collected Works*, Vol. I, pp. 382-83.
3. Ibid., p. 384.

சண்டையில் ஈடுபட்டார் (சமீபத்தில் வெளியான பிரஷ்யத் தணிக்கை உத்தரவைப் பற்றிய விமர்சனக் குறிப்புகள் மற்றும் பத்திரிகைச் சுதந்திரத்தைப் பற்றி விவாதங்கள்). பத்திரிகை சுதந்திரம் பொதுவான அரசியல் சுதந்திரங்களின் குறியீடாக இருப்பதால், "பத்திரிகைச் சுதந்திரம் இல்லாமலிருப்பது மற்ற அனைத்துச் சுதந்திரங்களையும் கற்பனை ஆக்கிவிடுவதால்"[1] இந்தப் பிரச்சினை மார்க்சின் கவனத்தை ஈர்த்தது.

1841ம் வருடத்தின் இறுதியில் ஒரு புதிய தணிக்கை உத்தரவு வெளியிடப்பட்டது. அரசருடைய கொள்கைகள் முற்போக்கானவை என்று சொல்லப்பட்டன, ஆனால் அவை உண்மையில் பிற்போக்குத் தனமாக இருந்தன. அக்கொள்கைகளின் போலித் தன்மையின் நிலையான உருவமாக இந்த ஆவணம் இருந்தது.

இந்த உத்தரவு வெளியான பொழுது முதலாளி வர்க்க மிதவாதிகளின் முகாம் உற்சாகத்தில் மூழ்கியிருந்த பொழுது மார்க்ஸ் சொல்லலங்காரம் என்ற போர்வையை அகற்றி "தெய்விக உரிமையைக் கொண்ட அரசர்" வழங்கியிருக்கும் சுதந்திரங்களின் வறுமையை இரக்கமின்றி எடுத்துக்காட்டினார்.

முதலாளித்துவ யதார்த்தத்தைப் பற்றித் தன்னுடைய விமர்சனத்தின் கோட்பாடுகளை மார்க்ஸ் பின்வருமாறு வகுத்தளித்தார்: "இன்றைக்கிருக்கும் எல்லாவற்றையும் பற்றிய இரக்கமற்ற விமர்சனத்தை நான் குறிப்பிடுகிறேன்- அடையப்படுகின்ற முடிவுகளைப் பற்றி அச்சமில்லாதிருப்பது, ஆட்சியிலிருப்பவர்களுடன் சண்டையிட்டுக் கொள்வதைப் பற்றியும் அதைப் போலவே சிறிதும் அச்சமடையாதிருத்தல் ஆகிய இரண்டு அர்த்தங்களிலுமே இரக்கமில்லாதிருத்தல்."[2]

மார்க்ஸ் எழுதிய இந்த வாக்கியங்கள் அரசியல் ரீதியாக மட்டுமில்லாமல் தார்மிக ரீதியிலும் அவரை எடுத்துக்காட்டுகின்றன. இளம் மார்க்ஸ் தன்னுடைய ஆராய்ச்சியில், விஞ்ஞான படைப்பு வேலையில் பின்பற்றிய அளவுகோள்களை நாம் புரிந்து கொள்வதற்கு அவை உதவுகின்றன.

உண்மையை ஆழமாகவும் முரணின்றியும் வெளிப்படுத்த. விஷயங்களின் தர்க்கத்தைத் துணிவாகவும் விடாப்பிடியாகவும்

---

1. Ibid., p. 180.
2. Marx, Engels, *Collected Works*, Vol. 3, p. 142.

பின்பற்ற, “ஒவ்வொரு பொருளைப் பற்றியும் அதன் சாராம்சத் தன்மைக்கு ஏற்ப எதிர்ச்செயலாற்றுகின்ற சிந்தனையின் சர்வாம்சமான தாராளத் தன்மையைத்”[1] தேட மார்க்ஸ் பாடுபட்டுக் கொண்டிருந்தார். ஒரு ஆராய்ச்சியாளர் அந்நியச் சிந்தனைகள் தன்னை உண்மையிலிருந்து திருப்ப அனுமதிக்கக் கூடாது. “வலது அல்லது இடது பக்கம் பார்க்காமல் நேரடியாக உண்மையைத் தேடுவது ஆராய்ச்சியாளரின் முதல் கடமை அல்லவா? குறிப்பிட்ட வடிவத்தில் அதை எடுத்துக் கூறுவதை நான் மறக்கக் கூடாது என்பதில்லாவிட்டால் பொருளின் சாராம்சத்தை மறக்காதிருப்பேனா?”[2]

விஞ்ஞான ஆராய்ச்சியில் விளைவு மட்டும் முக்கியமல்ல, அதற்கு இட்டுச் செல்கின்ற பாதையும் முக்கியமானதே. இங்கே ஆராய்ச்சியாளரின் மனோபாவமும் கணக்கிலெடுத்துக் கொள்ளப்படுகிறது: ஒரு குறிக்கோளை அடைவதற்குத் தவறான வழிகளைக் கையாள வேண்டியிருந்தால் அது நியாயமான குறிக்கோளல்ல. விஞ்ஞானத்தில் கோழைத்தனம். அரை மனத்துடன் செயலாற்றல் விஞ்ஞானத்துக்கு துரோகம் செய்வதாகும்.

பத்திரிகைச் சுதந்திரத்தைப் பற்றிய விவாதங்களுக்கு அர்ப்பணிக்கப்பட்ட கட்டுரையில் மார்க்ஸ் இந்தக் கருத்தை இன்னும் திட்டவட்டமான வடிவத்தில் எழுதுகிறார்.

பொதுவாக எழுத்துப் பணியைப் போலவே விஞ்ஞானமும் ஒரு “தொழில்” அல்ல. அது ஒரு தொழிலின் நிலைக்குத் தாழ்ந்து விடக்கூடாது. “எழுத்தாளன் வாழ்க்கை நடத்துவதற்காகவும் எழுதுவதற்காகவும் சம்பாதிக்க வேண்டும் என்பது உண்மையே. ஆனால் அவன் வாழ்வதும் எழுதுவதும் சம்பாதிப்பதற்காக இருக்கக் கூடாது.

பெரன்ழே பின்வருமாறு கூறினார்;

நான் பாடல்களை எழுதுவதற்கே வாழ்கிறேன்;
ஆனால் தாங்கள் என்னைப் பதவியிலிருந்து விலக்கினால்,
நான் வாழ்வதற்காகப் பாடல்களை எழுதுவேன்.

ஒரு கவிஞனுக்குக் கவிதை வாழ்க்கைக்கு ஒரு சாதனமாக மாறும் பொழுது அவன் தனக்கே உரிய துறையை விட்டுப் போய்விடுகிறான் என்ற உண்மை இங்கே நகைச்சுவையுடன் ஒத்துக் கொள்ளப்படுகிறது.

---

1. Marx, Engels, *Collected Works,* Vol. I, p. 113.
2. Ibid., p. 111.

எழுத்தாளன் தன்னுடைய எழுத்தை ஒரு சாதனமாக நினைப்பதில்லை. அது ஒரு குறிக்கோளாக இருக்கிறது. அது அவனுக்கும் மற்றவர்களுக்கும் மிகக் குறைந்த அளவிலேயே ஒரு சாதனமாக இருப்பதால், அவசியம் ஏற்படுகின்ற பொழுது அவன் அதன் இருத்தலுக்காகத் தன்னுடைய இருத்தலை தியாகம் செய்கிறான்."[1]

இந்த வார்த்தைகளில் மார்க்ஸ் தன்னுடைய படைப்பு நெறியை எடுத்துரைத்தார். அவர் "வாழ்க்கை நடத்துவதற்காகப் பாடல்கள் எழுதவில்லை", அதற்கு மாறாக விஞ்ஞான உண்மையைத் தேடுகின்ற முயற்சியில் தன்னுடைய சொந்த வாழ்க்கையை தியாகம் செய்தார் என்பதைத் தன்னுடைய மொத்த வாழ்க்கையின் மூலம் நிரூபித்தார்.

புதிய அரசருடைய ஆணைகளின் போலிமிதவாதத்தைக் கிண்டல் செய்ததுடன் மார்க்ஸ் நின்றுவிடவில்லை. "கருத்துக்களுக்கு எதிராக" சட்டங்களை இயற்றுவதை அனுமதிக்கின்ற அமைப்பின் சமூக சாராம்சத்தை அவர் வெளிக்காட்டினார். இத்தகைய சட்டங்கள் மக்களுக்கு விரோதமான ஆட்சியில், "அரசின் பகுத்தறிவும் அரசின் ஒழுக்கநெறியும் தன்னிடம் மட்டுமே இருப்பதாக ஏதாவது ஒரு உறுப்பு கற்பனை செய்கின்ற சமூகத்தில், கொள்கையளவில் மக்களை எதிர்க்கின்ற அரசாங்கத்தில்"[2] மட்டுமே சாத்தியம் என்பதை அவர் எடுத்துக்காட்டுகிறார்.

"ஒரு தந்திரமுள்ள அரசியல் கோஷ்டியின் தீங்கான மனம்" மட்டுமே "பழிவாங்கும் சட்டங்களை, கருத்துக்கு எதிரான சட்டங்களைக் கண்டுபிடிக்கிறது. கருத்துக்களுக்கு எதிரான சட்டங்கள் கோட்பாடுகள் இல்லாமையை, அரசைப் பற்றி ஒழுக்கமில்லாத, கொச்சையான பொருளாயதக் கருத்தை அடிப்படையாகக் கொண்டிருக்கின்றன."[3]

மக்கள் விரோதச் சட்டங்களை இயற்றுவதன் மூலம் அந்த "கோஷ்டி" தன்னைச் சட்டத்துக்கு வெளியே நிறுத்திக் கொள்கிறது. அரசைப் பலப்படுத்துவதை நோக்கமாகக் கொண்டிருக்கின்ற அதன் நடவடிக்கைகள் உண்மையில் அரசு எதிர்ப்புத் தன்மையைக் கொண்டிருக்கின்றன என்ற புரட்சிகரமான முடிவுக்கு மார்க்ஸ் வருகிறார்.

---

1. Ibid., pp. 174-75.
2. Ibid., p. 120.
3. Ibid.

இங்கே மார்க்ஸ் அரசை இன்னும் சூக்குமமான தத்துவஞான நிலையிலிருந்துதான் விமர்சிக்கிறார். அரசின் வர்க்க-வரலாற்று சாராம்சத்தைப் புரிந்து கொள்வதற்குரிய அணுகு முறையை அவர் நெருங்கத் தொடங்கியிருக்கிறார். அரசின் புறநிலையான, தனிப்பட்ட நபரைச் சேராத தன்மையைப் பற்றி அவர் கவனத்தைக்குவிப்பது இத்தகைய தெளிவை நோக்கி அவர் ஒரு காலடி வைப்பதாகும்.

அரசு அதிகாரிகளின் நடவடிக்கைகளுக்கு உண்மையான காரணம் அந்த அல்லது இந்த அதிகாரியின் குணாம்சத்தில், அவருடைய மனோபாவத்தில் அடங்கியிருக்கவில்லை. அது "தலைகீழ் உலகத்தின்" வெளியீடு என்று மார்க்ஸ் எடுத்துக்காட்டினார்.

ஒரு அரசாங்கம் மக்களுக்கு விரோதமாக இருக்குமானால் அதன் நடவடிக்கைகள் அனைத்தும்- "நல்லவை" கூட- எதிரானவையாக மாறிவிடுகின்றன. "சட்டத்தை" அமுலாக்க முயற்சிக்கின்ற பொழுது அது அராஜகத்தை, "சட்டத்தை" மீறலைத் துணையாகக் கொள்ளும்படி நிர்ப்பந்திக்கப்படுகிறது. அது தான்தோன்றித் தனத்தைச் சட்டத்தின் நிலைக்கு உயர்த்துகிறது. பத்திரிகைகள் விமர்சனம் செய்கின்ற உரிமையை அது பறிப்பதனால் அரசாங்க அதிகாரிகளின் மீது விமர்சனக் கடமையைச் சுமத்துகிறது.

"தனிநபர்களை" ஆதரிப்பதன் மூலம் அது தனிநபரைக் கீழிறக்குகிறது; அந்தத் தனிநபர் சொந்தக் கருத்தை வைத்துக் கொள்கின்ற உரிமையைக் கூடப் பறித்துவிடுகிறது. தேசிய உணர்ச்சியை அதிகப்படுத்த முயற்சிக்கும் பொழுது அது "தேசிய இனத்தை அவமதிக்கின்ற கருத்தை அடிப்படையாகக் கொண்டிருக்கிறது."

அரசாங்க ஆணை "அதிகாரிகளிடம் அளவுக்கு மீறிய நம்பிக்கையைக்" கோருகிறது; "அதிகாரிகள் அல்லாதவர்களிடம் அளவுக்கு மீறிய அவநம்பிக்கையிலிருந்து முன்னே செல்கிறது."

பிரஷ்ய அதிகாரி "பாதுகாவலர்" என்ற பாத்திரத்தில் செயல்படுகிறார், "மூளையைக் கட்டுப்படுத்துகின்ற" பொறுப்பு அவரிடம் ஒப்படைக்கப்பட்டிருக்கிறது. விஞ்ஞானத் தகுதியுடைய விஷயங்களைப் பற்றித் தீர்ப்பு வழங்குவதற்கு அவருக்கு விஞ்ஞானத் தகுதி இருக்கிறதா என்பதைப் பற்றி மிகச் சிறிதளவு சந்தேகம் கூட ஏற்படுவதில்லை.[1]

---

1. Ibid., p. 126.

இந்த அதிகாரவர்க்கக் கோட்பாட்டில் அமைந்திருக்கும் கிண்டலை மார்க்ஸ் எடுத்துக்காட்டுகிறார். சிந்தனையாளர்களைப் பற்றித் தகுதியுடன் மதிப்பிடுவதற்கு அதிகாரி எல்லாத் துறைகளிலும் அவர்களைக் காட்டிலும் உயர்ந்த தகுதியுடையவராக இருக்க வேண்டும். ஒரு வேளை "அரசாங்கத்துக்குத் தெரிந்த சர்வாம்ச மேதைகள் கூட்டம்" உண்மையாகவே பிரஷ்யாவில் வசிக்கலாம். அப்படியானால் இந்தக் "கலைக்களஞ்சிய மேதைகள்" எழுத்தாளர்களாகவும் விஞ்ஞானிகளாகவும் ஏன் முன்வருவதில்லை? எண்ணிக்கையில் ஏராளமாகவும் விஞ்ஞான அறிவினாலும் மேதாவிலாசத்தினாலும் மாபெரும் பலமுடையவர்களாகவும் இருக்கின்ற இந்த அதிகாரிகள் சமூக மேடையில் தோன்றிப் பரிதாபகரமான எழுத்தாளர்களைத் தங்களுடைய கனத்தினால் ஏன் நசுக்கவில்லை?

சிந்தனைத் துறையில் ஒழுங்கைப் பாதுகாப்பவர்களை நியமித்து, அவர்களையும் கண்காணித்துக் கொண்டிருக்கின்ற இந்த அதிகாரிகளின் மேதாவிலாசம் இன்னும் எவ்வளவு அதிகமாக இருக்க வேண்டும்? "இந்த **அறிவின் அதிகாரவர்க்கத்தில்** எவ்வளவு மேலே நாம் போகிறோமோ அந்த அளவுக்கு நாம் சந்திக்கின்ற மூளைகளும் மிகவும் குறிப்பிடத்தக்கவையாக இருக்கின்றன."[1]

ஒரு அதிகாரவர்க்க, போலீஸ் அரசில் எல்லாத் தணிக்கைக்கும் மேலே இன்னொரு உயர்ந்த தணிக்கை இருக்கிறது; ஒவ்வொரு அதிகாரியின் எதேச்சாதிகாரமும் அவருக்கு மேலே இருக்கின்ற அதிகாரியின் எதேச்சாதிகாரத்தினால் கட்டுப்படுத்தப்படுகிறது. அத்தகைய அமைப்பில் "மூன்றாவது அல்லது தொண்ணூற்று ஒன்பதாவது கட்டத்தில் சட்டத்தை மீறல் தொடங்குவது"[2] தவிர்க்க முடியாதது; அதிகாரவர்க்க அரசு இந்தத் துறையை நம் கண்களுக்குத் தெரியாமலிருக்கும்படி மிகவும் உயரத்தில் வைப்பதற்கு முயற்சி செய்கிறது.

"தணிக்கை முறையை **ஒழிப்பதே அதற்குத் தீவிரமான** மருந்து; ஏனென்றால் அந்த அமைப்பே மோசமானதாகும்..."[3] என்ற இயற்கையான முடிவுக்கு இந்தப் பகுப்பாய்வு மார்க்சை இட்டுச் சென்றது.

---

1. Ibid.
2. Ibid., p. 131.
3. Ibid.

முதலாளித்துவ அரசின் "அதிகாரவர்க்க" இயந்திரத்தை அழிக்க வேண்டிய அவசியத்தை மார்க்ஸ் இங்கே போதிக்கவில்லை; ஆனால் அந்தக் கருத்தை மிகவும் நெருங்கி வருகிறார்.

மார்க்ஸ் தன் முதிர்ச்சிக் காலத்தில் தணிக்கை அரசாணையைப் பற்றிய இந்தக் கட்டுரையை மிக உயர்வாக மதிப்பிட்டார் என்பது 1851ம் வருடத்தில் வெளிவரத் தொடங்கிய அவருடைய கட்டுரைகளின் தொகுப்பில் முதல் கட்டுரையாக அதை வைத்தார் என்பதிலிருந்து விளங்கும் (முதல் தொகுதி வெளியான பிறகு அரசாங்க நிர்ப்பந்தம் காரணமாக இப்பதிப்பு நிறுத்தப் பட்டது).

அக்கட்டுரை மிகவும் தீவிரமான முறையில் எழுதப்பட்டிருந்த படியால் அதை ஜெர்மனியில் அச்சடிக்கின்ற பேச்சுக்கே இடமில்லை. மார்க்ஸ் எதிர்பார்த்ததைப் போல தணிக்கை முறை அக்கட்டுரையைத் தடை செய்தது; அதன் மூலம் அக்கட்டுரையில் அதைப் பற்றி எழுதப்பட்டிருந்த வர்ணனை எவ்வளவு துல்லியமானது என்பதை நிரூபித்தது. அக்கட்டுரை முதல் தடவையாக 1843இல் ஸ்விட்சர்லாந்தில் வெளியிடப்பட்டது.

ஆனால் 1842ம் வருடத்தின் வசந்தகாலத்தில் *Rheinische Zeitung* பத்திரிகையில் ரைன் மாநில சட்டசபையில் பத்திரிகைச் சுதந்திரத்தைப் பற்றிய விவாதங்களைப் பற்றிக் கட்டுரை எழுதினார். அதில் இப்பிரச்சினையை வேறொரு கோணத்திலிருந்து அணுகினார்.

பத்திரிகைச் சுதந்திரத்தைப் பற்றி சபையின் உறுப்பினர்கள் தெரிவித்த பல்வேறு கருத்துக்களுக்கும் அவர்களுடைய சமூக வர்க்க அந்தஸ்துக்கும் இடையிலுள்ள நேரடியான இணைப்பை மார்க்ஸ் சுட்டிக்காட்டினார். அவர் பின்பற்றிய புதிய அணுகுமுறை இந்த உண்மையில் அடங்கியிருக்கிறது. இது முன்னே வைக்கப்பட்ட முக்கியமான காலடியாகும். பத்திரிகைச் சுதந்திரத்தைப் பற்றிய விவாதத்தில் "சமூகக் குழுக்களின்" நலன்கள் சமரசப்படுத்த முடியாதபடி மோதுவதால், "பொதுவான" சுதந்திரம் இல்லை என்பது தெளிவாயிற்று. ஒவ்வொரு சமூகப் பிரிவும் தன்னுடைய "சொந்த" சுதந்திரத்தை ஆதரிக்கிறது.

முதலாளி வர்க்க, விவசாய வர்க்கம் குழுக்கள் கூட பத்திரிகைச் சுதந்திரத்தைப் பற்றித் தங்களுடைய கோரிக்கைகளின் குறுகிய தன்மையை விளக்கிவிட்டார்கள் என்று மார்க்ஸ் சுட்டிக்காட்டினார். முதலாளி வர்க்க பத்திரிகைச் சுதந்திரம் அது அப்பொழுது பிரான்சில் இருந்த வடிவத்தில்கூட போதுமான சுதந்திரத்தைக் கொண்டிருப்ப

தாக மார்க்ஸ் கருதவில்லை. பிரெஞ்சுப் பத்திரிகைகள் "ஆன்மிகத் தணிக்கைக்கு உட்பட்டிருக்காவிட்டாலும்... அவை பெருந் தொகைகளைப் பிணையாகக் கட்ட வேண்டியிருப்பதால் பொருளாயதத் தணிக்கைக்கு உட்படுத்தப்பட்டிருக்கின்றன," அவை பெரும் வர்த்தக சூதாட்டத் துறைக்குள் இழுக்கப்பட்டிருக்கின்றன.[1]

இங்கே ஒரு புதிய கருத்து தோன்றுவதைத் தெளிவாகப் பார்க்கிறோம்: "ஆன்மிகத் தணிக்கை" "பொருளாயதத் தணிக்கையை", முதலாளித்துவச் சமூகத்தின் வர்த்தக-பணவியல் உறவுகளைச் சார்ந்திருக்கின்றது. இக்கருத்து மார்க்ஸ் அடுத்தடுத்து எழுதிய ஒவ்வொரு புத்தகத்திலும் மேலும் வளர்த்துக் கூறப்படுவதை நாம் காண்கிறோம்.

ஜெர்மானிய மிதவாத அறிவுஜீவிகள் முதலாளித்துவ சுதந்திரங்களைத் தம்முடைய இலட்சியமாகக் கொண்டிருந்தனர்; ஆனால் மார்க்ஸ் அவற்றைத் தன் இலட்சியமாக ஒருக்காலும் கருதவில்லை என்பதை அவருடைய முதல் பத்திரிகைக் கட்டுரையே எடுத்துக்காட்டுகிறது. அவர் ஆரம்பத்திலேயே புரட்சிகர ஜனநாயகவாதியாகத் தன்னுடைய அரசியல் வாழ்க்கையைத் தொடங்கினார், மிகவும் தீவிரமான முதலாளி வர்க்க மிதவாதிகள் செய்ய முடிந்ததைக் காட்டிலும் அதிக ஆழமான, முரணில்லாத முறையில் ஜெர்மானிய யதார்த்தத்தை விமர்சனம் செய்தார்.

ஒரு முறை சுதந்திரத்தை அனுபவித்த பிறகு ஒரு நபர் அதற்காக "ஈட்டிகளை மட்டு மல்லாமல் கோடரிகளையும் உபயோகித்துப்" போராட வேண்டும் என்று ஹெரடோடஸ் கூறியதை மேற்கோளாகக் காட்டி பத்திரிகைச் சுதந்திரத்தின் மீது விவாதத்தைப் பற்றிய தன்னுடைய கட்டுரையை மார்க்ஸ் முடிக்கிறார். Rheinische Zeitung பத்திரிகையில் மார்க்ஸ் மேதாவிலாசத்துடன் எழுதத் தொடங்கிய பொழுது அது உண்மையிலேயே பரபரப்பூட்டியது. மார்க்ஸ் தன்னுடைய திறமைகளை நிரூபிக்க வேண்டும் என்று நெடுங்காலமாக எதிர்பார்த்துக் கொண்டிருந்த நண்பர்கள் திருப்தியடைந்தனர். பத்திரிகைச் சுதந்திரத்தைப் பற்றியும் அதை ஆதரித்தும் இப்படி மிக ஆழமான, நன்கு வாதிக்கப்பட்ட முறையில் இதற்கு முன்பு ஒருபோதும் எழுதப்படவில்லை என்று அ.ரூகே கூறினார்.

---

1. Ibid., p. 167.

Rheinische Zeitung பத்திரிகையின் ஆசிரியர் குழுவில் மார்க்சின் செல்வாக்கு இதற்கு முன்பு கணிசமாக இருந்தது. அது இக்கட்டுரைத் தொடருக்குப் பிறகு மிகவும் அதிகரித்து விட்டபடியால் மார்க்ஸ் அதன் தலைவர்களில் ஒருவரானார். சிறிது காலத்துக்குப் பிறகு அப்பத்திரிகையின் தலைமை ஆசிரியராக அவர் நியமிக்கப்பட்டார்.

ரைன் மாநில சட்டசபையில் மரங்கள் திருடப்படுவதைத் தடுக்கும் சட்டத்தின் மீது நடைபெற்ற விவாதங்களைப் பற்றி இப்பத்திரிகை 1842 அக்டோபரில் ஒரு புதிய கட்டுரைத் தொடரை வெளியிட்டது.

மார்க்சின் படைப்பாற்றல் நிறைந்த வாழ்க்கையில் இக்கட்டுரைகள் முக்கியமானவையாகும். முதல் தடவையாக அவர் சூக்குமக் கருத்தாக்கம் என்ற வானத்திலிருந்து "உறுதியான பூமிக்கு" வரும்படி, அதாவது ஹெகலின் தத்துவஞான அமைப்பில் இடம்பெறாத பொருளாயத நலன்களைப் பற்றி எழுதும்படி நிர்ப்பந்திக்கப்பட்டார்.

இந்தச் சமயத்திலிருந்து மார்க்சினுடைய சிந்தனை சமூகத்தின் வர்க்க மற்றும் பொருளாதாரக் கட்டமைப்பைப் பகுத்தாராய்கின்ற திசையில் செலுத்தப்பட்டது. மரம் திருடப்படுவதைப் பற்றிய விவாதங்களைப் பற்றிய கட்டுரையைப் படிக்கின்ற பொழுது புதிய கருத்துக்களின் "உதயத்தை" அறிவிக்கின்ற முதல் "மின்னல் வீச்சுக்களை" நாம் கற்பனை செய்ய முடிகிறது.

மரங்கள் திருடப்படுவதும் வேட்டையாடுதல் மற்றும் காடுகளைப் பாதுகாத்தலைப் பற்றிய சட்டங்கள் மீறப்படுவதும் பொருளாதார வாழ்க்கையில் அற்பமான விஷயமாகத் தோன்றும், ஆனால் அவற்றுடன் தொடர்புடைய சந்தர்ப்பங்களைப் பற்றி செய்யப்பட்ட ஆராய்ச்சி பெருந்திரளான ஏழை மக்களின் வறுமை நிலையையும் அவர்களுக்கு எல்லாவிதமான உரிமைகளும் மறுக்கப்பட்டிருப்பதையும் முழுமையாக எடுத்துக் காட்டியது.

பெரிய நிலவுடைமையாளர்களின் நலன்களுக்குச் சாதகமான முறையில் அடிப்படை மனித உரிமைகள் எவ்வளவு அவமானகரமான முறையில் மீறப்பட்டன. தனிச் சொத்துடைமைக்காக மக்கள் எப்படி பலியிடப்பட்டார்கள் என்பதை மார்க்ஸ் கண்டார்.

"தனிச் சொத்துடைமை" மனித விரோதமானது, அது தனி நபருக்கு எதிராக இருக்கிறது. தனி நபருக்கு எதிராக எல்லாவிதமான குற்றங்களையும் நியாயப்படுத்துகிறது. அது மனிதனை மிருகத்தின்

நிலைக்குத் தாழ்த்திவிடுகிறது என்பவை அவருக்கு மிகவும் தெளிவாயிற்று.

இயற்கையான பிராணிகளின் உலகத்தில் உழைக்கின்ற தேனீக்கள் சோம்பேறித் தேனீக்களைக் கொன்றுவிடுகின்றன; ஆனால் மனிதர்களைக் கொண்டிருக்கும் "பிராணிகளின் உலகத்தில்" "சோம்பேறித் தேனீக்கள் உழைக்கின்ற தேனீக்களை, துல்லியமாக உழைப்பின் மூலமாகவே கொன்றுவிடுகின்றன."[1]

சொத்துடைமை உறவுகளின் சமூக அநீதியினால் கோபாவேசமுற்ற மார்க்ஸ் "ஏழைகளை, அரசியல் ரீதியிலும் சமூக ரீதியிலும் உடைமை இல்லாத மிகப் பலருடைய"[2] நலன்களை உறுதியாக ஆதரித்தார்.

"கற்றறிந்த, கற்றுக் கொள்ளப் போகின்ற அடிமைத்தனத்தின்" உதவியுடன் ஒவ்வொரு இழிந்த கோரிக்கையையும் "உரிமை என்ற கலப்பில்லாத தங்கமாக" மாற்றுகின்ற "செய்முறையான" காடுகளின் உடைமைக்காரர்களை மார்க்ஸ் அம்பலப்படுத்துகிறார். அந்தக் காடுகளின் உடைமைக்காரர்களிடம் பணிவோடு நடந்து கொள்கின்ற சட்டசபை உழைக்கும் மக்களின் உரிமைகளை இன்னும் அதிகமாகக் குறைப்பதற்கு எல்லாவிதமான நேர்மையற்ற தந்திரங்களையும் செய்கிறது.

காட்டு விதிகளை மீறியவர்களின் நலன்களைப் பற்றிய பிரச்சினை வரும் பொழுது சட்டசபை சுள்ளிகளைச் சேகரிப்பதற்கும் விறகைத் திருடுவதற்கும் இடையிலுள்ள வேறுபாட்டை நிராகரிக்கிறது; ஆனால் "காட்டுக்கு உடைமைக்காரர்களின் நலன்களைப் பற்றிய பிரச்சினை வரும் பொழுது இந்த வேறுபாட்டை அங்கீகரிக்கிறது."[3]

தனியார் நலன் செய்முறையானது, சுய நலமுடையது. கோழைத்தனமானது. அது சட்டமின்மையை அடிப்படையாகக் கொண்டிருப்பதால் அது கோழைத்தனமானது, தன்னிடமுள்ள எல்லாவற்றையும் இழக்க வேண்டிய ஆபத்தேற்படுகின்ற பொழுது அது நடுங்குகிறது. தனியார் நலன் சட்டசபை உறுப்பினர் என்ற பாத்திரத்தை நடிக்கும் பொழுது தீங்கு செய்பவர்களை நினைத்து அச்சமடைந்து அவர்களுக்கு எதிராகச் சட்டங்களை வெளியிடுகிறது.

---

1. Ibid., p. 231.
2. Ibid., p. 230.
3. Ibid., p. 228.

“கோழைத்தனத்தினால் தூண்டப்படுகின்ற சட்டங்களின் குறிப்பிடத்தக்க பண்பு கொடுஞ்செயல்; ஏனென்றால் கோழைத்தனம் கொடுமையாக நடந்து கொள்கின்ற போது மட்டுமே சுறுசுறுப்பாக இருக்கும்.”[1]

காடுகளின் உடைமைக்காரர்களின் கருவியாக நடந்து கொண்ட ரைன் மாநில சட்டசபையின் பரிதாபகரமான பாத்திரத்தை வெளிப்படுத்தும் பொழுது சமூகத்தில் அரசின் பாத்திரத்தையும் வேறுவிதமான கண்களுடன் பார்க்கும்படி மார்க்ஸ் நிர்ப்பந்திக்கப்பட்டார். அரசு என்பது மனிதனுடைய இனக்குழு வாழ்க்கையின் சாராம்சத்தின் வெளியீடு என்ற ஹெகலிய மூடபக்தியும், அதன் தொடர்பாக அவரிடம் எஞ்சியிருந்த பிரமைகளும் மறைந்தன.

“சுயநலத்தின் தர்க்கத்தைக் காட்டிலும் பயங்கரமானது வேறு எதுவுமில்லை” என்கிறார் மார்க்ஸ். இத்தர்க்கம் அரசின் அதிகாரத்தைக் காடுகளின் உடைமையாளரின் ஊழியனாக மாற்றுகிறது. “அரசின் உறுப்புகள் அனைத்தும் காதுகளாக, கண்களாக, கரங்களாக, கால்களாக மாறுகின்றன, காடுகளின் உடைமையாளருடைய நலன்கள் அவற்றின் மூலமாகக் கேட்கின்றன, பார்க்கின்றன, மதிப்பிடுகின்றன, பாதுகாக்கின்றன, கையை நீட்டுகின்றன, ஓடுகின்றன.”[2]

சுயநலத்தின் “குதர்க்கங்கள்” பொருள்களுக்கு ஒரு “அதிசயமான குணாம்சத்தைக்” கொடுக்கின்றன. காட்டின் உடைமையாளரிடமிருந்து திருடப்பட்ட விறகு அவரை உடனடியாக அரசின் உருவகமாக மாற்றிவிடுகிறது; ஏனென்றால் அவர் திருடனுக்கு எதிராக அரசின் உரிமையைப் பெற்றுவிடுகிறார். ஆகவே “காட்டின் உடைமையாளர் விறகுத் திருடனைப் பயன்படுத்தி அரசையே திருடிவிடுகிறார்.”[3] ஒரு மரக்கட்டையின் மீது உரிமையை இழக்கும் பொழுது உடைமையாளர் ஒரு மனிதனின் மீதான உரிமையைப் பெறுகிறார். ஷேக்ஸ்பியர் எழுதிய நாடகத்தில் வருகின்ற ஷைலக் ஒரு பண முறிக்காக ஒரு பவுண்டு தசையைக் கோருவதைப் போன்றதே இதுவும்.

1. Ibid., p. 236.
2. Ibid., p. 245.
3. Ibid., p. 253.

மார்க்ஸ் தலைகீழாக இருக்கின்ற உலகம் என்ற கருத்துக்கு மறுபடியும் வருகிறார் என்பதை நாம் காண முடியும். இக்கருத்தைப் பின்னர் உழைப்பு அந்நியமாதல், பண்ட மூட பக்தி என்ற வகையினங்களில் அவர் வளர்த்துக் கூறுகிறார். இளம் மார்க்ஸ் விறகு திருடப்படுவதைப் பற்றிய கட்டுரையை விறகு ரைன் பிரதேசத்தைச் சேர்ந்தவருடைய மூடபக்தி என்று முடிக்கிறாரென்றால் மூலதனத்தில் பண்டத்தின் "மரக்கட்டை மூளை" முதலாளித்துவ உறவுகளின் மொத்த உலகத்தையும் எப்படி ஆட்சி புரிகிறது என்று எடுத்துக்காட்டுகிறார்.

விறகு திருடப்படுவதைப் பற்றிக் கட்டுரை எழுதிய வேலை தனக்குச் சிறிதும் திருப்தியளிக்க வில்லை; சட்டசபை உறுப்பினர்களுடைய அலுப்புத் தருகின்ற, அற்பத்தனமான விவாதங்கள் தனக்கு அருவருப்பைக் கொடுத்தன என்று மார்க்ஸ் ஒத்துக் கொள்கிறார். எனினும் இந்த வேலை அவருடைய அக்கறைகளை ஒரு புதிய பாதைக்குள் திருப்பியது. அவர் வறுமையில் உழல்கின்ற, உரிமைகள் பறிக்கப்பட்ட மக்களை, பத்திரிகை நிருபர்கள் வர்ணிக்கின்ற மக்களை நேருக்கு நேராகக் கண்டார். அவர் "தேவையின் இரக்கமற்ற குரலை"- புத்தகங்களிலிருந்து அல்ல, மூன்றாவது கைமாறியல்ல - மோஸெல் விவசாயிகளிடம் நேரடியாகக் கேட்டார். "சொந்த நாட்டில் அவரால் என்றுமே மறக்க முடியாத வேதனையின் பொதுஜன மொழியைப்" பத்திரிகையின் பக்கங்களில் எழுதுவது, "மக்கள் குரலை தான் கேட்ட விதத்தில் மிகவும் அதிகமான மனச்சாட்சியுடன்"[1] வெளியிடுவது தன்னுடைய "அரசியல் கடமை" என்று மார்க்ஸ் கருதினார்.

முதலாளி வர்க்க மார்க்சிய ஆராய்ச்சியாளர்கள் (மார்க்சியத்தை எதிர்ப்பதற்கு வேறு எந்த "வாதமும்" அவர்களுக்குக் கிடைக்காத பொழுது) மார்க்சின் "ஈரமற்ற பகுத்தறிவு வாதத்தைப்" பற்றி, அவர் தனிமனிதனை வெறும் சூக்குமமான கருத்தமைப்பாக, ஒரு வகையான "பொருளாதார மனிதனாகக்" கருதியதைப் பற்றி (அப்படி அவர்கள் நினைத்துக் கொள்கிறார்கள்), அவர் பெருந்திரளான மக்களின் உண்மையான துன்பங்களினால் சிறிதும் தூண்டப்படவில்லை என்பதைப் பற்றி எழுதுவதில் மகிழ்ச்சி அடைகிறார்கள்.

மார்க்சை நேரடியாக அறியாதவர்களே இப்படி எழுத முடியும். ஒடுக்கப்பட்ட மக்களைப் பற்றி அவருடைய "பகுத்தறிவு பூர்வமான

1. Ibid., pp.332, 333.

வாதங்களை'' மட்டுமல்லாமல் அவருடைய சொந்த உணர்ச்சிகளின் வன்மையையும், மனிதன் இழிவுபடுத்தப்படுகின்ற, மனித உரிமைகளும் கௌரவமும் மீறப்படுகின்ற ஒவ்வொரு ஸ்தூலமான இனத்திலும் அவரிடம் ஏற்பட்ட வேதனையையும் கோபத்தையும் அறிந்து கொள்வதற்கு மோஸெல் நிருபர் நியாயப்படுத்துகிறார் (1842 கடைசியில் எழுதப்பட்டது). **1844ம் வருடத்தின் பொருளாதார மற்றும் தத்துவஞானக் கையேடுகள்,** அல்லது **மூலதனத்தின்** முதல் தொகுதியைப் படிப்பதே போதுமானது.

தனிச் சொத்துடைமை உறவுகளின் இயந்திரகதியான இயக்கத்தில் மார்க்ஸ் (அவருடைய வார்த்தைகளில்) ''மனித இதயத்தின் துடிப்பைக்''[1] கேட்டார். அதைப் போல மார்க்சின் நூல்களிலும் அவருடைய இதயத்தின் துடிப்பை நாம் தெளிவாகக் கேட்கிறோம். அந்த இதயம் இரக்க உணர்ச்சியினால் இரத்தத்தைக் கொட்டியது, ஆத்திரத்திலும் வெறுப்பிலும் சுருங்கியது.

மார்க்சின் அறிவு மனிதகுலக் கலாச்சாரத்தின் ஆன்மிகச் செல்வம் அனைத்தையும் திரட்டியிருந்தது என்றால் அவருடைய இதயம் மனித குலத்தில் துன்பப்படுபவர்கள் அனைவருக்காகவும் இரத்தத்தைக் கொட்டியது என்று கூறினால் மிகையாகாது. ஹென்ரிஹ் மார்க்சின் அச்சங்கள் ஆதாரமற்றவை: அவருடைய மகனின் இதயம் தலையுடன் பூரணமாகப் பொருந்தியிருந்தது.

மோஸெல் நிருபர் நியாயப்படுத்துகிறார் என்ற கட்டுரையில் மார்க்ஸ் ''வேதனையைக் கொட்டி எழுதியிருக்கிறார்''. அதில் தன்னுடைய சொந்த ஊரான டிரியரில் அதிகாரிகள் எதேச்சாதிகாரத்தோடு நடந்து கொண்ட பல உதாரணங்களைக் காட்டுவதோடு வழக்குரைஞர் என்ற முறையில் நியாயத்துக்காகப் பாடுபட்ட தன் தகப்பனார் நடத்திய வழக்குகளையும் குறிப்பிடுகிறார் என்பது எளிதில் புலப்படும் (''வாழ்க்கைத் தொழிலைத் தேடல்'' என்ற அத்தியாயத்தில் இந்த உதாரணங்களைப் பற்றி அதிகமான விவரங்கள் தரப்பட்டிருக்கின்றன).

மார்க்சியம் அதன் தோற்றுவாயில் புத்தெழுச்சியூட்டுகின்ற வாழ்க்கையின் ஜீவனால் பேணி வளர்க்கப்பட்டிருக்காவிட்டால் அது உலகத்தின் விஞ்ஞானக் கண்ணோட்டமாக வளர்ச்சி அடைந்திருக்க முடியாது. ஆனால் ''வாழ்க்கை'' உண்மைகளைச் சாதாரணமாக,

---

1. Marx, Engels, *Collected Works*, Vol. 3, p. 102.

அனுபவவாத முறையில் பொதுமைப்படுத்துவது மட்டும் போதுமானதல்ல; "அனுபவ யதார்த்தத்தின்" மீது தத்துவச் சிந்தனையின் தலைமையான சிகரங்களிலிருந்து ஒளி பாய்ச்சக் கூடிய திறமை மார்க்சிடம் இருந்தது; மேலும் அதற்கு எதிர் முறையில் ஸ்தூலமான யதார்த்தத்தைப் பற்றிய ஸ்தூலமான பகுப்பாய்வை, பொதுமைப்படுத்தலின் புதிய சிகரங்களுக்கு முன்னேறுவதற்கு, அதற்குரிய தத்துவத்தைத் தேடுவதற்கு அவர் அடிப்படையாக்கினார். இது மார்க்சிடமிருந்த சிறப்பான அம்சமாகும்.

உலகத்தின் மோசமான அமைப்பைப் பற்றியும் பல்வேறு தனிமனிதர்களுடைய துன்பங்களைப் பற்றியும் மார்க்சிடம் திரட்டப்பட்டிருந்த உணர்ச்சிமிக்க பதிவுகள் அந்த மோசமான அமைப்புக்குரிய காரணத்தைத் தேடும்படி, அதன் முரண்பாடுகளை விளக்கும்படி, "முதல் பார்வைக்குத் தனிப்பட்ட நபர்கள் மட்டுமே செயல்படுவதைப் போலத் தோன்றுகின்ற சந்தர்ப்பங்களில் புறநிலை உறவுகளின் விளைவைக் காணும்படி"[1] அவரைத் தூண்டின.

ஒரு ஜனநாயகப் பத்திரிகை மக்களுடைய வாழ்க்கை நிலைமைகளைப் பற்றி "பகுத்தறிவை, ஆனால் அதே அளவுக்கு உணர்ச்சியையும் ஆதாரமாகக் கொண்டு" நடத்தப்பட வேண்டும், இருக்கின்ற உறவுகளைப் பற்றி எழுதுகின்ற பொழுது "தீர்ப்புக் கூறுகின்ற மதிநுட்பம் நிறைந்த மொழியில் மட்டுமே எழுதாமல் அந்த சந்தர்ப்பங்களின் உணர்ச்சிகரமான மொழியையும்"[2] உபயோகிக்க வேண்டும் என்று மார்க்ஸ் எழுதியவை அவருக்குப் பொருந்துகின்றன.

அதிகாரவர்க்க எதேச்சாதிகாரம் மற்றும் முடியாட்சியின் போலியான மிதவாத சமிக்கைகளைப் பற்றிப் பத்திரிகையில் கட்டுரைகளை எழுதிய பிறகு முடியாட்சி மற்றும் அதிகாரவர்க்கத்தின் சமூக நிலையையும் பாத்திரத்தையும் பற்றித் தத்துவ ரீதியாக விளக்கும்படி அன்றைய நிலைமைகளின் தர்க்கவியல் மார்க்சைத் தூண்டியது. அரசு பற்றிய ஹெகலியத் தத்துவத்துடனும் முடியாட்சியிடம் ஹெகல் கொண்டிருந்த விசுவாசத்துடனும் அரசியலமைப்புச் சட்ட எதேச்சாதிகாரம் என்ற அவருடைய இலட்சியத்துடனும் கணக்குத் தீர்த்துக் கொள்ளும்படி இது மார்க்சை ஊக்குவித்தது.

---

1. Marx, Engels, *Collected Works*, Vol. I, p. 337.
2. Ibid., p. 349.

சட்டம் பற்றிய ஹெகலியத் தத்துவஞானத்துக்கு விமர்சனம் என்ற பெரிய கையெழுத்துப் பிரதி 1843ம் வருடத்தின் கோடைகாலத்தில் எழுதி முடிக்கப்பட்டது. ஆனால் மார்க்ஸ் 1841ம் வருடத்தின் பிற்பாதியில், அதாவது அவர் பட்டம் பெற்றுப் பல்கலைக்கழகத்தை விட்டு வெளியேறிய பிறகு அதை எழுதத் தொடங்கியிருக்க வேண்டும் என்று உத்தேசமாகக் கூறலாம். மார்க்ஸ் 1842 மார்ச்சில் அர்னோல்டு ரூகேக்கு எழுதிய கடிதத்தில் அரசியலமைப்புச் சட்ட முடியாட்சி என்பது "கலப்படம்" என்று குறிப்பிட்ட அதே விமர்சனத்தை இதில் காண்கிறோம். மார்க்ஸ் *Rheinische Zeitung* பத்திரிகைக்கு எழுதிக் கொண்டிருந்த அதே சமயத்தில் சட்டம் பற்றிய ஹெகலிய தத்துவ ஞானத்தைப் பற்றி கட்டுரை எழுதிக் கொண்டிருந்திருக்க வேண்டும். அக்கட்டுரையில் அவர் உபயோகித்திருக்கும் கருத்துக்கள், சிந்தனைகள் ஆகியவற்றில் பல அந்தக் காலகட்டத்தில் அவர் எழுதிய பத்திரிகைக் கட்டுரைகளில் உள்ள கருத்துக்களுடன் அநேகமாக சொல்லுக்குச் சொல் பொருந்துகின்றன.

மார்க்ஸ் பத்திரிகையில் எழுதிய கட்டுரைகளில் பிரஷ்ய அரசு இயந்திரத்தின் ஸ்தூலமான, தனிப்பட்ட அம்சங்களைக் கடுமையாக விமர்சித்தார் என்றால் சட்டம் பற்றிய ஹெகலியத் தத்துவஞானத்தைப் பற்றி அவருடைய நூலில் முடியாட்சி, அதிகாரவர்க்க அரசின் கோட்பாட்டையே அவர் விமர்சிக்கிறார். அவர் பிரஷ்ய எதேச்சாதிகாரத்தின் உதிரிப் பகுதிகளைத் தாக்கவில்லை; அதன் மையப் பகுதியை, அதிகாரிகள் பிரிவினால் ஆதரிக்கப்பட்டுப் புனித மடைந்த தனிச் சொத்துடைமை அமைப்பைத் தாக்குகிறார்.

ஹெகலியத் தத்துவஞான மொழியைப் பற்றி அறியாதவர்கள் சட்டம் பற்றிய ஹெகலியத் தத்துவஞானத்தைப் பற்றிய இந்நூலைப் படித்துப் புரிந்து கொள்வது கடினம். எனினும், இன்றும் கூட முக்கியத்துவத்தைக் கொண்டிருக்கின்ற மிக ஆழமான, சுவாரசியமான கருத்துக்கள் இந்நூலில் ஏராளமாக இருக்கின்றன.

மார்க்சின் விமர்சனத்திலுள்ள முக்கியமான கருத்துக்களை மட்டும் இங்கே எடுத்துரைப்போம்.

முடியாட்சியையும் அரசரையும் பற்றிய விமர்சனம் நூலின் மையப் பகுதியாக இருக்கிறது. ஹெகலின் கருத்துப்படி அரசின் உருவகமே அரசர். ஹெகல் அவரை உண்மையான "கடவுள்-மனிதனாக". அரசு என்ற கருத்தின் உண்மையான உருவகமாகக்

காட்டுவதற்கு முயற்சி செய்கிறார். எல்லாக் குடிமக்களின் நலன்களையும் பிரதிநிதித்துவம் செய்வதற்காக, "பொது நன்மையை" நிறைவேற்றுவதற்காக அரசு இருக்கிறது என்பார் ஹெகல்.

இங்கே ஹெகல் மிக மோசமான முறையில் தன்னை மறுக்கிறார். ஒரு மனிதர் மொத்த அரசையும் உருவகப்படுத்துகிறார் என்றால் மற்ற எல்லாக் குடிமக்களுக்கும் தனிப்பட்ட பொறுப்புக் கிடையாது என்ற அர்த்தம் சரியானதா? அதிகாரத்தின் முழுச் சக்தியும் ஒரு நபரிடம் குவிக்கப்படுகின்ற பொழுது மற்ற எல்லா நபர்களுமே சக்தியில்லாதவர்களாகி விடுகிறார்கள். ஒரு நபர் "கடவுள்-மனிதன்" என்ற நிலைக்கு உயர்த்தப்பட்டால் மொத்த சமூகமுமே மனிதத் தன்மை இல்லாத, மனிதத் தன்மைக்கு முந்திய, விலங்குக்கு உரிய நிலையில் இருக்கிறது என்று அர்த்தமாகும். மதத்தில் கடவுளின் சர்வவல்லமை மனிதனைக் "கடவுளின் அடிமையாக" மாற்றுவதைப் போன்றதே இதுவும்.

"அரசர் சர்வவல்லமை உடையவரா அல்லது மக்கள் சர்வவல்லமை உடையவர்களா? இதுதான் பிரச்சினை!"[1]

ஹெகல் கருத்துமுதல்வாதக் கோட்பாட்டை முரணில்லாமல் பின்பற்ற விரும்பி மிகவும் கொச்சையான "பொருள்முதல்வாதத் துக்குள்" விழுகிறார். அவருடைய கருத்தமைப்பின் குறை இதில் அடங்கியிருக்கிறது.

அரசர் அரசு என்ற கருத்தைத் தன்னிடத்தில் நிறைவேற்றுகிறார். இக்கருத்துக்காகத் தேர்ந்தெடுக்கப்பட்ட அதிர்ஷ்டசாலியாக அவர் ஏன் இருக்க வேண்டும்? பாரம்பரியத்தின் அடிப்படையில், உடலின் அடிப்படையில் -இனப்பெருக்க நடவடிக்கை அந்த உடலின் மிக உயர்ந்த செயல். "அரசரின் இனப்பெருக்க நடவடிக்கைதான் மிக உயர்ந்த அரசியலமைப்புச் சட்ட நடவடிக்கையாகும்; ஏனென்றால் அவர் அதன் மூலமாக அரசரைத் தயாரிக்கிறார், தன்னுடைய உடலை நிரந்தரமாக்குகிறார். அவருடைய மகனின் உடல் அவருடைய சொந்த உடலின் புனருற்பத்தியே, அரசருடம்பின் படைப்பே."[2]

ஆகவே அரசு தன்னுடைய தலைமையான செயல்களில் ஒரு "பிராணியின் யதார்த்தத்தைப்" பெறுகிறது. இப்படி ஹெகல் இயற்கையைப் பற்றிக் காட்டிய இகழ்ச்சிக்காக அது ஹெகலைப் பழிவாங்குகிறது.

---

1. Marx, Engels, *Collected Works*, Vol. 3, p. 28.
2. Ibid., p. 40.

எதேச்சாதிகார ஆட்சி அதிகாரவர்க்கப் படிவரிசை முறையை ஆதாரமாகக் கொண்டிருக்கிறது என்று மார்க்ஸ் எடுத்துக்காட்டுகிறார். அரசின் தலைவர் இந்த அதிகாரவர்க்க பிரமிடின் உச்சியில் இருப்பவரே. இந்த நிகழ்வின் தன்மையை ஹெகல் வெளிக்காட்டவில்லை. அவருடைய அரசியல் போக்குகளினால் அவரால் அப்படிச் செய்ய முடியவில்லை. மார்க்ஸ் இந்தக் குறையைத் திருத்துகிறார். எதேச்சாதிகார அரசின் உள்ளுக்குள் ஊடுருவிச் செல்கிறார்.

அதிகாரவர்க்கம் என்பது அரசின் உணர்வு. அரசின் சித்தம். அரசின் அதிகாரம். அது வெளித் தோற்றத்துக்குப் "பொது நன்மையின்" பிரதிநிதியாகவும் பாதுகாவலராகவும் செயலாற்றுகிறது. ஆனால் "பொது நன்மை" என்பது கற்பனை செய்யப்பட்ட பொதுமையே: அதற்குப் பின்னால் ஒரு திட்டவட்டமான தனிச்சலுகை கோஷ்டியின் நலன் இடம் பெற்றிருக்கிறது, அல்லது ஹெகலைப் பின்பற்றி மார்க்ஸ் கூறுவதைப் போல "கார்ப்பொரேஷன் உணர்ச்சி" இடம் பெற்றிருக்கிறது.

அதிகாரவர்க்கத்தினர் அரசின் மதகுருக்கள், அதன் யேசு சபையினர். அதன் இறையியல் தத்துவாசிரியர்கள். அவர்களிடம் எல்லாமே இரண்டு அர்த்தங்களைப் பெற்றுவிடுகின்றன: உண்மையான அர்த்தம் ஒன்று, விஷயங்களை அறியாதவர்களுக்கு மறைத்துவைக்கப்படுகின்ற இரகசியமான அர்த்தம் மற்றொன்று. ஆகவே அதிகாரவர்க்கத்தின் பொது உணர்ச்சி இரகசியம், மர்மம்."[1]

அதிகாரவர்க்கம் வெளியுலகத்திலிருந்து தனித்து வைக்கப்பட்டிருப்பதில், அதன் ஒதுக்கமான, "கார்ப்பொரேஷன் உணர்ச்சியில்" இந்த மர்மத்தைப் பின்பற்றுதல் உறுதி செய்யப்படுகின்றது; ஆனால் அதன் சொந்தச் சூழலில் இந்த மர்மத்தைப் பின்பற்றுதல் அதன் படி வரிசை அமைப்பினால் உறுதி செய்யப்படுகிறது. "கார்ப்பொரேஷன்" இரகசியத்தை மீறுதலை, "அரசின் பகிரங்க உணர்ச்சியை" அதிகார வர்க்கம் துரோகம் என்கிறது. அதன் படி வரிசை அமைப்பு **அறிவின் படிவரிசை அமைப்பே**. உச்சியில் இருப்பவர்கள் விவரங்களைப் புரிந்து கொள்வதைக் கீழ்நிலையில் இருப்பவர்களிடம் ஒப்படைக்கிறார்கள். பொதுவானவற்றை உச்சியிலிருப்பவர்கள் புரிந்து

---

1. Ibid., p. 47.

கொண்டிருப்பதாகக் கீழ்நிலையில் இருப்பவர்கள் கருதுகிறார்கள். ஆகவே எல்லோரும் பரஸ்பரம் ஏமாற்றப்படுகிறார்கள்."¹

ஆனால் அதிகாரவர்க்கத்தின் "அறிவு" விஞ்ஞான அறிவை அடிப்படையாகக் கொண்டிருக்கவில்லை: உண்மையான விஞ்ஞானத்தில் ஒன்றுமில்லை என்று அதிகாரவர்க்கம் கருதுகிறது. அதிகாரவர்க்கத்தின் "அறிவு" அதிகாரத்தின் நம்பிக்கையை, குருட்டுத்தனமான கீழ்ப்படிதலை, உறுதியாக நிறுவப்பட்ட, சம்பிரதாயமான நடவடிக்கைகளை, முன்னரே தயாரிக்கப்பட்ட கோட்பாடுகள், கருத்துக்கள் மற்றும் மரபுகளை அடிப்படையாகக் கொண்டிருக்கிறது.

"ஆகவே *அதிகாரம்* அதன் அறிவின் அடிப்படை, அதிகாரத்தைக் கடவுளாக உயர்த்துவது அதன் *பற்றுறுதி*."²

எதேச்சாதிகார அரசு கீழ்ப்படுதல் மற்றும் குருட்டுப் பணிவினால் ஒன்றோடொன்று இணைக்கப்பட்டிருக்கின்ற திட்டவட்டமான அதிகார வர்க்க சக்திகளின் அமைப்பு என்ற வடிவத்தைக் கொண்டிருக்கிறது.

நாட்டின் அரசியல் வாழ்க்கை "மனிதத் தன்மையை அடைவதற்கு" அரசரை மட்டும் தூக்கியெறிவது போதுமானதல்ல என்ற முடிவுக்கு அரசைப் பற்றிய மார்க்சின் பகுப்பாய்வு தவிர்க்க முடியாத வகையில் இட்டுச் செல்கிறது. இதற்கு தனிச் சொத்துடைமை, சமூக ரீதியிலும் பொருளாதார ரீதியிலும் சமத்துவமின்மை ஆகியவற்றின் மீது நிறுவப்பட்டிருக்கின்ற மொத்த அதிகாரவர்க்கப் பிரமிடையுமே நொறுக்க வேண்டும். அரசைப் பற்றிய மார்க்சின் விமர்சனம் முடியாட்சியின் எதேச்சாதிகாரத்தை மட்டுமின்றி முதலாளித்துவ ஜனநாயகத்தையும் தொட்டுச் செல்வது முற்றிலும் தெளிவாகும்.

அரசு அமைப்பின் தொடக்க நிலைக் கோட்பாடு மக்களை, மனிதனை அடிப்படையாகக் கொண்டிருக்க வேண்டும்; ஆனால் அதிகார வர்க்கப் போலீஸ் அரசு மக்களின் மிக அவசியமான நடவடிக்கைக்கு அந்நியமானதாக, "சிவில் சமூகத்திலிருந்து" பிரிக்கப்பட்டதாக, அதற்கு மேலே இருப்பதாக இருக்கிறது என்று மார்க்ஸ் வர்ணிக்கிறார்.

---

1. Ibid., pp. 46-47.
2. Ibid., p. 47.

மார்க்ஸ் சட்டம் பற்றிய ஹெகலியத் தத்துவ ஞானத்துக்கு விமர்சனம் என்ற நூலை எழுதிக் கொண்டிருந்த அதே காலகட்டத்தில் அவர் அ.ரூகேக்கு எழுதிய கடிதத்தில் "ஜனநாயகத்தின் மனித உலகத்துக்கு மாறுவதைப்" பிரகடனம் செய்கிறார். "தொழில்துறை மற்றும் வர்த்தகம். சொத்துடைமை மற்றும் மக்களைச் சுரண்டுவது ஆகிய அமைப்பு" சமூகத்தில் ஆழமான வெடிப்பை ஏற்படுத்திவிடுகிறது. "பழைய அமைப்பினால் அதை குணப்படுத்த முடியாது"[1] என்பதை அவர் தெளிவாகக் காண்கிறார்.

மார்க்ஸ் ஒழிக்கப்பட வேண்டிய அன்றைய அமைப்பின் உளுத்துப் போன தன்மையைக் கண்டார் என்ற போதிலும், "எங்கேயிருந்து தொடங்குவது?" என்ற போதிலும், "எங்கே போவது?" என்ற கேள்விக்கு அவர் இன்னும் தெளிவான பதிலைத் தர முடியவில்லை. அரை நிலப்பிரபுத்துவ ஜெர்மனியில் இக்கேள்விக்குப் பதிலைக் கண்டுபிடிப்பது கடினமே.

உண்மையான போர் முழக்கத்தை அவர் தேடினார். மனிதகுலத்தின் மொத்த சமூக வரலாற்றைப் பற்றியும் விஞ்ஞான ரீதியான, பொருள்முதல்வாதக் கண்ணோட்டத்தை விரித்துக் கூறினால் மட்டுமே அத்தேடல் பயனளிக்கும்.

---

1. Ibid., p. 141.

7

உண்மையான போர் முழக்கத்தைத் தேடல்

....நாம் ஒரு புதிய கொள்கையுடன், இதுதான் உண்மை, இதற்கு முன்னால் மண்டியிடுங்கள் என்று வறட்டுக் கோட்பாட்டுத் தனமான முறையில் உலகத்தை நோக்கிச் சொல்லவில்லை. உலகத்தின் சொந்தக் கோட்பாடுகளிலிருந்தே உலகத்தின் புதிய கொள்கைகளை உருவாக்குகிறோம்.

கார்ல் மார்க்ஸ்[1]

வரலாற்றைப் பற்றிய பொருள்முதல்வாதக் கருத்தை விரித்துரைப்பதை நோக்கி மார்க்ஸ் எந்த வழிகளில் முன்னேறினார்?

மார்க்ஸ் 1842ம் வருடத்தின் தொடக்கத்திலேயே தன்னுடைய கட்டுரைகளில் ஒன்றில் நாத்திகவாதம், பொருள்முதல்வாதம், மனிதாபிமானத்தின் அகத்தூண்டுதலான அறிவிப்பாளரான லுட்விக் ஃபாயர்பாஹை "நம் காலத்தின் பாவம் போக்குமிடம்", சுதந்திரம் மற்றும் உண்மைக்குப் பாதையில் இருக்கின்ற "நெருப்பு ஆறு" என்று பிரகடனம் செய்தார்.[2]

அவர் "ஊக முறையில் சிந்திக்கின்ற இறையியலாளர்களுக்கும் தத்துவஞானிகளுக்கும்," அதாவது இறையியலாளர்களுக்கும் கருத்துமுதல்வாதிகளுக்கும் பின்வரும் வேண்டுகோளை விடுத்தார்: "விஷயங்கள் யதார்த்தத்தில் மெய்யாக எப்படி இருக்கின்றன என்பதை நீங்கள் அறிய விரும்பினால் பழைய ஊக முறைத்

---

1. Ibid., p. 144.
2. ஜெர்மன் மொழியில் "ஃபாயர்பாஹ்" என்ற சொல்லை "ஃபாயர்" (நெருப்பு). பாஹ் (ஆறு) என்று பிரிக்க முடியும். மார்க்ஸ் இச்சொல்லின் நேர்ப் பொருளை இங்கே சிலேடையாகக் கையாள்கிறார்.

தத்துவஞானத்தின் கருத்தமைப்புகள் மற்றும் தப்பெண்ணங்களி லிருந்து உங்களை விடுவித்துக் கொள்ளுங்கள்."[1]

லுட்விக் ஃபாயர்பாஹ் எழுதிய **கிறிஸ்துவ சமயத்தின் சாராம்சம்** என்ற நூலை மார்க்ஸ் 1841ம் வருடத்தின் கோடைகாலத்தின் போது படித்தார். அந்தச் சமயத்தில் இளம் ஹெகலியவாதிகள் மீது இந்நூல் ஏற்படுத்திய தாக்கத்தை எங்கெல்ஸ் அழகாக வர்ணித்துள்ளார்.

இளம் ஹெகலியவாதிகள் சிக்கிக் கொண்டிருந்த எல்லா முரண்பாடுகளையும் இந்நூல் "ஒரேயொரு அடியில்" ஒழித்து பொருள்முதல் வாதத்தின் வெற்றியை நேரடியாகப் பிரகடனம் செய்தது. "எல்லாத் தத்துவஞானத்துக்கும் அப்பால் சுதந்திரமாக இருக்கிறது இயற்கை. அதன் அடித்தளத்திலேதான் மனித இனத்தவராகிய நாம்-நாமும் இயற்கையின் உற்பத்திப் பொருட்கள்தாம் - வளர்ந்து வந்திருக்கிறோம். இயற்கைக்கும் மனிதனுக்கும் அப்பாற்பட்டதாய் எதுவும் இல்லை. நம்முடைய சமய வழிப்பட்ட கற்பனைகள் படைத்துள்ள கடவுளர்கள் எனப்பட்டவர்கள் நம் சாராம்சத்தின் விசித்திரமான பிரதிபலிப்பே ஆகும். மந்திரம் என்பது உடைத்தெறியப்பட்டது; அமைப்புமுறை தகர்க்கப்பட்டு விட்டது; முரண்பாடு என்பது நம் கற்பனையில் மட்டுமே இருப்பது என்று காட்டப்பட்டுக் கலைக்கப்பட்டது. அறிவுக்கு விடுதலை அளிப்பது போன்ற இந்நூலின் பாதிப்பை அனுபவித்தவர்களுக்குத்தான் அதைக் கற்பனை செய்து பார்க்க முடியும். எங்கும் உற்சாகம் கரைபுரண்டோடியது; நாங்கள் அனைவரும் உடனே ஃபாயர் பாஹ்வாதிகளாகிவிட்டோம்."[2]

இந்தப் பகுதியை எங்கெல்ஸ் உணர்ச்சியுடன் எழுதியிருக்கிறார். ஆனால் மார்க்ஸ் ஃபாயர்பாஹை ஒரு முறை படித்தவுடனே முன்னாள் கருத்துமுதல்வாதியும் இளம் ஹெகலியவாதியும் குட்டிக்கரணம் போட்டுப் பொருள் முதல்வாதியாகிவிட்டார் என்று சொல்கின்ற முறையில் மேற்கூறிய பகுதியை மார்க்சின் ஆன்மிக வளர்ச்சிக்கு மிகை எளிமையான முறையில் கையாளக் கூடாது.

மார்க்ஸ் தன்னுடைய இளமைப் பருவத்தில் கூட மிகவும் ஆழமான, சுதந்திரமான சிந்தனையாளராக இருந்தபடியால்

---

1. Marx, Engels, *Werke*, Bd. I. Berlin, 1969, S. 27.

2. பிரெடெரிக் எங்கெல்ஸ், லுத்விக் ஃபாயர்பாகும் மூலச்சிறப்புள்ள ஜெர்மன் தத்துவஞானத்தின் முடிவும், முன்னேற்றப் பதிப்பகம், மாஸ்கோ, 1977, பக்கங்கள் 25-26.

அவருடைய அடிப்படையான தத்துவ நம்பிக்கைகளில் மாற்றத்தைத் திடீரென்று ஏற்பட்டதாகவோ அல்லது முற்றிலும் அந்நியத் தாக்கத்தினால் ஏற்பட்டதாகவோ கருதிவிட முடியாது.

புதிய கோட்பாடுகளை-அவை நம்பக் கூடிய விதத்திலும் அகத்தூண்டுதலான முறையிலும் விளக்கப்பட்டாலும் கூட-உடனடியாக நம்பிக்கையின் பேரில் ஏற்றுக்கொள்ளத் தயாராக இருக்கின்ற நபர்களில் மார்க்ஸ் ஒருவர் அல்ல. மெய்யான தத்துவ விஞ்ஞானியைப் போல அவர் "மற்றவர்களுடைய" நம்பிக்கைகளை இரவல் பெறவில்லை; தன்னுடைய சொந்த நம்பிக்கைகளைப் படைப்பதற்கு அவற்றை அடிப்படையாகப் பயன்படுத்தினார். அவர் ஒரு புதிய தத்துவக் கருத்தை ஏற்றுக்கொள்வதற்கு முன்பு தன்னுடைய விமர்சனச் சிந்தனை-அது அதனிடத்தும் இரக்கமில்லாதது-என்ற சோதனைக்கு உட்படுத்துவார். மேலும் புதிய கோட்பாடுகளைப் பழையவற்றோடு அப்படியே "சேர்த்துக் கொள்ள மாட்டார்." திரட்டப்பட்ட மொத்த ஆன்மிகச் செல்வத்தையும் மறுமதிப்பீடு செய்வார். உலகக் கண்ணோட்டத்தின் மொத்த அமைப்பில் அவை தமக்குரிய இடத்தை அடைய வேண்டும். அவை முற்றிலும் "பொருந்தியிருக்க வேண்டும்" என்பதற்காக அமைப்பும் கோட்பாடுகளும் மறுபடியும் திருத்தியமைக்கப்படும்.

ஒவ்வொரு சிந்தனைச் சாயலுக்கும் மிகவும் அற்பமானவற்றுக்கும் கூட-இத்தகைய அணுகு முறை மார்க்சின் குறியடையாளமாக இருந்தது. எனவே அவருடைய தத்துவஞான நம்பிக்கைகளில் மிகவும் முக்கியமான திருப்புமுனையை மதிப்பீடு செய்கின்ற பொழுது இதை நினைவிலிறுத்துவது இன்னும் அவசியமானதாகும்.

மார்க்ஸ் பொருள்முதல்வாதத்தை அடைந்த பாதை எளிமையாக இருக்கவில்லை. அதில் தீர்மானமான பாத்திரத்தை வகித்தவர் ஃபாயர் பாஹ் மட்டுமே என்றும் கூறிவிட முடியாது. மார்க்ஸ் ஒரு நீண்ட, பல்தொகுதியான ஆன்மிக வளர்ச்சியின் மூலமாகவும் முற்காலத்திய அனைத்துத் தத்துவஞானக் கலாச்சாரத்தின் சாதனைகளையும் விமர்சன ரீதியாகத் தன்வயப் படுத்திக் கொள்வதன் மூலமாகவும் மதஞ்சார்ந்த உலகக் கண்ணோட்டத்துடன் போர் தொடுத்தும் ஹெகலின் கம்பீரமான அமைப்புடன்- முதலில் அதை நவீனப்படுத்துகின்ற நோக்கத்துடனும் பிறகு அதை முறியடிக்கின்ற நோக்கத்துடனும் தொடர்ச்சியான போராட்டத்தின் மூலமாகவும் பொருள்முதல்வாதத்தை நோக்கி முன்னேறினார்.

ஹெகலியத் தத்துவஞானத்தின் "ஊக இயல்புடன்" அதிருப்தி, தத்துவஞானத்துக்கும் "உலகத்துக்கும்" இடையில் இன்னும் நெருக்கமான இணைப்பைத் தேடல், தன்னுடைய நாத்திக நம்பிக்கைகளுக்கு முரணில்லாத தத்துவ அடிப்படையைத் தேடல்- இவை அனைத்தும் ஏற்கெனவே டாக்டர் பட்ட ஆராய்ச்சிக் கட்டுரையில் மார்க்ஸ் பொருள்முதல்வாதத்தை நோக்கித் தன்னுடைய கவனத்தைத் திருப்பும்படி செய்தன. எனினும் இங்கே பண்டைக்கால கிரேக்கப் பொருள்முதல்வாதத்திடம் அவர் காட்டிய அனுதாபம் இன்னும் தத்துவ ரீதியில் நிறுவப்படவில்லை.

ஃபாயர்பாஹ் எழுதிய *கிறிஸ்துவ சமயத்தின் சாராம்சம்* என்ற நூலும் மற்ற புத்தகங்களும் மார்க்சின் சிந்தனை ஏற்கெனவே முன்னேறிக் கொண்டிருந்த திசையில் கூடுதலான, வன்மையான தூண்டுதல்களாக இருந்தன என்பதில் ஐயமில்லை.

ஆனால் Rheinische Zeitung பத்திரிகையில் மார்க்சின் தீவிரமான கட்டுரைப் பணிகள், ஒடுக்கப்பட்ட மக்களைத் தீவிரமாக ஆதரிப்பவர் என்ற முறையில் அவர் மேற்கொண்ட நிலை, அரசியல் மற்றும் சமூக சக்திகள், வர்க்க விருப்பார்வங்கள் மற்றும் பொருளாயத நலன்களின் சிக்கலான மோதலையும் இடைச் செயலையும் புரிந்து கொள்ள வேண்டுமென்ற அவருடைய விருப்பம் ஆகியவையே இத்திசையில் அவர் முன்னேறுவதற்கு மிகப் பெரிய தூண்டுதலாக ஒருக்கால் இருந்திருக்கக் கூடும்.

இதில் சட்டம் பற்றிய ஹெகலியத் தத்துவஞானம் எப்படிச் சிறிதளவும் உதவவில்லையோ அப்படியே ஃபாயர்பாஹின் பொருள்முதல் வாதமும் உதவவில்லை. மார்க்ஸ் எல்லாவற்றுக்கும் மேலாக எந்தத் துறையைப் பகுப்பாய்வு செய்வதற்கு விரும்பினாரோ அந்தத் துறையில், சமூக உறவுகள் துறையில் ஃபாயர்பாஹ் ஒரு கருத்துமுதல்வாதியாகவே இருந்தார். இங்கே அவர் ஹெகலுக்கும் தாழ்ந்தவராகவே இருந்தார்.

சமூக உறவுகளைப் பற்றிய விளக்கத்தை நோக்கிச் சென்ற மார்க்சின் சிந்தனை உண்மையின் மணிகளை எப்படிப் பொறுக்கியெடுத்தது என்பதை ஆராய்வது சுவாரசியமானதாகும்.

"பொருளின் மொழியில்" பேசுவது, "ஒவ்வொரு பொருளைப் பற்றியும் அதன் சாராம்சத் தன்மைக்கு ஏற்ப"[1] புரிந்து கொள்வது

---

1. Marx, Engels, *Collected Works*, Vol. I, p. 113.

அவசியம், பொருள்கள் "அவை மெய்யாகவே இருக்கின்ற முறையில்"[1] புரிந்து கொள்வதில் தான் உண்மை இருக்கிறது என்று மார்க்ஸ் 1842ம் வருடத்தின் தொடக்கத்தில் எழுதினார்.

இக்கூற்றுகளில் பொருள்முதல்வாதப் போக்கு அடங்கியிருக்கிறது என்பதில் ஐயமில்லை. ஆனால் அது மிகவும் சூக்குமமான வடிவத்தில்தான் இருக்கிறது, மேலும் அது சமூகப் பிரச்சினைகளைத் தொடவில்லை.

மார்க்ஸ் 1842ம் வருடத்தின் இலையுதிர் காலத்தில் விறகு திருடப்படுவதைப் பற்றிய கட்டுரையை எழுதிய பொழுது உடைமைக்கும் சட்டத்துக்கும் இடையிலுள்ள உறவைப் பற்றி இன்னும் ஆழமாகப் புரிந்து கொள்ள வேண்டிய அவசியத்தை உணர்ந்தார். தனிச் சொத்துடைமை தனிநபர் மீது அதிகாரம் செலுத்துகின்ற உரிமையை, உடைமை இல்லாதவர்கள் மீது சட்டவியல் மற்றும் அரசு-நிர்வாக அதிகாரங்களைப் பிரயோகிக்கின்ற உரிமையைக் கொடுப்பதால் அரசியல் மற்றும் சட்டவியல் அமைப்புகளை நிர்ணயிக்கின்ற காரணி அது தானா? இதற்கு ஆமாம் என்பதே பதில் என்பது வெளிப்படையாகத் தோன்றினாலும் மார்க்ஸ் இன்னும் அதை வெளிப்படையாக வகுத்தளிக்கவில்லை.

1843ம் வருடத்தின் ஆரம்பத்தில் மார்க்ஸ் சமூக உறவுகளின் பொறியமைவைப் பற்றிய உண்மையான விளக்கத்தை இன்னும் திட்டவட்டமான முறையில் நெருங்குகிறார். மோஸெல் பிராந்தியத்தின் திராட்சை பயிரிடுபவர்களை ஆதரித்து எழுதுகின்ற பொழுது சமூக அநீதிகள் தனிப்பட்ட நபர்களுடைய நடவடிக்கைகளினால் ஏற்படவில்லை, இந்த நபர்கள் "தம் காலத்திய உறவுகளின் கொடுமைகள் அனைத்தி"ன் உருவகமாக இருக்கிறார்கள், இந்த உறவுகள் "பொதுவான, பார்க்கவியலாத மற்றும் நிர்ப்பந்திக்கின்ற சக்திகள்"[2] என்று மார்க்ஸ் எடுத்துக்காட்டுகிறார்.

தனிப்பட்ட நபர்களின் சித்தத்துக்கும் "சுவாசித்தலுக்கும்" சம்பந்தமில்லாததைப் போலவே இந்த உறவுகளும் சுதந்திரமானவை, நாம் அதிகாரிகளின் தரப்பில் அல்லது ஏழை மக்களின் தரப்பில் நல்லெண்ணம் அல்லது தீய எண்ணத்தைத் தேடக் கூடாது. ஆனால் "புறநிலை உறவுகளின் விளைவுகளைக் காண வேண்டும்."[3]

---

1. Marx, Engels, *Werke*, Bd. I. S. 27.
2. Marx, Engels, *Collected Works*, Vol. I, p. 354.
3. Ibid., p. 337.

இரசாயன விஞ்ஞானி இரசாயனப் பொருட்களுக்கிடையில் நடைபெறுகின்ற "மோதல்களை" எவ்வளவு துல்லியமாக நிர்ணயிக்க முடியுமோ அப்படி உத்தேசமாகவாவது சிக்கலான சமூக மோதல்களைப் புரிந்து கொள்வதற்கு இத்தகைய அணுகுமுறை உதவும் என்ற கருத்துக்கு மார்க்ஸ் வந்து கொண்டிருக்கிறார். "இருக்கின்ற உறவுகள் ஒரு நிகழ்வை அவசியப் படுத்துகின்றன என்பதை நிரூபித்து விட்டால் எத்தகைய வெளிப்புற சந்தர்ப்பங்கள் அதை மெய்யாகவே தயாரிக்கின்றன என்பதையும் ஏற்கெனவே அது தேவையாக இருந்தாலும் அதைத் தயாரிக்க முடியாதிருக்கின்ற சந்தர்ப் பங்களையும் கண்டறிவது இனியும் கஷ்டமான காரியம் அல்ல."[1]

பத்திரிகைச் சுதந்திரம் இல்லாதிருப்பது சமூகப் பிரச்சினைகளைத் தீர்ப்பதற்குப் பெரிய தடை என்பதை மார்க்ஸ் சிறிது காலத்துக்கு முன்பு கண்டார் என்றால் இப்பொழுது அவர் புதிதாக ஏற்றுக்கொண்டுள்ள பொருள்முதல்வாத அணுகுமுறைக்கு ஏற்றபடி மோஸெல் பிராந்தியத்தின் துன்பகரமான நிலைமையின் பிரத்யேகத் தன்மையிலிருந்து பத்திரிகைச் சுதந்திரத்தின் அவசியம் பிறக்கிறது என்று எடுத்துரைக்கிறார்.[2]

இப்பொருள்முதல்வாத நிலையிலிருந்து மார்க்ஸ் ஹெகலின் "பல கடவுளைக் கொண்ட இறை ஞானத்தை" விமர்சித்தார்; அங்கே "சிந்தனை அரசின் தன்மையுடன் பொருந்துவதில்லை, ஆனால் அரசு முன்னரே தயாரிக்கப்பட்ட சிந்தனாமுறையுடன் பொருந்துகிறது."[3] பல்வேறு வடிவங்களைப் பெறுகின்ற அரசின் உள்ளடக்கத்தை அதன் மூலமாக, "அரசு என்ற கருத்தின் மூலமாக" விளக்கமளிக்கக் கூடாது, ஆனால் குடும்பம் மற்றும் "சிவில் சமூகம்" என்ற பொருளாயத உறவுகளின் துறையிலிருந்து விளக்கமளிக்க வேண்டும் என்று மார்க்ஸ் வலியுறுத்துகிறார்.

சமூக உறவுகளை விளக்கக் கூடிய, நெடுங்காலமாகத் தேடப்பட்ட திறவுகோல் அகப்பட்டு விட்டது, ஹெகல், ஃபாயர்பாஹ் ஆகிய இருவருடனும் ஒப்பிடுகின்ற பொழுது மாபெரும் காலடி முன்னே எடுத்து வைக்கப்பட்டிருக்கிறது என்று தோன்றும். சமூக சக்திகள், அகநிலையான விருப்பார்வங்கள்,

---

1. Ibid.
2. Ibid.
3. Marx, Engels, *Collected Works*, Vol. 3, p. 19

தனிப்பட்ட உணர்ச்சிகள் மற்றும் கருத்துக்களின் போராட்டம் என்ற குழப்பத்துக்கு நடுவில் புறநிலையான தர்க்கவியலின் விளிம்புகளை மார்க்சின் கண்கள் பார்க்கத் தொடங்கிவிட்டன.

ஆனால் அவை விளிம்புகள் மட்டுமே; அதன் உருவரைகள் தெளிவில்லாதவை, திட்டவட்டமாக இல்லாதவை. மக்களுடைய வறுமைக்குக் காரணம் புறநிலையான உறவுகளில் இருக்கின்றது என்று அவர்களிடம் கூறுவது போதுமானதல்ல, அவற்றின் இயல்பையும் வெளிப்படுத்த வேண்டும், சுதந்திரத்துக்கு வழியைச் சுட்டிக்காட்ட வேண்டும், "உண்மையான போர் முழக்கத்தைக்" கொடுக்க வேண்டும். இப்போர் முழக்கம் என்றால் என்ன? "ஒடுக்கப்பட்ட சமூகப் பிரிவினர்" ஆதாரமாகக் கொள்ள வேண்டிய சக்தி எங்கே இருக்கிறது?

மார்க்சின் அறிவு சமூகப் பிரச்சினைகளை விளக்குகின்ற கடமையுடன் தொடர்ந்து போராடுகிறது; ஆனால் ஒரு "உச்சவரம்பு" தடுக்கிறது. அரசியல் பொருளாதாரம், வரலாறு மற்றும் சமூக உறவுகளின் தத்துவம் ஆகிய துறையில், கற்பனாவாத சோஷலிஸ்டுகள் மற்றும் கற்பனாவாதக் கம்யூனிசத்தின் பிரதிநிதிகளுடைய போதனைத் துறையில் அறிவில் இடைவெளிகள் இருப்பதை உணர்கிறார்.

மார்க்சியம் ஒரு முழுமையான, முரணில்லாத போதனையாகும். அது ஒரு அங்ககமான அமைப்பு. அதில் முழுமைக்கு முன்பாகத் தனிப் பகுதி தோன்றுவதில்லை, உயிருள்ள கருவளர்ச்சியடைவதைப் போல அதன் மொத்தமும் வளர்ச்சியடைந்து தன்னை முழுநிறை வாக்கிக் கொள்கிறது.

முதலில் இயக்கவியல் பொருள்முதல்வாதமும் பிறகு விஞ்ஞான கம்யூனிசமும் அரசியல் பொருளாதாரமும் தோன்றின என்று நினைப்பது வெகுளித்தனமாகும். ஆனால் மார்க்சின் வாழ்க்கையின் வெவ்வேறு கட்டங்களில் அவர் பிரதானமாக இவற்றில் ஏதாவதொரு துறையில் முழு கவனத்தையும் செலுத்தினார். மார்க்ஸ் தன்னுடைய புதிய உலகக் கண்ணோட்டத்தைத் தத்துவஞானத்திலிருந்து தொடங்கினார் என்ற போதிலும், மார்க்சியத்தின் சமூக மற்றும் பொருளாதார அம்சங்களின் உருவாக்கம் நடைபெற்றுக் கொண்டிருந்த பொழுதுதான் இத்துறையில் தீர்மானமான புரட்சி சாத்தியமாயிற்று.

இந்தக் கூறு ஏற்கெனவே *Rheinische Zeitung* காலகட்டத்தில் தோன்றியிருந்தது. மார்க்சின் தத்துவஞான அறிவு பரந்த அளவிலும்

கலைக்களஞ்சிய விரிவுடனும் இருந்தாலும் மெய்யான வாழ்க்கை. முன்வைக்கின்ற பிரச்சினைகளைத் தீர்ப்பதற்கு இந்த ஆன்மிகச் செல்வம் போதுமானதாக இருக்கவில்லை; தத்துவஞானத்தில் உண்மையான முன்னேற்றத்தை அடைவதற்கும் அது போதுமானதாக இருக்கவில்லை. மெய்யான வாழ்க்கை, தத்துவம் ஆகிய இரண்டிலும் சமூக உறவுகளைப் பற்றிய ஆழமான பகுப்பாய்வில் ஈடுபடும்படி மார்க்ஸ் நிர்ப்பந்திக்கப் பட்டார்.

அவர் கற்பனாவாத சோஷலிஸ்டுகளின், முதலாவதாகவும் முதன்மையாகவும் சான் சிமோன், ஃபூரியே மற்றும் ஓவனின் தத்துவக் கட்டுரைகளை விமர்சனப் பகுப்பாய்வு செய்தார். அவர்கள் கம்யூனிஸ்டு சமூகத்தின் கூறுகள் பலவற்றை (தனிச் சொத்துடைமை, வர்க்க முரணியல்புகள் மற்றும் மனிதனை மனிதன் சுரண்டல் இல்லாதிருத்தல், உழைப்பு சாபக்கேடு என்ற நிலைமையை மாற்றி அதைப் பிரதான மனித அவசியமாகச் செய்வது, சுய நிர்வாகம், இதரவை) அதிகமான மதிநுட்பத்துடன் வர்ணித்தார்கள்; ஆனால் ஒரு முதலாளித்துவச் சமூகத்தைப் புரட்சியின் மூலமாக இல்லாமல், "உதாரணத்தின் வன்மையினால்", அறவுரைகளினால், வங்கி அதிபர்களையும் தொழிற்சாலை முதலாளிகளையும் தங்களுடைய இலட்சியத்துக்கு மாற்றுவதன் மூலம் அவர்கள் உடனே தங்களுடைய உடைமைகளைப் பொது நன்மைக்குப் பயன்படுத்தும்படி ஏழைகளிடம் விருப்பபூர்வமாக ஒப்படைத்துவிடுவார்கள் கம்யூனிஸ்டு சமூகமாக மாற்றிவிட முடியும் என்று வெகுளித்தனமாக நம்பினார்கள்.

மார்க்ஸ் தன்னுடைய மாணவப் பருவத்திலேயே கற்பனாவாத சோஷலிஸ்டுகள் மீது ஓரளவுக்கு அவநம்பிக்கை கொண்டிருந்தார்; ஏனென்றால் அவர்களுடைய உன்னதமான கற்பனைகளுக்கும் அரை நிலப்பிரபுத்துவ பிரஷ்யாவின் வாழ்க்கைக்கும் இடையில் எவ்விதமான உண்மையான இணைப்பையும் அவரால் பார்க்க முடியவில்லை. ஜெர்மனியில் கற்பனாவாத சோஷலிசக் கருத்துக்கள் பெரும்பாலும் குழப்பமான வடிவத்தில் மாயாவாத வடிவத்திலும் கூடப் பிரச்சாரம் செய்யப்பட்டு வந்தன என்பதை இங்கே நினைவுபடுத்திக் கொண்டால் மார்க்சின் அவநம்பிக்கை இயற்கையானதே.

மார்க்ஸ் *Rheinische Zeitung* பத்திரிகையில் பணி புரிந்த காலத்தில் அவசரமான, செய்முறைக் கடமைகளைத் தீர்ப்பதற்கென்று தன்னை முழுமையாக அர்ப்பணித்துக் கொண்டிருந்தபடியால் அவர் கற்பனாவாதத்தைப் பற்றி இன்னும் அதிக ஜாக்கிரதையாகவே நடந்து கொண்டார். "சரியான தத்துவம் ஸ்தூலமான நிலைமைகளுக்குள்

மற்றும் இருக்கின்ற நிலைமைகளின் அடிப்படையில் தெளிவுபடுத்தப்பட்டு வளர்க்கப்பட வேண்டும்" என்று அவர் கருதினார். அவருடைய முன்னாளைய நண்பர்கள். இளம் ஹெகலியவாதிகள் "அரசியலமைப்புச் சட்டத்தின் சுற்றுவட்டத்திற்குள் ஒவ்வொரு படியாக சுதந்திரத்தை வென்றெடுப்பதற்கு பதிலாக" "சூக்குமக் கருத்தமைப்புகள் என்ற வசதியான சாய்வு நாற்காலியில்" இருந்து கொண்டு பொது முறையான வாதங்களைச் செய்து கொண்டிருந்தார்கள்.[1] தன்னுடைய முன்னாளைய நண்பர்களுடைய நிலைகளைப் பற்றி அவர் வெறுத்தார்.

இந்த வழியில் சுதந்திரத்தைப் பெற முடியும் என்ற நம்பிக்கைகள் வெறும் கற்பனையே; இந்த உண்மையை மார்க்ஸ் இன்னும் உணரவில்லை. "சுதந்திரமான சிந்தனையைக் கொண்ட, செய்முறையான மனிதர்கள்" அனைவரையும் பத்திரிகையைச் சுற்றி ஒன்றுபடுத்த முடியும் என்று அவர் நம்பினார்; "இன்றைய அரசு அமைப்பின் அடிப்படைகளை எதிர்த்துத் தெளிவான ஆர்ப்பாட்டம் செய்வதனால் தணிக்கை முறை தீவிரப் படுத்தப்படலாம், பத்திரிகை கூட ஒடுக்கப்படலாம்" என்று அவர் அஞ்சினார்.[2]

எனினும் சம்பவங்கள் வேறுவிதமாக வளர்ச்சியடைந்தபடியால் 1842ம் வருடத்தின் இலையுதிர்காலத்தில் கற்பனாவாதக் கம்யூனிசத்தைப் பற்றித் தன் கருத்துக்களை எழுதும்படி மார்க்ஸ் நிர்ப்பந்திக்கப்பட்டார்.

அநேகமாக இதே சமயத்தில் Rheinishe Zeitung பத்திரிகை மெவிஸென் மற்றும் ஹேஸ் எழுதிய கட்டுரைத் தொடரை வெளியிட்டது. அவர்கள் சோஷலிஸ்ட் கருத்துக்களை வெளியிட்டதுடன் "சொத்துடைமையில் புரட்சி" என்ற கோரிக்கையையும் கூட முன்வைத்திருந்தார்கள். குறிப்பாக மோஸஸ் ஹேஸ் தனிச் சொத்துடைமைக்கு எதிராகப் பாட்டாளி வர்க்கத்தின் போராட்டத்தை நிலப்பிரபுத்துவத்துக்கு எதிராக முதலாளி வர்க்கம் நடத்திய போராட்டத்துடன் ஒப்பிட்டுக் காட்டி இப்போராட்டம் ஒரு தேசியப் புரட்சிக்கு இட்டுச் செல்லப்படுகிறது என்று வலிமையாக வற்புறுத்தினார்.

---

1. Marx, Engels, *Collected Works*, Vol. I, p. 392.
2. Ibid.

அவுக்ஸ்பர்கிலிருந்து வெளியிடப்பட்ட Allgemeine Zeitung ("பொதுப் பத்திரிகை") என்ற பத்திரிகை Rheinische Zeitung பத்திரிகைக்குப் போட்டியாக நடத்தப்பட்டு வந்தது. அது தன்னுடைய எதிரியைத் தாக்குவதற்கு இந்தச் சந்தர்ப்பத்தைப் பயன்படுத்திக் கொண்டது. "பணக்கார வர்த்தகர்களின் புதல்வர்கள் (மோஸஸ் ஹேஸ் ஒரு வர்த்தகக் குடும்பத்தைச் சேர்ந்தவர்) தங்களுடைய உடைமைகளைக் கொலோனின் கைவினைஞர்கள் மற்றும் துறைமுகத் தொழிலாளர்களுடன் பகிர்ந்து கொள்கின்ற எண்ணம் சிறிதுமில்லாமல் சோஷலிஸ்ட் கருத்துக்களுடன் சல்லாபிக்கிறார்கள் என்று கிண்டல் செய்தது. ஜெர்மனியைப் போன்ற பின்தங்கிய நாட்டில் மத்தியதர வர்க்கத்தினர் இப்பொழுதுதான் சுதந்திரமாக மூச்சுவிடத் தொடங்கியிருக்கிறார்கள், 1789இல் பிரெஞ்சுப் பிரபுக்களுக்கு ஏற்பட்ட கதியைச் சுட்டிக்காட்டி இப்பொழுது அவர்களைப் பயமுறுத்துவது என்றால் அது சிறுபிள்ளைத்தனமானது என்று அது எழுதியது.

இது சாமர்த்தியமான தாக்குதல். முதலாளி வர்க்க வாசகர்கள் Rheinische Zeitung பத்திரிகையைப் படிக்காமலிருக்கும்படி பயமுறுத்துவதும் அது கம்யூனிஸ்ட் பத்திரிகை என்று அரசாங்கத்திடம் எடுத்துக்காட்டுவதும் அதன் நோக்கமாகும்.

Rheinische Zeitung இன் பிரதம ஆசிரியர் என்ற முறையில் இத்தாக்குதலுக்குப் பதிலளிக்க வேண்டிய பொறுப்பு மார்க்சுக்கு ஏற்பட்டது. பத்திரிகை ஏற்கெனவே எடுத்த நிலையை ஆதரிக்க வேண்டும், அதே சமயத்தில் "கம்யூனிசத்தால்" அதிர்ச்சியடைந் திருக்கும் வாசகர்களைச் சாந்தப்படுத்த வேண்டும். இத்தகைய சிக்கலான, சமயோசிதமான கடமையை அவர் இராஜதந்திரத்துடன் நிறைவேற்ற வேண்டும்.

கம்யூனிசம் என்பது அழகான சொற்றொடர்களை உபயோகித்து வரவேற்பறையில் விவாதிக்கக் கூடிய பொருளல்ல என்று அவர் காரமாகக் கூறுகிறார். பன்னீரின் நறுமணம் அதில் இல்லை, அது அழுக்குத் துணியை அணிந்திருக்கிறது. ஆனால் நம் காலத்தின் முக்கியமான பிரச்சினையாக அது இருப்பதை இது தடுக்கவில்லை.

புதிய சமூகப் பிரிவை, அதாவது பாட்டாளி வர்க்கத்தைப் பற்றிய கருத்தை மார்க்ஸ் உறுதியாக ஆதரிக்கிறார். "இன்று எந்த உடைமையும் இல்லாதிருக்கின்ற சமூகப் பிரிவு மத்தியதர

வர்க்கத்தினரது செல்வத்தில் பங்கு கேட்கிறது என்ற உண்மை, ஸ்ட்ராஸ்பார்க் பேச்சு இல்லாமலே, அவுக்ஸ்பர்கின் மௌனத்தை மீறி மாஞ்செஸ்டர், பாரிஸ் மற்றும் லியோனில் உள்ள ஒவ்வொருவருக்கும் தெரிந்ததே."[1]

மார்க்சின் எழுத்துக்களில் பாட்டாளி வர்க்கம் முதல் தடவையாகக் குறிப்பிடப்பட்டிருப்பதிலிருந்து 1842ம் வருடத்திலேயே அவர் பிரான்சிலும் இங்கிலாந்திலும் பாட்டாளி வர்க்கத்தின் சமூகக் கோரிக்கைகளைக் கவனித்துக் கொண்டிருந்தார் என்பதைக் காட்டுகிறது.

ஆனால் மத்தியதர வர்க்கத்துக்கும் (முதலாளி வர்க்கத்துக்கும்) புதிய சமூகப் பிரிவுக்கும் (தொழிலாளர்களுக்கும்) இடையில் "மோதல்" எந்த வழியில் தீர்க்கப்படும்? மார்க்ஸ் இதை முடிவு செய்வதற்கு இன்னும் முன்வரவில்லை. "இரண்டு மக்களினங்கள் தீர்க்க முயன்று கொண்டிருக்கின்ற பிரச்சினைகளை ஒரேயொரு சொற்றொடரில் தீர்த்துவிடுகின்ற கலையை நாம் கற்கவில்லை."[2]

இந்தப் பிரச்சினையின் இரண்டு அம்சங்களுக்கு இடையில், அதாவது "புதிய சமூகப் பிரிவின்" இயக்கம் என்ற முறையில் கம்யூனிஸ்ட் இயக்கத்தின் உண்மையான பிரச்சினைக்கும், தத்துவ ரீதியான விளக்கத்துக்கும் கம்யூனிசப் பிரச்சாரத்துக்கும் இடையில் மார்க்ஸ் தெளிவாக வேறுபடுத்திக் காண்கிறார். இரண்டாவது பிரச்சினையைப் பொறுத்தவரை மார்க்ஸ் விமர்சனம் செய்கிறார். ஆனால் இங்கும் அவர் மிகவும் ஜாக்கிரதையாகத்தான் எழுதுகிறார். *Rheinische Zeitung* கம்யூனிஸ்ட் கருத்துக்களை முற்றமுழுமையான விமரிசனத்துக்கு உட்படுத்தும். அவை தத்துவ ரீதியான மெய்மையைக் கொண்டிருக்கின்றன என்று ஒத்துக் கொள்ளவில்லை, ஆகவே அவை நடைமுறையில் அமுலாக்கப்படுவதை இன்னும் குறைவாகவே விரும்ப முடியும் என்று மார்க்ஸ் எழுதிய பொழுது "இன்றைய வடிவத்திலுள்ள" கம்யூனிஸ்ட் கருத்துக்களையே மனதில் கொண்டிருக்கிறார்.

கற்பனாவாதக் கம்யூனிசத்தில் மார்க்ஸ் துல்லியமாக எந்த அம்சத்தை வெறுத்தார் என்பதைப் பின்வரும் உதாரணத்தில் காண முடியும். *Allgemeine Zeitung* க்குத் தெரிந்த ஒரு பிரபலமடையாத நபர் தன்னுடைய சொத்துக்கள் அனைத்தையும் கம்யூனுக்குக்

1. Ibid., p. 216.
2. Ibid., p. 219.

கொடுத்துவிட்டுத் "தன்னுடைய தோழர்களின் உணவுத் தட்டுகளைக் கழுவி, பூட்சுகளை சுத்தம் செய்தார்" என்பதை மார்க்ஸ் குறிப்பிட்டுக் கிண்டல் செய்கிறார். இங்கே அவர் ஃபூரியேயின் சீடர்கள் நடத்திய கம்யூன்களைக் குறிப்பிடுகிறார். இவற்றைப் பற்றி ஏராளமான கதைகள் சொல்லப்பட்டன; இவை கம்யூனிசக் கருத்துக்களுக்கு அபகீர்த்தியை ஏற்படுத்தின. இத்தகைய "முயற்சிகள்" உண்மையில் ஆபத்தானவை அல்ல என்று மார்க்ஸ் எழுதியது சரியானதாகும்.

தணிக்கை முறையின் காரணமாகத் தன்னுடைய கருத்துக்களை வெளிப்படையாக எழுதுவதற்கு மார்க்சினால் முடியவில்லை. எனினும் அவற்றின் சாராம்சம் என்னவென்றால், மக்களின் அறிவை வெல்லக் கூடிய கம்யூனிஸ்ட் கருத்துக்களின் தத்துவ அடிப்படையைத் தேடுவது அவசியம்; அப்படி மக்களின் நம்பிக்கையைப் பெற்றுவிட்டால் அது பீரங்கியையும் எதிர்த்து நிற்க முடியும். கம்யூனிசத்தைப் பற்றித் தத்துவ ரீதியாக விமர்சனம் செய்வதற்கு முன்பாக லெரூ, கன்சிடெரான் ஆகியோரது நூல்களையும் எல்லாவற்றுக்கும் மேலாக "புரூதோன் எழுதிய நுண்ணறிவு நிறைந்த புத்தகத்தையும்" முற்றமுழுமையாக ஆராய உத்தேசிப்பதாக மார்க்ஸ் எழுதினார்.

பிற்காலத்தில் அவர் பின்வருமாறு நினைவு கூர்ந்தார்: "....'முன்னுக்குப் போக' ஆசைப்படுகின்ற நல்லெண்ணங்கள் விவரமான அறிவின் இடத்தைப் பிடித்திருந்த அந்தக் காலத்தில் லேசான தத்துவஞான முலாம் பூசப்பட்ட பிரெஞ்சு சோஷலிசம், கம்யூனிசத்தின் எதிரொலி *Rheinische Zeitung* பத்திரிகையில் குறிப்பிடத்தக்க விதத்தில் தென்பட்டது. இந்த மேற்போக்கான அறிவுக்கு *(dilettantism)* என்னுடைய மறுப்பைத் தெரிவித்தேன் என்றாலும் *Allgemeine Zeitung* என்ற அவுக்ஸ் பர்க் நகரப் பத்திரிகையோடு நடத்திய விவாதத்தில் பிரெஞ்சுக் கொள்கைகளின் உள்ளடக்கத்தைப் பற்றி ஏதாவது அபிப்பிராயம் தெரிவிப்பதற்கு எனது கடந்த கால ஆராய்ச்சிகள் அனுமதிக்கவில்லை என்பதை அதே சமயத்தில் வெளிப்படையாக ஒத்துக்கொண்டேன்."[1]

மார்க்சுக்கு இன்னும் இருபத்தைந்து வயது கூட முடிவடையவில்லை. *Rheinische Zeitung* பத்திரிகையை நடத்துவதற்கு அகல்விரிவான, ஆழமான அறிவும் நிதானமான,

1. கார்ல் மார்க்ஸ், "அரசியல் பொருளாதார விமர்சனத்துக்கு ஒரு கருத்துரை", முன்னேற்றப் பதிப்பகம், மாஸ்கோ, 1982. பக்கம்.8.

செய்முறைத் தலைமைக்குரிய குணங்களும் தேவைப்பட்டன. ஆனால் மார்க்சின் ஆளுமையில் போர்க்குணம் அதிகம். எனவே மேற்கூறிய குணங்கள் அவரிடம் இல்லையென்று தோன்றின.

எனினும், ஒரு பத்திரிகையை நடத்துகின்ற சிக்கலான கலையில் தான் முழுத் தேர்ச்சி பெற்றிருப்பதை மார்க்ஸ் சிறப்பாக எடுத்துக்காட்டினார். இருப்பதோ ஒரே ஒரு நீர்ப்பாதை; ஆனால் அதன் ஒரு கரையில் தணிக்கை முறை என்ற பூதம் உட்கார்ந்திருக்கிறது; மறு கரையில் அதிதீவிரவாதப் புரட்சிகரக் கோரிக்கைகள் என்ற பயங்கரமான விலங்கு பசியுடன் உட்கார்ந்திருக்கிறது. இவற்றுக்கு நடுவில் கப்பலை சாமர்த்தியமாக ஓட்டிச் சென்று தன்னுடைய திறமையை நிரூபித்தார் மார்க்ஸ்.

அதிதீவிரவாதப் புரட்சிகரக் கோரிக்கைகளை "சுதந்திர மக்கள்" என்ற கழகத்தைச் சேர்ந்த பெர்லின் இளம் ஹெகலியவாதிகள் முன்வைத்தார்கள். அவர்கள் உலகத்தைப் புரட்சிமயமாக்குகின்ற உணர்வில் தோய்ந்து ஆனால் கருத்துக்கள் இல்லாத கட்டுரைகளை ஏராளமாகப் பத்திரிகைக்கு அனுப்பினார்கள். இக்கட்டுரைகளில் அரைகுறையாக ஜீரணிக்கப்பட்ட கற்பனாவாதக் கருத்துக்களை அள்ளித் தெளித்திருந்தார்கள்.

மார்க்ஸ் இந்தச் "சொற்களின் நீர் வீழ்ச்சியை" உறுதியாக நிராகரித்த பொழுது துணிவுடன் நடந்து கொண்டார். *Rheinische Zeitung* இன் புதிய ஆசிரியர் "பழமைவாதி", அவர் "துரோகி" என்று "சுதந்திர மக்கள்" கூக்குரலிட்ட பொழுது அவர் சிறிதும் கவலைப்படவில்லை.

பத்திரிகையை நாட்டிலுள்ள எல்லா எதிர்ப்புச் சக்திகளின் கேந்திரமாகச் செய்வது புரட்சிகர ஜனநாயகவாதி என்ற முறையில் மார்க்சுக்கு முக்கியமானதாக இருந்தது. ஆனால் பத்திரிகை மிகவும் "அதிதீவிரமான" முறையில் நடைபெற வேண்டும் என்று "சுதந்திர மக்கள்" என்ற கழகம் கோரியது; அப்படிச் செய்தால் பத்திரிகை உடனடியாக மூடப்பட்டுவிடும். அதன் விளைவாகப் "போராட்டக் களம்" போலீஸ் மற்றும் தணிக்கை முறையின் கைகளில் ஒப்படைக்கப்பட்டுவிடும்.

"சுதந்திர மக்கள்" கழகத்தின் உறுப்பினர்களில் மார்க்ஸ் சில காலத்துக்கு முன்பு நட்புக் கொண்டிருந்த புரூனோ பௌவர், அடோல்ப் ருட்டென்பர்க், பிரெடெரிக் கோப்பென் ஆகியோரும் இருந்தனர். அத்தகைய கழகத்திடம் மார்க்ஸ் ஏன் கடுமையாக நடந்து

கொண்டார் என்பதைப் புரிந்து கொள்வதற்கு அதன் நோக்கங்களைத் தெரிந்து கொள்ள வேண்டும்.

அக்கழகத்தில் பலவிதமான கருத்துக்களை உடையவர்கள் இருந்தார்கள். அறிவுப் போட்டியில் ஈடுபட்டிருக்கும் மிதவாதப் பத்திரிகையாளர்கள், அரசியல் துறையில் புதிய அருணோதயத்தைப் பற்றித் தெளிவில்லாத கனவுகளைக் கொண்டிருந்த இளங்கவிஞர்கள், இளங்கலைஞர்கள், முதிர்ச்சியடையாத இளம் அறிவாளிகள், பாசறை மற்றும் குதிரைப் பண்ணை வேலைகளில் முற்றிலும் மூழ்கிவிடாத இராணுவ அதிகாரிகள், பேராசிரியர்களின் உரைகளைக் கேட்டு முற்றிலும் அலுப்படைந்த மாணவர்கள் ஆகியோர் அதில் சேர்ந்திருந்தனர். மேலும் வேடிக்கைப் பேச்சு அல்லது கெட்ட வார்த்தைகளைக் கேட்டு முகஞ்சுழிக்காத பெண்கள் சிலரும் அதில் இருந்தார்கள்.[1]

இக்கழகத்தினர் ஒரு மதுக்கடையில் கூடி அதிகமாகக் குடிப்பார்கள். அப்படிச் செய்யும் பொழுதே அன்றைய மொத்த அமைப்பையும் இடித்துத் தகர்த்துவிடுவார்கள். அவர்கள் அற்பவாதத்தின் பால் தங்களுடைய இகழ்ச்சியைப் பற்றி உரத்த குரலில் பேசுவார்கள், சமூகத்தின் ''தப்பெண்ணங்கள்'' அனைத்திலிருந்தும் விடுதலையடைந்துவிட்ட நபர்கள் என்று தங்களைக் கூறிக் கொள்வார்கள், ''அதிபுரட்சிகரமான சொற்றொடர்களை'' ஒருவர் மீதொருவர் வீசிக் கொள்வார்கள்- ஆகவே இந்த பொஹீமிய (ஒழுக்கவரம்பற்ற) எழுத்தாளர்கள் மூளை குழம்பிப் போன அற்பவாதிகளுக்கு உதாரணமாக நடந்து கொண்டார்கள்.

அவர்களுடைய கோமாளித்தனம் பல சமயங்களில் களியாட்டமாகவும் மாறிவிடும். அவர்கள் அருவருப்பான வேடிக்கைகளைச் செய்வார்கள், பிச்சைக்காரர்கள் ஊர்வலங்களை நடத்துவார்கள், தொடர்ந்து குடிப்பதற்காக வருவோர் போவோரிடம் பணம் பிடுங்குவார்கள், விபசார விடுதிகளுக்குச் சென்று அங்கே கோமாளித் தனமாக நடந்து கொள்வார்கள், அதன் விளைவாக வெளியே விரட்டப்படுவார்கள்.

புரூனோ பௌவர் இப்படி அற்பவாதிகளை நடுங்கச் செய்யும் வேடிக்கைகளைச் செய்து கொண்டே அரசு, சொத்துடைமை, குடும்பம் ஆகியவை ஒழிக்கப்பட்ட கருத்துக்களாகக் கருதப்பட

1. எம். செரெப்ரியக்கோவ், *கவிஞர் ஹேர்வெக்கும் மார்க்கம்*, *லெனின்கிராத், 1948, பக்கம்.28.* (ருஷ்ய மொழியில்).,

வேண்டும் என்று ஆர்ப்பாட்டமான அறிக்கைகளை வெளியிட்டு வந்தார்.

"சுதந்திர மக்கள்" சமூகத்தின் "மரபுகளிலிருந்து" தங்களை "விடுவித்துக் கொண்டு", "மக்கட் கூட்டத்திலிருந்து" உயர்ந்து "நிற்கின்ற பெருமை மிக்க தனிமனிதனின் புகழைப் பிரகடனம் செய்து கொண்டிருந்த பொழுது அவர்கள் அதே சமயத்தில் மனித நிலைமையிலிருந்து தங்களை விடுவித்துக் கொள்வதையும் சேற்றில் காது வரையிலும் அமிழ்ந்து கொண்டிருப்பதையும் கவனிக்கவில்லை. அவர்கள் சமூகத்தின் "பன்றித்தனத்தைத்" தங்களுடைய தனிப்பட்ட பன்றித்தனத்தின் மூலம் எதிர்த்தார்கள்.

அறநெறிப் போதனை செய்யும் அற்பவாதப் போலித்தனத்தை மார்க்ஸ் மிகவும் வெறுத்த போதிலும் அதை எதிர்க்கின்ற இத்தகைய வடிவங்கள் மீது அவர் அனுதாபம் கொள்ள வில்லை.

"பெர்லினைச் சேர்ந்த வாயாடிகள்" நம்ப முடியாத ஆணவத்தோடு தங்களை உண்மையான புரட்சிக்காரர்கள், கம்யூனிஸ்டுகள், மனித குலத்தை விடுவிப்பவர்கள் என்று விளம்பரப்படுத்தி அந்த மாபெரும் இலட்சியத்தைக் கேவலப்படுத்துவதைப் பற்றி அவர் மிகவும் ஆத்திரமடைந்தார்.

Rheinische Zeitung பத்திரிகையை வெட்கமில்லாத சுய விளம்பரப் பத்திரிகையாக மாற்றுவதற்கு விரும்பிய "சுதந்திர வீரர்களிடம்" மார்க்ஸ் உறுதியான நியாயமான கோரிக்கையை முன்வைத்தார். உங்களுடைய தெளிவில்லாத வாதத்தை, ஆர்ப்பாட்டமான சொற்றொடர்களை, சுய போற்றுதலைக் குறைத்துக் கொள்ளுங்கள், உண்மையில் இருக்கின்ற நிலைமையைப் பற்றி அதிகமான கவனம் செலுத்துங்கள், அதிகத் திட்டவட்டமான முறையில், அதிகமான நிபுணத்துவத்துடன் பேசுங்கள் என்று மார்க்ஸ் கேட்டுக் கொண்டார்.

"சுதந்திர மக்கள்" கம்யூனிஸ்ட் மற்றும் சோஷலிஸ்ட் கோட்பாடுகளை- ஆகவே ஒரு புதிய உலகக் கண்ணோட்டத்தை- தற்செயலான நாடகபாணியான விமர்சனத்துக்குள் தந்திரமாக நுழைப்பது, இதரவை பொருத்த மற்றவை, ஒழுக்கக்கேடானவை கூட என்று மார்க்ஸ் கூறினார். "கம்யூனிசம் விவாதிக்கப்பட வேண்டும் என்றால், அதை மிகவும் வித்தியாசமான முறையில், முற்றமுழுமையாக விவாதிக்க வேண்டும்"[1] என்று மார்க்ஸ் வற்புறுத்தினார்.

---

1. Marx, Engels, *Collected Works*, Vol. I, p. 394.

மார்க்ஸ் "சுதந்திர மக்களுடன்" முறித்துக் கொண்டுவிட்டார்; ஆனால் *Rheinische Zeitung* பத்திரிகையை அரசாங்கத்தின் அடக்குமுறையிலிருந்து இது பாதுகாக்கவில்லை; அதில் வெளியிடப்பட்ட விமர்சனக் கட்டுரைகள், குறிப்பாக மோஸெல் பிராந்திய திராட்சை பயிரிடுபவர்களை ஆதரித்து மார்க்ஸ் எழுதிய கட்டுரை அரசாங்கத்துக்கு ஆத்திரமேற்படுத்தின, பத்திரிகையை நோக்கி அடக்குமுறை மேகங்கள் திரண்டு கொண்டிருந்தன.

தணிக்கை முறையின் கடுந்துன்பங்கள், பங்குதாரர்களின் கூக்குரல்கள், மாநில சட்ட மன்றத்தில் சொல்லப்பட்ட குற்றச்சாட்டுகள், பிராந்தியத் தலைவரின் புகார்கள் ஆகியவை பற்றிக் கவலைப்படாமல் மார்க்ஸ் பதவியில் நீடித்தார். அதிகாரம் வகிப்பவர்களுடைய திட்டங்களைத் தன்னால் இயன்றவரை தடுப்பது தன் கடமையென்று மார்க்ஸ் கருதினார்.

பத்திரிகை தன்னுடைய முந்திய நிலையைத் தொடர்ந்து கடைப்பிடிப்பதை, அதன் குணாம்சத்தையும் கண்ணியத்தையும் தக்கவைத்துக் கொள்வதை அனுமதித்தால் மார்க்ஸ் சில சமரசங்களுக்குத் தயாராக இருந்தார். ஆனால் பத்திரிகை அதிகாரிகளிடம் "நிதானமாக" நடந்து கொள்ள வேண்டும் என்று பத்திரிகை உடைமையாளர்கள் வற்புறுத்திய பொழுது மார்க்ஸ் ஆட்சேபித்தார், ஆசிரியர் குழுவிலிருந்து விலகும்படி அவர் நிர்ப்பந்திக்கப்பட்டார். முக்கியமான நோக்கத்தைப் பாதுகாப்பதற்காகச் சில பிரச்சினைகளில் சமரசம் செய்து கொள்வதற்கு மார்க்ஸ் தயாராக இருந்தார். ஆனால் கொள்கைப் பிரச்சினைகளில் அவர் ஒருபோதும் விட்டுக் கொடுக்க மாட்டார்.

தணிக்கை அதிகாரியான ஸான்-பூால் பத்திரிகையின் பரமவிரோதி. அவர் மிகவும் வெட்கங்கெட்ட முறையில் ஆசிரியர் குழுவினருக்குத் தொல்லை கொடுத்து வந்தார். ஆனால் அவர் கூட பத்திரிகையின் ஆசிரியரான மார்க்சின் மேன்மையை, உறுதியை, ஆழமான நம்பிக்கைகளை மறுக்கவில்லை. பிரஷ்ய அரசின் கோட்பாடுகளுக்கு விரோதமான தீவிர ஜனநாயகக் கருத்துக்களைக் கொண்டிருந்த டாக்டர் மார்க்ஸ் ஆசிரியப் பொறுப்பிலிருந்து விலகிவிட்டார் என்று ஸான்-பால் அரசாங்கத்துக்கு அறிக்கை அனுப்பிய பொழுது, இப்பத்திரிகையைப் பழைய முறையில் நடத்துவதற்கும் அதன் இலட்சியங்களுக்காகச் சுறுசுறுப்புடன்

போராடுவதற்கும் தகுதியுள்ள ஒரு நபர் கூட இப்பொழுது கொலோனில் இல்லை என்று தெரிவித்தார்.

பத்திரிகையை விட்டு வெளியேறிய பொழுது மார்க்ஸ் நிம்மதியாக மூச்சுவிட்டார். அந்தச் சூழலில் தன்னால் சுவாசிக்க முடியவில்லை என்று அர்னோல்டு ரூகேக்கு அவர் எழுதினார். "சுதந்திரத்துக்காக என்றால் கூட-அடிமை வேலை செய்வது மோசமானதே; கம்புகளைக் கொண்டு சண்டை போடுவதற்குப் பதிலாக குண்டுகளைக் கொண்டு குத்துவது வெறுக்கத்தக்கதே. போலித்தனம், முட்டாள்தனம், எதேச்சாதிகாரம், பணிவது, மழுப்புவது, எமாற்றுவது, வார்த்தைகளைப் பற்றி வாதம் செய்வது ஆகியவை எனக்கு அலுத்துவிட்டன. ஆகவே அரசாங்கம் என்னுடைய சுதந்திரத்தை என்னிடம் திரும்ப ஒப்படைத்துவிட்டது."[1]

மார்க்சின் பெண்கள் 1865ம் வருடத்தில் வினா விடை தயாரித்த பொழுது "துன்பத்தைப் பற்றி உங்களுடைய கருத்து என்ன?" என்று மார்க்சிடம் கேட்டனர். "கீழ்ப்படிதல்" என்று அவர் பதிலளித்தார். அநேகமாக இந்தக் காலத்தை நினைத்தே அவர் அப்படி பதிலளித்திருக்க வேண்டும்.[2]

பத்திரிகையிலிருந்து விலகியது நாட்டின் அரசியல் போராட்டத்தில் பங்கெடுக்கின்ற கடைசி சந்தர்ப்பத்தை இழப்பதாகவே மார்க்ஸ் கருதினார். ஜெர்மனியில் தோன்றிக் கொண்டிருந்த முதலாளி வர்க்க மிதவாதத்தைக் கெய்சர் தன்னுடைய பூட்சுகளின் கீழ் நசுக்கிக் கொண்டிருந்தார். ஆனால் அற்பவாத ஜெர்மனி அந்த பூட்சுகளை முத்தமிட்டுக் கொண்டிருந்தது. பத்திரிகையிலிருந்து விலகிய பிறகு அங்கே இருப்பது அர்த்தமில்லாததாக மார்க்ஸ் கருதினார்.

ஜெர்மனியில் ஒருவர் "தனக்கே போலியாக மாறுகிறார்"[3], ஏனென்றால் "இங்கே உள்ள சூழல் ஒரு நபரைப் பண்ணையடிமையாக மாற்றுகிறது"[4] என்று மார்க்ஸ் கூறினார். எனவே அவர் சிறிதும் தயக்கமின்றி மகிழ்ச்சியோடு கூட-ஜெர்மனியிலிருந்து புறப்படுவதென்று முடிவு செய்தார்.

---

1. Ibid., p. 397.
2. *Reminiscences of Marx and Engels,* p. 266.
3. Marx, Engels, *Collected Works,* Vol. I, p. 398.
4. Marx, Engels, *Collected Works,* Vol. 3, p. 142.

மார்க்சின் மகிழ்ச்சிக்கு மற்றொரு முக்கியமான காரணமும் இருந்தது. பல்கலைக்கழகத்தில் படித்துக் கொண்டிருந்த பொழுதும் *Rheinische Zeitung* இல் பணியாற்றிக் கொண்டிருந்த காலத்திலும் ஜென்னி அவருக்காகக் காத்துக் கொண்டிருந்தாள். ஜெர்மனிக்கு வெளியில் தன்னுடைய புதிய வாழ்க்கையை ஜென்னியுடன் தொடங்குவதென்று மார்க்ஸ் உறுதியாக முடிவு செய்திருந்தார்.

மார்க்ஸ் 1843 மார்ச்சில் அர்னோல்டு ரூகேக்கு எழுதிய கடிதத்தில் தன்னுடைய சொந்தத் திட்டங்களைப் பற்றிப் பின்வருமாறு எழுதினார்: நான் காதலில் மூழ்கியிருக்கிறேன்-அதிலும் மிகவும் உறுதியான முறையில்- என்பதைச் சிறிதளவு புனைந்துரை கூட இல்லாமல் உங்களிடம் தெரிவிக்கிறேன். நாங்கள் திருமணம் செய்து கொள்ள முடிவு செய்து ஏழு வருடங்களுக்கும் அதிகமாகிவிட்டது. என் மணப்பெண் எனக்காக அவளுடைய உயர்குல உறவினர்கள்- அவர்களைப் பொறுத்தவரை 'வானத்திலிருக்கும் தேவன்', 'பெர்லினிலிருக்கும் பிரபு' ஆகிய இருவரும் சம அளவுக்கு வழிபாட்டுக் குரியவர்களே-மற்றும் என் சொந்தக் குடும்பத்தினரை- அங்கே சில மதபோதகர்களும் என்னுடைய எதிரிகளும் வசதியாக உட்கார்ந்திருக்கிறார்கள்-எதிர்த்து மிகக் கடுமையாகச் சண்டையிட்டிருக்கிறாள், அதனால் அவளுடைய உடல் நலம் பாதிக்கப்பட்டுவிட்டது."[1]

1843 ஜூன் 12ந் தேதியன்று "கொலோனில் வசிக்கின்ற, தத்துவஞான டாக்டராகிய திரு.கார்ல் மார்க்சுக்கும் கிரைத்ஸ்னாக்கில் வசிக்கின்ற செல்வி யோஹன்னா பெர்த்தா ஜூலி ஜென்னி வான் வெஸ்ட்ஃபாலனுக்கும் (தொழில் கிடையாது)"[2] திருமண ஒப்பந்தச் சான்றிதழ் கையெழுத்திடப்பட்டது.

அன்று முதல் மார்க்ஸ் தன் வாழ்க்கை முழுவதும் விசுவாசத்துடனிருந்த துணைவியைப் பெற்றார். ஜென்னி "தன் கணவருடைய விதி, உழைப்பு, போராட்டம் ஆகியவற்றைப் பகிர்ந்து கொண்டது மட்டுமல்லாமல் அவற்றில் சிறந்த அறிவுடனும் தீவிரமான உணர்ச்சியுடனும் தானே பங்கெடுத்தாள்"[3] என்று எங்கெல்ஸ் எழுதினார்.

---

1. Marx, Engels, *Collected Works,* Vol. I, p. 399.
2. Marx, Engels, *Collected Works,* Vol. 3. p. 571.
3. Marx, Engels, *Werke*, Bd, 19, Berlin, 1962, S. 291.

தம்பதிகள் கிரைத்ஸ்னாக்கில் தங்கியிருந்த பிறகு பாரிசுக்குப் புறப்பட்டனர். மார்க்சும் அர்னோல்டு ரூகேயும் பாரிசிலிருந்து Deutsch *Franzosische Jahrbucher* ("ஜெர்மன்-பிரெஞ்சு வருடாந்தர சஞ்சிகையை") வெளியிடுவதற்கு முடிவு செய்திருந்தனர்.

"ஆகவே-தத்துவஞானத்தின் பழைய பல்கலைக்கழகமான பாரிசுக்குப் போவோம்-*absitomen*! (இது கெட்ட சகுனமாக இல்லாதிருக்கட்டும்!- ப-ர்.)..."[1]

---

1. Marx, Engels, *Collected Works*, Vol. 3. p. 142.

8

முழுமையான மனிதாபிமானமே கம்யூனிசம்

> நரகத்தின் வாயிலில் பின்வருமாறு எழுதப்பட்டிருப்பதைப் போல, விஞ்ஞானத்தின் வாயிலிலும் இந்தக் கோரிக்கை வற்புறுத்தப்பட வேண்டும்:
>
> இங்கே அவநம்பிக்கைகளை அகற்றிவிடுங்கள்;
> எல்லாவிதமான கோழைத்தனத்தையும் ஒழித்துவிடுங்கள்.
>
> கார்ல் மார்க்ஸ்[1]

1840க்களில் பாரிஸ் நகரம் ஐரோப்பாவின் அரசியல் மற்றும் கலாச்சார மையமாக இருந்தது. போலந்து, இத்தாலி, ருஷ்யா, ஜெர்மனி ஆகிய நாடுகளைச் சேர்ந்த புரட்சிக்காரர்களும் அரசியல் அகதிகளும் அங்கே திரண்டிருந்தார்கள். ஜெர்மனியைப் போலன்றி அங்கே ஒவ்வொன்றும் புரட்சியை- சமீப காலத்திய மாபெரும் சம்பவங்கள், புதிய சமூக யுத்தங்களை எதிர்நோக்குதல் ஆகிய இரண்டையுமே முனைப்புடன் நினைவுறுத்தியது.

அக்காலத்திய பாரிஸ் நகரத்தைப் பற்றி இளம் எங்கெல்ஸ் பின்வருமாறு எழுதினார்: "பிரான்சில் மட்டுமே பாரிஸ் உண்டு-அது ஐரோப்பிய நாகரிகத்தின் மிகச் சிறந்த பரிணாமம், அங்கே ஐரோப்பிய வரலாற்றின் அனைத்து நரம்புகளும் ஒன்றுசேர்கின்றன, அங்கே உலகம் முழுவதையும் நடுங்கச் செய்யக் கூடிய மின்சார அதிர்ச்சிகள் குறிப்பிட்ட இடைக்காலங்களில் வெளிவருகின்றன; வேறு மக்களைக் காட்டிலும் அந்த நகரத்தின் மக்கள் ஆனந்தமாக வாழ்கின்ற ஈடுபாட்டையும் வரலாற்று நடவடிக்கைக்குரிய உந்துதலையும் ஒருசேரப் பெற்றிருக்கிறார்கள், ஏதன்ஸ் நகரத்தின் மிகவும் பண்பட்ட

---

1. கார்ல் மார்க்ஸ், **அரசியல் பொருளாதார விமர்சனத்துக்கு ஒரு கருத்துரை**, முன்னேற்றப் பதிப்பகம், மாஸ்கோ, 1982. பக்கம்.14.

சிற்றின்பப்பிரியரைப் போல எப்படி வாழ்வதென்றும் அதிகமான வீரமுடைய ஸ்பார்ட்டனைப் போல எப்படி மரணமடைவதென்றும் அவர்களுக்குத் தெரியும்...''[1]

சுதந்திரம், சமத்துவம், சகோதரத்துவம் என்ற உயர்ந்த இலட்சியங்களுக்குப் பதிலாக பணவேட்டையை இலட்சியமாக்கி விட்ட முதலாளித்துவ அமைப்பின் மீது தீவிரமான அதிருப்தி பாரிசைப் போல வேறு எங்கும் இருக்கவில்லை.

முதலாளித்துவத்தை அகற்றப் போகின்ற சமூகத்தைத் தத்துவ ரீதியில் முன்னூகிக்கின்ற சமூகச் சிந்தனை பாரிசில் தோன்றியதும் தற்செயலானதல்ல. சான்-சிமோனுக்கும் ஃபூரியேயுக்கும் பிறகு கற்பனைச் சமூகங்களை வர்ணித்தகாபே, டெஸமீ, பிளான்கி, புரூதோன், லெரூ ஆகியோர் முற்போக்கு அறிவுப் பகுதியினரிடமும் தொழிலாளர்கள் வட்டாரங்களிலும் சங்கங்களிலும் மாபெரும் செல்வாக்குப் பெற்றிருந்தார்கள். பிரான்சின் பாட்டாளி வர்க்கம் முதலாளி வர்க்கத்தை எதிர்த்து நிற்கக் கூடிய மாபெரும் சமூக சக்தியாக உருவாகிவிட்டது.

எதிர்கால வரலாற்று வளர்ச்சியைப் பற்றிப் பாரிசில் தோன்றிய காட்சித் தொடர் ஜெர்மனியுடன் சிறிதும் ஒப்பிட முடியாத அளவுக்குப் பரந்தகன்றும் நெடுநோக்குடையதாகவும் இருந்தது. எனவே மார்க்ஸ் பாரிசில்தான் மார்க்சியவாதி ஆனார் என்பதும் விஞ்ஞானக் கம்யூனிசத்தின் தீர்மானமான கருத்துக்கள் அங்கேதான் வகுத்துரைக்கப்பட்டன என்பதும் இயற்கையே.

புரட்சிகரமான தத்துவத்தைப் படைப்பதற்கு, உண்மையான போர் முழக்கத்தைக் கண்டு பிடிப்பதற்கு கடந்த காலத்தில் நடைபெற்ற வர்க்கப் போராட்டங்களின் அனுபவத்தைப் பொதுமைப்படுத்துவது அவசியம். மார்க்ஸ் ஜெர்மனியில், கிரைத்ஸ்னாக்கில் இந்த அனுபவத்தை ஆராய்வதற்குத் தொடங்கியிருந்தார்; ஆனால் இந்தக் கடமையை நிறைவேற்றுவதற்கு மிகச் சிறந்த நிலைமைகளை அவர் பாரிசில் கண்டார். அவர் முதலாளி வர்க்க வரலாற்றாசிரியர்களான தியெர்ரி, மின்யே, கிஸோ, தியேர், மற்றும் இதரர்களுடைய நூல்களைப் படித்தார். பிற்காலத்தில் மார்க்ஸ் எழுதியதைப் போல அவர்கள் தற்காலத்திய சமூகத்தில் வர்க்கங்களும் வர்க்கப் போராட்டமும் இருப்பதைக் கண்டுபிடித்தார்கள். அவர்

1. Marx, Engels, *Collected Works*, Vol. 7, Moscow, 1977, p. 512.

மாண்டெஸ்கியே, மக்கியவேலி, ரூஸோ ஆகியோருடைய சமூகத் தத்துவங்களையும் படித்தார்.

எல்லா வரலாறுமே வர்க்கங்களின் போராட்டத்தின் வரலாறு என்றால் பின்வரும் கேள்விகள் தர்க்க ரீதியான முறையில் தோன்றுகின்றன: தற்காலத்திய நிலைமைகளில் புரட்சிகரமான சக்தியைக் கொண்டிருக்கின்ற வர்க்கம் எது? எதிர்காலம் எந்த வர்க்கத்துக்குச் சொந்தம்? அந்த எதிர்காலம் எவ்விதமாக இருக்கும்?

பிரெஞ்சுப் பொருள்முதல்வாதத்திலிருந்து நேரடியாகத் தோன்றிய பிரெஞ்சுக் கற்பனாவாத சோஷலிசம் மற்றும் கம்யூனிசத்தை விமர்சன ரீதியில் ஆராய்வதை நோக்கி மார்க்ஸ் மறுபடியும் திரும்பினார். முதலாளித்துவச் சமூகம் மனிதாபிமானக் கோட்பாடுகளுடன் பொருந்த வில்லை என்ற அடிப்படையான விமர்சனத்தை சான் சிமோனும் ஃபூரியேயும் ஏற்கெனவே செய்திருந்தனர். அவர்கள் பாட்டாளி வர்க்கத்தைப் பற்றி எழுதினார்கள் என்ற போதிலும் அதை ஒடுக்கப்பட்டு, நலிந்து வாடுகின்ற பகுதியாக, ஆட்சியிலும் அதிகாரத்திலும் இருப்பவர்கள் இரக்கம் காட்டி உதவியளிக்க வேண்டிய பகுதியாகவே கண்டார்கள்.

ஹெகல் உலகம் முழுவதையும் தனிமுதலான ஆன்மாவின் வெளியீடு என்று கருதியதைப் போல கற்பனாவாதிகள் சோஷலிசம் மனித உறவுகளைப் பற்றிய தனிமுதலான உண்மையின் வெளியீடு என்று கருதினார்கள். ஹெகலின் தவறான தொடக்க நிலை தனிமுதலான ஆன்மா தன்னைப் புரிந்து கொள்கின்ற வறட்டுக் கோட்பாட்டுத்தனமான அமைப்பை ஏற்படுத்துவதற்கு இட்டுச் சென்றது; அது போல கற்பனாவாதிகளுக்கு-அவர்களில் மிகச் சிறந்தவர்களுக்கும் கூட (குறிப்பாக ஃபூரியேயுக்கு)-எல்லாமே சமூக வளர்ச்சிக்கு இலட்சிய ரீதியான திட்டங்களைத் தயாரிப்பதாக மட்டுமே இருந்தது, இத்திட்டங்களைப் புரிந்துகொண்டால் எல்லா முரண்பாடுகளும் தீர்ந்துவிடும்.

ஹெகலை முறியடிப்பதும் சமூகக் கற்பனா வாதத்தை வெல்வதும் இரண்டு இணைகரமான கடமைகளாக இருக்கவில்லை. அவை ஒரே கடமையே. மனித சமூகத்தின் வளர்ச்சியை நிர்ணயிக்கின்ற முக்கியமான காரணியைக் கண்டுபிடித்துவிட்டால் அக்கடமையை நிறைவேற்ற முடியும்.

எதார்த்தம் தன்னைத் தகவமைத்துக் கொள்ள வேண்டிய "முன்னரே தயாரிக்கப்பட்ட அமைப்பு", "வறட்டுக் கோட்பாட்டுவாத

சூக்குமமான கருத்தமைப்புகள்'' ஆகியவற்றைத் தயாரிப்பது ஹெகலின் போதனையிலோ அல்லது கற்புனாவாத சோஷலிசத்திலோ ஒருபோதும் மார்க்சை ஈர்க்கவில்லை. மனிதகுலச் சிந்தனையின் மிகச் சிறந்த சாதனைகளான இவை இரண்டுமே உலகத்தை மாற்றத் தகுதியான கருவியாக இருக்கவில்லை. ஆனால் இரண்டு போதனைகளுமே தம் எதிர்மறையையும் தமக்குள் கொண்டிருந்தன. ஹெகலிடம் சிந்தனையின் இயக்கவியல் முறை இந்த எதிர்மறையாகும். முதலாளித்துவ உடைமை உறவுகள், மனிதனை முடமாக்குகின்ற மனிதனுடைய சாராம்சத்துக்குப் பொருந்தியிராத உறவுகள் என்ற விமர்சனம் சமூகக் கற்பனாவாதிகளிடம் உள்ள எதிர்மறையாகும்.

இந்த உறவுகளின் தன்மையைச் சட்ட ரீதியில் மட்டுமின்றி பொருளாதாரக் கோணத்திலும் தெளிவாகப் புரிந்து கொள்வதற்காக மார்க்ஸ் முதலாளித்துவ அரசியல் பொருளாதாரத்தை ஆழமாக ஆராய்ந்தார். ஆடம்ஸ்மித், ரிக்கார்டோ, மாக்கூலோஹ், ஜேம்ஸ்மில், மூான் படீஸ்ட் ஸேய், ஸ்கார்பெக், டெஸ்டூட் டெ டிரஸி, புவாகில்பேர் ஆகியோர் எழுதிய நூல்களை ஆராய்ச்சி செய்தார். இளைஞரான பிரெடெரிக் எங்கெல்ஸ் **அரசியல் பொருளாதார விமர்சனத்தின் உருவரைகள்** என்ற கட்டுரையை *Deutsch-Franzosische Jahrbucher* இல் எழுதியிருந்தார். மார்க்ஸ் அதை மேதாவிலாசம் நிறைந்ததென்று கூறினார். அவர் அரசியல் பொருளாதாரத்தை ஆராய்வதற்கு இக்கட்டுரையும் தூண்டுதலாக இருந்திருக்க வேண்டும்.

மார்க்ஸ் பாரிசில் வசித்த பொழுது அரசியல் எதிர்த்தரப்பின் தலைவர்கள், புரட்சிகர ஜனநாயகவாதிகளும் சோஷலிஸ்டுகளுமான லுயீ பிளாங், பியேர் லெரூ, ஹென்ரிஹ் ஹேய்னெ, ஜொஸேப் புரூதோன் மற்றும் மிஹயீல் பக்கூனின் ஆகியோருடன் நட்புக் கொண்டு பழகினார்.

தத்துவ ரீதியான விமர்சனத்தை வர்க்கங்களின் உண்மையான போராட்டத்துடன் இணைக்க வேண்டும் என்று மார்க்ஸ் விரும்பினார். ஆகவே அவர் ஜெர்மானியக் கைவினைஞர்கள், பிரெஞ்சுத் தொழிலாளர்களுடைய புரட்சிகர வட்டாரங்களில் நெருங்கிப் பழகினார். பாரிஸ் கதவுகளில் ஒன்றின் அருகில், வின்செென் கோட்டைக்குப் பக்கத்தில் நடைபெற்ற புரட்சிகரத் தொழிலாளர்களின் கூட்டங்களில் மார்க்ஸ் கலந்து கொண்டதாகப் போலீஸ் இலாகா அறிக்கைகளில் எழுதப்பட்டிருக்கிறது.

எதற்காகப் போராட வேண்டும். எப்படிப் போராட வேண்டும் என்று அறிந்திருக்கின்ற உண்மையான அரசியல் போராட்டக்காரனின் உறுதியும் தெளிவும் மார்க்சிடம் இருப்பதைக் கண்ட புரட்சிகரத் தொழிலாளர்கள் அவர் மீது அதிகமான பற்றுதலைக் கொண்டார்கள். ஜெர்மானியத் தொழிலாளர்களின் அரசியல் சங்கத்தின் தலைவர்களில் ஒருவரான ஹேர்மன் ஏவெர்பேக் பின்வருமாறு எழுதினார்: "கார்ல் மார்க்ஸ்... கோ.எஃப்.லேஸ்ஸிங்கைப் போல குறிப்பிடத்தக்க மேதை என்பதில் சந்தேகமில்லை. அசாதாரணமான அறிவும் இரும்பு மனமும் கலங்காத மதிநுட்பமும் பரந்த ஞானமும் கொண்டிருக்கின்ற கார்ல் மார்க்ஸ் பொருளாதார, அரசியல், சட்டவியல் மற்றும் சமூகப் பிரச்சினைகளை ஆராய்வதற்குத் தன்னை அர்ப்பணித்துக் கொண்டிருக்கிறார்."[1]

மார்க்ஸ் தொழிலாளர்களுடைய வாழ்க்கையை நேரடியாகத் தெரிந்து கொண்டார்; புரட்சிகரத் தொழிலாளர்களின் தார்மிக சக்தி, அறிவு வேட்கை மற்றும் மானுடச் சிறப்பை அவர் மென்மேலும் அதிகமாகப் போற்றலானார். அவர் *1844* ஆகஸ்ட் *11*ந் தேதியன்று லுட்விக் ஃபாயர்பாஹுக்குப் பின்வருமாறு எழுதினார்: "பிரெஞ்சுத் தொழிலாளர்களிடம் உள்ள பரிசுத்தமான புதுமையை, உழைப்பினால் உருக்குலைந்து போன இந்த மனிதர்களிடமிருந்து பீறிட்டுக் கிளம்புகின்ற மேன்மையை நீங்கள் அறிந்து கொள்வதற்கு அவர்களுடைய கூட்டங்களில் ஒன்றில் கலந்து கொள்ள வேண்டும். ஆங்கிலப் பாட்டாளி கூட மாபெரும் காலடிகளை முன்னால் எடுத்து வைத்துக் கொண்டிருக்கிறார். ஆனால் பிரெஞ்சுத் தொழிலாளர்களுடைய கலாச்சாரப் பின்னணி அவரிடம் இல்லை. ஆனால் ஸ்விட்சர்லாந்து, லண்டன் மற்றும் பாரிசில் இருக்கின்ற ஜெர்மானியக் கைவினைஞர்களின் தத்துவ ரீதியான தகுதிகளை வலியுறுத்துவதற்கு நான் மறந்துவிடக் கூடாது. எனினும் ஜெர்மானியக் கைவினைஞர் இன்னும் அதிகமான அளவுக்குக் கைவினைஞராகத்தான் இருக்கிறார்.

"என்ன இருந்தாலும், வரலாறு நம்முடைய நாகரிகமடைந்த சமூகத்தின் இப்படிப்பட்ட 'காட்டுமிராண்டிகளிடமிருந்து' தான் மனித குலத்தை விடுதலை செய்யப் போகின்ற செய்முறைக் கூறைத் தயாரித்துக் கொண்டிருக்கிறது."[2]

---

1. Auguste Cornu. *Karl Marx and Friedrich Engels, Leben and Werk,* Bd. 2. S. 18.
2. Marx, Engels, *Collected Works*, Vol. 3, p. 355.

கற்பனாவாதிகள் பாட்டாளி வர்க்கத்தைத் தங்களுடைய உணர்ச்சிகரமான கொந்தளிப்புக்களுக்கு இலக்காகக் கருதினார்கள்; ஆனால் மார்க்ஸ் அதைப் புரட்சிகரமான நடவடிக்கைக்கு உரிய சக்தியாகக் கருதினார்.

தத்துவத்தையும் நடைமுறையையும், தத்துவ ஞானத்தையும் உலகத்தையும் இணைக்கின்ற சங்கிலி பாட்டாளி வர்க்கம்! மார்க்ஸ் **சட்டம் பற்றிய ஹெகலியத் தத்துவஞானத்துக்கு விமர்சனம். முகவுரை** என்ற கட்டுரையில் இக்கண்டுபிடிப்பை வெளியிட்டார். அக்கட்டுரை உருவத்திலும் உள்ளடக்கத்திலும் விஞ்ஞானக் கட்டுரைக்கு மிகச் சிறந்த உதாரணம் என்று கூறலாம். இக்கட்டுரையும் சிந்தனைப் போக்கில் இதை மிகவும் ஒட்டி வருகின்ற **யூதப் பிரச்சினையைப் பற்றி** என்ற கட்டுரையும் 1844ம் வருடத்தின் தொடக்கத்தில் *Deutsch-Franzosische Jahrbucher* என்ற சஞ்சிகையில் வெளியிடப் பட்டிருந்தன.

"ஒவ்வொரு ரகத்தையும் சேர்ந்த அடிமைத் தனத்தை நொறுக்காமல்" உண்மையான மனித குல விடுதலை என்பது சாத்தியமில்லை; மிக அதிகமாகப் பறிக்கப்பட்ட, ஒடுக்கப்பட்ட வர்க்கமாக இருப்பது பாட்டாளி வர்க்கமே என்று மார்க்ஸ் இக்கட்டுரைகளில் எழுதினார். சமூகத்தின் எல்லாத் துறைகளையும் விடுதலை செய்யாமல் பாட்டாளி வர்க்கம் தன்னை விடுதலை செய்து கொள்ள முடியாது.

மனிதகுல விடுதலையின் தலை தத்துவஞானம், அதன் இதயம் பாட்டாளி வர்க்கம்.[1]

மார்க்ஸ் முன்னோக்கி வைக்கின்ற முக்கியமான காலடியை இக்கட்டுரைகளில் பார்க்கிறோம். அவர் உண்மையான போர் முழக்கத்தையும் அதை நிறைவேற்றக் கூடிய தகுதியைக் கொண்ட, மனிதகுலத்தின் மனிதாபிமான இலட்சியங்களைச் சாதிக்கக் கூடிய தகுதியைக் கொண்ட "பொருளாயதச்" சக்தியையும் கண்டுவிட்டார். மார்க்சின் இந்தக் காலடி கருத்துமுதல்வாதத்திலிருந்து பொருள்முதல் வாதத்துக்கு, புரட்சிகரமான ஜனநாயகத்திலிருந்து கம்யூனிசத்துக்கு அவருடைய இறுதியான மாற்றம் என்று லெனின் வர்ணித்தார்.[2]

இருபத்தாறு வயதில் மார்க்ஸ் உலகத்தைப் பற்றிப் புதிய கண்ணோட்டத்தின் சிகரங்களை அடைந்துவிட்டார். ஒப்புவமை

---

1. Ibid., p. 187.
2. V.I. Lenin, *Collected Works*, Vol. 21, p. 80.

யில்லாத தத்துவச் சிந்தனைக்குப் பிறகே இது சாத்தியமாயிற்று. தத்துவஞானம், சமூகச் சிந்தனை ஆகிய துறைகளில் ஐரோப்பியக் கலாச்சாரத்தின் மொத்தப் பாரம்பரியத்தையும் அவர் தன்வயப்படுத்திக் கொண்டு விமர்சன ரீதியில் திருத்தியமைத்தார். ஃபாலெஸ் முதல் ஃபாயர்பாஹ் மற்றும் மோஸஸ் ஹேஸ் முடிய ஒரு சுதந்திரமான தத்துவஞானியைக் கூட-அவர் எவ்வளவு சாதாரணமானவராக இருந்தாலும் -மார்க்ஸ் ஒதுக்கவில்லை. ஹெரடோடஸ் மற்றும் ப்ளூடார்க் முதல் கிஸோ மற்றும் தியேர் முடிய எல்லா வரலாற்றாசிரியர்களும் எழுதிய அடிப்படையான நூல்கள் அனைத்தையும் அவர் படித்தார். பிளாட்டோ முதல் லெரூ மற்றும் வைத்லிங் முடிய எல்லா சமூகக் கற்பனாவாதிகள் எழுதிய புத்தகங்களையும் படித்தார். ஆடம் ஸ்மித் முதல் பிரெடெரிக் எங்கெல்ஸ் முடிய முக்கியமான அரசியல் பொருளாதார நூல்கள் எல்லாவற்றையும் அவர் ஆராய்ந்தார். இறுதியாக மார்க்ஸ் இலக்கியச் செல்வத்தின் எல்லாத் துறைகளையும் லுக்ரெத்சியஸ் காருசின் கவிதையிலிருந்து ஹென்ரிஹ் ஹேய்னெயின் கவிதை முடிய, எஷ்கிலசின் சோக நாடகங்களிலிருந்து ஷேக்ஸ்பியரின் நாடகங்கள் முடிய, பிளாட்டோவின் உரையாடல்களிலிருந்து பல்ஸாக்கின் வசனம் முடிய ஆழ்ந்து படித்தார். ஆனால் இவ்வளவு அறிவுத் திரட்டு கூட ஒரு புதிய உலகக் கண்ணோட்டத்தை விரித்துரைப்பதற்குத் தன்னளவில் போதுமானதல்ல என்று தோன்றும். எல்லாக் காலங்களிலும் ஏட்டுப் புலமையாளர்கள் இருந்திருக்கிறார்கள். இவர்கள் உலகத்திலுள்ள எல்லா அறிவுத் திரட்டையும் அறிந்தவர்கள், ஆனால் சுயமாக ஒரு கருத்தைக் கூடச் சிந்திப்பதற்குத் தகுதியற்றவர்கள். மார்க்ஸ் மனிதகுல மேதாவிலாசத்தின் மாபெரும் சாதனைகளைத் தன்வயப்படுத்திக் கொண்டது மட்டுமல்லாமல், அவற்றை உண்மைக்கு அஞ்சாத படைப்புச் சிந்தனையின் கருவியாக, முறையாகச் செய்தார். அவர் உண்மையை ஓய்வில்லாமல் தேடினார்.

எல்லாவற்றிலும் முக்கியமானது என்னவென்றால் முதலில் மார்க்ஸ் ஜெர்மனியின் ஒடுக்கப்பட்ட விவசாயப் பெருந்திரளினரது கருத்தையும் பின்னர் எல்லாக் காலங்களிலும் புரட்சிகர வர்க்கங்களில் அதிகப் புரட்சிகரமான, சக்தி மிக்க வர்க்கமாகிய பாட்டாளி வர்க்கத்தின் கருத்தையும் உணர்வு பூர்வமாக ஏற்றுக் கொண்டதே.

விஞ்ஞான சோஷலிசம் (அல்லது விஞ்ஞான கம்யூனிசம்-இரண்டும் ஒன்றுதான்) மனித குலத்தின் ஆன்மிகச் சாதனைகளின் பொதுமைப் படுத்தல் மற்றும் செய்முறை விளக்கம் என்பது

மட்டுமின்றி, முதலாளித்துவச் சமூகத்திலுள்ள குறிப்பிட்ட பொருளாதார மற்றும் சமூக அரசியல் போக்குகளின் வெளியீடாகவும் (கடைசியாக இக்காரணி தீர்மானமாக இருந்தது) தோன்றியது.

இந்த உண்மையை மனதில் கொண்டுதான் எங்கெல்ஸ் பின்வருமாறு எழுதினார்; "புதுமையான எல்லாத் தத்துவங்களையும் போலவே நவீன சோஷலிசத்தின் மூலவேர்கள் பொருளாயத உண்மைகளில் எவ்வளவு ஆழமாக வேரூன்றியிருந்தாலும் அது கைக்கு எட்டிய அறிவுத்துறையின் கையிருப்புச் சரக்குகளுடன் தன்னை இணைத்துக் கொள்ள வேண்டியிருந்தது."

மார்க்ஸ் புரட்சிகரப் பாட்டாளி வர்க்க இயக்கத்துக்கு உறுதியான ஆதரவளிக்கும் நிலைக்கு மாறியதன் விளைவாக அவர் முதலாளி வர்க்க ஜனநாயகவாதிகளுடன், முதலாவதாகவும் முதன்மையாகவும் அர்னோல்டு ரூகேயுடன் முறித்துக் கொள்ள நேரிட்டது.

ரூகே எவ்வளவுதான் தீவிரவாதத்தைப் பேசினாலும் அவர் சுதந்திரத்தைப் பற்றிக் கனவு காண்கின்ற, ஆனால் அதற்குச் சிறிது கூடதியாகம் செய்ய விரும்பாத அற்பவாதியாகவே இருந்தார். *Deutsch-Franzosische Jahrbucher* இன் விற்பனையின் மூலம் கணிசமான வருமானம் கிடைக்குமென்று அவர் எதிர்பார்த்தார். இந்த நம்பிக்கைகள் தகர்ந்த பொழுது அவர் மனச் சோர்வுக்கு ஆளானார். கடைக்காரனைப் போல எல்லாவற்றின் மீதும் சந்தேகங்கொண்டார். வெளியீட்டுத் துறையில் மார்க்சின் ஒவ்வொரு முன்முயற்சியும் தன்னுடைய பணத்தைத் திருடுவதற்குச் செய்யப்படும் முயற்சி என்று ஓயாமல் சந்தேகப்பட்டார்.

மார்க்ஸ் "பண விவகாரங்களில் மிகவும் அலட்சியமாக இருப்பார்" (மேரிங்); எனவே ரூகே அதைப் பயன்படுத்திக் கொள்வதற்குத் தயங்கவில்லை. மார்க்ஸ் மிகவும் வறுமையான நிலையில் இருந்தார்; அவர் குடும்பம் வளர்ச்சியடைந்து கொண்டிருந்தது (1844 மே மாதத்தில் அவருக்குப் பெண்குழந்தை பிறந்திருந்தது); ஆனால் ரூகே அந்த *Jahrbucher* இன் பிரதிகளை மட்டுமே அவருக்கு ஊதியமாகக் கொடுத்தார்.

எனினும் முக்கியமான விஷயம் என்னவென்றால் மார்க்சின் கம்யூனிசத்தின் விளைவாக ரூகேயிடம் அற்பவாதியின் பீதி தோன்றியது.

Jahrbucher இன் ஆசிரியப் பொறுப்பிலிருந்து விடுவிக்கப்பட்ட மார்க்ஸ் தன்னுடைய விஞ்ஞான ஆராய்ச்சிகளில் அதிகமான தீவிரத்துடன் ஈடுபட்டார். முக்கியமான விஷயம் நிறைவேற்றப்பட்டு விட்டதாகத் தோன்றியது - புதிய உலகக் கண்ணோட்டத்தின் அடிப்படைகள் விரித்துரைக்கப்பட்டிருந்தன. ஆனால் மார்க்சுக்கு இது ஆரம்பம் மட்டுமே. அவர் மனிதகுலத்தின் மொத்தக் கடந்த காலத்தையும் நிகழ்காலத்தையும் எதிர்காலத்தையும் மறுவிளக்கம் செய்கின்ற புதிய நோக்கைத் தேடிக் கொண்டிருந்தார். அவர் ஏராளமாகப் படித்தார்; புதிய திட்டங்கள் ஒவ்வொன்றாக அவருடைய மூளையில் உதித்தன. முதலில் சட்டம் பற்றிய ஹெகலியத் தத்துவஞானத்தைப் பற்றித் தன்னுடைய பூர்த்தியடையாத கையெழுத்துப் பிரதிக்குத் திரும்புவதற்கு அவர் விரும்பினார்; அதைக் கம்யூனிஸ்ட் நோக்கிலிருந்து இப்பொழுது திருத்தி எழுதுவதற்கு விரும்பினார். பிறகு அவர் பிரெஞ்சுப் புரட்சியின் வரலாற்றில் மூழ்கிவிட்டார்; கன்வென்ட்டின் வரலாற்றை எழுத வேண்டுமென்று மிகவும் விரும்பினார். கடைசியில் அவர் கற்பனாவாத சோஷலிஸ்டுகள் மற்றும் அரசியல் பொருளியலாளர்களைப் பற்றிய விமர்சனத்துக்குத் திரும்பினார்.

அவருடைய சிந்தனை மிகக் கூர்மையாக இயங்கியபடியால் அப்பொழுது எழுதப்பட்டதை அது உடனடியாக விஞ்சிவிடும். தான் செய்த வேலையைப் பற்றி அவர் ஒருபோதும் திருப்தி அடைந்ததில்லை; அவர் எவ்வளவு அதிகமாகக் கற்றாரோ, அவ்வளவுக்கு அறிவுக் கடல் எல்லையற்றதாகத் தோன்றியது. அவர் எத்தனை பிரச்சினைகளைத் தன்னுடைய அறிவில் தீர்த்தாரோ, அந்த அளவுக்கு அதிகமான பிரச்சினைகள் அவருக்கு முன்னால் தோன்றின.

கையெழுத்துப் பிரதிகள் பூர்த்தியாகாமல் நின்றுவிட்டன. அவருடைய சிந்தனை புதிய கருத்துக்களைப் பிரசவித்துக் கொண்டு மேலும் முன்னோக்கிச் சென்றது. ஒரு பிரச்சினையின் நுட்பமான அம்சங்கள் அனைத்தையும் முழுமையாக ஆராய்ச்சி செய்வதற்கு முன்னால் தான் எழுதிய எதையுமே வெளியிடாதபடி சுய விமர்சனம் என்ற பிசாசு மார்க்சைத் தடுத்தது.

மார்க்சின் ஆராய்ச்சிகளில் இந்தக் காலகட்டத்தை அர்னோல்டு ரூகே பின்வருமாறு வர்ணிக்கிறார்; "அவர் ஏராளமாகப் படிக்கிறார். அசாதாரணமான தீவிரத்துடன் பாடுபடுகிறார். அவரிடம் விமர்சனத் திறமை இருக்கிறது. ஆனால் அது சமயங்களில் வேண்டுமென்றே சீர்குலைந்த இயக்கவியலாக மாறிவிடுகிறது; அவர் எதையும்

முடிப்பதில்லை. ஒன்றை விட்டு இன்னொன்றுக்குத் தாவிவிடுகிறார். மறுபடியும் முடிவில்லாத புத்தகக் கடலில் மூழ்கிப் போய்விடுகிறார்."[1]

இப்படி அசாதாரணமான தீவிரத்தைக் கொண்ட விஞ்ஞான ஆராய்ச்சியும் தன்னுடைய சாதனையைப் பற்றித் தொடர்ச்சியான அதிருப்தியும் மார்க்சிடம் மனச் சோர்வை ஏற்படுத்தின. ஆனால் அதைப் பற்றி அவரால் ஒன்றும் செய்ய முடியவில்லை. இன்னும் அதிகமாகப் பாடுபடுவது, தொடர்ச்சியாகச் சில இரவுகளில் தூக்கமில்லாமற் படிப்பது என்ற ஒரு தீர்வு மட்டுமே அவருக்குத் தெரியும். "மார்க்ஸ், குறிப்பாக தன் உடல்நிலை சீர்குலைகின்ற வரை அவர் பாடுபடும் பொழுது, மூன்று அல்லது நான்கு இரவுகள் சேர்ந்தாற் போலத் தூங்காதிருக்கின்ற பொழுது அதிகமான எரிச்சலும் கோபமும் உள்ளவராக இருக்கிறார்"[2] என்று ரூகே எழுதினார்.

இந்த ஆராய்ச்சிகளின் முக்கியமான விளைவு ஒரு பெரிய பூர்த்தியடையாத நூலாகும். அது **1844ம் வருடத்தின் பொருளாதார மற்றும் தத்துவ ஞானக் கையேடுகள்** என்ற தலைப்பில் வெளியிடப்பட்டது.

இப்புத்தகத்தில் மார்க்சியம் தோன்றிய "பிரசவ வேதனையின்" சுவடுகள் இன்னும் காணப்படுகின்றன. ஹெகல் மற்றும் ஃபாயர்பாஹிடமிருந்து அவர் கடன் வாங்கிய சொற்பிரயோகத்தில் இதைக் குறிப்பாகக் காணமுடியும். ஆனால் பழைய தத்துவஞானக் கருத்தமைப்புகளின் மக்கிப் போன ஓட்டிலிருந்து சமூகத்தைப் பற்றி அடிப்படையான புதிய கருத்தின் முளைகள், உலகம் இதுவரை அறிந்திராத புதிய உலகக் கண்ணோட்டத்துக்கு அணுகு முறையின் முளைகள் வெடித்துக் கிளம்பின.

இதில் முதல் தடவையாக சமூகத்தைப் பற்றிய பகுப்பாய்வுக்குப் பொருளாதார, தத்துவஞான மற்றும் சமூக-அரசியல் அணுகுமுறைகள் பரந்த அளவில் ஒருங்கிணைக்கப்பட்டிருக்கின்றன. இங்கே மனிதன் மொத்த ஆராய்ச்சியின் மையமாக இருக்கிறான்; இயற்கை, சமூகம் ஆகிய இரண்டுடனும் அவனுடைய சிக்கலான உறவுகளின் மொத்தப் பல்தொகுதியுடன் தோன்றுகிறான். உண்மையான, முரணில்லாத மனிதாபிமானம் என்ற நோக்கில் முதலாளித்துவச் சமூகத்திலுள்ள மனிதத் தன்மைக்குப் புறம்பான நிலைமைகளை ஆசிரியர் தத்ரூபமாக

1. Auguste Cornu. *Karl Marx and Friedrich Engels, Leben and Werk,* Bd. 2, S. 19.
2. Ibid.

எழுதியிருக்கிறார். இதில் அரசியல் போராட்டக் காரருடைய ஆத்திரமும் வெறியும் மாபெரும் சிந்தனையாளருடைய முதிர்ந்த ஆராய்ச்சியுடன் இணைந்திருக்கின்றன.

இதில் ஸ்தூலமான யதார்த்தத்தைப் பற்றி மெய்யான அணுகுமுறை சமூக வளர்ச்சியின் தொலைவிலுள்ள காட்சிகளைப் பற்றிய பார்வையுடன் இணைக்கப்பட்டிருக்கிறது. இப்புத்தகம் மிகவும் ஆழமான பிரச்சினைகளை எழுப்புகிறது; அவற்றின் முக்கியத்துவம் பல நூற்றாண்டுகள் வரை நீடிக்கும்.

1844ம் வருடத்தின் பொருளாதார மற்றும் தத்துவஞானக் கையேடுகள் என்ற நூலின் மீது எல்லா நாடுகளையும் சேர்ந்த தத்துவஞானிகள், பொருளியலாளர்கள், சமூகவியலாளர்கள் இப்பொழுது குறையாத அக்கறை காட்டுவது ஏன் என்பதை இது விளக்குகிறது.

கையேடுகளைப் பற்றி அதிக விவரமான வர்ணனை அல்லது மிகவும் புறநிலையான பொருள் விளக்கம் கூட அவற்றின் சிறப்புமிக்க கருத்து வளத்தை எடுத்துக்காட்டாது. ஒரு தலைப்பட்சமான கருத்துக்கள், வறட்டுக் கோட்பாட்டுத் திட்டங்களின் குறுகிய தன்மை ஆகிய தடைகளை நொறுக்கித் தள்ளுகின்ற, இயற்கையைப் பற்றிய விளக்கத்தில் மட்டுமல்லாமல் சமூக வளர்ச்சியைப் பற்றிய விளக்கத்திலும் கருத்துமுதல்வாதத்தின் கடைசி விலங்குகளை அகற்றுகின்ற தத்துவச் சிந்தனையின் துணிவுடைமையை, விரிந்த பரப்பை, கலையழகை முழுமையாக அனுபவிப்பதற்கு இப்புத்தகத்தை ஒருவர் படித்தால் (பல முறைகள்!) மட்டுமே முடியும்.

மனிதகுலத்தின் மொத்த வரலாற்றுக்கும் விளக்கத்தைப் பொருளாயத உறவுகளில் தேட வேண்டும்- இம்முடிவுக்கு மார்க்ஸ் ஏற்கெனவே வந்து விட்டார்-என்ற கருத்திலிருந்து மார்க்ஸ் இப்புத்தகத்தைத் தொடங்குகிறார். அதை அவர் பின்வருமாறு வகுத்தளிக்கிறார்: "... தனிச் சொத்துடைமையின் இயக்கத்தில் இன்னும் துல்லியமாகக் கூறுவதென்றால் பொருளாதாரத்தில், மொத்தப் புரட்சிகர இயக்கமும் தன்னுடைய அனுபவ ரீதியான மற்றும் தத்துவஞான அடிப்படையைக் காண்கிறது."[1]

மனிதனின் உற்பத்தி வாழ்க்கை, அவனுடைய உழைப்பு - இதுதான் சமூக முன்னேற்றத்தின் முக்கியமான விசை. மனிதனுடைய

---

1. Marx, Engels, *Collected Works*, Vol. 3, p. 297.

உழைப்பு வெவ்வேறு சமூக நிலைமைகளில் வெவ்வேறு வடிவங்களை அடைகிறது. கடைசியில் "மொத்தமாக மக்கள் தொகையினரிடம் இரண்டு வர்க்கங்கள்-தொழிலாளி வர்க்கம் முதலாளி வர்க்கம்-மட்டுமே எஞ்சுகின்றன."[1]

ஃபாயர்பாஹின் சூக்குமமான மனிதனுடைய இடத்தில் மார்க்ஸ் பாட்டாளியை வைக்கிறார். ஃபாயர்பாஹின் ஒரு மனிதன் மற்றொரு மனிதனிடம் கொண்டிருக்கின்ற உறவுகளின் இடத்தில் மார்க்ஸ் தொழிலாளிக்கும் முதலாளிக்கும் வாழ்கின்ற உழைப்புக்கும் திரட்டப்பட்ட உழைப்புக்கும் (மூலதனம்) உள்ள உறவுகளை வைக்கிறார்.

எல்லாமே விற்பனை செய்யப்படுகின்ற, வாங்கப்படுகின்ற உலகத்தில், பணம் தலைமையான, தனிமுதலான சக்தியைக் கொண்டிருக்கின்ற உலகத்தில் தொழிலாளி ஒரு பண்டமாகத்தான் இருக்கிறான். அவனிடம் மூலதனமோ அல்லது வாரமோ கிடையாது. அவன் உழைக்கின்ற சக்தியை மட்டுமே வைத்திருக்கிறான்; உழைப்பு சமூகத்தின் அனைத்துச் செல்வத்தையும் உற்பத்தி செய்கிறது.

முதலாளித்துவச் சமூகத்தின் இந்த உண்மையையே மார்க்ஸ் தன்னுடைய ஆராய்ச்சியின் தொடக்க நிலையாக வைக்கிறார்.

தொழிலாளி பொருளாயதச் செல்வத்தைப் படைக்கிறான்; ஆனால் அது அவனுக்குச் சொந்தமாக இருக்கவில்லை. மேலும் இச்செல்வம் தொழிலாளியிடமிருந்து அந்நியமாக்கப்படுவது மட்டுமின்றி மூலதனம் என்ற முறையில் தொழிலாளியை ஆட்சி புரிகின்ற அந்நியச் சக்தியாக தொழிலாளிக்கு எதிரிடையாக வைக்கப்படுகிறது. மார்க்ஸ் இந்த உண்மையை உழைப்பு அந்நியமாக்கப்படுதல் என்கிறார்.

தொழிலாளியின் உழைப்பு அதிகரிக்கின்ற பொழுது அவனால் படைக்கப்படுகின்ற செல்வங்களின் உலகமும் அதிகரிக்கிறது; ஆனால் தொழிலாளியின் மீது இந்தச் செல்வத்தின் ஆட்சியும் அதிகரிக்கிறது. முதலாளி முன்னிலும் அதிகமான சக்தியைப் பெறுகிறான், தொழிலாளி முன்னைக் காட்டிலும் ஏழையாகிறான்; அவனுடைய உரிமைகள் முன்னிலும் அதிகமாகப் பறிக்கப்படுகின்றன.

தொழிலாளி தன்னால் படைக்கப்பட்ட உழைப்புப் பொருளின் அடிமையாகிறான். அவனுடைய உழைப்பின் திரட்டு மூலதனத்தின்,

---

1. Ibid., p. 266.

பணவியல் செல்வத்தின் வடிவத்தை அடைகிறது. அது தொழிலாளியை வேலைக்கு வைத்துக் கொள்கிறது, அவன் ஜீவிக்கின்ற சாதனத்தைத் தருகிறது, அவனுடைய வாழ்கின்ற உழைப்பையும் அவன் வாழ்க்கையையுமே பயன்படுத்துகிறது.

தொழிலாளியின் உழைப்பு அற்புதமான பொருள்களைப் படைக்கிறது; ஆனால் அது தொழிலாளியின் வறுமையையும் உற்பத்தி செய்கிறது. அது அரண்மனைகளைப் படைக்கிறது, ஆனால் தொழிலாளிகளுக்குச் சேரிகளை உற்பத்தி செய்கிறது. அது அழகைப் படைக்கிறது; ஆனால் தொழிலாளியை அவலட்சணமாக்குகிறது. அது மனிதர்களின் உழைப்புக்குப் பதிலாக இயந்திரங்களைக் கொண்டு வருகிறது; ஆனால் தொழிலாளர்களையே இயந்திரங்களாக மாற்றி விடுகிறது. அவன் செய்கின்ற உழைப்பு எவ்வளவு நுட்பமாக இருக்கிறதோ அவ்வளவுக்கு அவன் மூளை அழிகிறது.

இந்தத் தலைகீழான உலகத்தில் பொருள்கள் அவற்றைப் படைத்தவனை ஆட்சி செய்கின்றன; அங்கே மக்களுக்கு இடையிலான உறவுகள் பொருள்களுக்கு இடையிலான உறவுகளின் வடிவத்தில் தோன்றுகின்றன. இந்த உலகத்தை மார்க்ஸ் **மூலதனத்திலும்** அதற்குப் பூர்வாங்கமாக எழுதிய சில நூல்களிலும் பிற்காலத்தில் விரிவாக ஆராய்ந்தார். **பொருளாதார மற்றும் தத்துவ ஞானக் கையேடுகளில்** தோன்றிய பிம்பம் இவற்றில் இன்னும் அதிகத் தத்ரூபமான, கொடுமை மிக்க உருவரைகளைப் பெறுகிறது.

நாம் **கையேடுகளுக்குத்** திரும்பி மார்க்சினுடைய வாதத்தைப் பின்தொடர்வோம். தொழிலாளியின் உழைப்பின் பலன்களை அவனிடமிருந்து அந்நியப்படுத்துவது இந்தப் பிரச்சினையின் ஒரே ஒரு அம்சம் மட்டுமே. மற்றொரு அம்சமும் இதே அளவுக்கு முக்கியமானதே. தொழிலாளியின் நடவடிக்கையின் ஜீவனோபாய நிகழ்வுப் போக்கே அந்நியப்படுத்தப்பட்ட தன்மையைக் கொண்டிருக்கிறது; அது அவனுடைய மனித சாராம்சத்தின் சுய அந்நியமாதலாகும்.

இதன் பொருள் என்ன? தொழிலாளி தன்னுடைய சுதந்திரமான விருப்பத்தின் பேரில் உழைக்கவில்லை. அவனுடைய உழைப்பு சுய நடவடிக்கை அல்ல; அது பலவந்தப்படுகின்ற, கட்டாய உழைப்பு; அந்த நிகழ்வுப் போக்கின் போது தொழிலாளி முதலாளியின் உடைமையாக இருக்கிறான்.

இந்தப் பலவந்தமான உழைப்பில் தொழிலாளி தன்னுடைய உடல் மற்றும் மனோ சக்தியைச் சுதந்திரமாக வளர்க்கவில்லை; அவன் உடல் ஓடாகத் தேய்கிறது. அவன் தன் உடலைக் கெடுத்து அறிவை அழித்துக் கொள்கிறான். உழைப்பின் மூலமாக அவன் ஒரு உண்மையான மனிதத் தேவையை, படைக்க வேண்டும் என்ற தேவையைப் பூர்த்தி செய்ய வேண்டும் என்பதுதான் தர்க்கம். ஆனால் அவனுக்கு உழைப்பு மிகவும் சாதாரணமான அவசியங்களைப் பூர்த்தி செய்வதற்குச் சாதனமாக இருக்கிறது.

மக்கள் உழைப்பை ஒரு சாபக்கேடாகக் கருதுவதிலும் அருவருப்புடன் அதைச் செய்வதிலும் பிளேக் நோயைக் கண்டு ஓடுவதைப் போல அதிலிருந்து தப்பியோடுவதிலும் உழைப்பு அந்நியமாகியிருக்கின்ற தன்மையை மிகவும் தெளிவாகக் காணலாம்.

உழைப்பு மிகவும் மனிதத் தன்மை கொண்ட தேவையாகும். ஆனால் அந்த உழைப்பின் நிகழ்வுப் போக்கில் தொழிலாளி தன்னை ஒரு மனித ஜீவனாக உணர்வதில்லை. இங்கே அவன் பலவந்தம் செய்யப்பட்ட பிராணியாக, உயிருள்ள இயந்திரமாக மட்டுமே இயங்குகிறான். இதற்கு மாறான முறையில் உழைப்புக்கு வெளியேதான், அவனுடைய சாதாரணமான, அடிப்படையில் மிருகச் செயல்களை நிறைவேற்றுகின்ற பொழுது-உணவருந்துதல், மதுவருந்துதல், உடலின்ப நடவடிக்கை, உறக்கம், இதரவை-தொழிலாளி தன்னைச் சுதந்திரமாக இயங்குகின்ற மனிதப் பிறவியாக உணர்கிறான். "எது மிருகத் தன்மையோ அது மனிதனுக்கு உரியதாகிறது எது மனிதத் தன்மை உடையதோ அது மிருகமாக ஆகிறது."[1]

இப்படி உழைப்பின் நிகழ்வுப் போக்கில் தொழிலாளியின் சுய அந்நியமாதல் நடைபெறுகிறது. இதன் நேரடியான விளைவே மனிதன் மனிதனிடமிருந்து அந்நியமாதல், தொழிலாளி மற்றும் முதலாளியின் எதிரிடையான நிலைகள்.

அந்நியமாதல் மற்றும் உழைப்பு சுய அந்நியமாதல் பிரச்சினை குறித்து மார்க்சின் பகுப்பாய்வு பொருளாதார யதார்த்தத்தைப் பற்றிக் கடுமையான விமர்சனம் என்று எதிர்மறையான அம்சத்தில் மட்டுமே வழக்கமாகப் பாராட்டப் படுகிறது. ஆனால் இந்த விமர்சனத்தில், இருக்கின்ற நிலைமையைப் பற்றி மார்க்சினுடைய மதிப்பீட்டை,

---

1. Ibid., p. 275.

உண்மையான மனித உழைப்பும் மனித உறவுகளும் எப்படி இருக்க வேண்டும் என்பதைப் பற்றி, அதாவது கம்யூனிஸ்ட் சமூகத்தைப் பற்றி அவருடைய கருத்துக்குப் பின்னால் உள்ள ஆக்க முறையான கொள்கைகளை ஒருவர் தெளிவாகக் காண முடியும்.

உழைப்பு தனிமனிதனுடைய சுய அந்நியமாதலாக இல்லாமல், சுய உறுதிப்படுத்தலாக இருக்க வேண்டும். அது வாழ்க்கை நடத்துகின்ற சாதனமாக இல்லாமல், வாழ்க்கையின் சாராம்சமாக, மனிதன் தன்னுடைய திறமைகளை முழுமையாகவும் அகல்விரிவாகவும் வளர்த்துக் கொள்ளக் கூடிய நிகழ்வுப் போக்காக இருக்க வேண்டும். வெளியிலிருந்து வருகின்ற நிர்ப்பந்தம் உழைப்புக்குத் தூண்டுதலாக இருக்கக் கூடாது. படைக்க வேண்டும் என்ற ஆழமான உள்முனைப்பு உழைப்புக்குத் தூண்டுதலாக இருக்க வேண்டும்.

1844ம் வருடத்தின் பொருளாதார மற்றும் தத்துவஞானக் கையேடுகளை மிகவும் ஒட்டியிருக்கின்ற பொருளியலாளர்களிடமிருந்து பெறப்பட்ட குறிப்பேடுகளில் அந்நியப்படுத்தப்பட்ட மனிதனின் உலகம் மனிதனுடைய உண்மையான சமூக சாராம்சத்தின், அவனுடைய "உண்மையான இனப்பொது வாழ்க்கையின்"[1] கேலிச் சித்திரம் என்று மார்க்ஸ் வர்ணிக்கிறார்.

மனிதாபிமான அடிப்படையில் அமைக்கப் பட்டிருக்கின்ற உலகத்தில், அதாவது ஒரு கம்யூனிஸ்ட் சமூகத்தில் இந்த உண்மையான வாழ்க்கை எப்படி இருக்கும் என்பதை இளம் மார்க்ஸ் குறிப்பேடுகளின் பின்வரும் பகுதியில் சித்திரிக்கிறார்;

"மக்கள் என்ற முறையில் நாம் உற்பத்தி செய்திருக்கிறோம் என்று வைத்துக்கொள்வோம்; ஒவ்வொருவரும் தன்னுடைய உற்பத்தி நிகழ்வுப் போக்கில் தன்னையும் பிறிதொருவரையும் இரட்டிப்பாக உறுதிப்படுத்தியிருக்கிறார். இச்சந்தர்ப்பத்தில் நான் 1) ...அந்த நடவடிக்கையின் போது தனிப்பட்ட வாழ்க்கை வெளிப்பாட்டையும் உற்பத்திப் பொருளைப் பார்க்கும் பொழுது தனிப்பட்ட மகிழ்ச்சியையும் அடைந்திருக்கிறேன்... 2) என்னுடைய உற்பத்திப் பொருளை நீங்கள் உபயோகிக்கின்ற அல்லது ரசிக்கின்ற பொழுது மற்றொரு மனித உயிருக்கு அவசியமான ஒரு பொருளைப் படைத்திருக்கிறேன் என்ற சாதனையைப் பற்றி நேரடியான

---

1. Marx / Engels, *Gesamtausgabe*, Erste Abteilung, Bd. 3. S. 536.

மகிழ்ச்சியை நானும் அடைகிறேன்; 3) உங்களுக்கும் மனித இனத்துக்கும் இடையில் நான் ,இடையீட்டாளராக இருந்திருக்கிறேன். உங்களுடைய இருத்தலின் தொடர்ச்சியாக, உங்களின் அவசியமான பகுதியாக நீங்கள் என்னை அறிந்திருக்கிறீர்கள், அப்படியே உணர்வீர்கள்... 4) என்னுடைய வாழ்க்கையின் தனிப்பட்ட வெளிப்பாட்டில் உங்களுடைய வாழ்க்கை வெளிப்பாட்டை நான் நேரடியாகப் படைத்திருக்கிறேன், ஆகவே என்னுடைய தனிப்பட்ட நடவடிக்கையில் எனது உண்மையான இருத்தலை, என்னுடைய மனித, என்னுடைய சமூக சாராம்சத்தை நான் நேரடியாக உறுதிப்படுத்தியிருக்கிறேன், கைவரப் பெற்றிருக்கிறேன்.

“என்னுடைய உழைப்பு வாழ்க்கையின் சுதந்திரமான வெளிப்பாடாக, ஆகவே வாழ்க்கையை அனுபவித்து மகிழ்வதாக இருக்கும். தனிச் சொத்துடைமைக்கு நடுவில் அது வாழ்க்கையை அந்நியப்படுத்தலே, ஏனென்றால் நான் வாழ்வதற்காக, வாழ்க்கைச் சாதனத்தைப் பெறுவதற்காக உழைக்கிறேன். என்னுடைய உழைப்பு வாழ்க்கை அல்ல.”[1]

முதலாளித்துவ அரசியல் பொருளாதாரம் பொருளாயத மதிப்புக்களின் உலகத்தை மட்டுமே செல்வமாகக் கருதுகிறது. அதற்குத் தொழிலாளி செல்வத்தைப் பெருக்குகின்ற சாதனமாகத்தான் இருக்கிறான். தொழிலாளி தன்னுடைய தேவைகளைக் குறைத்துக் கொள்ள வேண்டும், பணத்தையும் பொருள்களையும் சேமிப்பதற்காக வாழ்க்கை இன்பங்களைத் துறக்க வேண்டும் என்று அது வற்புறுத்துகிறது.

எவ்வளவு குறைவாகச் சாப்பிடுகிறீர்களோ, குடிக்கிறீர்களோ, புத்தகங்கள் வாங்குகிறீர்களோ, நாடகத்துக்கும் நடனத்துக்கும் சிற்றுண்டி விடுதிக்கும் எவ்வளவு குறைவாகப் போகிறீர்களோ, எவ்வளவு குறைவாகச் சிந்திக்கிறீர்களோ, காதலிக்கிறீர்களோ, பேசுகிறீர்களோ, பாடுகிறீர்களோ, விளையாடுகிறீர்களோ அவ்வளவு அதிகமாக நீங்கள் சேமிப்பீர்கள், உங்கள் செல்வம், உங்கள் மூலதனம், நீங்கள் திரட்டியிருக்கும் பொருள்கள் அதிகரிக்கும்.

இந்தக் கண்ணோட்டத்தின்படி பணம் இல்லாத, பொருள் இல்லாத மனிதன் ஒன்றுமே இல்லாதவனாவான். பொருள்களும் பணமும் அவனுக்குச் சமூகத்தில் அந்தஸ்தையும் முக்கியத்துவத்தையும்

1. Ibid., S. 546-47.

தருகின்றன, அவன் மனதில் கூட அவனை முக்கியமானவனாகச் செய்கின்றன.

உங்களால் செய்ய முடியாத எல்லாக் காரியங்களையும் உங்கள் பணம் செய்ய முடியும். பணத்தைக் கொண்டு சாப்பிட முடியும், குடிக்க முடியும், நடனங்களுக்கு, நாடகத்துக்குப் போக முடியும், பிரயாணம் செய்ய முடியும், கலைப் பொருள்களை, புலமையை, வரலாற்றுச் சிறப்புக் கொண்ட பொருள்களை, அரசியல் அதிகாரத்தைப் பெற முடியும்.

ஷேக்ஸ்பியர் எழுதிய நாடகத்தில் இந்த "மஞ்சள் பிசாசின்" சர்வ வல்லமையைப் பற்றி ஏதன்ஸ் டைமன் கூறிய சொற்களை **1844ம் வருடத்தின் பொருளாதார மற்றும் தத்துவஞானக் கையேடுகளில்** மார்க்ஸ் மேற்கோள் காட்டுகிறார்:

இந்த மஞ்சள அடிமை
மதங்களைச் சேர்க்கவும் பிரிக்கவும் செய்யும்,
கெட்டவர்களுக்கு ஆசி வழங்கும்,
குட்ட நோயைப் போற்றச் செய்யும்,
திருடர்களுக்குப் பட்டம் வழங்கி
அரசப் பிரதிநிதிகளோடு சரியாசனமும்
பெருமையும் அருளும்....

ஷேக்ஸ்பியர் "பணத்தின் உண்மையான தன்மையை மிகச் சிறப்பான முறையில் சித்திரிக்கிறார்", குறிப்பாகப் பணத்தின் இரண்டு தன்மைகளை அவர் வலியுறுத்தியிருக்கிறார் என்று மார்க்ஸ் கருதுகிறார்.[1]

பணம் கண்ணுக்குத் தெரிகின்ற கடவுள்-எல்லா மனித மற்றும் இயற்கை குணாம்சங்களையும் அவற்றின் எதிர்நிலைகளாக மாற்றியமைத்தல், பொருள்களைச் சர்வாம்ச ரீதியில் குழப்புவதும் சிதைப்பதும்.

பணம் ஒரு பொதுவான விபசாரி, மக்களையும் தேசங்களையும் கவர்ந்திழுப்பது. பணம் என்பது அந்நியமாக்கப்பட்ட மனிதகுலத்தின் திறமை.[2]

ஷேக்ஸ்பியர் மற்றும் கேதேயின் கவிதைகளை ஆதர்சமாகக் கொண்ட இக்கருத்துக்களை மார்க்ஸ் பிற்காலத்தில் அரசியல்

1. Marx, Engels, *Collected Works*. Vol. 3, pp. 323, 324.
2. Ibid., pp. 324, 325.

பொருளாதார விமர்சனத்துக்கு ஒரு கருத்துரை, மூலதனம் ஆகிய நூல்களில் வளர்த்துக் கூறினார்.

இளம் மார்க்ஸ் எடுத்துக்காட்டியதைப் போல தலைகீழான உலகத்தில், அந்நியப்படுத்தலின் உலகத்தில் பொருளீட்டலே வாழ்க்கையின் நோக்கமாகிவிடுகிறது; உண்மையான மனிதத் தேவைகளை வளர்ப்பதற்கு மாறாக பொருள்களைப் பற்றிய காரியவாதமான, நுகர்வு அணுகுமுறை ஏற்பட்டுவிடுகிறது. பொருள் மனிதனுக்கு அளவுகோலாகி விடுகிறது, அதன் மறுதலை அல்ல. பொருளாயதச் செல்வம் மனிதத் திறமைகளுடைய செல்வத்தின் இடத்தைப் பிடித்துவிடுகிறது.

அந்நியப்படுத்தலின் உலகத்தில் செப்பமடையாத, பூர்விகமான தேவைகள் உடைமையாக வகைப்படுத்தப்படுகின்றன. "தனிச் சொத்துடைமை நம்மை அதிகமான அளவுக்கு முட்டாளாகவும் ஒருதலைச் சார்பாகவும் மாற்றியிருக்கின்றபடியால் ஒரு பொருள் நம்மிடம் இருந்தால் அல்லது அதை நேரடியாக வைத்திருத்தல், சாப்பிடுதல், குடித்தல், அணிதல், வசித்தல், மற்றும் இதர சந்தர்ப்பங்களின் போது மட்டுமே அது நம்முடையதாக இருக்கிறது."[1] எல்லாப் புலன் மற்றும் ஆன்மிக உணர்ச்சிகளின் இடத்தில் உடைமை என்னும் புலன் வந்து விட்டது.

இதன் விளைவாகப் பொருள்கள் உழைப்பின் நிகழ்வுப் போக்கில் மட்டுமல்லாமல் வீட்டிலும் மனிதன் மீது ஆதிக்கம் செலுத்துகின்றன. பொருள்களின் மீது கவனத்தைக் குவிக்கின்ற மனிதன் அவன் பொருள்களின் ஊழியனாக மாறுவதை, அவை தன்னுடைய உழைப்பின் தன்மையையும் வேகத்தையும் மட்டுமல்லாமல் அவன் ஓய்வு நேரத்தைச் செலவிடுகின்ற தன்மையையும் முறையையும் மற்ற மனிதர்களுடன் அவனுடைய தனிப்பட்ட உறவுகளின் தன்மையையும் பாணியையும் ஆட்டுவிப்பதைக் கவனிப்பதில்லை.

மனிதத் தன்மையுடன் அமைக்கப்பட்டிருக்கின்ற உலகத்திலிருந்து அந்நியமாதலை அகற்றிவிடுவது மனிதர்களுக்கு இடையே உள்ள உறவுகளின் தன்மையில் மாற்றத்தை மட்டுமல்லாமல் மனிதனுடைய வாழ்க்கையின் மொத்த உள்ளடக்கத்திலும் மாற்றம் ஏற்படுவதைக் குறிக்கும்.

---

1. Ibid., p. 300.

"மனிதன் மனிதனாக இருப்பதாக, உலகத்துடன் அவனுடைய உறவு மனிதத் தன்மை கொண்டிருப்பதாக வைத்துக் கொள்ளுங்கள்; அப்பொழுது நீங்கள் அன்புக்கு அன்பை மட்டுமே, நம்பிக்கைக்கு நம்பிக்கையை மட்டுமே, இதரவை பரிவர்த்தனை செய்ய முடியும். நீங்கள் கலையை ரசிக்க விரும்பினால் நீங்கள் கலைப் பயிற்சியுள்ள நபராக இருக்க வேண்டும்; நீங்கள் மற்றவர்கள் மீது தாக்கம் செலுத்த விரும்பினால், அவர்களிடம் சிந்தனையைத் தூண்டுகின்ற, உற்சாகமான தாக்கத்தை ஏற்படுத்தக் கூடிய நபராக நீங்கள் இருக்க வேண்டும். மனிதனுடனும் இயற்கையுடனும் உங்களுடைய உறவுகளில் ஒவ்வொன்றும் உங்களுடைய இலட்சியத்துக்குப் பொருத்தமான, உங்களுடைய உண்மையான தனிப்பட்ட வாழ்க்கையின் பிரத்யேகமான வெளியீடாக இருக்க வேண்டும். நீங்கள் அன்பைத் திரும்பப் பெறாமல் அன்பு செலுத்துவீர்களானால், அதாவது நேசித்தல் என்ற முறையில் உங்களுடைய அன்பு பரஸ்பரமான அன்பை ஏற்படுத்தாவிட்டால், அன்புள்ளம் கொண்ட நபர் என்ற உங்களுடைய ஜீவனுள்ள வெளியீட்டின் மூலமாக உங்களை அன்பிற்குரியவராகச் செய்து கொள்ள முடியாவிட்டால் உங்களுடைய அன்பு மலட்டுத்தனமானது அது ஒரு துர்ப்பாக்கியமே"[1] என்று மார்க்ஸ் எழுதுகிறார்.

மதிப்புச் செல்வம் என்ற சுயபூர்த்தியுள்ள கோட்பாட்டைக் கொண்ட முதலாளித்துவ அரசியல் பொருளாதாரம் மனித மறுப்பை முரணில்லாமல் போதிக்கிறது என்று மார்க்ஸ் கூறுகிறார்.

கம்யூனிஸ்ட் சமூகத்தில் பொருள்களின் செல்வம் எப்படி இருக்க வேண்டுமோ அப்படி இருக்கும், அதாவது மனித வாழ்க்கையின் குறிக்கோளாக இல்லாமல் முழுமையான மனித நடவடிக்கைக்கு ஒரு சாதனமாக இருக்கும். "அரசியல் பொருளாதாரத்தின் செல்வத்துக்கும் வறுமைக்கும் பதிலாகச் செல்வமுடைய மனித ஜீவனும் வளமான மனித தேவையும் ஏற்படும்."[2]

மார்க்ஸ் பிற்காலத்தில் மூலதனத்திலும் அதன் பூர்வாங்கமான நூல்களிலும் இக்கருத்துக்குத் திரும்பத் திரும்ப வருகிறார். அவர் சமூகத்தின் மிக உயர்ந்த செல்வமாக, மிக உயர்ந்த மூலதனமாக- மனிதனுடைய உற்பத்திப் பொருளையல்ல-மனிதனை,

---
1. Ibid., p. 326.
2. Ibid., p. 304.

"தனிநபர்களின் தேவைகள், திறமைகள், நுகர்வுச் சாதனங்கள், உற்பத்திச் சக்திகள், இதரவற்றின் முழுதளாவிய தன்மையைப்"[1] பிரகடனம் செய்கிறார். கம்யூனிஸ்ட் சமூகத்தில் எல்லாச் சமூக உற்பத்திக்கும் மனிதனே குறிக்கோள்; பொருளாயத மதிப்புகள் இக்குறிக்கோள் நிறைவேறுவதற்குச் சாதனமாக, நிபந்தனையாக, அடிப்படையாக மட்டுமே இருக்கின்றன.

தொடக்க நிலையையும் (சுய அந்நியமாதல்) குறிக்கோளையும் எடுத்துக்காட்டிய பிறகு மார்க்ஸ் இக்குறிக்கோளை நோக்கி முன்னேறிச் செல்ல வேண்டிய பாதையை, அந்நியப்படுதலை அப்புறப்படுத்துகின்ற பாதையைச் சுட்டிக்காட்டுகிறார். இப்பிரச்சினை பல்வேறு நாடுகளையும் சேர்ந்த சமூகவியலாளர்கள் மற்றும் மார்க்சிய வியலாளர்களுக்கு இடையில் மிகவும் காரசாரமான விவாதத்துக்குரிய பொருளாகவே இன்னும் இருந்து வருகிறது.

அந்நியமாதலை ஒழிப்பது பிரதானமாக தனிச் சொத்துடைமையை ஒழிப்பதைப் பொறுத்திருக்கிறது என்ற உண்மையிலிருந்து மார்க்ஸ் தெளிவாகவும் சந்தேகத்துக்கு இடமில்லாமலும் முன்னேறுகிறார். தனிச் சொத்துடைமை "அந்நியப்படுத்தப்பட்ட உழைப்பின் உற்பத்தி, முடிவு, அவசியமான விளைவு"[2], பொருளாதார அந்நியமாதல்.

அந்நியமாதலின் வெவ்வேறு வடிவங்களின் (அரசியல், மத, தத்துவஞான, அறவியல், இதரவை) சாயல்களும் அம்சங்களும் பொருளாதார அந்நியமாதலில் குவிகின்றன. மொத்த மனித அடிமைத்தனமும் உற்பத்தி முறையில் தொழிலாளியின் உறவின் அடிமைத்தனத்தில் வெளிப்படுகிறது. "...அடிமைத்தனத்தின் எல்லா உறவுகளும் இந்த உறவின் உருத்திரிபுகளும் விளைவுகளுமே."[3] இங்கே மார்க்ஸ் அடிப்படையில் சமூக வாழ்க்கையில் உற்பத்தி உறவுகளின் தலைமையான பாத்திரத்தைப் பற்றிய கருத்தை வகுத்துரைக்கிறார்.

ஹெகலிடம் எல்லா அந்நியமாதலுமே கருத்தின் அந்நியமாதலாக இருந்தது. அகப்பொருளின் "உணர்வில்" இந்த ரகத்தைச் சேர்ந்த ஊடுருவுதலும் சாத்தியமாக இருந்தது. ஆனால் அவர் உலகத்துடன் தன்னுடைய உறவுகளின் அடிமைத் தன்மையை

1. Karl Marx. *Grundrisse der Kritik der politischen Okonomie.* (Rohentwurt) 1857 - 1858. Berlin, 1953, S. 387.
2. Marx, Engels, *Collected Works*, Vol. 3, p. 279.
3. Ibid., p. 280.

உணர்ந்து கொண்டிருப்பதால் அவருடைய அந்நியமாதல் மறையவில்லை. அது அதிகரிக்கிறது.

நீச்சல் கற்றுக் கொள்ள வேண்டுமென்றால் நீந்துவதாகக் கற்பனை செய்வது மட்டும் போதாது. சுதந்திரம் வேண்டுமென்றால் சுதந்திரமாக இருப்பதைப் போலக் கருதுவது மட்டும் போதாது. தனிச் சொத்துடைமைக் கருத்தை ஒழிப்பதற்கு கம்யூனிசம் என்ற கருத்து போதுமானதாகும். உண்மையாகவே "தனிச் சொத்துடைமையை ஒழிப்பதற்கு மெய்யாகவே கம்யூனிஸ்ட் நடவடிக்கை அவசியம்."[1]

"வரலாறு இதற்கு இட்டுச் செல்லும்" என்பதை மார்க்ஸ் சந்தேகிக்கவில்லை. ஆனால் கற்பனாவாதிகளைப் போல தனிச் சொத்துடைமை ஒழிப்பு வேகமாகவும் துன்பமின்றியும் நடைபெறும் என்று மார்க்ஸ் கருதவில்லை. இது "மிகவும் கரடுமுரடான, நெடுங்கால நிகழ்வுப் போக்காக"[2] இருக்கும் என்பதை அவருடைய வரலாற்று உணர்வு பிழையில்லாமல் எடுத்துக் காட்டியது.

தனிச் சொத்துடைமை முறை மந்திரக்கோலை ஆட்டியதும் திடீரென்று தோன்றி விடவில்லை. அது பல நூற்றாண்டுகளாக வளர்ச்சியடைந்தது. வெவ்வேறு வடிவங்களை அடைந்தது. அதன் வளர்ச்சி இன்னும் முடிந்துவிடவில்லை. அது இப்பொழுது தொழில்துறை மூலதனம் என்ற வடிவத்தை அடைந்திருக்கிறது. அது சமூகத்தின் எல்லா இடுக்குகளுக்குள்ளும் நுழைந்து அவற்றின் மீது ஆதிக்கம் செலுத்துகின்ற வரை, "அதன் உலகளாவிய வடிவத்தில் உலக வரலாற்றுச் சக்தியாகும்" வரை இந்த வடிவத்தில் தொடர்ந்து வளர்ச்சி அடையும்.

தனிச் சொத்துடைமை இந்த வளர்ச்சியடைந்த வடிவத்தில், முழு ஜீவனோடிருக்கும் பொழுது தன் எதிரியை, மரணத்தை, தொழில் துறைத் தொழிலாளர்களின் ஒடுக்குமுறைக்குள்ளான, அந்நியப்படுத்தப்பட்ட உழைப்பை எதிரிடுகிறது.

அந்தத் தருணத்திலிருந்து அது தன் சொந்த அழிவை நோக்கிச் செல்கிறது, ஆனால் மரணத்தை நோக்கி அதன் பாதை முதிர்ச்சியை நோக்கி வளர்ச்சியடைந்த பாதையைப் போல இருக்கிறது; கம்யூனிச உருவாக்கத்தின் வெவ்வேறு வடிவங்களிலும் கூட்டங்களிலும் அது தோன்றுகிறது.

1. Ibid., p. 313.
2. Ibid.

கம்யூனிசம் முதலில் கரடுமுரடான சமத்துவவாதக் கம்யூனிசமாகத் தோன்றுகிறது என்று மார்க்ஸ் எடுத்துக்காட்டுகிறார் (அமெரிக்காவிலும் இங்கிலாந்திலும் ஏழைகளின் கம்யூன்களை ஏற்படுத்துவதற்குச் செய்யப்பட்ட ஆரம்பகாலத் தவறுகளை மார்க்ஸ் மனதில் கொண்டிருக்க வேண்டும்). "இக்கம்யூனிசம்" தனிச் சொத்துடைமையின் காட்டுமிராண்டித்தனமான தன்மைக்குக் காட்டுமிராண்டித்தனமான சாதனங்களைக் கொண்டு எதிர்ப்பதைக் காட்டுகிறது. தனிச் சொத்துடைமை மற்றும் அது ஏற்படுத்துகின்ற சமத்துவமற்ற நிலைமையின் "தாக்கத்தில்" அது இன்னும் இருக்கின்றபடியால் ஒவ்வொருவரையும் (பெண்கள் சமூகம் உள்பட) பொதுவான தரத்துக்கு வகைப்படுத்துவதற்கு விரும்புகிறது. ஒரு மனிதனை மற்றொரு மனிதனிடமிருந்து வேறுபடுத்திக் காட்டுகின்ற ஒவ்வொன்றையும் எல்லோரும் பெற்றிருக்க முடியாத ஒவ்வொன்றையும் அழிப்பதற்கு முயற்சிக்கிறது.

ஆகவே கரடுமுரடான, பாசறைக் "கம்யூனிசம்" மனிதனுடைய திறமையிலிருந்து, அவனுடைய ஆளுமையிலிருந்து தன்னைப் பிரித்துக் கொள்கிறது. அது தொழிலாளியின் அந்நியப்படுத்தப்பட்ட உழைப்பை ஒழிப்பதற்கு ஏங்கவில்லை, ஒவ்வொருவரையும் தொழிலாளர்களாக மாற்றுவதற்கு விரும்புகிறது.

ஒவ்வொரு துறையிலும் மனிதனுடைய ஆளுமையை "மறுக்கின்ற" இவ்விதமான "கம்யூனிசம்" அதே சமயத்தில் "கலாச்சாரம் மற்றும் நாகரிகத்தின் மொத்த உலகத்தையும்" மறுப்பதாக இருக்கிறது. எவ்விதமான தேவையும் இல்லாத ஏழையின் இயற்கைக்குப் புறம்பான எளிமையே அதன் குறிக்கோள். இந்த "எளிமை" தனிச் சொத்துடைமைக்கு அப்பால் போக முடியாமற் போய்விட்டது மட்டுமல்ல அது இன்னும் அதைக் கூட எட்டவில்லை என்பதை இக்குறிக்கோள் நிரூபிக்கிறது.

இந்த ரகத்தைச் சேர்ந்த "கம்யூனிசத்தில்" உழைப்புக்கும் மூலதனத்துக்கும் இடையிலுள்ள எதிர்நிலைத் தன்மை ஒழிக்கப்படவில்லை. உழைப்பு (அதன் மிகவும் ஆரம்ப வடிவத்தில்) ஒவ்வொரு மனிதனும் வைக்கப்பட்டிருக்கும் நிலையாகத் தோன்றுகிறது; மூலதனம் சர்வாம்ச மூலதனமாக மற்றும் சமூகத்தின் சக்தியாகத் தோன்றுகிறது.

இந்தக் "கரடுமுரடான கம்யூனிசம்" "தனிச் சொத்துடைமையின் வெறுக்கத்தக்க" வெளியீடு என்று மார்க்ஸ் கூறினார். இந்த விமர்சனம் இன்றைய தினத்திற்கும் அதன் தத்துவ

ரீதியான மற்றும் செய்முறை முக்கியத்துவத்தைக் கொண்டிருக்கிறது. அதிதீவிரமான புரட்சிகர வாய்ப்பந்தலையும் மனிதகுலத்தை ஆனந்தமாக வைத்திருப்பதற்குப் பாசறை முறைகளையும் நேசிப்பவர்கள் மாபெரும் கம்யூனிசக் கருத்துக்களைக் கொச்சைப்படுத்துவதையும் கேவலப் படுத்துவதையும் எதிர்க்கும் போராட்டத்துக்கு உதவி செய்கிறது என்பதைப் புரிந்து கொள்வது கடினமல்ல.

மார்க்ஸ் சுட்டிக்காட்டுகின்ற இரண்டாவது வடிவம் அவர் முதலாவதாகவும் முதன்மையாகவும் அக்காலத்திய கற்பனாவாத சோஷலிஸ்டுகளுக்கும் குட்டி முதலாளித்துவ ஜனநாயக வாதிகளுக்கும் குறியடையாளமான, எதிர் காலத்தைப் பற்றிச் சிற்சில கருத்துக்களை மனதில் கொண்டிருக்கிறார் தன்னுடைய அரசியல் தன்மையை இன்னும் இழக்காத கம்யூனிசமாகும். அது ஜனநாயகமாக இருக்கிறது. அது தனிச் சொத்துடைமையின் கைதியாக இருக்கிறது. அதனால் மாசுபடுத்தப்பட்டிருக்கிறது.

முடிவாக, மூன்றாவது வடிவம் மனிதகுலக் கலாச்சாரம் மற்றும் நாகரிகத்தின் மொத்தச் செல்வத்தையும் பாதுகாத்து வளர்த்துச் செல்கின்ற அடிப்படையில் அந்நியமாதலின் எல்லா வடிவங்களையும் உண்மையில் அகற்றுகின்ற முறையில் தனிச் சொத்துடைமையின் "ஆக்க பூர்வமான" அழித்தலை முன்னூகிக்கிறது. இந்தக் கம்யூனிசம் முழு வளர்ச்சியடைந்த மனிதாபி மானத்துக்குச் சமம்: "மனிதனுக்கும் இயற்கைக்கும், மனிதனுக்கும் மனிதனுக்கும் இடையில் மோதலுக்கு இது **உண்மையான** தீர்வு."[1]

வரலாற்றின் மொத்த இயக்கமுமே இக்கம்யூனிசத் தோற்றத்தின் உண்மைச் செயலே, அதன் வாழ்க்கையின் பிறப்பே. இப்பிரச்சினைக்குத் தீர்வு "புரிந்து கொள்வதைப் பற்றிய பிரச்சினையாக மட்டுமே ஒருபோதும் இருக்க வில்லை, அது வாழ்க்கையின் **உண்மையான** பிரச்சினை; **தத்துவஞானம்** இப்பிரச்சினையை வெறும் தத்துவ ரீதியான ஒன்றாக மட்டுமே கருதியதனால்தான் அதைத் தீர்க்க முடியவில்லை."[2]

இதற்கு ஒரு வருடத்துக்குப் பிறகு மார்க்ஸ் இக்கருத்தைத் தன்னுடைய பிரபலமான ஆய்வுரையில் பின்வருமாறு

1. Ibid., p. 296.
2. Ibid., p. 302.

வகுத்துரைத்தார்: "தத்துவஞானிகள் உலகத்தைப் பல்வேறு வழிகளில் வியாக்கியானப்படுத்தி மட்டுமே வந்திருக்கிறார்கள், ஆனால் **அதை மாற்றுவதுதான் இப்போதுள்ள விஷயமாகும்.**"[1]

மார்க்ஸ் தன்னுடைய 1844ம் வருடத்தின் பொருளாதார மற்றும் தத்துவஞானக் கையேடுகளில் தெரிவித்த கருத்துக்களை இதற்குப் பதினைந்து அல்லது இருபது வருடங்களுக்குப் பிறகு அவர் அதிகமான செறிவுடனும் விவரத்துடனும் வளர்த்துக் கூறினார்.

உழைப்பு மற்றும் மூலதனத்தின் எதிர்நிலைத் தன்மை. தொழிலாளி பண்டமாக இருத்தல், பண்ட வழிபாடு, தொழிலாளியை உயிருள்ள இயந்திரமாக, பகுதியளவுக்கு இயந்திரத்தின் உறுப்பாக மாற்றுதல் முதலியன இத்தகைய கருத்துக்களாகும்; முதலாளி மூலதனத்தின் உருவமாகவும் பாட்டாளி உழைப்புச் சக்தியின் உருவமாகவும் இருக்கின்ற பண்ட உறவுகளின் உலகத்தில் மனித ஆளுமை அந்நியமாக்கப்படுதல் என்பதைப் பற்றிய கருத்துக்களும் இவற்றில் அடங்கும்.

"அந்நியமாதல்" என்ற தத்துவஞானக் கருத்தமைப்புக்குப் பதிலாகத் துல்லியமான, சந்தேகத்துக்கு இடமளிக்காத பொருளாதாரக் கருத்தமைப்புகளை மார்க்ஸ் மென்மேலும் அதிகமாகப் பயன்படுத்துகிறார்; ஆனால் இது சொற்பிரயோகத்தைப் பற்றிய பிரச்சினையே தவிர, கோட்பாட்டைப் பற்றியதல்ல.

1844ம் வருடத்தின் பொருளாதார மற்றும் தத்துவஞானக் கையேடுகள் புதிய உலகக் கண்ணோட்டத்தின் மேதாவிலாசம் நிறைந்த உருவரை, ஒரு செயல்திட்டத்தின் உருவரை; அதை விரித்துரைக்கின்ற பணி கார்ல் மார்க்சின் எஞ்சிய வாழ்க்கையில் முக்கியமான இடத்தைப் பெற்றது.

இப்புத்தகம் எழுதப்பட்டு சுமார் 90 வருடங்களுக்குப் பிறகு, அதன் ஆசிரியர் மரணமடைந்து சுமார் 50 வருடங்களுக்குப் பிறகுதான் உலகம் இப்புத்தகத்தைப் பற்றித் தெரிந்து கொண்டது.

ஆனால் முக்கியமாக இருக்கின்ற ஏதோ ஒரு விஷயத்தைப் பற்றி அப்பொழுது எழுதப்பட்ட புத்தகத்தைப் போல அது உடனடியாக அதிகமான கவனத்தைக் கவர்ந்தது. அதற்குப் பிறகு இப்புத்தகத்தைப்

---

1. கா. மார்க்ஸ், பி.எங்கெல்ஸ், தேர்வு நூல்கள், பன்னிரண்டு தொகுதிகளில், தொகுதி 1. முன்னேற்றப் பதிப்பகம், மாஸ்கோ, 1983, பக்கம்.11.

பற்றிப் பல்வேறு நாடுகளில் ஏராளமான ஆராய்ச்சி நூல்கள் எழுதப்பட்டிருக்கின்றன, இன்னும் எழுதப்படுகின்றன, காரசாரமான வாதங்கள் நடை பெற்றுக் கொண்டிருக்கின்றன. இப்புத்தகம் எழுதப்பட்ட காலத்திலிருந்து நாம் எவ்வளவு தள்ளி வருகிறோமோ அவ்வளவுக்கு இப்புத்தகம் அதிகமான உடனடி முக்கியத்துவத்தைக் கொண்டிருப்பதாகத் தோன்றுகிறது.

இந்நூலில் எழுப்பப்பட்டிருக்கின்ற பிரச்சினைகள் மார்க்சியத்தைப் பற்றி மிகவும் வேறுபட்ட கருத்துக்களுக்கிடையில்-கொச்சையான வறட்டுச் சூத்திரவாதம் முதல் கொச்சையான திருத்தல்வாதம் வரை-மோதல் நடை பெறுகின்ற களமாக இருக்கின்றன.

இந்த இரண்டு "முனைக்கோடிகளும்" பொதுவான அம்சத்தைக் கொண்டிருப்பது சுவாரசிய மானதே. இளமைக் கால மார்க்ஸ், முதிர்ச்சிக் கால மார்க்ஸ் என்று இரண்டு மார்க்ஸ்கள் இருப்பதாகக் கூறி அவரிடத்தில் வேறுபாட்டைக் காண்கின்றன. எனினும் வித்தியாசம் என்னவென்றால் அவை வெவ்வேறு வழிகளில் இதைச் செய்கின்றன: முந்தியது இளமைக் கால மார்க்ஸ்தான் "உண்மையான" மார்க்ஸ் என்று கூறும் பொழுது பிந்தியது முதிர்ச்சிக் கால மார்க்ஸ்தான் "உண்மையான" மார்க்ஸ் என்று கூறுகிறது.

இரண்டு அணுகுமுறைகளுமே மார்க்சியத்தைப் பற்றி உருத்திரிபான, பூர்விகமான கருத்தைக் கொண்டிருக்கின்றன. இவை அறிவு சார்ந்த சோம்பேறித்தனத்தினால் மார்க்சியத்தை வறட்டுக் கோட்பாட்டுவாத அளவுகளைக் கொண்டு அளக்கின்றன. **கையேடுகளும் மூலதனமும்** ஒன்றுக் கொன்று எதிரான இரண்டு கொள்கைகள் அல்ல; முதலாவதில் "மனிதாபிமானமும்" பின்னதில் "பொருளாதாரவாதமும்" மையமான இடங்களைப் பெற்றிருக்கின்ற இரண்டு முழுமையான தத்துவஞான அமைப்புகள் அல்ல.

அவை ஒன்றுக்கொன்று எதிராக இருக்கு மானால் அது பிறப்பிடமும் சிகரமும் என்ற முறைகளில் மட்டுமே; உலகறிந்த நிகழ்வுகளைப் பற்றிப் புதிய பகுப்பாய்வு முறை கண்டுபிடிக்கப் பட்ட நூல், அது கையாளப்படுகின்ற நூல் என்ற முறைகளில் மட்டுமே; தத்துவஞான பொருளாதார நூல், பொருளாதார- தத்துவஞான நூல் என்ற முறைகளில் மட்டுமே.

மார்க்சியத்தின் மூலவர்கள் அடிக்கடி வலியுறுத்தியதைப் போல அது ஒரு கோட்பாடு அல்ல, அது ஒரு முறை. எனவே வெவ்வேறு

நூல்களில் தரப்பட்டிருக்கின்ற "முன்னரே தயாரிக்கப்பட்ட" வகுத்துரைத்தல்களைக் கூறுவதன் மூலம் அதைப் புரிந்து கொள்ள முடியாது. இயக்கத்தில், கருத்துக்களின் பிறப்பில், முறையைத் தொடர்ச்சியாகப் புதுக்கித் தருவதில் மட்டுமே மார்க்சியத்தின் ஜீவனைப் புரிந்து கொள்ள முடியும்.

கோட்பாட்டுவாதக் குறுகிய அறிவு மூலதனத்தில் "மனிதாபிமானத்தைக்" காண்பதில்லை; ஏனென்றால் மார்க்சின் மொத்த பாரம்பரியத்தில் இப்புத்தகத்தின் இடத்தை அது புரிந்து கொள்வதில்லை. மார்க்ஸ் எத்தகைய மனித இலட்சியங்களுக்காகப் "பொருளாதார மனிதனைப்" பற்றி மிகவும் கருத்தூன்றி ஆராய்ந்தார் என்பதை அது புரிந்து கொள்வதில்லை. அது மார்க்சின் மனிதாபிமானத்தைப் பார்ப்பதில்லை, ஏனென்றால் அது தத்துவத் துறையில் பகற்கனவு காண்பவர்களின் போலிப் பரோபகார உணர்வை "மனிதாபிமானம்" என்று கருதிப் பழகிவிட்டது.

மறு பக்கத்தில் இளமைக் கால மார்க்சை விமர்சனம் செய்பவர்கள்-இவர்களும் அவர்களைப் போன்று குறுகிய அறிவுடையவர்களே-மார்க்சியத்தின் உருவாக்கத்தில் கையேடுகளின் மாபெரும் முக்கியத்துவத்தைப் பாராட்டக் கூடிய தகுதியற்றவர்களாக இருக்கிறார்கள். "அந்நியமாதல்", "மனிதாபிமானம்" என்ற சொற்களைக் கேட்டவுடனே இவர்கள் முகத்தைச் சுளிக்கிறார்கள்-இக்கருத்தினங்கள் மார்க்சியமா? அவர்கள் மார்க்சைக் குறுகிய வறட்டுக் கோட்பாட்டு ரீதியில் புரிந்து கொண்டவர்கள், அவர்களால் மார்க்சின் வளமான கருத்துக்களை ஜீரணிக்க முடிவதில்லை; எனவே அவர்கள் "பரிசுத்தமான" மார்க்சுக்கும் "அசுத்தமான" மார்க்சுக்கும், "முதிர்ச்சியடைந்த" மார்க்சுக்கும் "முதிர்ச்சியில்லாத" மார்க்சுக்கும் இடையில் வேறுபாடுகளைத் தேடுகிறார்கள்.

மார்க்சின் மனிதாபிமானம் தற்காலிகமான தத்துவ ஈடுபாடு அல்ல. "கரடுமுரடான கம்யூனிசம்" என்று மார்க்ஸ் பெயரிட்டுக் கண்டித்த சித்தாந்திகள் தெரிந்து கொண்டோ அல்லது தெரியாமலோ அப்படிச் சிந்திக்க விரும்புகிறார்கள். மனிதாபிமானம் மார்க்சியத்தின் ஒட்டுப் பகுதி அல்ல, அது மார்க்சியத்தின் இதயம், அதற்கு சக்தியும் வாழ்க்கையும் தருகின்ற உள்விசை; மனிதகுலத்தின் மகிழ்ச்சிக்காகப் போராடுகின்ற கோடிக்கணக்கானவர்களின் உலகக் கண்ணோட்டமாக மார்க்சியத்தை ஆக்கியிருப்பது அதுவே.

1844ம் வருடத்தின் பொருளாதார மற்றும் தத்துவஞானக் கையேடுகள் (மற்றும் *Deutsch-Franzosische Jahrbucher* இல் எழுதப்பட்ட இதனை ஒட்டிய கட்டுரைகளும்) மார்க்சின் ஆன்மிக வளர்ச்சியில் மிகவும் முக்கியமான சந்திக்குமிடமாக அமைந்திருக்கின்றன. இந்தக் கட்டத்துக்கு முன்னர் எழுதப்பட்ட புத்தகங்கள் மார்க்சியத்தை நோக்கி அவருடைய **பாதையைக்** குறிக்கின்றன என்றால், அதற்குப் பிறகு எழுதப்பட்ட புத்தகங்கள் எல்லாப் பகுதிகளிலும், சிறப்பாக அரசியல் பொருளாதாரத்தில் மார்க்சியத்தின் வளர்ச்சியை, ஸ்தூலப்படுத்துதலை, விரித்துரைத்தலைக் குறிக்கின்றன.

1844ம் வருடத்தை விஞ்ஞான உலகக் கண்ணோட்டம் பிறந்த வருடம் என்று கூறலாம். ஆனால் இந்த உலகக் கண்ணோட்டத்தின் உருவாக்கம் **பூர்த்தியடைந்த** வருடத்தை நம்மால் கூற முடியாது. மார்க்சும் எங்கெல்சும் மரணமடைகின்ற வரை எழுதிய எல்லா நூல்களிலும் அது தொடர்ந்தது. அது இன்றும் தொடர்கிறது, மனித சமூகம் நீடிக்கின்ற வரை அது தொடரும்.

9
ஒரு மேதையும் அவருடைய சூழலும்

உங்களுடைய முக்கியமான குணம்?
கொள்கை உறுதி.
உங்களுக்கு மிகவும் பிடித்தமான மூதுரை?
Nihil humani a me alienum puto.
(மனிதனுக்குரிய அனைத்தும் எனக்கும் உரியன.)

கார்ல் மார்க்சின் ஒப்புதல்களிலிருந்து[1]

மார்க்சின் உலகக் கண்ணோட்டத்தின் முக்கியமான கூறுகள் உருவாக்கமடைந்த பொழுதே அவருடைய ஆளுமையும் உருவாகிவிட்டது. அந்த ஆளுமையில் விஞ்ஞானியும் புரட்சிக்காரரும் ஒன்றாக இணைந்திருந்தனர். மார்க்ஸ் விஞ்ஞானத் துறையில் ஒரு மாபெரும் புரட்சிக்காரர்; அவர் புரட்சிக் களத்தில் முதல் விஞ்ஞானி. அவர் தத்துவஞானத்திலும் சமூகத்தைப் பற்றிய கருத்துக்களிலும் மெய்யாகவே ஒரு காப்பேர்னிக்கப் புரட்சியை ஏற்படுத்தியவர். புரட்சிகரமான தத்துவமும் செய்முறையும் கறாரான விஞ்ஞானப் பாதைகளில் சுழலும்படி "நிர்ப்பந்தித்தவர்".

அவர் ஒரு முன்மாதிரியான மனிதர். கடந்த காலத்தின் கலாச்சார பாரம்பரியத்தினுள் தனக்குச் சமகாலத்தவர்கள் எல்லோரையும் காட்டிலும் மிகவும் ஆழமாகக் குதித்து அதை விமர்சன ரீதியில் திருத்தியமைத்து தனக்கு முன்பிருந்த மாபெரும் தத்துவஞானிகள் எவரையும் காட்டிலும் காலத்தை விஞ்சி நின்றவர்.

மார்க்ஸ் பல்துறையிலும் வளர்ச்சி அடைந்த மனிதர் என்றபடியால் அவர் படைப்புத் துறையிலும் பல்துறை வளத்தை வெளிப்படுத்தினார். மனிதனுடைய நடவடிக்கையில் அவருடைய

---

1. *Reminiscences of Marx and Engels*, p. 266.

சிந்தனையின் தேடல் தொட்டுச் செல்லாத ஒரு துறையைக் கண்டுபிடிப்பது கடினம். மார்க்சைப் பற்றி தத்துவஞானி மற்றும் பொருளியலாளர், சமூகவியலாளர் மற்றும்' வரலாற்றாசிரியர், புரட்சிக்காரர் மற்றும் ஸ்தாபன அமைப்பாளர், கட்டுரையாளர் மற்றும் மொழி இயல் நிபுணர், இலக்கிய மேதை மற்றும் பத்திரிகையாளர் என்று நாம் கூறுவது நியாயமானதே.

மூலதனத்தை எழுதி முடித்த பிறகு, தர்க்கவியலும் தத்துவஞானத்தின் வரலாற்றைப் பற்றியும் பல்ஸாக்கைப் பற்றியும் புத்தகங்களும் கிராக்கஸ் சகோதரர்களைப் பற்றி ஒரு நாடகமும் எழுதுவதற்கு மார்க்ஸ் உத்தேசித்திருந்தார் என்பதை நாம் அறிவோம். அவர் கணிதத்திலும் தொழில் நுட்பவியல் வரலாற்றுத் துறையிலும் சில தற் சிந்தனையான ஆராய்ச்சிகளை விட்டுச் சென்றார்; பௌதிகம், இரசாயனம், உயிரியல், பரிணாமத் தத்துவம் ஆகியவற்றின் சாதனைகளில் அவர் அக்கறை கொண்டிருந்தார்.

மார்க்ஸ் தன்னுடைய கலைக்களஞ்சிய அறிவையும் எல்லாத் துறைகளிலும் வளர்ச்சி அடைந்திருந்த திறமைகளையும் அவருக்கு உரிய முனைப்புடன் பொருளாதாரப் பிரச்சினைகளின் தீர்வுக்கு அர்ப்பணித்தார். அதுவே அவருடைய விஞ்ஞான ஆராய்ச்சியின் முக்கியமான குறிக்கோளாக இருந்தது. தன்னுடைய துறையில் மட்டுமே நிபுணத்துவத்தைக் கொண்ட ஒரு அறிஞர் மூலதனத்தைப் போன்ற ஒரு நூலை ஒருபோதும் எழுதியிருக்க முடியாது.

அவருடைய வெளித்தோற்றம் கம்பீரமானது; மார்க்சை மிகக் குறைந்த காலமே அறிந்தவர்கள், மார்க்சியத்துடன் சம்பந்தமில்லாதவர்கள் கூட இதைக் குறிப்பிட்டிருக்கிறார்கள்.

ருஷ்யாவைச் சேர்ந்த மிதவாத எழுத்தாளரான பா.ஆன்னென்கவ் 1846 மார்ச்சில் பிரஸ்ஸல்ஸ் நகரத்தில் மார்க்சைச் சந்தித்தார். அவர் சுறுசுறுப்பும் உறுதியான சித்தமும் அழிக்க முடியாத நம்பிக்கையும் உடையவர். அவர் தோற்றம் மிகவும் கம்பீரமானது என்று எழுதினார். அடர்த்தியான கறுநிறத் தலைமுடியுள்ள பெருந்தலை, முடி உள்ள கரங்கள், பாதி திறந்து விடப்பட்ட கோட்டு அணிந்து அவர் எப்படித் தோன்றினாலும், என்ன செய்தாலும் அவருடைய தோற்றமே மற்றவர்களை மரியாதை செய்யத் தூண்டும் என்று ஆன்னென்கவ் எழுதினார். அவருடைய நடையுடை பாவனைகள் தனித் தன்மையுடன், துணிவு மற்றும் சுய நம்பிக்கையுடன் இருந்தன. மற்றவர்களுடன் பழகும் பொழுது

சுதந்திர உணர்ச்சி ஓங்கியிருக்கும்; பொதுவாக அங்கீகரிக்கப் பட்டிருக்கும் பழக்கங்களிலிருந்து அவை வேறுபட்டிருக்கும். அவருடைய கரகரப்பான மணிக்குரல் மக்களையும் நிகழ்வுகளையும் பற்றி அவருடைய முடிவுகளின் இறுதியான தன்மைக்கு முற்றிலும் பொருந்தியிருக்கும்.

இருபத்தெட்டு வயது நிரம்பிய மார்க்ஸ் மனிதர்களின் மனங்களை ஆட்சி புரிவதற்கும் அவர்களுக்குத் தலைமை தாங்குவதற்கும் தன்னுடைய திறமையில் அழுத்தமான நம்பிக்கை கொண்டவர், ''போலித் தீர்க்கதரிசிகள்'', ''மனிதகுல இரட்சகர்கள்'' அனைவருடைய அறிவீனத்தைப் பற்றி அருவருப்படைந்தவர் என்று ஆன்னென்கவ் எழுதினார்.

ஆன்னென்கவ் கம்யூனிஸ்ட் நிருபர்கள் கமிட்டியின் கூட்டத்தை வர்ணிக்கிறார். இக்கூட்டத்தின் போது மார்க்சுக்கும் கற்பனாவாத கம்யூனிசத்தின் (அதன் கரடுமுரடான, சமத்துவவாத வடிவத்தில்) தத்துவாசிரியர்களில் ஒருவரான வில்ஹெல்ம் வைத்லிங்குக்கும் மோதல் ஏற்பட்டது. வைத்லிங் தன்னுடைய குழப்பமான, ஆனால் உணர்ச்சிகரமான சொற்பொழிவுகளின் மூலம் தொழிலாளர்கள் மத்தியில் ஓரளவு ஆதரவைப் பெற்று ஜெர்மனியில் பரபரப்பை உண்டாக்கியிருந்தார்.

உங்களுடைய நடவடிக்கைகளில் எத்தகைய தத்துவக் கோட்பாடுகளைப் பின்பற்றுவதற்கு உத்தேசிக்கிறீர்கள் என்று மார்க்ஸ் வைத்லிங்கிடம் கூர்மையாகக் கேட்டார். இக்கேள்விக்குப் பதிலளிக்கின்ற முறையில், புதிய பொருளாதாரத் தத்துவங்களை உருவாக்குவது என்னுடைய நோக்கம் அல்ல, தொழிலாளர்கள் தங்களுடைய நிலைமையின் பயங்கரங்களைப் புரிந்து கொள்ளச் செய்வதும் ஜனநாயக, கம்யூனிஸ்ட் கம்யூன்களில் அவர்கள் சேர்ந்து வாழும்படி போதிப்பதும் என்னுடைய நோக்கம் என்று முரண்பாடான முறையில் விளக்கமளிக்கத் தொடங்கினார் வைத்லிங்.

மார்க்ஸ் கோபத்துடன் முகத்தைச் சுளித்துக் கொண்டு திடீரென்று வைத்லிங்கின் பேச்சில் குறுக்கிட்டார். மக்களின் நடவடிக்கையை அவசியமாக்குகின்ற உறுதியான, தேர்ந்தாராயப் பட்ட காரணங்களைச் சொல்லாமல் அவர்களைத் தூண்டுவது வெறும் ஏமாற்றுவித்தையே என்றார். கறாரான விஞ்ஞானக் கருத்துக்கள் அல்லது ஆக்கபூர்வமான போதனைகள் இல்லாமல் தொழிலாளியை அறைகூவுவது நம்பிக்கை மோசடிக்குச் சமம், அது ஒரு பக்கத்தில்

தீர்க்கதரிசி இருப்பதாகவும் மறு பக்கத்தில் வாயைப் பிளந்து கொண்டிருக்கின்ற கழுதைகள் இருப்பதாகவும் அனுமானிக்கிறது என்றார்.

வைத்லிங்கின் வெளிறிய கன்னங்களில் இரத்தம் பாய்ந்தது. அவர் தன்னுடைய சேவைகளைப் பற்றி ஆர்ப்பாட்டமாகப் பேசத் தொடங்கினார்; வேதனைப்படுகின்ற, நலிந்த மக்களின் உலகத்திலிருந்து வெகு தூரத்துக்கு அப்பால் இருந்து கொண்டு கொள்கைகளை ஆராய்ச்சி செய்வதையும் விமர்சிப்பதையும் காட்டிலும் என்னுடைய அடக்கமான சேவை பொது இலட்சியத்துக்கு அதிகமான முக்கியத்துவத்தைக் கொண்டது என்றார்.

மார்க்ஸ் இச்சொற்களைக் கேட்டு ஆத்திரத்துடன் மேசையின் மேல் ஓங்கிக் குத்தினார், மேசை மீது வைக்கப்பட்டிருந்த விளக்கு ஆடியது. "அறியாமை எவருக்கும் ஒருபோதும் உதவாது"[1] என்று குதித்தெழுந்து கூறினார்.

மார்க்சைச் சந்தித்த பலரும் அவர் மக்களையும் கொள்கைகளையும் பற்றி நயமற்ற விதத்தில் "தீர்ப்பு" வழங்குவதைப் பற்றி அதிர்ச்சி அடைந்தனர். மார்க்ஸ் பொறுமை இல்லாதவர், "சர்வாதிகாரமானவர்", அவருடைய கருத்துக்களை ஆதரிக்காதவர்களிடம் "மெஃபிஸ்டோபிலிய" இகழ்ச்சியுடன் நடந்து கொள்பவர், இதரவை என்று அற்பவாத எழுத்தாளர்களும் வாழ்க்கை வரலாற்றாசிரியர்களும் அடிக்கடி அவரைக் கண்டனம் செய்திருக்கிறார்கள்.

மார்க்ஸ் தன்னுடைய எதிரிகளிடம் நடத்திய வாதங்களின் போது அடிக்கடி உணர்ச்சிவசப் பட்டார் என்பது உண்மையே. பிறவி அரசியல்வாதியும் புரட்சிக்காரருமான மார்க்ஸ் சமூக விஞ்ஞானத் துறையில் கருத்து வேறுபாடுகளை வெவ்வேறு சமூக -வர்க்க நிலைகளின் சண்டை என்று கருதினார்; கல்வித்துறையில் போலித்தனமான மரியாதையுடன் நடைபெறுகின்ற வாதங்களில் தோல்வியடைகின்ற தரப்பினர் முக மலர்ச்சியுடன் தோற்றமளிக்கின்ற கலையைப் பரிபூரணமாக்குகின்றனர்; அத்தகைய விவாதமாக அவர் நினைக்கவில்லை.

கொள்கைப் பிரச்சினைகள் ஏற்படும் பொழுது பல வருடங்கள் தன்னிடம் நெருங்கிப் பழகிய தோழர்களிடம் கூட மார்க்ஸ் தயவு

---

1. Ibid., p. 272.

காட்ட மாட்டார். எல்லாவற்றிலும் ஒரே அளவு கோலைப் பின்பற்றிய மார்க்ஸ் மற்றவர்களுடைய நடவடிக்கைகளை மதிப்பிடுவதற்கு "மனித" நிலைக்கு ஒன்று, விஞ்ஞான, "தொழில்" நிலைக்கு ஒன்று என்று இரண்டு அளவுகோல்களைப் பயன்படுத்தவில்லை. ஒரு நபர் விஞ்ஞானத் தத்துவத்தில் அல்லது புரட்சிகர நடைமுறையில் "பிறழ்ந்து விட்டார்" என்றால் அவர் தார் மிகத் துறையிலும் தவறு செய்து விட்டதாகவே மார்க்ஸ் கருதினார். எனவே அவர் சிந்தனையாளர் அல்லது புரட்சிக்காரர் என்ற முறையில் மட்டுமல்லாமல் தனிநபர் என்ற முறையிலும் மார்க்சின் மரியாதையை இழந்தார். இதன் மறுதலையும் உண்டு; ஒருவர் தனிப்பட்ட உறவுகளில் சிறிதளவு நேர்மையில்லாமல் நடந்து கொண்டாரென்றால் விஞ்ஞான மற்றும் அரசியல் துறைகளில் அவரை நம்பாதிருப்பதற்கு அது போதிய காரணம் என்று மார்க்ஸ் கருதினார்.

"பிளாட்டோவை நான் மதிக்கிறேன்; ஆனால் உண்மையை இன்னும் அதிகமாக மதிக்கிறேன்" என்ற மூதுரை நண்பர்களுடன் மார்க்ஸ் வைத்திருந்த உறவில் முழு விளக்கமடைந்தது. உண்மைக்குத் துரோகம் செய்த எவரையும் அவர் ஒருபோதும் மன்னிக்க மாட்டார். விஞ்ஞானப் பிரச்சினைகளில் கருத்து வேறுபாடுகள் ஏற்படுதல் முடிவில் நட்பை முறித்துக் கொள்வதற்கும் பிறகு உக்கிரமான விவாதங்களுக்கும் இட்டுச் செல்லும்.

பு.பௌவர், அ.ருட்டென்பெர்க், அ.ரூகே, பி.புரூதோன், மி.பக்கூனின், மோ.ஹேஸ், வி.வைத்லிங், கி.ஹேர்வெக் ஆகியோரை இதற்கு உதாரணங்களாகக் காட்டலாம்.

இளைஞராகிய மார்க்ஸ் ஆன்மிக வளர்ச்சியில் வேகமாக முன்னேறியபடியால் நேற்றைய தினத்தில் அவருடன் ஒத்த கருத்துக் கொண்டிருந்த இளம் நண்பர்கள் பின்னே விடப்பட்டனர். ஆனால் விவாதங்களின் போது மார்க்சின் ஆத்திரத்தைத் தூண்டியது இதுவல்ல; அவர் தன்னுடைய அறிவையும் திறமைகளையும் நிச்சயமாக விளம்பரம் செய்பவரல்ல. விஷயம் தெரியாமல் ஏற்படுகின்ற அறிவீனத்தை அவர் எப்பொழுதுமே புரிந்து கொண்டு மன்னிக்கக் கூடியவர்; ஆனால் மற்றவர்களுக்குப் போதிப்பதற்கும் வழிகாட்டுவதற்கும் உரிமை கொண்டாடிய மேதாவிகளின் அறிவீனத்தை அவர் மன்னிக்க மாட்டார். இச்சந்தர்ப்பத்தில் அவர்களிடம் அறியாமை தனிப்பட்ட பலவீனமாக இருக்கவில்லை, அது ஒரு சமூக ஆபத்தாக மாறிவிட்டது. மார்க்ஸ் அதை வன்மையாகக் கண்டனம் செய்வார்.

நபர்களை மதிப்பிடுவதிலும் மார்க்ஸ் அநேகமாகத் தவறு செய்ததில்லை. இந்த நபர் ஒரு குறிப்பிட்ட தருணத்தில் வகிக்கின்ற சமூக நிலையை அவர் தெளிவாகப் பார்த்தது மட்டுமல்லாமல், அது எதிர்காலத்தில் அவரை எங்கே இட்டுச் செல்லும் என்பதையும் அவர் முன்னறியக் கூடியவர். அவருடைய தாக்குதல்கள் முதலில் நியாயமில்லாதவை என்று தோன்றும், ஆனால் முடிவில் மார்க்ஸ் கூறியபடியே சரியாக நடக்கும்.

''சிந்தனையில்'' பயங்கரவாதியான புரூனோபௌவர் பிற்காலத்தில் பிற்போக்குவாத Kreuz-Zeitungஇல் (''சிலுவைப் பத்திரிகை'') வேலை செய்யத் தொடங்கினார். அரசியல் தியாகியாக வாழ்க்கையைத் தொடங்கிய அடோல்ப் ருட்டென்பெர்க் Preussischer Staats-Anzeigerஇன் (''பிரஷ்ய அரசுச் செய்தித்தாள்'') ஆசிரியராகின்ற அளவுக்குத் தரமிழந்தார்.1840க்களின் ஆரம்பத்தில் தன்னுடைய பிரசுரங்களில் அரசியல் போராட்டத்துக்கு அறைகூவிய அர்னோல்டு ரூகே தன் வாழ்க்கையின் இறுதிக் கட்டத்தில் பிஸ்மார்க்கின் ஆதரவாளரானார்.

வைத்லிங்கையும் புரூதோனையும் பொறுத்த மட்டில், அவர்கள் ஒரே விதமான புகழையும் ஒரே விதமான முடிவையும் அடையும்படி விதிக்கப்பட்டிருந்தனர் என்று மேரிங் எழுதியிருப்பது முற்றிலும் சரியானதே. அவர்களுடைய பணிகளின் தொடக்கத்தில் வேறு எவரையும் காட்டிலும் மார்க்ஸ்தான் அவர்களை அதிகமாகப் பாராட்டியவர். தொழிலாளி வர்க்கத்திடம் ஏற்பட்டுக் கொண்டிருக்கும் சுய உணர்வுக்கு அவர்கள் உதாரணம் என்று மார்க்ஸ் கருதினார். ஆனால் ஜெர்மானியக் கைவினைஞரின் குறுகிய வரையறைகளுக்கு அப்பால் வைத்லிங்கினால் முன்னேற முடியவில்லை. அது போல பிரெஞ்சுக் குட்டி முதலாளியின் குறுகிய வரையறைகளுக்கு அப்பால் புரூதோனால் முன்னேற முடியவில்லை. அவர்கள் வரலாற்று வளர்ச்சியில் பின்னுக்குத் தள்ளப்பட்டார்கள், மார்க்சிடமிருந்து பிரிந்தார்கள். அவர்கள் ஆரம்பித்த காரியத்தை மார்க்ஸ் மேதாவிலாசத்துடன் பூர்த்தி செய்தார்.

மார்க்ஸ் வைத்லிங்குடன் முறித்துக் கொண்ட பிறகும்-தன்னுடைய பொருளாதார நிலைமை மிகவும் மோசமாக இருந்தபோதிலும்-தொடர்ந்து அவருக்குப் பண உதவி செய்து கொண்டிருந்தார். ''நீங்கள் அவரிடம் பகையுணர்ச்சி கொண்டிருந்தபோதிலும் உங்கள் பணப்பையில் ஏதாவது இருக்கின்ற வரை அதை மூடுகின்ற அளவுக்குப் போகமாட்டீர்கள் என்பது

உங்களிடமிருந்து எதிர்பார்க்கப்பட்டது தான்''[1] என்று ஹேஸ் இதனைப் பற்றி ஒரு கடிதத்தில் குறிப்பிட்டார்.

தன்னுடைய உள்ளுணர்ச்சி தன்னை ஏமாற்றிவிட்டதாக மார்க்ஸ் ஒரு சமயத்தில் நினைத்தார். பக்கூனின் மீது அவருக்கு நம்பிக்கையில்லா விட்டாலும் பக்கூனினுடைய புரட்சிகர நடவடிக்கை அவருடைய சந்தேகங்களை நிரூபிக்க வில்லை. *Neue Rheinische Zeitung*இன் (''புதிய ரைன் பத்திரிகை'') ஆசிரியராக இருந்த பொழுது பக்கூனினுக்கு எதிர்ப்பான நடவடிக்கைகளைச் செய்ததைப் பற்றி மார்க்ஸ் உடனடியாக வருந்தினார். அவர் பக்கூனினுடன் சமாதானம் செய்து கொண்டார், ''அவருக்காதரவாகப் பேசினார்.''[2]

சில வருடங்கள் கழிந்தன. முதலாவது அகிலத்தில் பக்கூனின் குறுங்குழுவாத நிலையை மேற்கொண்ட பொழுது தன் உள்ளுணர்ச்சி தன்னை முற்றிலும் ஏமாற்றிவிடவில்லை என்பதை மார்க்ஸ் கண்டார்.

''நான் மிகச் சிலருடன் மட்டுமே நட்புக் கொண்டிருக்கிறேன். ஆனால் அவர்களிடம் உறுதியான நட்பு வைத்திருக்கிறேன்''[3] என்று மார்க்ஸ் ஒரு சமயத்தில் கூறினார். ஆம், அவருக்கு நண்பர்கள், உண்மையான நண்பர்கள் மிகவும் சிலரே. ஆனால் அவர்கள் எவ்வளவு தூய்மையானவர்கள். பாட்டாளி வர்க்க இலட்சியத்துக்கு எவ்வளவு விசுவாசமானவர்கள்! வில்ஹெல்ம் வோல்ஃப், யோசிஃப் வெய்டமையர், வில்ஹெல்ம் லீப்க்னெஹ்ட், கியோர்குவீர்த்..

மார்க்ஸ் மிக அதிகமான அன்பும் நட்புணர்ச்சியும் கொண்டவர், அதனால்தான் அவர் தவறு செய்தவர்களை அதிகமாக வெறுத்தார். அவருடைய வாழ்க்கையில் இரு நபர்கள் மிகவும் அசாதாரணமான பாத்திரத்தை வகித்தனர். ஜென்னியின் காதலும் எங்கெல்சின் நட்பும் வாழ்க்கை மார்க்சுக்கு அளித்த மிகவும் சிறந்த கொடைகளாகும்.

ஜென்னி அவருடைய மனைவியாக மட்டுமல்லாமல் நெருங்கிய நண்பராகவும் ஆலோசகராகவும் அவருடைய புத்தகங்களின் முதல் விமர்சகராகவும் இருந்தாள். மார்க்ஸ் (அவருடைய நண்பர் ஹேய்னெயைப் போல) அவளுடைய நகைச்சுவையை, நயமான கலையுணர்ச்சியை, பரந்த அறிவை (சில துறைகளில் அவருடைய

1. Franz Mehring. Karl Marx. The Story of His Life, Covici. Friede Publishers, New York, 1935, p. 145.
2. Marx, Engels, *Werke,* Bd. 30, S. 498.
3. Ibid., p. 488.

அறிவுக்குச் சிறிதும் குறைவில்லாதது) மிகவும் மதித்தார். அவர் ஜென்னியின் இலக்கியத் திறனை வியந்து போற்றினார்; கடிதம் எழுதுகின்ற கலையில் அவள் ஒப்பற்ற திறமை உடையவள் என்று கருதினார்.

மார்க்ஸ் அற்புதமான உரைநடை எழுதக் கூடியவர். அவருடைய உரைநடையில் ''டாசிட்டசின் கடும் ஆவேசமும் ஜுவெனாலின் ஆபத்தான அங்கதமும் தாந்தேயின் புனிதமான சீற்றமும் கலந்திருக்கும்''[1] என்று வில்ஹெல்ம் லீப்க்னெஹ்ட் எழுதினார். எனினும் மார்க்ஸ் ஜென்னியின் உத=வியுடன் தன்னுடைய எழுத்து வன்மையைப் பூரணமாக்கிக் கொண்டார்.

1844 ஜுன் மாதத்தில் ஜென்னி மார்க்சுக்கு எழுதிய மிகவும் சுவாரசியமான கடிதம் இன்னும் பாதுகாக்கப்பட்டிருக்கிறது. ஜென்னி அக்கடிதத்தில் மார்க்சின் நடையை விமர்சித்துவிட்டு அவருக்கு அறிவுரை கூறுகிறாள்; ''...மிகவும் அதிகமான வெறுப்புடனும் எரிச்சலுடனும் எழுதாதீர்கள். உங்களுடைய மற்ற கட்டுரைகள் எவ்வளவு அதிகமான விளைவை ஏற்படுத்தின என்பது உங்களுக்குத் தெரியும். எதார்த்தமான முறையில் நயத்துடனும் நகைச் சுவையுடனும் இலேசாகவும் எழுதுங்கள். அன்பே! உங்கள் பேனாவைக் காகிதத்தின் மீது ஓட விடுங்கள், சில சமயங்களில் தடுக்கி விழுந்து விடுமானால், அதோடு சேர்த்து வாக்கியமும் சிதைவடைந்தாலும் கவலை வேண்டாம். உங்கள் சிந்தனைகள் பழைய காலத்துப் படைவீரர்களைப் போல அதிகமான உறுதியுடனும் துணிவுடனும் விறைப்பாக நிற்கின்றன. அவர்களைப் போல அவை 'சாகும். ஆனால் சரணடைய மாட்டா' (*'elle meure, mais elle ne se rende pas'*). உடை ஏதோ சில சந்தர்ப்பங்களில் இறுக்கமாக இருக்கவே பொத்தான் மாட்டப்படாமல் தளர்வாகத் தொங்கினால் அது முக்கியமானதா? பிரெஞ்சுப் படைவீரர்களின் இயல்பான, தொய்வான தோற்றமே அவர்களுக்கு அதிகமான சிறப்பைத் தருகிறது. போலி உயரமுள்ள நமது பிரஷ்யர்களை நினைத்தால், அது உங்களுக்கு நடுக்கத்தைத் தரவில்லையா? பெல்டுகளைத் தளர்த்துங்கள், கழுத்துப்பட்டையைத் தளர்த்துங்கள், தலைக் கவசத்தையும் அகற்றுங்கள்; முடிவெச்சங்கள் இயல்பாகச் செல்லட்டும், சொற்கள் எப்படித் தோன்றுகின்றனவோ அப்படியே எழுதுங்கள். போர்க்களத்தில் ராணுவம் கறாரான ஒழுங்குமுறைப்படியே அணிவகுத்துச் செல்ல வேண்டும் என்பது அவசியமில்லையே.

1. *Reminiscences of Marx and Engels*, p. 103.

உங்களுடைய துருப்புகள்தான் போர்க்களத்தில் நின்று கொண்டிருக்கின்றனவே, அப்படித்தானே? தளகர்த்தருக்கு நல்வாழ்த்துக்கள்...”[1]

மார்க்சும் ஜென்னியும் மகிழ்ச்சியும் உற்சாகமும் நிறைந்த தம்பதிகள் என்பது அவர்களை நன்கறிந்த எல்லோருடைய கருத்தாகும். துன்பங்களோ, சோதனைகளோ அவர்களுடைய காதலை பலவீனப்படுத்தவில்லை; அதற்கு மாறாக, துன்பம் அவர்களுடைய அன்பை வலுப்படுத்தியது. அவர் மாணவப் பருவத்திலிருந்ததைப் போலவே முதிர்ச்சிக் காலத்தின் போதும் ஜென்னியை மென்மையாக, தீவிரமாகக் காதலித்தார்.

1856ம் வருடத்தில் ஜென்னி ஜெர்மனிக்குக் குறுகிய காலப் பயணம் சென்றிருந்தாள். அப்பொழுது ஜென்னிக்கு வயது நாற்பத்திரண்டு, பெரிய குடும்பத்தின் தாயாகவும் இருந்தாள். அப்பொழுது மார்க்ஸ் பாசத்துடன் ஜென்னிக்கு எழுதிய கடிதம் கிடைத்திருக்கிறது. அக்கடிதம் மனித உணர்ச்சிக்குச் சிறந்த ஆவணம். அதில் மென்மையும் உணர்ச்சியும் இருப்பதுடன் ஆழமான சிந்தனையும் நிறைந்திருக்கிறது. மார்க்சின் ஆளுமைக்கும் காலப் போக்கில் முதுமையடையாத அவருடைய இளமையான காதலுக்கும் அக்கடிதம் அடையாளமாக இருக்கின்றபடியால் அதிலிருந்து நீண்ட மேற்கோளைத் தருவது பொருத்தமே.

“என் அன்பிற்கினியவளே,

“நான் மறுபடியும் உனக்கு எழுதுகிறேன். ஏனென்றால் நான் தனியாக இருக்கிறேன். என் மனதில் நான் உன்னோடு எப்பொழுதும் உரையாடிக் கொண்டிருப்பதும் அதை நீ அறிந்து கொள்ள முடியாமல் அல்லது கேட்க முடியாமல் அல்லது எனக்குப் பதிலளிக்க முடியாமலிருப்பதும் என்னை வாட்டுகிறது... எனக்கு முன்னால் நீ இருப்பதைப் பார்க்கிறேன், நான் உன்னை அன்போடு தொடுகிறேன், தலை முதல் கால்வரை உன்னை முத்தமிடுகிறேன். உனக்கு முன்னால் முழந்தாளிட்டுப் பணிகிறேன். ‘அன்பே! உன்னைக் காதலிக்கிறேன்’ என்று முணுமுணுக்கிறேன். ஆம், அந்த வெனிஸ் மூர் (ஒதேல்லோ.- ப-ர்.) எக்காலத்திலும் காதலித்ததைக் காட்டிலும் அதிகமாக நான் உன்னைக் காதலிக்கிறேன். அது உண்மை. போலியான, உளுத்துப் போன உலகம் எல்லா மனிதர்களையும் போலிகளாக, உளுத்துப்

1. Marx, Engels, *Collected Works*, Vol. 3, p. 579.

போனவர்களாகப் பார்க்கிறது. என்னை அவதூறு செய்பவர்கள். என் முதுகுக்குப் பின்னால் என்னைத் திட்டுபவர்களில் எவராவது இரண்டாந்தரமான நாடக அரங்கில் முதல் தரமான காதலன் பாத்திரத்தை நடிப்பதற்காக என்னை எப்பொழுதாவது குறை கூறியதுண்டா? ஆனால் அது உண்மையே. இந்தப் போக்கிரிகளுக்கு நகைச்சுவை இருக்குமானால் அவர்கள் 'உற்பத்தி மற்றும் பரிவர்த்தனை உறவுகளை' ஒரு பக்கத்திலும் உன் காலடியில் நான் கிடப்பதை மறுபக்கத்திலும் ஓவியமாகத் தீட்டியிருப்பார்கள். இந்தப் படத்தையும் அந்தப் படத்தையும் பாருங்கள் என்று அந்த ஓவியத்துக்குக் கீழே எழுதியிருப்பார்கள். ஆனால் அவர்கள் முட்டாள்தனமான போக்கிரிகள், முட்டாள்களாகவே in seculum seculorum (எக்காலத்திற்கும்-ப-ர்.) நீடிப்பார்கள்.

"... ஒரு கனவில் என்னை விட்டு நீ போய் விட்டால் கூட காலம் அதற்குச் (என் காதலுக்குச்-ப-ர்.) செய்த சேவை என்பதை நான் உடனடியாக அறிந்து கொள்வேன். சூரிய ஒளியும் மழையும் செடி வளர்ச்சியடைவதற்கு உதவி செய்வதைப் போன்றதே இது. நீ என்னைப் பிரிந்த உடனே உன்னிடம் நான் கொண்டிருக்கின்ற காதல் அதன் மெய்யான வடிவத்தை, அதாவது பேருருவத்தை அடைகிறது; அதில் என்னுடைய ஆன்மாவின் முழுச் சக்தியும் என்னுடைய இதயத்தின் முழுப் பண்பும் குவிக்கப்பட்டிருக்கின்றன. நான் மறுபடியும் மனிதனாக உணர்கிறேன். ஏனென்றால் ஒரு மாபெரும் உணர்ச்சியை நான் உணர்கிறேன். நவீனக்கல்வி முறையும் பயிற்சியும் நம்மிடத்தில் ஏற்படுத்துகின்ற பல்வகைத் தன்மையும், அகநிலையான மற்றும் புறநிலையான காட்சிகளை நாம் சந்தேகிக்க உபயோகிக்கின்ற ஐயுறவுவாதமும் நம் அனைவரையும் சிறியவர்களாக, பலவீனமானவர்களாக சிணுங்குபவர்களாக, மன உறுதி இல்லாதவர்களாகச் செய்ய உத்தேசிக்கப்பட்டவை. ஆனால் காதல்-ஃபாயர்பாஹின் மனிதனிடத்தில் அல்ல, மொலிஷோட்டின் "வளர்சிதை மாற்றத்தில்" அல்ல. பாட்டாளி வர்க்கத்தின் மீது அல்ல, ஆனால் அன்பு நிறைந்த பெண்ணிடம், உன்னிடம் காதல் கொள்வது ஒரு மனிதனை மறுபடியும் மனிதனாக்குகிறது.

"அன்பே. நீ சிரிக்கலாம்; நான் திடீரென்று பிரசங்கத்தில் இறங்கி விட்டது ஏன் என்று கேட்கலாம். ஆனால் உன்னுடைய இனிமை நிறைந்த தூய்மையான இதயத்தை என் இதயத்துடன் சேர்த்து அணைக்கிறேன். நான் மௌனமாக இருப்பேன், ஒரு வார்த்தை கூடப் பேச மாட்டேன். என் உதடுகளினால் உன்னை முத்தமிட

இயலாதபடியால் என்னுடைய நாக்கினால்தான் உன்னை முத்தமிடுவேன். வார்த்தைகளைத்தான் கொட்டுவேன். நான் கவிதை கூட எழுதுவேன் என்பது மெய்யே...

"உலகத்தில் பல பெண்கள் இருக்கிறார்கள். அவர்களில் சிலர் அழகானவர்கள் என்பது உண்மையே. ஆனால் ஒவ்வொரு அசைவிலும் ஒவ்வொரு சுருக்கத்திலும் என்னுடைய வாழ்க்கையின் மிகவும் சிறந்த, மிகவும் இனிமையான நினைவுகளைத் தூண்டுகின்ற அந்த முகத்தை நான் மறுபடியும் எங்கே காண்பேன்? உன்னுடைய இனிய முகத்தில் என்னுடைய முடிவில்லாத துயரங்களை, ஈடு செய்யப்பட முடியாத இழப்புக்களை (மார்க்சின் மகன் எட்கார் இறந்து விட்டதைப் பற்றிய குறிப்பு -ப-ர்.) நான் காண்கிறேன்; உன்னுடைய இனிய முகத்தை நான் முத்தமிடுகின்ற பொழுது நான் துயரங்களை முத்தமிட்டு விரட்டுகிறேன். 'அவளுடைய கரங்களில் புதைந்து, அவளுடைய முத்தங்களில் புத்துயிர் பெற்று'- அதாவது உன்னுடைய கரங்களில், உன்னுடைய முத்தங்களின் மூலம்; நான் பிராமணர்களுக்கும் பிதகோரசுக்கும் மறு பிறவியைப் பற்றி போதிப்பேன், கிறிஸ்துவ சமயத்துக்குத் திருமீட்டெழுச்சியைப் பற்றி அதன் போதனையைத் தருவேன்."[1]

குடும்பத் துன்பங்களின் சுமைகள் எப்படி இருந்தபோதிலும் மார்க்சின் விஞ்ஞான மற்றும் அரசியல் பணியில் ஜென்னி அலுப்படையாமல் உதவி செய்தாள். பல வருட காலம் ஜென்னியே மார்க்சின் காரியதரிசிப் பொறுப்பில் பணியாற்றினாள். அவருடைய நூல்களைப் பிரதியெடுத்தாள், கட்சிப் பணிகளில் அவருடைய "தகவலறிவிப்பாளராக" இருந்தாள். சர்வ தேசத் தொழிலாளர் இயக்கத்தைச் சேர்ந்த பல பிரமுகர்களுடன் அவள் கடிதத் தொடர்பு வைத்திருந்தாள்; அந்த இயக்கம் சம்பந்தப்பட்ட எல்லாவற்றிலும் அவள் அக்கறை காட்டி வந்தாள். அவள் தன்னைக் கட்சியின் ஊழியன் என்று பெருமையாகக் கருதினாள். ஜென்னி லஸ்ஸாலுக்கு எழுதிய கடிதத்தில் நகைச்சுவை மிளிர்கிறது;

"அவசரமாக இந்தச் சிறு குறிப்பை எழுதுவதற்காக மன்னியுங்கள். என் தலையில் எவ்வளவோ கிடக்கிறது. செய்ய வேண்டிய கைவேலையும் ஏராளம். மேலும் இன்று நகரத்திற்கும் போக வேண்டும். எனவே இரண்டு அல்லது மூன்று மணி நேரம் சுறுசுறுப்பாக அலைந்து கொண்டிருப்பேன். நான் கட்சியின் இயங்கும்

---

1. Marx, Engels, *Werke,* Bd. 29, S. 532-36.

பகுதியில் இன்னும் இருக்கிறேன். அது முன்னே செல்கின்ற, மைல் கணக்கில் நடக்கின்ற கட்சி. மற்றவை எப்படி இருந்தாலும் நான் நல்ல கட்சிக்காரி அல்லது ஓடிக் கொண்டிருப்பவள். உங்களுக்குப் பிடித்தமானபடி வைத்துக் கொள்ளுங்கள்."[1]

மார்க்ஸ் மிகவும் அடக்கமான முறையில் வாழ்க்கை நடத்தி வந்தார் என்றாலும் அரசியல் அகதிகளுக்கு அவர் குடும்பத்தில் இடமும் உணவும் ஆறுதலும் தவறாமல் கிடைக்கும். வில்ஹெல்ம் லீப்க்னெஹ்ட் பிற்காலத்தில் பின் வருமாறு நினைவுகூர்ந்தார்: "எங்கள் (ஜெர்மனியிலிருந்து ஓடி வந்த இளம் அகதிகள்- ஆசிரியர்.) மீது மார்க்சைக் காட்டிலும் திருமதி மார்க்ஸ் தான் அதிக வன்மையான முறையில் கூட ஆதிக்கம் செலுத்தினார். அந்த அம்மையாரிடம் பெருமிதம். தன் சொந்த கௌரவத்தைப் பற்றிய உணர்வு இருந்தது... அந்த அம்மையார் சில சமயங்களில் எனது காட்டுமிராண்டிகளை அடக்கி மென்மையாக்கிய இஃபிஜீனியாவாக, வேறு சமயங்களில் மனப் போராட்டம் மற்றும் சந்தேகங்களில் அறுக்கப்பட்ட மனிதனிடம் அமைதியை ஏற்படுத்துகின்ற எலியனோராக இருந்தார்கள்; எனக்குத் தாயாக, நண்பராக, துணைவராக, ஆலோசகராக இருந்தார்கள்; பெண்ணைப் பற்றிய இலட்சிய வடிவமாக இருந்தார்கள்; இன்றும் அப்படியே நினைக்கிறேன்; நான் லண்டனில் தார்மிக முறையிலும் உடல்நலத்திலும் சீர்குலைந்து விடாதிருந்தேன் என்றால் அதற்காக அந்த அம்மையாருக்கே நான் நன்றி செலுத்துவேன், இதை நான் பன்முறை சொல்வேன்."[2]

ஜென்னியின் அசாதாரணமான அழகும் அறிவும் மார்க்சைச் சந்திக்க வருபவர்கள், நண்பர்கள் ஆகியோருக்கு அதிகமான மகிழ்ச்சியைக் கொடுத்தன. ஹேய்னெயும் ஹேர்வெக்கும் ஃபிரெய்லிக்ராத்தும் ஜென்னியைப் போற்றினார்கள். மிக அடக்கமான அரசியல்வாதிகள் கூட ஜென்னியைப் பற்றிப் பேசுகின்ற பொழுது கவிஞர்களாக மாறினார்கள். முதலாவது அகிலத்தின் அமைப்பாளரும் தையற்காரருமான பிரெடெரிக் லெஸ்னர் பின்வருமாறு எழுதுகிறார்; "நம்பகமான ஒவ்வொரு தோழருக்கும் மார்க்சின் வீடு எப்போதும் திறந்தே இருந்தது. மற்ற பலரையும் போலவே மார்க்ஸ் குடும்பத்தாருடன் மகிழ்ச்சிகரமாகக் கழித்த பல

---

1. F. Lassalle. *Nachgelassene Briefe and Schriften,* Stuttgart-Berlin. 1922. Bd. III. S. 355.
2. W. Lienknecht. *Karl Marx zum Gedachtnis. Ein Lebensabriss and Erinnerungen. Nurnberg.* 1896. S. 65-66.

மணி நேரங்களை நான் என்றுமே மறக்க மாட்டேன். குறிப்பாகத் திருமதி மார்க்ஸ் பிரகாசமான பிரதிபலிப்பை ஏற்படுத்தினார். அவர் உயர்ந்த அழகான பெண்மணி; மிகவும் பிரசித்தி பெற்றிருந்தாலும், மிக நல்ல பண்புடையவர்; அன்புடன், சிரிக்கப் பேசி அளவளாவும் தன்மையுடையவர், வீண் பெருமையும் திமிரும் இல்லாதவராகத் திகழ்ந்தார். அவர் முன் எவரும் சொந்தத் தாய் அல்லது சகோதரி முன் இருப்பது போன்று உணர்வார்கள்.... அவர் தொழிலாளி வர்க்க இயக்கத்தில் மிகுந்த உற்சாகம் காட்டி வந்தார். பூர்ஷ்வா வர்க்கத்திற்கு எதிராகக் கிடைக்கும் வெற்றிகள், எவ்வளவு சிறியதாக இருந்தாலும் சரி, அவருக்கு மிகப் பெரிய திருப்தியையும் மகிழ்ச்சியையும் கொடுத்தன."[1]

தன் கணவர் சம்பந்தப்பட்ட ஒவ்வொன்றுமே மற்றவர்களைக் காட்டிலும் ஜென்னியைத்தான் அதிகமாகப் பாதித்தது. ஜெர்மனியின் பிற்போக்குவாதப் பத்திரிகைகள் 1848ம் வருடப் புரட்சிக்காரர்களைப் பற்றி அவதூறு செய்த பொழுது, விஷத்தில் தோய்க்கப்பட்ட அம்புகள் மார்க்சைக் குறிபார்த்துத் தொடுக்கப்பட்ட பொழுது ஜென்னியே மிகவும் பாதிக்கப்பட்டாள், நோயில் விழுந்தாள். மூலதனத்தின் முதல் தொகுதி வெளியிடப்பட்ட பிறகு, சகாப்த முக்கியத்துவம் நிறைந்த இப்புத்தகத்தை ஜெர்மனியில் முற்றிலும் புறக்கணித்துவிட்டார்களே என்று ஜென்னி மிகவும் வருந்தினாள். மார்க்சின் மேதைக்குத் தகுந்த அங்கீகாரம் இல்லையே என்பதைப் பற்றி அவள் வேதனைப்பட்டாள். தன் மரணத்துக்கு இரண்டு வருடங்களுக்கு முன்னர் ஒரு ஆங்கிலப் பத்திரிகையில் மார்க்சைப் பற்றிச் சிறிய குறிப்பு வெளியிடப்பட்டிருந்ததைப் பார்த்து ஒரு குழந்தையைப் போல மகிழ்ச்சி அடைந்தாள். ஜென்னியின் மரணத்துக்குப் பிறகு மார்க்ஸ் எங்கெல்சுக்கு எழுதிய கடிதத்தில் இச்சம்பவத்தை வேதனையுடன் நினைவுகூர்ந்தார்.

1881ம் வருடத்தின் கடைசியில் ஜென்னி மரணமடைந்த பொழுது எங்கெல்ஸ் "இனி மூரும் (மார்க்சுக்கு அவர் குடும்பத்தில் கொடுக்கப் பட்டிருந்த செல்லப் பெயர்.-ப-ர்.) இறந்து விட்டார்" என்று கூறினார். இதைக் கேட்ட மற்றவர்கள் திகைப்படைந்தனர். மார்க்சும் ஜென்னியும் ஒருவர் இல்லாமல் மற்றொருவர் மெய்யாகவே வாழ முடியாது. மார்க்ஸ் இனி மேல் உயிர்தரிக்க மாட்டார் என்பதை எங்கெல்ஸ் நன்றாக அறிந்திருந்தார். அவர் கூறியபடி நடந்தது.

---

1. மார்க்சையும் எங்கெல்சையும் பற்றிய நினைவுக்குறிப்புகள், முன்னேற்றப் பதிப்பகம், மாஸ்கோ, 1973. பக்கம். 246.

மனிதகுலம் காதலைப் பற்றி பல கதைகளையும் காவியங்களையும் தொல்கதைகளையும் படைத்திருக்கிறது. அவற்றில் மார்க்ஸ்-ஜென்னி காதல் கதை மிக மேன்மையானது.

மார்க்ஸ் நண்பர்களிடம் காலப் போக்கில் மாற்றமடையாத பாசத்துடன் பழகினார். மார்க்சும் எங்கெல்சும் தங்களுக்கு ஏற்பட்ட எல்லாச் சோதனைகளையும் ஒன்றாகவே சகித்துக் கொண்டார்கள், அவர்கள் ஒருவரையொருவர் அதிக காலத்துக்குப் பிரிந்திருக்க மாட்டார்கள், தங்களுடைய பொது இலட்சியத்துக்காக இணைந்து பாடுபட்டார்கள்.

மார்க்சின் வாழ்க்கை வெளித்தோற்றத்தில் பளபளப்பான வர்ணங்களோ, அசாதாரணமான சம்பவங்களோ இல்லாமற் தோன்றலாம். ஆனால் புரட்சிக்காரர், அரசியல் போராட்டக்காரர், கட்டுரையாளர், விஞ்ஞானி என்ற முறையில் அவருடைய வாழ்க்கையில் ஆன்மிகப் பரபரப்பு நிறைந்திருக்கிறது. அதில் உணர்ச்சிக் கொந்தளிப்புகள், போராட்டம், துணிவுடைமை, உண்மைக்கும் பாட்டாளி வர்க்க இலட்சியத்துக்கும் தன்னலமற்ற சேவை ஆகியன இருக்கின்றன.

அவருடைய வாழ்க்கை என்பது ஐரோப்பியத் தொழிலாளர்களின் வர்க்க உணர்வின் உருவாக்கத்தின் மொத்த வரலாற்றுச் சகாப்தமே.

அவர்தான் கம்யூனிஸ்டுச் சங்கம் என்ற பெயரில் கம்யூனிஸ்டுக் கட்சியின் சிறு கிளையை முதன்முறையாக அமைத்தவர், சமூகத்தைத் திருத்தியமைப்பதற்குரிய போராட்டத்துக்கு உத்வேகமூட்டுகின்ற, தெளிவான வேலைத்திட்டமாகிய கம்யூனிஸ்டுக் கட்சி அறிக்கையை-எங்கெல்சின் துணையுடன்-தயாரித்தளித்தவர். *Neue Rheinische Zeitung* இல் அவர் எழுதிய கட்டுரைகள் 1848ம் வருடப் புரட்சியின் போது துணிகரமாகப் போராடுவதற்கு எழுச்சியூட்டின. 1864ம் வருடத்தின் இலையுதிர்காலத்துக்குப் பிறகு முதலாவது அகிலத்தின் பணிகளுக்கு முழுமையான கவனம் செலுத்துவதற்காக அவர் தன்னுடைய விஞ்ஞான ஆராய்ச்சிகளை நிறுத்தி வைத்தார். முதலாவது அகிலத்தின் இதயமாக அவர் விளங்கினார். பல்வேறு நாடுகளிலிருந்த தொழிலாளர் இயக்கத்தை ஒன்றுபடுத்தி, பாட்டாளி வர்க்கத் தன்மையில்லாத, மார்க்சுக்கு முந்திய சோஷலிசத்தின் பல்வேறு வடிவங்களையும் (மாஜினி, புரூதோன், பக்கூனின், இங்கிலாந்தின் மிதவாதத் தொழிற்சங்க இயக்கம், ஜெர்மனியில்

லஸ்ஸால் வாதிகளின் வலதுசாரித் திருப்பம், இதரவை) கூட்டு நடவடிக்கையினுள் கொணர்வதற்கு முயற்சி செய்து, இக்குறுங்குழுக்கள் மற்றும் மரபுகள் அனைத்தின் தத்துவங்களையும் எதிர்த்துப் போராடி மார்க்ஸ் பல்வேறு நாடுகளிலும் பாட்டாளி வர்க்கப் போராட்டத்தின் ஒன்று பட்ட செயல்தந்திரத்தை உருவாக்கினார். பாரிசில் கம்யூன்வாதிகள் நடத்திய புரட்சிகரமான சண்டைகளை அவர் இளமை வேகத்தோடு கவனித்தார். கம்யூன் நடவடிக்கைகளை ஆராய்ந்தார்.

மார்க்ஸ் மக்களிடமிருந்து ஒதுங்கித் தந்தக் கோபுரத்தில் வசித்த விஞ்ஞானி என்று கூறுகின்ற முதலாளி வர்க்கக் கற்பனையை இவை அனைத்தும் மறுக்கின்றன. விஞ்ஞான உலகக் கண்ணோட்டத்தை விரித்துரைக்கின்ற மாபெரும் இலட்சியத்துக்காகத் தன்னுடைய வாழ்க்கையில் கணிசமான பகுதியை அர்ப்பணித்த மார்க்ஸ் நேரடியான அரசியல் மற்றும் அமைப்பு ரீதியான வேலைகளுக்குக் காலம் செலவிடுவதற்குச் சிறிதும் தயங்கவில்லை.

மார்க்சின் நண்பர்களில் ஒருவரான லுட்விக் கூகல்மான் மார்க்ஸ் அரசியல் பிரச்சாரம் செய்வதில் ஈடுபடக் கூடாது. **மூலதனத்தின்** மூன்றாவது தொகுதியை எழுதி முடிப்பதில் முழு கவனத்தையும் செலுத்த வேண்டும். ஏனென்றால் புரட்சி இலட்சியத்துக்கு இது மிகவும் முக்கியமானது என்று அவரிடம் வாதாடிய பொழுது மார்க்ஸ் ஆத்திரமடைந்தார், அவருடன் தன்னுடைய உறவுகளை முறித்துக் கொண்டார்.

அவருடைய அரசியல் வாழ்க்கையை விஞ்ஞான வாழ்க்கையிலிருந்து பிரிக்க முடியாது; ஒரு துறையில் அவருடைய நடவடிக்கை மறுதுறையில் அவருடைய நடவடிக்கைக்கு உரமாகவும் தூண்டுகோலாகவும் இருந்தது. இரண்டு துறைகளிலும் இலட்சியங்கள் மற்றும் வழிமுறைகளின் தூய்மைக்காக மார்க்ஸ் ஈவிரக்கமின்றிப் போராடினார். அத்தூய்மையிலிருந்து பிறழ்வது அவமானகரமானது என்று கருதினார்.

தனிப்பட்ட புகழ் மற்றும் அந்தஸ்தை அடைவதற்காகப் புரட்சிகரமான கோஷங்களை உபயோகிப்பது பாட்டாளி வர்க்க இலட்சியத்துக்குச் செய்யப்படுகின்ற மிகக் கேவலமான துரோகம் என்று மார்க்ஸ் கருதினார். வாயாடித் தனமான அரசியல் சூழ்ச்சிக்காரர்கள் ஆர்ப்பாட்டமான சொற்றொடர்களுக்குப் பின்னால் தங்களுடைய திறமையின்மையையும் சூன்யத்தையும்

மறைத்துக் கொள்கிறார்கள். இவர்களுடைய போலிப் புகழை மார்க்ஸ் வெறுத்தார். இவை அனைத்துக்கும் பின்னால் அருவருப்புத் தருகின்ற போலித்தனமான அற்பவாதம் இருப்பதை மார்க்ஸ் தவறாமல் கண்டுபிடித்தார்.

மார்க்ஸ் வீண் வார்த்தைகளையும் ஆர்ப்பாட்டமான நடிப்பையும் மன்னிக்க மாட்டார். ஜெர்மானிய சமூக-ஜனநாயகவாதிகளின் தலைவரான ஃபெர்டினாண்டு லஸ்ஸால் மலிவான முறையில் புகழ் பெறுவதற்காகப் பாடுபடுவதையும் அவருடைய அகம்பாவத்தையும், விளையாட்டுத் தனத்தையும் உணர்ச்சிப் பசப்பையும் கூலிப் புத்தியையும் வீரப்பெருந்தகையின் நடையுடை பாவனைகளையும் கலந்து கிராமாந்தர நடிகர் மேதை மற்றும் பிரபுவின் பாத்திரத்தை நடிப்பதைப் போல அவர் நடந்து கொள்வதையும் மார்க்சும் எங்கெல்சும் இரக்கமின்றிக் கேலி செய்தார்கள். அந்த "மார்கிஸ் போஸாவைக்" குறிப்பதற்காக அவர்கள் உபயோகித்த கிண்டலான பட்டப் பெயர்கள் எண்ணிலடங்கா!

பிரெஞ்சு குட்டி முதலாளித்துவ அரசியல் வாதியும் வரலாற்றாசிரியருமான லுயீ பிளாங்கைப் பற்றியும் மார்க்ஸ் இதே மாதிரியான அணுகுமுறையைக் கடைப்பிடித்தார்.

"... எங்களில் எவரும் வெகுஜனப் புகழைத் தூசியளவு கூட மதித்ததில்லை. இதற்குச் சான்று: உதாரணமாக, அகிலம் இருந்த காலத்தில் பல நாடுகளிலுமிருந்து எண்ணற்ற பாராட்டுக்கள் எனக்கு வந்ததுண்டு; நான் தனிநபர் வழிபாட்டை வெறுத்த காரணத்தால் இப் பாராட்டுக்களில் ஒன்றுகூட விளம்பரமாகப் பயன்படுவதற்கு நான் அனுமதித்ததில்லை; நான் அவற்றுக்குப் பதிலும் எழுதவில்லை, அப்படிப் பதிலளித்திருந்தாலும் அது அவர்களைக் குட்டுவதற்காகவே இருக்கும். எங்கெல்சும் நானும் முதன்முறையாக கம்யூனிஸ்டுகளின் இரகசியச் சங்கத்தில் (கம்யூனிஸ்டு சங்கம்.-ப-ர்.) சேர்ந்த பொழுது அதிகாரத்தை வகிப்பவர்களிடம் குருட்டுத்தனமான மூடநம்பிக்கைகளை ஊக்குவிக்க முற்படுகின்ற அனைத்தும் விதிமுறைகளிலிருந்து நீக்கப்படுவதை நிபந்தனையாக முன்வைத்தோம்."[1]

ஒரு நபர் எதை விரும்புகிறார் என்பதை கொண்டு மட்டுமல்லாமல் அவர் எதை வெறுக்கிறார் என்பதைக் கொண்டும். எதற்கு அனுதாபம் காட்டுகிறார் என்பதை மட்டுமல்லாமல் எதை

---

1. Marx, Engels, *Selected Correspondence*, Moscow, 1957, p. 291.

அருவருப்பாகக் கருதுகிறார் என்பதைக் கொண்டும் அவர் எப்படிப்பட்டவர் என்று கூற முடியும். உங்கள் எதிரி யார் என்பதைச் சொல்லுங்கள். நீங்கள் யார் என்று நான் சொல்கிறேன்.

குட்டி முதலாளித்துவ ஜனநாயகவாதிகளில் ஒருவரான கார்ல் ஷுர்த்ஸ் 1848இல் கொலோனில் ஜனநாயகச் சங்கங்களின் காங்கிரசில் கார்ல் மார்க்ஸ் சொற்பொழிவாற்றியதைக் கேட்டார். மார்க்ஸ் "*Burger*" (முதலாளி, அற்பவாதி) என்ற சொல்லை எவ்வளவு தீவிரமான அருவருப்புடன் உச்சரித்தார் என்பதை அவர் தன்னுடைய வாழ்க்கை முழுவதிலும் மறக்கவில்லை.

மார்க்ஸ் தன் கட்டுரைகளிலும் புத்தகங்களிலும் கடிதங்களிலும் ஏராளமான அற்பவாதிகளுக்கு அவரவர் தகுதிக்குத் தகுந்தவாறு பரிசு வழங்கியிருக்கிறார். அந்த நபர் தன்னுடைய விமர்சனத்துக்குத் தகுதியுடையவரா என்பதைப் பற்றி மார்க்சுக்கு அக்கறையில்லை. அதன் பலனாகப் பல அனாமதேயங்கள் மார்க்சினால் விமர்சிக்கப்படுகின்ற புகழைப் பெற்றார்கள். லேஸ்ஸிங்கைப் பற்றி ஹேய்னெ பின்வருமாறு கூறியது மார்க்சுக்கு முற்றிலும் பொருந்தும்; "அவர் தன் எதிரிகளை அழிக்கின்ற பொழுது அவர்களை அமரர்களாக்கினார்", இந்த அற்பமான எழுத்தாளர்களை மார்க்ஸ் தன்னுடைய அறிவார்ந்த இகழ்ச்சிக்கு, மேன்மையான நகைச் சுவைக்கு இலக்காக்கினார்; அம்பரில் புதைந்திருக்கும் கொசுக்களைப் போல அவர்கள் இப்பொழுது அவருடைய நூல்களில் நிரந்தரமாகப் பாதுகாக்கப்பட்டிருக்கிறார்கள்.[1]

மார்க்சின் வாழ்க்கை முழுவதிலும் அற்பவாதிகள் (மூன்றாம் நெப்போலியன் முதல் பத்திரிகை நிருபர்கள் வரை) அவதூறுகள், ஒடுக்கு முறைகள், பொய்களின் மூலமாக அவரைப் பழிவாங்குவதற்கு முயற்சி செய்தார்கள்; அவை பலனளிக்கவில்லை என்றால் அவருடைய புத்தகங்களை முற்றிலும் புறக்கணித்துவிடுவதன் மூலம் பழிவாங்கினார்கள். எனினும் எல்லாக் கடுமையான சோதனைகளுக்குப் பிறகும் எந்த விஷயத்திலும் மார்க்ஸ் அற்பவாதிக்கு விட்டுக் கொடுக்கவில்லை, "அற்பவாதிக்குக் கீழ்நிலையில்" இருக்கவில்லை, எப்பொழுதுமே அவனுடன் போராடுவதற்குத் தயாராக இருந்தார். "ஆம், எப்படியிருந்த போதிலும் அற்பவாதிக்குக் கீழே இருப்பதைக் காட்டிலும்

1. Heines Werke *im funf Banden.* Bd. 5. Weimar. 1956. S. 90.

அற்பவாதிக்கு எதிர்ப்பு என்பது நமக்கு நல்ல மூதுரையாகும்."[1] என்று மார்க்ஸ் ஒரு கடிதத்தில் எழுதினார்.

அரசியல் துறையில் அற்பவாதி, விஞ்ஞானத் துறையில் அற்பவாதி ஆகிய இருவரிடமும் மார்க்ஸ் ஒரே அளவுக்கு இரக்கமின்றி நடந்து கொண்டார்.

விஞ்ஞானத் துறையில் அற்பவாதம் கவனிக்கப்பட்ட விவரங்களிலிருந்து தப்ப முடியாத முடிவுகளைப் பெறுவதற்கு அஞ்சுகின்ற, விஞ்ஞானத்துக்கு அப்பாலுள்ள எல்லாக் கருத்துக்களையும் புறக்கணித்து விஷயங்களின் தர்க்கவியலைத் தயக்கமில்லாமல் பின்பற்றிச் செல்ல அஞ்சுகின்ற கோழைத்தனமாக, சிந்தனைக் கயமையாக வெளிப்பட்டது.

அற்பவாதி விஞ்ஞானத் துறையில் உண்மையைத் தேடுவதற்கு மாறாக, உண்மையை மறைப்பதிலும் திரித்துக் கூறுவதிலும் அக்கறை காட்டுகிறார். தன்னுடைய நேர்மையற்ற மழுப்பலின் மூலம் ஆளும் வர்க்கத்தினருடைய நிலையையும் அதன் மூலம் தன்னுடைய நிலையையும் வலுப்படுத்துவதற்குப் பாடுபடுகிறார். உண்மைப் போலியான பேச்சுக்குப் போலி விஞ்ஞான உடையை மாட்டுவதன் மூலம் அவர் உண்மையைக் குழிதோண்டிப் புதைக்கிறார்.

அற்பவாதி விஞ்ஞானத்தைக் கருவியாக உபயோகித்து விஞ்ஞானத்துக்குச் சம்பந்தமில்லாத தன்னுடைய சொந்த நோக்கங்களை நிறைவேற்றிக் கொள்வதற்கு முயற்சிக்கிறார். அவர் "கீழான நோக்கங்களுக்கு" அதை உபயோகிக்கிறார். "ஆனால் ஒரு மனிதர் விஞ்ஞானத்தை விஞ்ஞானத்திலிருந்து வருவிக்கப்படாத ஒரு கருத்துக்கு, (அது எவ்வளவு தவறானதாக இருந்தாலும்) **வெளியே, அந்நிய, வெளிப்புற** நலன்களிலிருந்து வருவிக்கப்பட்ட கருத்துக்குத் தகவமைக்க முயற்சிக்கும் பொழுது நான் அந்த நபர் '**இழிவானவர்**' என்கிறேன்."[2]

இவை சவுக்கால் அடிப்பதைப் போன்ற, கன்னத்தில் அறைவதைப் போன்ற சொற்கள். மால்தஸ், ரொஷேர் மற்றும் பாஸ்தியாவைப் போன்ற விஞ்ஞானப் புரட்டர்களை நோக்கி மார்க்ஸ் இந்தக் கணைகளை வீசுகிறார். பாதிரியாரான மால்தசைப் பற்றி மார்க்ஸ் அளவிட முடியாத அருவருப்பை அடைகிறார்; ஏனென்றால்

---

1. Marx, Engels, *Werke*, Bd. 30, S. 495.
2. Karl Marx, *Theories of Surplus-Value*. Part II. Moscow, 1975, p.119.

"இந்தக் கழிசடை" கொடுக்கப்பட்ட விஞ்ஞானக் கருதுகோள்களிலிருந்து (அவற்றை அவர் தவறாமல் திருடுகிறார்) ஆளும் வர்க்கங்கள் "விரும்பக் கூடிய" முடிவுகளையே வருவிக்கிறார்.[1] இந்த வர்க்கங்களை "மனதில் நினைத்துக் கொண்டு" விஞ்ஞான முடிவுகளைத் தயாரிக்கிறார். ஆனால் அவருடைய முடிவுகள் "ஒடுக்கப் பட்டிருக்கின்ற வர்க்கங்களைப் பொறுத்தமட்டில் இரக்கமற்றவையாகும்." "இங்கே அவர் இரக்கமில்லாமல் இருப்பதோடு மட்டுமல்லாமல் இரக்கமில்லாதவரைப் போல பாவனை செய்கிறார்; அதில் அவருக்கு இருள்கவிந்த மகிழ்ச்சி இருக்கிறது..."[2]

விஞ்ஞானத் துறையில் இத்தகைய விஞ்ஞானி அடுத்தவருடைய உழைப்பை அபகரிப்பது வழக்கம்; ஆனால் இங்கும் அவர் தனக்கு உண்மையானவராக நடந்து கொள்கிறார். "ஒரு கருத்தைக் கண்டுபிடிப்பவர் முழுமையான நேர்மையுடன் அதை மிகைப்படுத்திக் கூறலாம்; காப்பியடிப்பவர் அதை மிகைப்படுத்துகின்ற பொழுது அத்தகைய மிகைப்படுத்துதலை அவர் ஒரு 'தொழிலாக' மாற்றிவிடுகிறார்."[3]

விஞ்ஞானத் துறையில் சிந்தனைக் கயமையை இப்படி ஆவேசமாகக் கண்டிக்கும் பொழுது மார்க்ஸ் தன்னுடைய வெறுப்புக்களை மட்டுமல்லாமல் அனுதாபங்களையும்-உண்மையான விஞ்ஞானியைப் பற்றி, தன்னலமற்ற முறையில் உண்மைக்குச் சேவை புரிவதைப் பற்றித் தன்னுடைய கருத்தை- வெளிக்காட்டுகிறார்.

மார்க்சை விஞ்ஞான ரீதியான ஆராய்ச்சி அறிவின் உருவகம் என்று கூறலாம். படைப்புச் சிந்தனையே அவருக்கு வாழ்க்கையில் மிகப் பெரிய ஆனந்தம். ஏதாவதொரு வேலையின் காரணமாக விஞ்ஞான ஆராய்ச்சியை அவர் நிறுத்த நேரிட்ட சமயங்களில் அவர் மிகவும் அதிகமாக வேதனைப்பட்டார். அவர் மிகவும் நோய்வாய்ப்பட்டிருந்த காலங்களில் ஆராய்ச்சியைத் தொடர முடியவில்லையே என்று அவருக்கு ஏற்பட்ட வேதனையுடன் ஒப்பிடுகின்ற பொழுது நோயினால் ஏற்பட்ட துன்பம் ஒன்று மல்ல என்றே கூற வேண்டும்.

மார்க்சினுடைய விஞ்ஞான நேர்மை குறை சொல்லப்பட முடியாதது மட்டுமல்ல, எங்கெல்ஸ் கூறியதைப் போல அது

---

1. Ibid., p. 118.
2. Ibid., p. 120.
3. Ibid.

மிகையானதும் கூட. எங்கெல்ஸ் துல்லியத் தன்மையை மிக அதிகமாக வற்புறுத்தினார் என்றாலும் அவர் சில சமயங்களில் மார்க்சினுடைய நுழைநுணுக்க நேர்மையைப் பற்றிப் பொறுமையிழந்தார். ஒரு கருத்தை ஒரு டஜன் வெவ்வேறான முறைகளில் நிரூபிக்க முடிந்தாலன்றி அவர் அதைப் பற்றி ஒரு வாக்கியத்தைக் கூட எழுதத் துணிய மாட்டார்.¹

மார்க்சிடம் மாபெரும் சிந்தனையாளர் மாபெரும் விமர்சகருடன் இணைந்திருந்தார்; ஆனால் இளமைக் காலத்திலும் முதிர்ச்சிக் காலத்திலும் அவருடைய விமர்சனம் பிரதானமாக அவருக்கு எதிராகவேதான் இருந்தது. "நான் எழுதி முடித்த ஒன்றை நான்கு வாரங்களுக்குப் பிறகு நான் பார்க்கும் பொழுது அது எனக்குத் திருப்தியளிக்கவில்லை என்றால் அதை முற்றிலும் திருத்தி எழுதுவது என்னுடைய குணாம்சம்"² என்று மார்க்ஸ் கூறியிருக்கிறார்.

மூலதனத்தின் முதல் தொகுதியின் (அதைப் போலவே மற்ற தொகுதிகளுக்கும்) பிரதான கருத்துக்கள் ஏற்கெனவே 1857-58ம் வருடங்களில் கண்டுபிடிக்கப்பட்டுவிட்டன. வரையறுக்கப்பட்டு விட்டன என்பதை மூலதனத்தின் முதல் கையெழுத்துப் பிரதிகள் எடுத்துக்காட்டுகின்றன; எனினும் இத்தொகுதியை இறுதியாக வெளியிடுபவரிடம் அனுப்புவதற்கு முன் மேலும் பத்தாண்டுகள் மார்க்ஸ் கடுமையாக உழைத்தார்.

அந்தச் சமயத்தில் (1867) "வரலாற்றுப் பகுதி", அதாவது "உபரி மதிப்புத் தத்துவங்கள்" உட்பட எஞ்சிய தொகுதிகளின் வேலை மிகவும் அதிகமான அளவுக்கு முன்னேற்ற மடைந்திருந்தபடியால் மொத்தப் பணியையும், அதிகமாகப் போனால் கூட, ஒரு வருடத்துக்குள் முடித்துவிட இயலுமென்று மார்க்ஸ் கருதினார். எனினும் அவரால் அந்தப் பணியை மரணத்துக்கு முன்னர் பூர்த்தி செய்ய முடியவில்லை (மூலதனத்தின் இரண்டாவது மற்றும் மூன்றாவது தொகுதிகளை அச்சிடுவதற்குத் தயாரிக்கின்ற பொறுப்பை எங்கெல்ஸ் நிறைவேற்றினார்). ஒரு பகுதி சம்பந்தமான ஆராய்ச்சிக்கு ருஷ்ய விவரங்களை ஆராய்வது அவசியமான காரணத்தால் மார்க்ஸ் ருஷ்ய மொழியைக் கற்க ஆரம்பித்தார்.

ஒரு பிரச்சினை சம்பந்தப்பட்ட எல்லாப் புத்தகங்களையும்- ஆசிரியருடைய "தரம்" இங்கே முக்கியமானதல்ல-படிக்காமல்

---

1. *Reminiscences of Marx and Engels*, p. 90.
2. Marx, Engels, *Werke*, Bd. 30, S. 622.

அதைப் பற்றிக் கருத்துத் தெரிவிப்பது நியாயமல்ல என்பது மார்க்சின் கருத்து. **மூலதனத்தில்** அவர் மெய்யாகவே "வரலாற்றின் தீர்ப்பை வழங்கினார்"; ஒவ்வொரு பொருளியலாளருக்கும்-அவருடைய பங்கு எவ்வளவுதான் அற்பமானதாக இருந்தாலும்-உரிய வெகுமதியளித்தார்.

மூலதனம் ஒப்புவமையில்லாத நூலாகும், அது விவரங்களில் பேருருவத்தைக் கொண்டிருக்கிறது. பொருளாதார (பொருளாதாரம் மட்டு மல்ல) சிந்தனையின் எல்லா வடிவங்கள் மற்றும் வெளியீடுகளின் மொத்த வரலாற்றின் கூட்டிணைப்பாக இருக்கிறது; மார்க்சின் வாழ்க்கையின் ஆன்மிக வளர்ச்சியின், கடந்த காலக் கலாச்சார பாரம்பரியம் அனைத்தின் கூட்டிணைப்பாகவும் இருக்கிறது. முதலாளித்துவ உற்பத்திமுறை அதன் தவிர்க்க முடியாத வீழ்ச்சியை நோக்கி முன்னேறுகின்ற தர்க்கம் முதன்முறையாக வெளிப்படுத்தப்படுவதன் காரணமாகவும் அது ஒப்புவமையில்லாத நூலாக இருக்கிறது.

மூலதனம் ஒரு பொருளாதார நூல் மட்டு மல்ல. அது முதலாளித்துவச் சமூகத்தின் எல்லா உறவுகளையும் அம்சங்களையும் பகுப்பாய்வு செய்கிறது. தன் விடுதலைக்காகத் தொழிலாளி வர்க்கம் நடத்துகின்ற அரசியல் போராட்டத்துக்கும் உலக கம்யூனிஸ்டு இயக்கத்தின் போர்த்தந்திரத்துக்கும் செயல்தந்திரத்துக்கும் உறுதியான விஞ்ஞான அடிப்படையை அளிக்கிறது. அதனால் தான்-மார்க்ஸ் கூறியபடி-இப்புத்தகம் முதலாளி வர்க்கத்தை நோக்கிச் செலுத்தப்பட்ட "மிக பயங்கரமான வெடி குண்டாக" இருக்கிறது. அது முதலாளி வர்க்கத்தின் மீது விதிக்கப் பட்ட மரண தண்டனை; அதில் மேன்முறையீட்டுக்கு இடமில்லை.

மூலதனம் இலக்கிய நயம் நிறைந்த பேரிலக்கியமாகும். அதைப் படிக்கும் பொழுது ஒருவர் ஆழமான அழகியல் ரசனையை அடைகிறார். அது "முழுமையான கலைப்படைப்பு". அதன் அமைப்பு, சமநிலை மற்றும் விளக்கத்தில் அமைந்துள்ள கறாரான தர்க்கம் ஆகியனவற்றில் மட்டுமல்ல, அதன் நேர்ப் பொருளிலும் அது உண்மையே. ஏனென்றால் மார்க்ஸ் இந்நூலில் மாபெரும் எழுத்துக் கலைஞராகத் திகழ்கிறார்.

மார்க்ஸ் தன்னுடைய சிந்தனைகளை வெளியிடுகின்ற இலக்கிய வடிவத்துக்கு அதிகமான முக்கியத்துவம் அளித்தார். வறட்சியான முறையில், அரசாங்க அறிக்கையின் பாணியில் எழுதுவது புலமைக்கு

அவசியமான கூறு என்று கருதிய அறிஞர்களை மார்க்ஸ் வழக்கமாகக் கேலி செய்வார். வொல்தேருடன் சேர்ந்து அலுப்பூட்டுகின்ற நடையைத் தவிர எல்லா இலக்கிய நடையும் நன்றே என்று அவர் திரும்பத் திரும்பக் கூறினார்.

மூலதனத்தின் இரண்டாவது ஜெர்மன் பதிப்புக்கு எழுதிய பின்னுரையில் தன்னுடைய எழுத்து நடையைப் பற்றி அக்காலத்திய பத்திரிகைகளின் கருத்துக்கள் சிலவற்றை மார்க்ஸ் மேற்கோள் காட்டினார். ஆங்கிலப் பத்திரிகைகள் அவருடைய கருத்துக்களை எதிர்த்தன, எனினும் அவை கூட **மூலதனத்தை** எழுதுவதில் கையாளப் பட்டிருக்கின்ற முறை வறட்சியான பொருளாதாரப் பிரச்சினைகளுக்குக் கூட தனிவகையான அழகைத் தந்திருக்கிறது என்று குறிப்பிட்டன. மார்க்ஸ் கையாண்டிருக்கின்ற நடையில் தெளிவும் அசாதாரணமான உயிரோட்டமும் சிறப்பான கூறுகளாகும்; இந்நூல் ஜெர்மானிய அறிஞர்கள் எழுதிய புத்தகங்களைச் "சிறிதும் ஒத்திருக்கவில்லை", அவர்கள் மிகவும் வறட்சியான, புரியாத நடையில் தங்கள் புத்தகங்களை எழுதுவதால் சாதாரண வாசகர்களின் மண்டைகள் உடைந்து விடும் என்று **ஸெயின்ட் பீட்டர்ஸ்பர்க் சஞ்சிகை** எழுதியது.

மார்க்ஸ் **மூலதனத்தில்** எடுத்துக் கொண்டமிகச் சிக்கலான பொருளை வியக்கத்தக்க தெளிவு மற்றும் வர்ணனையுடன் எழுத முடிந்ததென்றால், மதிப்பின் வடிவங்கள், பண்ட வழிபாடு, முதலாளித்துவத் திரட்டலின் சர்வாம்ச விதி ஆகியவற்றைப் பற்றித் தன்னுடைய பகுப்பாய்வில் நகைச்சுவையையும் கிண்டலையும் அவர் சேர்க்க முடிந்ததென்றால் அவருடைய இலக்கியத் திறமை அவருடைய கட்டுரைகளிலும் வாதப் போரிலும் எவ்வளவு சிறப்பாகப் பிரகாசித்திருக்கும்!

மார்க்ஸ் வன்மையான, இயக்காற்றலுடைய, அதிகமான கருத்துக்களைத் தாங்கி வருகின்ற வாக்கியத்தை எழுதுகின்ற கலையில் பரிபூரணமான திறமை பெற்றிருந்தார். அவர் சிலேடையை மிகவும் விரும்புவார். அவர் மரணப் படுக்கையில் இருந்த பொழுதும் சிலேடை இல்லாமல் என்னால் பேச முடியவில்லை என்று தன் புதல்வியருள் ஒருவருக்கு எழுதிய கடிதத்தில் குறிப்பிட்டார்.

எழுத்துத் துறையில் லேஸ்ஸிங், கேதே, ஷேக்ஸ்பியர், தாந்தே, செர்வாண்டிஸ், ஹேய்னெ ஆகியோரை மார்க்ஸ் தன்னுடைய ஆசான்களாகக் கொண்டிருந்தார். அவர்கள் நூல்களை மார்க்ஸ்

திரும்பத் திரும்பப் படிப்பார். ஆனால் அவர் மாணவர் மட்டுமல்ல. அந்த மாபெரும் ஆசான்களை அவர் சில அம்சங்களில் விஞ்சிவிட்டார்.

மார்க்ஸ் வேறு எந்த மாபெரும் எழுத்தாளரையும் காட்டிலும் "உணர்ச்சிகளைத் தத்துவாசிரியர்களாக" மாற்றுவது எப்படி, ஒரு இலக்கியச் சொற்றொடரில் ஆழமான சிந்தனையை ஏற்றிச் சொல்வது எப்படி என்பதை நன்றாக அறிந்திருந்தார். அந்த வாக்கியத்தின் அமைப்பிலேயே இயக்கவியலின் அழுத்தத்தை வேறு எந்த எழுத்தாளரையும் காட்டிலும் அவர் அதிகமாக வெளிப்படுத்தினார். முதலில் "ஒரு பக்கத்தில்" என்றும் பிறகு "மறு பக்கத்தில்" என்றும் ஆராய்வதும் முடிவில் "கூட்டு ஆய்வுரை" என்பதும் அவருடைய ஆராய்ச்சி முறையல்ல. ஒரே வாக்கியத்தில், ஒரே பிம்பத்தில் வெவ்வேறு அம்சங்களின் "மோதலையும்" அவற்றின் "கூட்டு ஆய்வுரையையும்" அவர் கொடுப்பதற்கு முயற்சிக்கிறார். எதிர்முனைகள் என்ற முறையில் பெயர்ச் சொல்லையும் வினைச் சொல்லையும் துணிகரமாக ஒன்றுசேர்த்து அவை ஒன்றோடொன்று மோதும்படி, உடனடியாக அவற்றின் எதிரிடையாக மாறும்படி அவர் நிர்ப்பந்திக்கிறார்.

இத்தகைய கருத்துக்களின் இயக்கவியல் ரீதியான பல்டியில், அவற்றைத் தலைகீழாகத் திருப்புவதில்தான் மார்க்சின் நடையின் தனியழகும் புதுமையும் இருக்கின்றன.

"மதம் ஒடுக்கப்பட்ட உயிரின் பெருமூச்சு, இதயமற்ற உலகத்தின் இதயம், அது உணர்ச்சியற்ற நிலைமைகளின் உணர்ச்சி."

"...விமர்சனம் என்பது அறிவின் உணர்ச்சியல்ல, அது உணர்ச்சியின் அறிவு. அது சிறுகத்தியல்ல, அது ஒரு ஆயுதம்."

"அவற்றை (கருத்துக்களை) வழிபாடு செய்வதை அவர்கள் ஒரு மரபாகச் செய்திருக்கிறார்களே தவிர அவற்றை வளர்ப்பதில்லை."

"அநியாயமான முறைகள் அவசியமாக இருக்கின்ற குறிக்கோள் நியாயமான குறிக்கோள் அல்ல."

"காலணிகளைத் தைத்த ஜாகப் பொமெமாபெரும் தத்துவஞானியாவார். ஆனால் பல பிரபலமான தத்துவஞானிகள் பாராட்டுக்குரிய காலணி தைப்பவர்களாகவே இருக்கிறார்கள்."

"கோழைகள் தயாரிக்கின்ற சட்டங்களில் இரக்கமற்ற தன்மை ஒரு முக்கியமான கூறாக இருக்கிறது. ஏனென்றால் இரக்கமில்லாமல் நடந்து கொள்வதன் மூலமாக மட்டுமே கோழைத் தனம் சுறுசுறுப்பாக இருக்க முடியும்."

மேலே தரப்பட்டிருக்கும் வாக்கியங்களை எழுதிய பொழுது சமூக நிகழ்வுகளின் சாராம்சமே அவற்றின் எழுச்சியிலும் வீழ்ச்சியிலும், வளர்ச்சியிலும் மறுப்பிலும்-மார்க்சின் கையைச் செலுத்தியது. வாழ்க்கை இயக்கவியல் கருத்தமைப்புகளின் இயக்கவியலில் மிகப் பூரணமான. மிகச் சுருக்கமான வெளியீட்டை அடைந்தது என்று எண்ணத் தோன்றுகிறது.

இங்கே ஒவ்வொரு சொற்றொடரும் சிந்தனை விசைச் சுருளாக இருக்கிறது. பிம்பத்துக்கும் கருத்துக்கும் இடையே மோதலில் அதிகச் ''செறிவான'' உள்ளடக்கத்தைக் கொண்ட ஒவ்வொரு சொற்றொடரும் மிக விரிவாக அமைந்திருப்பதால் அது ஒரு மூதுரையைப் போல இருக்கிறது. மார்க்ஸ் எழுதிய இத்தகைய வாக்கியங்களைக் கொண்டு ஒரு புத்தகமே தயாரிக்க முடியும்.

இதே மூதுரையின் சுருக்கம், ஆழம், ஏளனத்தைத் தொடுகின்ற கிண்டல் ஆகியவற்றுடன் மார்க்ஸ் மனிதர்களையும் வர்ணித்தார். சில வார்த்தைகளைக் கொண்டு ஒரு ஆழமான உளவியல் மற்றும் சமூக ஓவியத்தைத் தீட்டக் கூடிய திறமை மார்க்சுக்கு இருந்தது. பல பிரபலமான தொழில்முறை எழுத்தாளர்கள் கூட இத்திறமையைப் பற்றிப் பொறாமைப்படுவார்கள்.

மார்க்சின் இலக்கிய நடை. அந்த நடையின் நயங்கள் இன்னும் ஆராயப்படாமலிருப்பது துரதிர்ஷ்டமே. அதை நுணுக்கமாக ஆராய்வது அதன் சாராம்சம் இன்னும் அதிகமாக வெளிப்படுவதற்கு, மனிதகுலத்தின் மாபெரும் மேதைகளில் ஒருவருடைய படைப்பு ரீதியான சோதனைச் சாலையை ஊடுருவுவதற்கு உதவி புரியும்.

மூலதனம் நூல் பொருளில் முழுமையாகவும் வடிவத்தில் குறை சொல்லப்பட முடியாததாகவும் இருக்க வேண்டும் என்பதற்காக மார்க்ஸ் நெடுங்காலம் அதிகமான முயற்சியுடன் பாடுபட்டார். எனினும் புத்தகத்தை எழுதி முடித்த பிறகு அவருக்கு முழுத் திருப்தி ஏற்படவில்லை. **மூலதனத்தின்** முதல் தொகுதி வெளியிடப்பட்ட பிறகும் கூட அவர் அதைத் தொடர்ந்து திருத்திக் கொண்டிருந்தார். பயிற்சி மிக்க. கவனமிக்க வாசகர்களின் கண்களுக்குக் கூடத் தெரியாத தவறுகள் அவருக்கு மட்டுமே தெரிந்தன. ஐயம். அதிருப்தி என்ற ''பிசாசு'' அவரைக் கடைசி நாட்கள் வரை தொடர்ந்தபடியால் அவர் பூர்த்தியடைந்த இரண்டாவது தொகுதியை வெளியிடவில்லை; மூன்றாவது மற்றும் நான்காவது தொகுதிகளின் வேலையை முடிக்கவில்லை.

மூலதனம் எழுதப்பட்ட நிலைமைகளை நாம் நினைத்துப் பார்த்தால் அது உண்மையிலேயே ஒரு மனித மற்றும் விஞ்ஞானச் சாதனையாகும்.

1848ம் வருடப் புரட்சி ஒடுக்கப்பட்ட பிறகு மார்க்ஸ் குடும்பம் இங்கிலாந்தில் குடியேறியது. அவர்கள் வாழ்க்கைக்கு வழியில்லை. 1852இல் மார்க்சின் பெண் குழந்தை இறந்த பொழுது அதை அடக்கம் செய்வதற்குக் கூட அவர்களிடம் பணம் இல்லை என்பதிலிருந்து அவர்களுடைய வறுமையைப் புரிந்து கொள்ளலாம்.

விஞ்ஞான ஆராய்ச்சியை ஒதுக்கி வைத்து விட்டுக் குறைவான ஊதியமாவது கிடைப்பதற்குரிய வழியைத் தேடும்படி மார்க்ஸ் நிர்ப் பந்திக்கப்பட்டார். *New-York Daily Tribune* ("நியூயார்க் தினசரி") என்ற அமெரிக்கப் பத்திரிகைக்கு வாரந்தோறும் இரண்டு கட்டுரைகள் எழுதினார். இப்படிப் பல வருடங்கள் அவர் ஓய்வில்லாமல் உழைத்தார். ஆனால் இந்தக் குறைவான ஊதியம் கூட மார்க்சுக்கு முறையாகக் கிடைக்கவில்லை. ஏனென்றால் பத்திரிகையின் ஆசிரியர் மார்க்ஸ் எழுதிய எல்லாக் கட்டுரைகளையும் வெளியிட மாட்டார்; சன்மானமாகக் கொடுத்த குறைந்த தொகையையும் அவர் வெட்கமின்றி அடிக்கடி குறைத்துவிடுவார். பத்திரிகை வேலையில் எனக்குக் கிடைத்த ஊதியத்தைக் கொண்டு அனுபவமற்ற எந்த எழுத்தாளரையும் காட்டிலும் குறைவாகவே நான் சாப்பிட்டேன் என்று மார்க்ஸ் எழுதியது முற்றிலும் நியாயமே.

அவர் தன்னுடைய ஆராய்ச்சியை எப்பொழுதாவதுதான் செய்ய முடிந்தது; தொடர்ச்சியாகப் பல மாதங்களை ஆராய்ச்சிக்குச் செலவிட முடிந்தால்.... என்று மார்க்ஸ் கனவு காண்பதுண்டு, அது அவர் கைக்கு எட்டாத ஆனந்தத்தின் சிகரம்.

வருடங்கள் ஓடின; ஆனால் வறுமை மார்க்சையும் அவர் குடும்பத்தையும் தொடர்ந்து துன்புறுத்தியது. 1861இல் மார்க்ஸ் பத்திரிகை நிருபர் வேலையை, தன்னுடைய முக்கிய வருமானத்தை இழந்தார். சில சமயங்களில் அவர் வாரக் கணக்கில் வீட்டை விட்டு வெளியே போவதில்லை. ஏனென்றால் அவருடைய உடைகள் அடகுக் கடையில் இருந்தன. மூலதனம் நூலுக்காகத் தயாரித்துக் கொண்டிருந்த புள்ளி விவரக் கணக்குகளை ஒதுக்கி வைத்துவிட்டுத் தன்னுடைய கடன் பட்டியலை எழுதுவார்; ரொட்டிக் கடைக்காரருக்கு, இறைச்சிக் கடைக்காரருக்கு, வீட்டின் உடைமையாளருக்கு... கடன் கொடுத்தவர்கள் வீட்டுக்கு வந்து பணம் கேட்கும் சந்தர்ப்பங்களில்

முதலாவது அகிலத்தின் "பயங்கரமான" தலைவர் மறைந்து கொள்வதும் உண்டு. மார்க்ஸ் அந்த நபர்களை அரக்கர்கள் என்று கருதினார்.

சில சமயங்களில் நிலைமை நம்பிக்கையற்றதாக இருக்கும். அதிகமான மன வலிமையையும் துரதிர்ஷ்டமான சமயங்களில் கூட நகைச்சுவையைக் கண்டு ரசிக்கின்ற சிறப்பான திறமையையும் கொண்டிருந்த மார்க்ஸ் தன்னுடைய வீட்டில் "மறு தரப்பிலிருந்து" (அதாவது அவருடைய மனைவியிடமிருந்து) "வருகின்ற தாக்குதல்களைச் சமப்படுத்துவதற்காக மௌனமாக இருப்பார்."[1] சில சமயங்களில் அவரும் பொறுமையிழந்து விடுவார். தன்னுடைய குடும்பத்தின் வறுமை, கடன்கள், மனைவியின் நோய், தன்னுடைய உடல்நலமின்மை ஆகிய துன்பங்களை வர்ணிக்கின்ற பொழுது "சுருக்கமாகச் சொல்வதென்றால் பிசாசு ஆட்டுகிறது"[2] என்று மார்க்ஸ் கசப்பாக எழுதியதுண்டு. "மெதுவாக எரிகின்ற நெருப்பில் வாட்டப்படுதல்-அதில் தலையும் இதயமும் காயமடைகின்றன. மேலும் பொன்னான நேரமும் வீணாகிறது-முடிவடைய வேண்டும்!"[3] ஆனால் அது முடிவடையவில்லை.

மார்க்ஸ் மென்மையும் பாசமும் நிறைந்த தந்தையாக இருந்தார். வறுமையின் கொடுமை தன் புதல்வியர்களைப் பாதிப்பதைப் பற்றி அவர் மிகவும் வேதனைப்பட்டார். சில சமயங்களில் அணிவதற்கு உடைகள் இல்லாமல் அவர்கள் பள்ளிக்கூடத்துக்குப் போக முடியாமற் போனது முண்டு. 1862இல் மார்க்ஸ் எங்கெல்சுக்குப் பின் வருமாறு எழுதினார்; "தானும் குழந்தைகளும் செத்துவிட்டால் நல்லது என்று என் மனைவி தினமும் சொல்கிறாள், உண்மையில் நான் அவளைக் குறை சொல்ல முடியாது, ஏனென்றால் இந்த நிலைமையில் நாங்கள் தாங்கிக் கொள்ள வேண்டிய அவமதிப்புக்களும் கடுந்துன்பங்களும் பயங்கரங்களும் உண்மையிலேயே வர்ணிக்க முடியாதவை."[4]

எனினும் லண்டனில் மார்க்ஸ் மற்றும் அவர் குடும்பத்தினருடைய வாழ்க்கை முற்றிலும் துன்பமயமாக இருந்தது என்று கூறிவிட முடியாது. மார்க்ஸ் தன்னுடைய துன்பங்களை வீரத்துடன் தாங்கிக் கொண்டது மட்டுமல்லாமல் மகிழ்ச்சியோடிருப்பதற்கு சிறு சந்தர்ப்பம் கிடைத்தாலும் அதை

---

1. Marx, Engels, *Werke*, Bd. 30, S. 310-11.
2. Ibid., S. 310.
3. Ibid., S. 314-15.
4. Ibid., S. 248.

அகமும் முகமும் மலரப் பயன்படுத்தினார். அவர் இருள்படிந்த, கடுகடுப்பான, எரிந்து விழுகின்ற மனிதர் என்று முதலாளி வர்க்கப் பத்திரிகைகள் எழுதியதுண்டு; ஆனால் அவருடைய குடும்பத்தினருக்கும் நண்பர்களுக்கும் மார்க்ஸ் வேறுவிதமானவராக இருந்தார்.

அவர் தன்னுடைய இளமைப் பருவத்தைப் போலவே முதுமையிலும் நகைச்சுவை நிறைந்த உரையாடலை விரும்பினார். ரசித்தார், உடலியல் மற்றும் ஆன்மிக நோய்களுக்கு அது மிகச் சிறந்த மருந்து என்று அவர் கருதினார். மார்க்ஸ் ஜெர்மனிக்குப் போயிருந்த பொழுது லஸ்ஸாலைச் சந்தித்த பிறகு அவருக்குப் பின்வருமாறு கடிதம் எழுதினார்; "என் தலை முழுவதிலும் ஏராளமான கவலைகள், கல்லீரல் நோய் வேறு இருந்தது என்பது உங்களுக்குத் தெரியும். ஆனால் முக்கியமானது என்னவென்றால் நாம் இருவரும் சேர்ந்து நன்றாகச் சிரித்தோம். *Simia non ridet* (குரங்கு சிரிப்பதில்லை. -ப-ர்.) ஆகவே நாம் பரிபூரண புத்தர்கள் என்பதை நிரூபித்து விட்டோம்."[1]

மார்க்ஸ் அதிகமான வேதனையுடன் எங்கெல்சுக்கு எழுதிய கடிதங்கள் கூட நகைச்சுவையான செய்திகளுடன் தொடங்குகின்றன. மார்க்சுக்கும் எங்கெல்சுக்கும் நடைபெற்ற மொத்தக் கடிதப் போக்குவரத்திலும் மேதாவிலாசமான நகைச்சுவை நிறைந்திருக்கிறது. இரு தரப்பிலும் பிரகாசமான மத்தாப்பு வேடிக்கைகளைப் பார்க்கலாம். மார்க்ஸ் "இருள்படிந்த" தன்மையைக் கொண்டவர் என்று அற்பவாதிகள் கூறியதற்குப் பதிலளித்து எங்கெல்ஸ் எடுவார்டு பெர்ன்ஷ்டைனுக்குப் பின்வருமாறு எழுதினார்; "மூருக்கும் எனக்கும் நடைபெற்ற கடிதப் போக்குவரத்தைப் படிக்கின்ற வாய்ப்பு இந்த முட்டாள்களுக்குக் கிடைக்குமானால் அவர்கள் எல்லா உணர்வையும் இழந்துவிடுவார்கள். எங்களுடைய துணிகரமான, குதூகலமான உரைநடைக்கு முன்னால் ஹேய்னெயின் கவிதை குழந்தை விளையாட்டாகவே இருக்கும். மூர் ஆவேசப்படுவதுண்டு, ஆனால் நம்பிக்கை இல்லாமலிருப்பது கிடையாது! பழைய கடிதங்களை மறுபடியும் படித்த பொழுது எனக்குத் தாங்க முடியாத சிரிப்பு ஏற்பட்டது."[2]

புரட்சிகரமான நிகழ்ச்சிகளைப் பற்றி, தொழிலாளர்களின் வெற்றிகளைப் பற்றி, முதலாளித்துவ அமைப்பில் நெருக்கடிகளைப் பற்றி செய்திகள் வரும் பொழுது மார்க்ஸ் குடும்பத்தில் அதிகமான

1. Ibid., S. 604.
2. Marx, Engels, *Werke*, Bd. 36, Berlin, 1967, S. 36.

மகிழ்ச்சி ஏற்படும். உதாரணமாக, 1857ம் வருடத்திய அமெரிக்க நெருக்கடி வெடித்த பொழுது-அதன் விளைவாக அவருடைய ஒரேயொரு வருமானத் தோற்றுவாய், பத்திரிகைக்கு எழுதுவது முற்றிலும் நிறுத்தப் பட்டது என்றபோதிலும்-மார்க்ஸ் அதை உற்சாகமாகக் கொண்டாடினார். அவருடைய பழைய சக்தி திரும்பியது; அவர் இரண்டு மடங்கு சக்தியுடன் உழைத்தார். அதாவது பகலில் தன்னுடைய அன்றாட உணவுக்காகவும் இரவில் அரசியல் பொருளாதார ஆராய்ச்சியை முடிப்பதற்கும் பாடுபட்டுழைத்தார்.

1861இல் ஒரு புதிய நிதித்துறை நெருக்கடி வெடித்த பொழுது அவர் பின்வருமாறு கூறினார்; "இந்த அருவருப்பான நிலைமைகளிலிருந்து நான் விடுதலையடைந்து கடும் வறுமையினால் என் குடும்பம் நசுக்கப்படாமலிருக்குமானல். *Tribune* பத்திரிகையில் நான் நெடுங்காலமாகப் பன்முறை முன்னறிவித்த டிசம்பர் நிதி முறையின் தோல்வியை எவ்வளவு உற்சாகமாகக் கொண்டாடுவேன்!"[1]

மார்க்ஸ் தன்னுடைய மேதாவிலாசமான அறிவைக் கொண்டு முதலாளி வர்க்கத்துக்கு அடிமைப்பட்ட அறிவுஜீவிகள் நடத்துகின்ற வசதியான வாழ்க்கை தன் குடும்பத்துக்குக் கிடைக்கும்படி சுலபமாகச் செய்திருக்க முடியும். ஆனால் பணம் சம்பாதிக்கின்ற வழியாக விஞ்ஞானத்தைப் பயன்படுத்துவது அதைத் திரித்துக் கூறுவதைப் போலக் கேவலமானது என்று அவர் கருதினார். அதைக் காட்டிலும் மரணமடைவதற்கு அவர் தயாராக இருந்தார்.

விஞ்ஞானத்துடன் தொடர்பில்லாத ஒரு நடவடிக்கையின் மூலம் வருமானம் பெறுவதற்கு அவர் விரும்பினார்; ஆனால் அந்தத் துறையில் அவருடைய முயற்சிகள் வெற்றி பெறவில்லை. ஒரு ரயில்வே அலுவலகத்தில் வேலைக்கு முயற்சி செய்த பொழுது, அவருடைய கையெழுத்து சரியில்லை என்று வேலை மறுக்கப்பட்டது.

எவ்வளவு நெருக்கடிகளும் சோதனைகளும் ஏற்பட்டாலும் மார்க்ஸ் தன்னுடைய இலட்சியத்தை நோக்கி உறுதியாக முன்னேறினார். மூலதனத்தை எழுதுவதற்கு இத்தனை வருடங்கள் அவசியமாக இருந்தன என்பது முக்கியமானதல்ல; இவ்வளவு நெருக்கடியான சந்தர்ப்பங்களுக்கு இடையில் அந்த நூலை எழுதி முடித்ததுதான் சிறப்புக்குரியதாகும்.

---

1. Marx, Engels, *Werke*, Bd. 30, S. 200.

மேதாவிலாசம் என்பது எல்லையற்ற பொறுமை என்பார்கள். மார்க்சைப் பற்றி இதைக் கூறுவது குறைவான மதிப்பீடுதான். மார்க்ஸ் தன்னுடைய விஞ்ஞான ஆராய்ச்சிகளைத் தொடர்வதற்காக இரும்பு போன்ற, மனிதனைக் காட்டிலும் மேலான உறுதியைப் பல வருடங்கள் கடைப்பிடிக்க வேண்டியிருந்தது. அவர் கடைசிவரை கடுமையாகப் பாடுபட்டார். அவர் உடல்நலம் மிகவும் பாதிக்கப்பட்டபடியால் எப்பொழுதும் மரணத்தின் விளிம்பிலேதான் இருந்து கொண்டிருந்தார்.

ஆனால் எந்தச் சோதனையினாலும் இந்த மனிதரை வளைக்க முடியவில்லை.

அவர் தன்னுடைய இளமையில் ஒரு பாதையைத் தேர்ந்தெடுத்தார். எவ்வளவு கடுமையான தண்டனை கிடைத்தாலும் நெருப்பைக் கொண்டு வருவேன் என்று உறுதி பூண்ட புரோமித்தியசைப் போல மக்களுக்கு அறிவு நெருப்பைத் தருவேன் என்னும் தியாகியின் பாதையை அவர் தேர்ந்தெடுத்தார். அந்தப் பாதையில் தலையை உயர்த்திக் கொண்டு அவர் கம்பீரமாக நடந்தார். புரோமித்தியசைப் போலவே மார்க்சும் "பூமியுலகக் கடவுள்களின்" ஊழியர்கள் தந்த சமரசங்கள் அனைத்தையும் நிராகரித்தார்.

மார்க்ஸ் ஜெர்மன் ஜனநாயகவாதி ஸீக்பிரிட் மேயெருக்கு எழுதிய கடிதத்தில் **மூலதனத்தின்** முதல் தொகுதியை எழுதும் பொழுது தனக்கேற்பட்ட துன்பங்களைச் சிறப்பான வன்மையுடனும் நேர்மையுடனும் தெரிவிக்கிறார். மேயெர் மார்க்சுக்கு அதிகமான நட்புணர்ச்சியுடன் கடிதங்கள் எழுதுவார். அந்த "வேதனை மிக்க காலகட்டத்தில்" அவருடைய கடிதங்கள் மார்க்சுக்கு அதிகமான மகிழ்ச்சியும் ஆறுதலும் அளித்தன. அதிகார பூர்வமான உலகத்துடன் கசப்பு மிக்கப் போராட்டத்தை நடத்துகின்ற பொழுது அவர் அதைச் சிறிதளவு கூடக் குறைவாக மதிப்பிடவில்லை என்று மார்க்ஸ் எழுதினார்.

"சரி, உங்கள் கடிதத்துக்கு நான் ஏன் பதில் எழுதவில்லை? ஏனென்றால் நான் மரணத்தின் விளிம்பில் நின்று கொண்டிருந்ததனால் தான். எனவே நான் வேலை செய்யக் கூடிய ஒவ்வொரு கணப் பொழுதையும் என் புத்தகத்தை எழுதி முடிப்பதற்கு நான் உபயோகிக்க வேண்டியிருந்தது. அதற்காக என்னுடைய ஆரோக்கியத்தை, மகிழ்ச்சியை, குடும்பத்தை நான் தியாகம் செய்திருக்கிறேன். இந்த விளக்கத்திற்கு மேல் அதிகமாக நான் எதுவும்

சொல்ல வேண்டிய அவசியமில்லை என்று நம்புகிறேன். 'காரியவாதிகள்' என்று சொல்லப்படுகிறார்களே அவர்களுடைய அறிவைப் பற்றி நினைத்தால் எனக்குச் சிரிப்புத்தான் வருகிறது. ஒரு நபர் மாடாக இருக்க முடிவு செய்தால் தன்னுடைய உடம்பைக் கவனித்துக் கொண்டு மனிதகுலத்தின் துன்பத்தைப் பார்க்காமல் முதுகைத் திருப்பிக் கொள்ளலாம். ஆனால் என்னுடைய புத்தகத்தை குறைந்த பட்சம் கையெழுத்துப் பிரதியாகவாவது எழுதி முடிக்காமல் நான் இறந்துவிட்டால் உண்மையிலேயே காரியவாதி அல்ல என்று தான் கருதியாக வேண்டும்."[1]

இது மார்க்சின் இதயத்திலிருந்து பிறந்த ஒப்புதல். மார்க்ஸ் தன் வாழ்க்கையை ஆரம்பித்த பொழுது எழுதிய கட்டுரையை, எந்தத் தொழிலைத் தேர்ந்தெடுக்க வேண்டும் என்று பள்ளியிறுதிக் கட்டத்தில் அவர் எழுதிய கட்டுரையை நினைக்கத் தோன்றுகிறது. மனிதகுலத்துக்காகப் பாடுபட வேண்டும். பொது நலத்துக்காகத் தனிப்பட்ட சுகத்தைத் தியாகம் செய்ய வேண்டும் என்று மார்க்ஸ் எழுதியது நம் நினைவுக்கு வருகிறது.

இளம் பருவத்தில் இக்கருத்து அலங்காரமான சொற்றொடராக அவருக்குத் தோன்றவில்லை. அவருடைய வாழ்க்கை முழுவதிலும் அது வழிகாட்டியது. அவருடைய எல்லா முயற்சிகளுக்கும் ஆதாரகருதியாக இருந்தது. அந்தப் பள்ளியிறுதிக் கட்டுரையை எழுதி முப்பத்திரண்டு வருடங்களுக்குப் பிறகு அவர் மூலதனத்தை வெளியிட்ட பொழுது தன்னுடைய இளமைப் பருவத்தில் எழுதிய வார்த்தைகளை அவர் பெருமையுடனும் திருப்தியுடனும் நினைவுகூர்ந்திருப்பார்:

"மனிதகுலத்தின் நன்மைக்காக நாம் சிறப்பாகப் பாடுபடுவதற்குரிய வேலையை நாம் தேர்ந்தெடுத்துவிட்டால் அதன் எந்தச் சுமையும் நம்மை அழுத்த முடியாது. ஏனென்றால் அது எல்லோருடைய நன்மைக்காகவும் செய்யப்படுகின்ற தியாகம்."

1. Marx, Engels, *Selected Correspondence*, p. 173.

10

மேதையின் அருகில் மற்றொரு மேதை

> **நான் மார்க்சையும் எங்கெல்சையும் இன்னும் "நேசிக்கிறேன்", அவர்களைத் திட்டுவதை என்னால் சகித்துக் கொள்ள முடியாது. இல்லை, அவர்கள் உண்மையான மனிதர்கள்! நாம் அவர்களிடமிருந்து கற்றுக் கொள்ள வேண்டும். அந்த அடிப்படையை நாம் விட்டுவிடக் கூடாது.**
>
> **வி.இ.லெனின்**[1]

1880க்களின் தொடக்கத்தில் மேற்கு ஐரோப்பா பாரிஸ் கம்யூன்வாதிகள் ஏற்படுத்திய புரட்சிகரமான கொந்தளிப்புக்களின் தாக்கத்தில் இன்னும் குமுறிக் கொண்டிருந்தது. ருஷ்யப் பேரரசு மிதவாதத்துடன் சல்லாபித்த பிறகு அதன் வாழ்க்கையிலேயே மிகக் கடுமையான, பிற்போக்குவாதப் பத்தாண்டுகளில் ஒன்றில் நுழைந்து விட்டது. அங்கே "கலகம் செய்பவர்களையும்" "மிதவாதிகளையும்" களையெடுக்க வேண்டும். பண்ணையடிமை முறையை மறுபடியும் ஏற்படுத்த வேண்டும் என்ற பேச்சுக்கள் ஆரம்பமாயின: ருஷ்யாவின் முற்போக்கான அறிவுப் பகுதியினருடைய இதயங்களில் நம்பிக்கை முறிவும் ஆதரவற்ற நிலைமையும் குடியேறின.

புரட்சிகர இயக்கத்தின் மையம் ருஷ்யாவை நோக்கிப் போய்க் கொண்டிருக்கிறது, புரட்சிகர இயக்கத்தில் புதிய எழுச்சி மற்றும் சோஷலிஸச் சீரமைப்புக்குரிய எல்லா நம்பிக்கைகளுமே இனி ருஷ்யாவுடன்தான் இணைக்கப் பட்டிருக்கின்றன என்று இந்தக் காலகட்டத்தில் சில ஐரோப்பிய அறிஞர்கள் கூறினார்கள். அவர்களில் பிரெடெரிக் எங்கெல்சும் ஒருவர். எங்கெல்ஸ் ருஷ்யப் புரட்சிக்காரரும் சோஷலிஸ்டுமான ஹேர்மன் லபாதினை 1883 மார்ச்சில் லண்டனில் சந்தித்த பொழுது பின்வருமாறு கூறினார்:

1. V.I. Lenin, *Collected Works,* Vol. 35, p. 281.

"பீட்டர்ஸ்பர்கில் அண்மை எதிர்காலத்தில் என்ன செய்யப்படும் என்பதைப் பொறுத்தே இப்பொழுது எல்லாம் இருக்கிறது. ஐரோப்பாவில் உள்ள சிந்திக்கின்ற, தொலைநோக்குடைய, நுண்ணறிவுடைய மனிதர்கள் அனைவருடைய கண்களும் அதையே உற்று நோக்கிக் கொண்டிருக்கின்றன."

பின்னர் அவர் இன்னும் அதிகத் திட்ட வட்டமாகக் கூறினார்:

"ருஷ்யாதான் இந்த நூற்றாண்டின் பிரான்ஸ். ஒரு புதிய சோஷலிசப் புனரமைப்புக்கான புரட்சிகர முன்முயற்சி நியாயமாகவும் சட்ட ரீதியாகவும் ருஷ்யாவுக்கு உரியது..."[1]

ருஷ்யாவின் கடைசி ஜாரான இரண்டாவது நிக்கலாயைப் பற்றியும் அவருடைய ஆட்சியின் முடிவைப் பற்றியும் எங்கெல்சின் வர்ணனை மதிநுட்பம் நிறைந்தது:

"அவர் அறிவிலும் உடலிலும் பலவீனமான அரை முட்டாள். ஒருவருக்கொருவர் எதிரான சூழ்ச்சிகளில் ஈடுபட்டிருக்கின்றவர்களிடம் வெறும் விளையாட்டு பொம்மையாக மட்டுமே இருக்கின்ற ஒரு நபருடைய தீர்மானமில்லாத ஆட்சிக்கு இதுதான் காரணம்: ருஷ்யாவின் எதேச்சாதிகார அமைப்பை வேரோடு ஒழித்துக் கட்டுவதற்கு இது அவசியமானதே."[2]

எங்கெல்சின் இந்த முன்னறிவிப்பு சிறப்பானது என்றபோதிலும் அதில் எங்கெல்சின் அசாதாரணமான அறிவுக் கூர்மையைத் தவிர வேறு தெய்விகமான ஆரூடம் ஏதுமில்லை.

எங்கெல்சின் மதிநுட்பம் அவருடைய நண்பர்களைக் கூட அடிக்கடி ஆச்சரியப்படச் செய்வதுண்டு. 1848ம் வருடப் புரட்சியின் போது மார்க்ஸ் வெளியிட்ட *Neue Rheinische Zeitung* ஹங்கேரியில் நடைபெற்று வந்த புரட்சிகரயுத்தத்தைப் பற்றி சில சமயங்களில் கட்டுரைகளை வெளியிட்டது. அக்கட்டுரைகள் வளமான விவர ஞானத்தையும் இராணுவ நடவடிக்கைகளின் வளர்ச்சியைப் பற்றித் துல்லியமான முன்னறிவிப்பையும் கொண்டிருந்த படியால் அவற்றை ஹங்கேரிய இராணுவத் தலைவர்களில் ஒருவர்தான் எழுதியிருக்க முடியும் என்று நம்பப்பட்டது. ஆனால் ஹங்கேரிக்கு ஒரு முறை கூடப்

---

1. *Reminiscences of Marx and Engels*, p. 205.
2. Marx, Engels, *Werke*, Bd. 39, Berlin, 1968, S. 313.

போகாத ஒரு இளைஞர் ஜெர்மனியில் இருந்து கொண்டு இக்கட்டுரைகளை எழுதினார். அந்த இளைஞருடைய பெயர் பிரெடெரிக் எங்கெல்ஸ்.

1870ம் வருடத்தில் பிரெஞ்சு-பிரஷ்ய யுத்தத்தின் போது எங்கெல்ஸ் எழுதிய கட்டுரைகள் இராணுவ உயர் அதிகாரிகளின் கவனத்தை ஈர்த்தன; ஏனென்றால் அவர் ஸெடான் சண்டையையும் பிரெஞ்சு இராணுவத்தின் தோல்வியையும் முன்னரே அறிவித்திருந்தார். அன்று முதல் மார்க்ஸ் குடும்பத்தினர் அவருக்கு "ஜெனரல்" என்ற பட்டப்பெயரைக் கொடுத்தார்கள்.

எங்கெல்சின் கம்பீரமான இராணுவத் தோற்றமும் இதற்கு மற்றொரு காரணமாக இருக்கலாம். முதிர்ந்த வயதிலும் எங்கெல்சின் மிடுக்கான தோற்றம் அவருடைய நண்பர்களை பிரமிக்க வைத்தது. பிரெடெரிக் லெஸ்னர் அவரைப் பின்வருமாறு வர்ணிக்கிறார்: "எங்கெல்ஸ்... ஒல்லியாக, உயரமாக இருந்தார், அவர் வேகமாகவும் சுறுசுறுப்பாகவும் இயங்கினார். அவர் பேச்சு சுருக்கமாகவும் உறுதியாகவும் இருக்கும். அவர் படைவீரரைப் போல விறைப்பாக நடப்பார்."[1]

இராணுவப் போர்த்திற நுட்பங்களைப் பற்றி எங்கெல்சின் ஆராய்ச்சிகள் ஆழமானவை என்றாலும் அவை அவருடைய பல அக்கறைகளில் ஒன்றாக மட்டுமே இருந்தன. அவருடைய வளமான ஆளுமை அத்தகைய பல அக்கறைகளை வெற்றிகரமாக நிறைவேற்றக் கூடிய தகுதியைக் கொண்டிருந்தது.

எங்கெல்சின் பல்வகையான அக்கறைகளும் பரந்த அறிவு திறமைகளும் அவருடைய தனியான குணாம்சங்களாகும். 19ம் நூற்றாண்டு பண்பாட்டின் எல்லாத் துறைகளிலும் தலைசிறந்த மேதைகளை உருவாக்கியது. ஆனால் இந்தப் பின்னணியில் கூட எங்கெல்சின் கலைக்களஞ்சிய அறிவு (மார்க்சைப் போல) ஒப்புவமை இல்லாதாகும். இந்த அம்சத்தில் அவரை அரிஸ்டாட்டில், லியனார்டோ டா வீன்சி, கேதே, ஹெகல் ஆகியோருடன் ஒப்பிட முடியும். எங்கெல்ஸ் தத்துவஞானியாக, அரசியல் பொருளியலாளராக, வரலாற்றாசிரியராக, மொழியியலாளராக, இலக்கிய விமர்சகராக, மொழிபெயர்ப்பாளராக, அரசியல் கட்டுரையாளராக இருந்தாரென்றால் இதைப் பற்றி நீங்களே முடிவு செய்து கொள்ளலாம்! ஸ்தூலமான சமூகவியல் ஆராய்ச்சியை

---

1. Reminiscences of Marx and Engels, p. 174.

நிறுவியவர் என்று எங்கெல்சைக் குறிப்பிட முடியும். அவர் எழுதிய **இங்கிலாந்தில் தொழிலாளி வர்க்கத்தின் நிலைமை** என்ற நூல் அதற்குச் சிறந்த உதாரணமாகும். அவர் பௌதிகம், இயந்திரவியல், இரசாயனம், உயிரியல், கணிதம், வானியல் மற்றும் சில தொழில்நுட்பத் துறைகளில் ஆழமான புலமையைக் கொண்டிருந்தார். அதன் பலனாகத்தான் **இயற்கையின் இயக்க இயல்** என்ற தலைப்பில் அவர் எழுதிய நூலில் இயற்கை விஞ்ஞானங்களின் மொத்த வளர்ச்சியையுமே தத்துவஞான ரீதியில் பொதுமைப்படுத்துவதற்கு அவரால் முடிந்தது. அவர் பல மொழிகளில் நல்ல தேர்ச்சி கொண்டிருந்தார்; அவற்றின் கிளை மொழிகளைக் கூட அவர் நன்றாகப் பேசக் கூடியவர்.

"எங்கெல்ஸ் இருபது மொழிகளில் திக்குகிறார்" என்று ஒரு சோஷலிஸ்ட் வேடிக்கையாகக் கூறியதுண்டு (உணர்ச்சி வசப்படுகின்ற பொழுது எங்கெல்ஸ் சிறிதளவு திக்குவதுண்டு). அதே சமயத்தில் அவர் தந்தக் கோபுரத்தில் உட்கார்ந்திருக்கும் படிப்பாளி அல்ல. புத்தகப் புழுவும் அல்ல. அவர் விளையாட்டுக்கள் குதிரையேற்றம். வேட்டையாடுதல் ஆகியவற்றில் பங்கெடுப்பார்; அவர் கடை உதவியாளராக, வர்த்தகராக, வர்த்தகப் பயணியாக, தொழிலதிபராக, நிதியதிபராகவும் இருக்க வேண்டுமென்பது விதியின் முடிவு. அவர் அறிவின் எல்லாத் துறைகளிலும் ஈடுபாடு கொண்டிருந்தார்-பிரசவ மருத்துவமும் அதில் அடங்கியிருந்தது.

இளமைப் பருவத்தில் எங்கெல்ஸ் கவிதைகளை எழுதுவதில் ஆர்வத்தோடு முயற்சி செய்தார். எதிர்காலத்தில் இலக்கியம் அல்லது கலைத்துறையில் சேவை புரிய வேண்டும் என்றும் தீவிரமாக நினைத்தார். அவர் கணிசமான கவிதை நூல்களை எழுதினார். இவை அக்காலத்திய பத்திரிகைகளில் வெளிவந்தன. அவற்றின் நகைச் சுவையையும் அங்கதத் திறமையையும் விமர்சகர்கள் பாராட்டினார்கள்.

*1840*க்களின் தொடக்கத்தில் எங்கெல்ஸ் ஒரு ரெஜிமெண்டில் இராணுவ சேவை செய்தார். பிறகு பாடேன் எழுச்சியில் பங்கெடுத்தார், மூன்று சண்டைகளில் போராடினார். போர்க் களத்தில் அவரைப் பார்த்தவர்கள் அனைவரும் அவருடைய வீரத்தையும் நிதானத்தையும் நெடுங்காலம் வரை நினைவில் வைத்திருந்தார்கள்.

*1830*க்களின் முடிவுக்குள்ளாகவே பிரெடெரிக் எங்கெல்ஸ் தன்னுடைய எதிர்கால நண்பருடைய சிறப்புமிக்க திறமை, வெல்ல முடியாத ஆற்றல், அஞ்சா நெஞ்சம் ஆகியவற்றைப் பற்றி ஏராளமாகக்

கேள்விப்பட்டிருந்தார். அவர்களுடைய முதல் சந்திப்பு 1842 நவம்பரில் கொலோனில் நடைபெற்றது. எங்கெல்ஸ் இங்கிலாந்துக்குப் போகும் வழியில் கொலோனில் *Rheinische Zeitung* அலுவலகத்துக்கு வந்தார். அப்பொழுது மார்க்ஸ் அப்பத்திரிகையின் ஆசிரியராக இருந்தார். அச்சந்திப்பு அவர்களுக்கிடையே நெருக்கமான நட்பை ஏற்படுத்தவில்லை. காரணங்கள் சாதாரணமானவையே. ஆனால் இரண்டு வருடங்களுக்குப் பிறகு அவர்கள் பாரிசில் மீண்டும் சந்தித்த பொழுது தாங்களிருவரும் சமூக வளர்ச்சியைப் பற்றி அடிப்படையில் ஒரே மாதிரியான கருத்துக்களுக்கு வெவ்வேறு பாதைகளின் மூலமாக வந்திருப்பதைக் கண்டனர்; அது அவர்களுக்கு அதிகமான மகிழ்ச்சியைக் கொடுத்தது.

ஒரு முறை சந்தித்துவிட்ட பிறகு இருவருடைய பாதைகளும் மார்க்ஸ் மரணமடையும் வரை இணைந்தே சென்றன. மார்க்சியம் ஒரு மனிதருடைய பெயரைத் தாங்கியிருந்தாலும் அது உண்மையில் இரண்டு மனிதர்களின் பிரிக்க முடியாத பணியாகும். மார்க்ஸ் ஒரு முறை எங்கெல்சைத் தன்னுடைய "alter ego" ("இரண்டாவது நான்") என்று அறிமுகம் செய்தார்.

மார்க்சுக்கும் எங்கெல்சுக்கும் இடையிலிருந்த நட்பு மனிதர்களுக்கிடையில் நட்பைப் பற்றி தொன்மைக் காலத்தில் கூறப்பட்ட மிகவும் உணர்ச்சிகரமான கதைகளைக் காட்டிலும் கூட உயர்வானது என்று லெனின் ஒரு சமயத்தில் கூறினார்.

மார்க்சும் எங்கெல்சும் அறிவிலும் குணாம்சத்திலும் ஒத்த தன்மையுடையவர்கள் அல்ல: ஆனால் அதனால்தான் அவர்கள் ஒருவருக்கொருவர் மிகச் சிறப்பாகப் பொருந்தி உதவி செய்ய முடிந்தது.

நான் எப்பொழுதும் மார்க்சுக்குப் பக்க வாத்தியமாகவே இருந்தேன் என்று எங்கெல்ஸ் கூறிய சொற்களை எல்லோரும் வழக்கமாக மேற்கோள் காட்டுகிறார்கள். அது உண்மைதான். ஆனால் மார்க்ஸ் ஒரு சமயத்தில் தன் நண்பருக்குப் பின்வருமாறு எழுதினார்; "முதலாவதாக எல்லாமே எனக்குத் தாமதமாகத்தான் தெரிகிறது. இரண்டாவதாக, நான் எப்பொழுதும் உங்களுடைய காலடிகளைப் பின்தொடர்கிறேன் என்பது உங்களுக்குத் தெரியும்."[1] மார்க்ஸ் எழுதியிருக்கும் சாட்சியத்தை நாம் மறக்கக் கூடாது.

---

1. Marx, Engels, *Werke*, Bd. 30, S. 418.

எங்கெல்ஸ் அசாதாரணமான திறமைகளைக் கொண்டவரே என்றாலும் அறிவின் படைப்புச் சக்தியில், மென்மேலும் புதியனவற்றைத் தேடுகின்ற ஆராய்ச்சி சிந்தனையின் தகுதி மற்றும் ஆழத்தில், மேலான இயக்கவியல் ரீதியான நடையழகில், பொதுமைப்படுத்தல்களின் மணிச் சுருக்கச் செறிவில் அவரை மார்க்சுடன் ஒப்பிட முடியாது என்பது உண்மையே. ஆனால் சில விஷயங்களில் எங்கெல்ஸ் மார்க்சைக் காட்டிலும் தகுதி மிக்கவராக இருந்தார். புதியனவற்றைத் தன்வயப்படுத்திக் கொண்டு திருத்தியமைப்பது அவருக்குச் சுலபம். ஒரே பொருளைப் பற்றிய ஆராய்ச்சியில் நெடுங்காலம் மூழ்கிப் போய்விட மாட்டார். விஞ்ஞானம் மற்றும் கலாச்சாரத்தைப் பற்றிய மிகப் பல்வேறான துறைகளின் விவரங்களை அவர் மிகச் சுதந்திரமான முறையில் ஒருங்கிணைக்கக் கூடியவர்.

குறைவான ஆயுதங்களை வைத்திருந்த போர் வீரராகிய எங்கெல்ஸ் மார்க்சைக் காட்டிலும் அதிகமான வேகத்தோடு சென்றார். சூழ்ச்சி முறைத் திறத்தில் அதிகச் சுதந்திரமாக இயங்கினார். எதிரியின் கோட்டைகளை முன்னேறித் தாக்கினார் என்று எங்கெல்சைப் பற்றிச் சிறந்த ஆராய்ச்சிகளைச் செய்திருக்கும் சோவியத் அறிஞர் எம்.செரெப்ரியக்கோவ் கூறியிருப்பது பொருத்தமானதே. விஞ்ஞான கம்யூனிச மூலவர்களின் ஆன்மிக வளர்ச்சியின் தொடக்கக் கட்டங்களில் கூட இது தெளிவாகத் தெரிந்தது.

எங்கெல்ஸ் மார்க்சைக் காட்டிலும் இரண்டு வயது இளையவர் என்றாலும் அவரைக் காட்டிலும் முன்பே பத்திரிகைகளில் -முதலில் கவிதையும் பிறகு கட்டுரைகளும் எழுதத் தொடங்கினார். அன்றைக்கிருந்த சமூக அமைப்பை எதிர்ப்பதிலும் அவர் முந்தினார். மார்க்சுக்கு முன்பே அவர் புரட்சிகர ஜனநாயகவாதியாகவும் குடியரசுவாதியாகவும் மாறினார். அவர்களிருவரில் அவர்தான் முதலில் கற்பனாவாத சோஷலிசத்துக்கும் கம்யூனிசத்துக்கும்-அதன் அன்றைய வடிவத்தில் மாறினார்; அரசியல் பொருளாதாரத்தை முதலில் விமர்சனம் செய்ததும் அவரே. அவருடைய முதல் அடிச்சுவடுகளைப் பின்தொடர்ந்தே மார்க்ஸ் இயற்கை விஞ்ஞானத்தின் சாதனைகளில் அக்கறை எடுத்துக் கொண்டார்.

ஆனால் எங்கெல்ஸ் மேதாவிலாசம் நிறைந்த உருவரைகளை எழுதிய அதே துறையில் மார்க்ஸ் சகாப்தத்தைப் படைக்கின்ற நூல்களை எழுதினார். ஒவ்வொருவரும் தனித்துவம் நிறைந்த நடை திறமைகள் மற்றும் தமக்கே உரிய விஞ்ஞான விருப்பார்வங்களைக்

கொண்டிருந்தனர். அவர்கள் ஒருவர் மீதொருவர் கொண்டிருந்த ஈடுபாட்டை அதிகப்படுத்துவதற்கு இது உதவியது. எங்கெல்ஸ் ஒரு கலைக்களஞ்சியத்தைப் போன்றவர் என்று மார்க்ஸ் கருதினார். பகல் அல்லது இரவில் எந்த நேரத்திலும் வேலை செய்யக் கூடிய அவருடைய திறமையை, அவருடைய வேகமான எழுத்தை, அவர் "அரக்கத்தனமான" அறிவுக் கூர்மையைக் கொண்டிருந்ததை மார்க்ஸ் வியந்து போற்றினார்.

அரசியல் பொருளாதாரத்தைப் பற்றி அவர்களுடைய ஆராய்ச்சிகளை இன்னும் நுணுக்கமாக விவாதிப்பது அவசியம். **அரசியல் பொருளாதாரத்தின் விமர்சனத்துக்கு உருவரைகள்** என்ற தலைப்பில் எங்கெல்ஸ் எழுதிய கட்டுரை 1844இல் *Deutsch-Franzosische Jahrbucher*இல் வெளியாயிற்று. அதன் ஆசிரியருக்கு அப்பொழுது இருபத்துநான்கு வயதே ஆகியிருந்தது. ஆனால் அக்கட்டுரை நவீன சமூகத்தின் வாழ்க்கையைப் பற்றி அடிப்படையான கேள்விகளை மிகத் துணிவாகவும் ஆணித் தரமாகவும் எழுப்பியபடியால், அதுவரை யாரும் சந்தேகிக்கத் துணியாத மூலச்சிறப்பான அரசியல் பொருளாதாரத்தின் வறட்டுக் கோட்பாடுகளை முழுமையாக விமர்சித்தபடியால் எங்கெல்ஸ் அந்தத் துறையில் அறிஞர் என்று உடனடியாக அங்கீகரிக்கப்பட்டார். அந்தக் கட்டுரை அடிப்படையில் புதுமையான பல கருத்துக்களைக் கொண்டிருந்தது. மார்க்ஸ் பிற்காலத்தில் மூலதனத்தில் இவற்றை வளர்த்துக் கூறினார். அதுதான் விஞ்ஞான சோஷலிசத்தின் முதல் பொருளாதாரக் கட்டுரை என்பது உண்மை. மார்க்ஸ் **மூலதனத்தில்** இக்கட்டுரையை அடிக்கடி மேற்கோள் காட்டுகிறார்.

இதற்கு ஒரு வருடத்துக்குப் பிறகு **இங்கிலாந்தில் தொழிலாளி வர்க்கத்தின் நிலைமை** என்ற நூலை எங்கெல்ஸ் வெளியிட்டார். அந்தப் புத்தகம் ஏராளமான மெய்விவரங்களை அடிப்படையாகக் கொண்டிருந்தது. பாட்டாளி வர்க்கம் துன்பப்பட்டு நலிகின்ற வர்க்கம் மட்டுமல்ல, சமூகத்தில் புரட்சிகரமான பாத்திரத்தைக் கொண்டிருக்கின்ற வர்க்கம் என்ற முடிவுக்கு எங்கெல்ஸ் வருவதற்கு அவை ஆதாரமாக இருந்தன. இப்புத்தகம் எவ்வளவு புதுமையான முறையில், உணர்ச்சி வேகத்தோடு எழுதப்பட்டிருந்தது என்று மார்க்ஸ் பிற்காலத்தில் எங்கெல்சுக்கு எழுதிய கடிதத்தில் குறிப்பிட்டார். அதன் துணிவான முன்னறிவை, கல்வி ரீதியான அல்லது விஞ்ஞான ரீதியான சந்தேகங்கள் இல்லாதிருத்தலை மார்க்ஸ் போற்றினார்.

லெனினும் இப்புத்தகத்தை மிகவும் உயர்வாகக் கருதினார். தொழிலாளி வர்க்கத்தின் துன்ப நிலையைப் பற்றி இவ்வளவு ஆணித்தரமான, உண்மையான சித்திரம் 1845க்கு முன்னரோ அல்லது பின்னரோ எழுதப்படவில்லை என்பது அவருடைய கருத்தாகும்.

இவ்வளவு சிறப்பான அரங்கேற்றத்துக்குப் பிறகு அவருடைய அடுத்த பெரிய நூல் 1878இல் வெளியாயிற்று. இந்த இரண்டு புத்தகங்களுக்கும் இடைவெளி முப்பத்துமூன்று வருடங்கள். ஆனால் இந்த நீண்ட காலத்தின் போது அவர் முற்றிலும் எழுதாமலிருந்து விடவில்லை. எங்கெல்ஸ் பத்திரிகைகளிலும் பிரசுரங்களிலும் எண்ணற்ற கட்டுரைகளை எழுதினார், ஆனால் துரதிர்ஷ்டவசமாக அவரால் பெரிய அளவில் ஒரு நூலை எழுத முடியவில்லை. இது அவருடைய வாழ்க்கையில் மிகவும் வருத்தமளிக்கின்ற அம்சங்களில் ஒன்றாகும்.

மார்க்சும் எங்கெல்சும் ஜெர்மனியின் புரட்சிகரமான சம்பவங்களில் மிகச் சுறுசுறுப்பான, நேரடியான பாத்திரத்தை வகித்த பிறகு 1849இல் ஜெர்மனியிலிருந்து வெளியேறி இங்கிலாந்துக்கு வந்தனர். மார்க்ஸ் குடும்பம் இங்கிலாந்தில் வாழ்க்கை நடத்துவதற்கு எந்த வழியும் இல்லாமலிருந்தபடியால் எங்கெல்ஸ் அவர்களுக்கு உதவி செய்ய விரும்பினார். எனவே மாஞ்செஸ்டரில் அவருடைய தகப்பனார் பங்குதாரராக இருந்த நெசவாலையில் எழுத்தராக வேலை செய்தார். இந்த "வர்த்தக அடிமைத் தனத்துக்கு" அவர் இருபது வருடங்களை தியாகம் செய்தார்! இந்தக் காலம் முழுவதும் மார்க்சும் எங்கெல்சும் உற்சாகமான கடிதத் தொடர்பு வைத்திருந்தார்கள். எங்கெல்ஸ் மிகவும் வசதியான நிலைமையில் இருந்ததாகச் சொல்ல முடியாது. ஆனால் அநேகமாக ஒவ்வொரு கடிதத்திலும் மார்க்சுக்கு ஏதாவதொரு சிறு தொகைக்கு செக் வைத்திருப்பதாக அவர் எழுதுவதைப் பார்க்கிறோம். இப்படிப்பட்ட தியாகத்தைச் செய்வதும் அதை ஏற்றுக் கொள்வதும் மிகவும் மேன்மையான மனிதர்களால் தான் முடியும் என்று ஃப்ரான்ஸ் மேரிங் எழுதியிருப்பது முற்றிலும் சரியே. அது வெறும் பொருளாயத உதவியைப் பற்றிய பிரச்சினை அல்ல.

New-York Daily Tribune என்ற பத்திரிகை மார்க்சைக் கட்டுரைகள் எழுதும்படி கேட்டுக் கொண்ட பொழுது அவர் எழுதிய கட்டுரைகளை எங்கெல்ஸ் ஆங்கிலத்தில் மொழிபெயர்த்தார். ஏனென்றால் அவருடைய நண்பர் ஆங்கிலத்தில் இன்னும் போதிய சொல்வளம் பெற்றிருக்கவில்லை.

மார்க்ஸ் **மூலதனம்** நூலை எழுதிக் கொண்டிருந்த பொழுது தோன்றிய கடினமான எல்லாப் பிரச்சினைகளையும் எங்கெல்சுடன் விவாதித்தார். மேலும் எங்கெல்சினுடைய கருத்து மார்க்சுக்கு மிகவும் முக்கியமாக இருந்தது. மார்க்ஸ் தன்னுடைய லண்டன் வாழ்க்கைக் காலகட்டத்தில் எங்கெல்சைக் கலந்து கொள்ளாமல் ஒரு நடவடிக்கை கூடச் செய்யவில்லை. ஒரு புத்தகம் கூட வெளியிடவில்லை.

அவர்கள் **புனிதக் குடும்பம், ஜெர்மன் சித்தாந்தம்** ஆகிய நூல்களைக் கூட்டாக எழுதினார்கள். அந்தப் படைப்பாற்றல் கொண்ட ஒத்துழைப்பில் தொடங்கிய நட்பு அவர்களுடைய புரட்சிகர நடவடிக்கையினால் பலமடைந்து காலப்போக்கில் மேலும் வலுப்பெற்றது. அவர்களுடைய ஆன்மிக உறவு மிகவும் பலமாக இருந்தபடியால் ஒருவரின்றி அடுத்தவரால் எதுவும் செய்ய முடியவில்லை.

மார்க்ஸ் கூருணர்ச்சி உடையவர். எனினும் தன்னைக் காட்டிலும் எங்கெல்சைப் பற்றிய விமர்சனமே அவரை அதிகமாகப் பாதித்தது. கூலிப் பத்திரிகையாளர்களின் தாக்குதலை அவர் அமைதியோடு சகித்துக் கொள்வார், அவற்றுக்குப் பதில் எழுத விரும்ப மாட்டார். ஆனால் அது எங்கெல்சின் கௌரவத்தைப் பற்றிய பிரச்சினையாக இருந்தால் மார்க்ஸ் தயவு தாட்சண்ணியமின்றி நடந்து கொள்வார். அவர் உடனே சண்டைக்குக் கிளம்பிவிடுவார். 1850இல் முல்லர்-டெல்லெரிங் என்ற பெயர் கொண்டயாரோ ஒருவர் தொழிலாளர் சங்கத்துக்கு எங்கெல்சை அவதூறு செய்து கடிதம் எழுதிய பொழுது மார்க்ஸ் ஆவேசமடைந்தார். தன்னுடைய ஆத்திரத்தைக் கட்டுப்படுத்திக் கொண்டு அந்த நபருக்குப் பின்வருமாறு எழுதினார்;

“நீங்கள் நேற்று தொழிலாளர் சங்கத்துக்கு எழுதிய கடிதத்திற்காக என்னுடன் சண்டைக்கு வரும்படி நான் உங்களுக்குச் சவால் விடுவேன் அதாவது எங்கெல்சைக் கேவலமான முறையில் அவதூறு செய்த பிறகு உங்களால் இன்னும் திருப்தியளிக்க முடியுமானால்... உங்களுடைய அற்பமான அக்கறைகளை. உங்களுடைய பொறாமையை, உங்களுடைய அதிருப்தியுற்ற அகம்பாவத்தை, உங்களுடைய மாபெரும் மேதையை உலகம் அங்கீகரிக்கவில்லை என்ற அதிருப்தியில் ஊறிய ஆத்திரத்தை நீங்கள் புரட்சிகரமான வெறி என்ற போலித்தனமான முகமூடிக்குப் பின்னால் இதுவரை வெற்றிகரமாக மறைத்துக் கொண்டிருக்கிறீர்கள். அந்த

முகமூடியைக் கிழித்தெறிவதற்கு உங்களை வேறொரு களத்தில் சந்திக்கின்ற வாய்ப்பை நான் எதிர்பார்த்துக் கொண்டிருக்கிறேன்....”[1]

மார்க்சின் கௌரவத்தைப் பாதுகாக்கின்ற பிரச்சினை என்றால் எங்கெல்சும் இதைப் போலவே நடந்து கொள்வார். அ.லோரியா என்ற கொச்சையான பொருளியலாளர் **மூலதனத்தின்** கருத்துக்களைத் திரித்துக் கூறுவதை விசேஷமாகச் செய்து கொண்டிருந்தார். எங்கெல்ஸ் அவரை ஆத்திரத்தோடு கண்டனம் செய்தார். கார்ல் மார்க்சைப் பற்றி உங்களுடைய கட்டுரை வந்து சேர்ந்தது. அவருடைய போதனையைப் பற்றி மிகவும் கூர்மையான முறையில் விமர்சனம் செய்வதற்கும் அதைத் தவறாகப் புரிந்து கொள்வதற்கும் கூட உங்களுக்கு உரிமையுண்டு. அவருடைய வாழ்க்கையைப் புனைகதை மாதிரி மாற்றிக் கூறுவதற்கும் உங்களுக்கு உரிமையுண்டு. ஆனால் என்னுடைய காலஞ்சென்ற நண்பருடைய குணத்தை அவதூறு செய்வதற்கு உங்களுக்கு உரிமை கிடையாது. அப்படிச் செய்வதற்கு நான் யாரையும் அனுமதிக்க மாட்டேன்.”[2]

எங்கெல்ஸ்லண்டனுக்குச் செல்கின்ற பொழுது இரு நண்பர்களும் நேரடியாகச் சந்தித்துக் கொள்வார்கள், மார்க்ஸ் குடும்பத்தில் ஆனந்தம் பொங்கும். மார்க்சின் பெண் மக்கள் எங்கெல்சை சித்தப்பா என்று அழைப்பார்கள். எங்கெல்ஸ் தன்னலமின்றிப் பல வருடங்கள் உதவி செய்திருக்காவிட்டால் மார்க்சுக்கும் அவருடைய குடும்பத்துக்கும் என்ன கதி ஏற்பட்டிருக்கும் என்பதைச் சொல்வது கடினம். அவர் தன்னுடைய சொந்த விஞ்ஞான ஆராய்ச்சிகளுக்கு உதவி செய்ய வேண்டும் என்பதற்காகவே தன்னுடைய நண்பரின் விஞ்ஞான அக்கறைகளை ஒதுக்கி வைத்தார். மார்க்ஸ் இதை நினைத்து எப்பொழுதுமே வருத்தமடைவார்.

1867 ஆகஸ்ட் 16ந் தேதியன்று அதிகாலையில் இரண்டு மணிக்கு மார்க்ஸ் **மூலதனத்தின்** முதல் தொகுதியின் அச்சுப்படிகளைத் திருத்தி முடித்தார். உடனே எங்கெல்சுக்குக் கடிதம் எழுதினார்: “இந்தத் **தொகுதியின் வேலை முடிந்து விட்டது. உங்கள் உதவியினால்** மட்டுமே இது சாத்தியமாயிற்று. உங்களுடைய தியாகம் இல்லையென்றால் மூன்று தொகுதிகளையும் எழுதுவதற்கு அவசியமான ஏராளமான வேலையை என்னால் ஒருபோதும் செய்து

1. Marx, Engels, *Werke,* Bd. 27, Berlin, 1965, S. 526.
2. Marx, Engels, *Werke,* Bd. 36, S. 19.

முடித்திருக்க இயலாது, நன்றிப் பெருக்குடன் உங்களை நெஞ்சாரத் தழுவுகிறேன்."¹

ஆனால் எங்கெல்ஸ் ஒருபோதும் தன்னுடைய விதியைப் பற்றிப் புகார் செய்யவில்லை, வருத்தமடையவில்லை. அவர் தன்னுடைய அலுவலகத்தில் உற்சாகமாக வேலை செய்தார். உலகத்திலேயே அந்த வேலைதான் சிறப்பானது என்று தெரிவிப்பதைப் போல அமைதியாக வாழ்ந்தார்.

எங்கெல்ஸ் உண்மையில் எப்படிப்பட்ட வேதனையை அனுபவித்தார் என்பதை எலியனோர் மார்க்ஸ்- ஏவ்லிங் எழுதியுள்ள நினைவுக் கட்டுரையின் பின்வரும் பகுதியிலிருந்து தெரிந்து கொள்ளலாம். எங்கெல்சின் "கடுந் தண்டனை" முடிவுக்கு வந்து கொண்டிருந்த பொழுது அந்த அம்மையார் எங்கெல்ஸ் வீட்டுக்கு செல்வதுண்டு.

"அன்று காலையில் அவர் கடைசித் தடவையாக அலுவலகத்துக்குப் புறப்பட்ட பொழுது 'கடைசித் தடவை!' என்று சொல்லிக் கொண்டு காலணிகளை அணிந்த நேரத்தில் அவர் முகத்திலிருந்த பிரகாசத்தை என்னால் ஒருபோதும் மறக்க முடியாது.

"அதற்குச் சில மணிநேரத்துக்குப் பிறகு நாங்கள் அவரை எதிர்பார்த்துக் கொண்டு வாயிலில் காத்திருந்தோம். வீட்டுக்கு எதிரிலிருந்த சிறிய வயலைக் கடந்து அவர் வந்து கொண்டிருப்பதை நாங்கள் பார்த்தோம். அவர்கைத்தடியைக் காற்றில் சுழற்றிக் கொண்டும் பாடிக் கொண்டும் முகத்தில் பரவசத்துடன் வந்து கொண்டிருந்தார். நாங்கள் விருந்துக்கு ஏற்பாடுகளைச் செய்தோம். ஷாம்பேன் மது அருந்தி மகிழ்ச்சியுடன் கொண்டாடினோம்.

"அன்று அதைப் புரிந்து கொள்ள முடியாத சின்னப் பெண்ணாக நான் இருந்தேன். இன்று அதை நினைத்துப் பார்க்கும் பொழுது என் கண்களில் கண்ணீர் பெருக்கெடுக்கிறது."²

அதே தினத்தில் எங்கெல்ஸ் தன்னுடைய தாயாருக்குப் பின்வருமாறு எழுதினார்: "நான் முற்றிலும் வேறு மனிதனாகிவிட்டேன், என் வயதில் பத்து வருடங்கள் குறைந்துவிட்டன."³

---

1. Marx, Engels, *Selected Correspondence*, p. 180.
2. *Reminiscences of Marx and Engels*, pp. 185-86.
3. Marx, Engels, *Werke*, Bd. 32, Berlin, 1965, S. 617.

எங்கெல்சிடம் நிறைந்திருந்த உற்சாகமும் உயிர்த்துடிப்பும் ஆற்றலும் தெளிவும் பாசமும் அவரை எல்லோரும் மிகவும் விரும்புகின்ற மனிதராக்கின. மார்க்சின் ஹாம்பர்க் பதிப்பாளர் எழுதிய கடிதம் ஒருநாள் மார்க்சுக்குக் கிடைத்தது. எங்கெல்ஸ் அவரைச் சந்தித்ததாகவும் தான் இதுவரையிலும் சந்தித்தவர்களில் அவர் மிகவும் சிறந்த பண்புடையவர் என்றும் அவர் எழுதியிருந்தார்.

மார்க்ஸ் கடிதத்தைப் படிப்பதை நிறுத்தி விட்டுப் பெருமிதத்தோடு கூறினார்: "பிரெட் (எங்கெல்ஸ் -ப-ர்) எவ்வளவு அறிவாளியோ அவ்வளவு இனிமையானவர் என்பதைத் தெரிந்து கொள்ள முடியாத நபரை நான் பார்க்க விரும்புகிறேன்."[1]

மார்க்சைப் போலவே எங்கெல்சிடமும் அதிகமான நகைச்சுவை உணர்ச்சி இருந்தது. அந்நிய நாட்டில் வாழ்க்கையின் துன்பங்களைச் சகித்துக் கொள்வதற்கு அது உதவியது.

மார்க்ஸ் எங்கெல்சுக்கு எழுதிய கடிதமொன்றில் தனக்கு நோய் ஏற்பட்ட பொழுது பட்ட கஷ்டங்களை வர்ணித்தார். ஆனால் மற்ற சந்தர்ப்பங்கள் எப்படி இருந்தாலும் நம்முடைய நட்பு எவ்வளவு மாபெரும் மகிழ்ச்சியைத் தந்திருக்கிறது என்பதை முன்னெப்போதையும் காட்டிலும் மிகவும் அதிகமாக உணர்ந்ததாகவும் வேறு எந்த உறவையும் இவ்வளவு உயர்வானதாகத் தான் மதிக்கவில்லை என்றும் எழுதினார்.

எங்கெல்ஸ் தான் மிகவும் வெறுத்த வர்த்தக நுகத்தடியைத் தூக்கியெறிந்த பிறகு லண்டனுக்குச் சென்று மார்க்சின் வீட்டுக்குப் பக்கத்திலேயே ஒரு வீட்டில் குடியேறினார். நண்பர்கள் அநேகமாக நாள்தோறும் சந்தித்துக் கொண்டனர். எங்கெல்ஸ் பல வருடங்களாக நினைத்துக் கொண்டிருந்த இலக்கியப்படைப்புத் திட்டங்கள் அனைத்தையும் நிறைவேற்றுகின்ற வேலையில் இப்பொழுது கடுமையாக உழைத்தார். இயற்கை விஞ்ஞானங்களின் சாதனைகளை இயக்கவியல் ரீதியில் ஒன்றிணைக்கின்ற மாபெரும் திட்டம் அவற்றில் முக்கியமான ஒன்றாகும். 1878இல் அவர் எழுதிய டூரிங்குக்கு மறுப்பு வெளியாயிற்று. இப்புத்தகம் தத்துவஞானம், இயற்கை விஞ்ஞானம் மற்றும் சமூக விஞ்ஞானத் துறைகளில் மிகவும் முக்கியமான பிரச்சினைகளை ஆராய்கிறது என்று லெனின் எழுதினார். அவர் பூர்வீக சமூகத்தின் வரலாற்றையும் ஆராய்ந்தார். அவர் எழுதிய **குடும்பம், தனிச்சொத்து, அரசு ஆகியவற்றின் தோற்றம்** என்ற புத்தகம் 1884இல் வெளியிடப்பட்டது.

---

1. *Reminiscences of Marx and Engels*, p. 91.

எங்கெல்ஸ் விஞ்ஞான ஆராய்ச்சிகளில் ஈடுபட்டதுடன் கட்சி, அமைப்பு ரீதியான வேலைகளிலும் மிகவும் சுறுசுறுப்பாக ஈடுபட்டார். அவர் அகிலத்தின் பொதுக் குழுவுக்குத் தேர்ந்தெடுக்கப்பட்டார், பல நாடுகளுக்குத் தொடர்புச் செயலாளராக இருக்கின்ற பொறுப்பு அவரிடம் ஒப்படைக்கப்பட்டது.

எங்கெல்ஸ் தன்னுடைய விஞ்ஞான ஆராய்ச்சிகளைப் புரட்சிகரப் போராட்டத்தின் செய்முறை நோக்கங்களுக்குத் தகவமைப்பதற்கு எப்பொழுதும் முயற்சி செய்பவர். ஆகவே அவர் எதிர்காலத்தை முன்னறிந்து ஸ்லாவ் மொழிகளைக் கற்றுக் கொள்ளத் தொடங்கினார்.

மார்க்சும் எங்கெல்சும் தொழிலாளி வர்க்க இயக்கத்தின் வெற்றிகளைத் தம் காலத்திலேயே கண்டார்கள். ஒவ்வொரு வெற்றியையும் தம்முடைய சொந்த வெற்றியாகக் கொண்டாடினார்கள். ஜெர்மனியில் நாடாளுமன்றத் தேர்தல்கள் நடைபெற்ற பொழுது எங்கெல்ஸ் முதுமைப் பருவத்திலிருந்தார். எனினும் அந்தச் சமயத்தில் தன்னுடைய வீட்டில் பெரிய கொண்டாட்டத்துக்கு ஏற்பாடு செய்தார். அவர் வீட்டில் விருந்து தயாரித்தார் (எங்கெல்ஸ் "சுவையான உணவு தயாரிக்கக் கூடியவர்"). விசேஷமான ஜெர்மன் பீர் ஒரு மிடா வாங்கினார். தன்னுடைய நெருங்கிய நண்பர்களை அழைத்தார் என்று எட்வார்டு எவ்லிங் எழுதினார். "ஜெனரல்" ஒவ்வொரு தந்தியையும் பிரித்து அதன் வாசகத்தை உரக்கப் படித்தார்: "அது வெற்றி (தேர்தலில் சமூக-ஜனநாயகவாதிகளுக்கு-ஆசிரியர்.) என்றால் நாங்கள் குடித்தோம். அது தோல்வி என்றாலும் நாங்கள் குடித்தோம்."[1]

மார்க்ஸ் மரணமடைந்த பிறகு எங்கெல்ஸ் சர்வதேசத் தொழிலாளி வர்க்க இயக்கத்தின் அங்கீகரிக்கப்பட்ட தலைவரானார். அவரே முழுப் பொறுப்பையும் வகித்தபோதிலும் அவர் முன்பிருந்த மாதிரியே அடக்கமானவராக, ஆர்ப்பாட்டமில்லாதவராக இருந்தார். "என்னுடைய காலஞ்சென்ற சமகாலத்தவர்களுக்கு, எல்லோரையும் காட்டிலும் மார்க்சுக்குக் கிடைக்க வேண்டிய கௌரவம் கடைசியாக எஞ்சியவன் என்ற முறையில் எனக்குக் கிடைக்க வேண்டும் என்று விதி முடிவு செய்திருக்கிறது"[2] என்று எங்கெல்ஸ் ஒரு சமயத்தில் கூறினார். எனக்குக் கிடைத்திருக்கும் கௌரவத்துக்குத் தகுதியுடையவன் என்று

---

1. *Reminiscences of Marx and Engels*, p. 316.
2. Marx, Engels, *Werke*, Bd. 37, Berlin, 1967, S. 513.

காட்டிக் கொள்வதற்காக எதிர் காலத்திலாவது பாட்டாளி வர்க்கத்தினுடைய சேவையில் என்னுடைய எஞ்சிய வாழ்க்கை முழுவதையும் கழிப்பேன் என்றும் அவர் உறுதியளித்தார்.

மார்க்சும் எங்கெல்சும் தமது வாழ்க்கையின் இறுதியில் ருஷ்யா மீது கவனத்தைத் திருப்பினார்கள். எங்கெல்ஸ் பிளெஹானவ், ஸசூலிச், லபாதின் மற்றும் இதார்களான சிறந்த ருஷ்ய சோஷலிஸ்டுகளுடன் கடிதத் தொடர்பு வைத்திருந்தார்.

எங்கெல்ஸ் ருஷ்யப் புரட்சியாளர்களுடன் உரையாடுகின்ற பொழுது அவர்கள் மார்க்சின் எழுத்துக்களை மேற்கோள் காட்டினால் மட்டும் போதாது, அவர்களுடைய நிலையிலிருந்தால் மார்க்ஸ் எப்படிச் சிந்தித்திருப்பாரோ அப்படிச் சிந்திக்க முயல வேண்டும் என்று கூறினார். அப்படிச் செய்தால்தான் "மார்க்சியவாதி" என்ற சொல்லை உபயோகிப்பதற்குத் தகுதியுண்டு என்று அவர் நம்பினார். ருஷ்யாவில் ஏற்படப் போகின்ற புரட்சி உலக கம்யூனிஸ்ட் இயக்கம் முழுவதின் விதியில் மாபெரும் பாத்திரத்தை வகிக்கும் என்று அவர் கருதினார். அந்தக் கருத்து சரியாயிற்று.

தான் தேர்ந்தெடுத்த பாதை சரியானது, தானும் மார்க்சும் அனைத்துச் சக்தியையும் அர்ப்பணித்த இலட்சியத்துக்கு மகத்தான எதிர்காலம் காத்திருக்கிறது என்று உறுதியாக நம்பிய எங்கெல்ஸ் வாழ்க்கையை மிகவும் நேசித்தது நியாயமானதே. அவர் ஏராளமான சுமைகளைத் தாங்கியபோதிலும் அவருடைய வாழ்க்கை அவரைப் போலவே ஒருங்கிணைந்ததாக, அழகு மிக்கதாகப் பொலிந்தது.

மார்க்ஸ் மரணமடைந்த பிறகு **மூலதனத்தின்** இரண்டாவது மற்றும் மூன்றாவது தொகுதிகளை முடிப்பது அவருடைய முக்கியமான பணியாயிற்று. அவர் எழுதிக் கொண்டிருந்த **இயற்கையின் இயக்க இயல்** என்ற புத்தகம் தொடர்பான வேலைகளை நிறுத்தி விட்டு-அந்தப் புத்தகம் முடிக்கப்படவே இல்லை- தன்னுடைய நண்பரின் புத்தகத்தைப் பிரசுரத்துக்குத் தயாரிக்கின்ற வேலையைத் தொடங்கினார். அவர் இந்த மாபெரும் பணியைத் தன்னுடைய மரணத்துக்குச் சில மாதங்களுக்கு முன்புதான் முடித்தார். அவருடைய ஆராய்ச்சியில் எப்பொழுதும் இருக்கின்ற கடும் உழைப்பு, கறாரான கவனம், பூரணத்துவம் இந்தப் பணியிலும் இருந்தன.

ஆகவே **மூலதனம்** இரண்டு மேதைகளின் சாதனையாகும். மனிதகுலம் இத்தகைய ஆன்மிக சக்தியைக் கொண்ட ஒரு நூலை

அதன் பிற்கால கதிப்போக்கு முழுவதிலும் மாபெரும் தாக்கத்தைக் கொண்டிருக்கின்ற நூலை ஒருபோதும் அறிந்ததில்லை.

மூலதனம் எப்படி, எந்த நிலைமைகளில் எழுதப்பட்டது என்பது இப்பொழுது நமக்குத் தெரியுமாதலால், இந்த மிகச் சிறப்பான புத்தகத்தைப் பற்றி அடுத்த அத்தியாயத்தில் எழுதுவோம். கலப்பற்ற பொருளாதாரப் பிரச்சினைகளை ஒதுக்கிவிட்டு புதிய, உண்மையிலேயே விஞ்ஞான ரீதியான உலகக் கண்ணோட்டத்தின், இயக்கவியல் மற்றும் வரலாற்றுப் பொருள்முதல்வாதத் தத்துவஞானத்தின் மிக முழுமையான வடிவமாக இப்புத்தகம் எப்படி இருக்கிறது என்பதை அறிய முயலுவோம்.

II

"மூலதனத்தின்" தத்துவஞானம்

> மார்க்ஸ் தனக்குப் பின்னால் ஒரு தர்க்கவியலை (கொட்டை எழுத்துக்களில்) விட்டுச் செல்லவில்லை என்றாலும் அவர் மூலதனத்தின் தர்க்கவியலை விட்டுச் சென்றிருக்கிறார்... மார்க்ஸ் மூலதனத்தில் ஒரே விஞ்ஞானத்துக்கு தர்க்கவியலை, இயக்கவியலை மற்றும் ஹெகலிடம் மதிப்புள்ளதாக இருந்த ஒவ்வொன்றையும் எடுத்துக் கொண்டு அதை மேலும் வளர்த்துச் சென்ற பொருள் முதல்வாதத்தின் அறிவுத் தத்துவத்தை (மூன்று சொற்கள் அவசியமல்ல, அது ஒரே பொருள் குறித்ததே) கையாண்டார்.
>
> **வி.இ.லெனின்[1]**

மூலதனத்தின் தத்துவஞானம் என்ற தலைப்பு விசித்திரமான சொற்றொடராகத் தோன்றலாம். **மூலதனம்** முதலாளித்துவச் சமூகத்தில் பொருளாதார உறவுகளைப் பற்றிய ஆராய்ச்சி என்பது நமக்குத் தெரியும். சில மேற்கத்திய அறிஞர்கள் **மூலதனத்தில்** எந்தத் தத்துவஞானமும் இல்லை, மார்க்சும் ஒரு தத்துவஞானி அல்ல என்று மறுப்புரைக்கிறார்கள். ஒரு தத்துவஞானி என்பவர் தன்னுடைய சொந்தக் கருத்துக்களின் அமைப்பு குறித்து விசேஷமான தத்துவஞான நூல்களை எழுதியிருக்க வேண்டும் என்று அவர்கள் கருதுகிறார்கள்.

மார்க்ஸ் அப்படிப்பட்ட புத்தகங்களை எழுதவில்லை. அவர் எந்தவொரு இடத்திலும் தத்துவஞானக் "கோட்பாட்டை" விசேஷமாக விளக்கவில்லை. எனினும் அவரே தலைசிறந்த தத்துவஞானியாக இருக்கிறார். மார்க்சின் தத்துவஞானம்-இயக்கவியல் மற்றும் வரலாற்றுப் பொருள்முதல்வாதம்-அவர் எழுதிய எல்லா நூல்களிலும் விளக்கப்படுகிறது. அத்தத்துவ ஞானத்தை அறிந்து

1. V.I.Lenin, *Collected Works*, Vol. 38, p. 319.

கொள்வதற்கு மார்க்ஸ் எழுதிய எந்த நூலைப் படிக்க வேண்டும் என்று கேட்டால், அவருடைய வாழ்க்கையின் முக்கியமான சாதனையாகிய மூலதனத்தைப் படியுங்கள் என்பதே சரியான பதிலாகும்.

சென்ற நூற்றாண்டின் கடைசியில் ருஷ்ய மிதவாதப் பிரமுகரும் சமூகவியலாளருமான நி.மிஹயிலோவ்ஸ்கிக்கு லெனின் தந்த பதில் இதுவே. மிஹயிலோவ்ஸ்கி மார்க்சியத்தை மறுத்து எழுதிய கட்டுரைகளில் ஒன்றில் இக் கேள்வியைக் கேட்டிருந்தார்: "மார்க்ஸ் தன்னுடைய வரலாற்றுப் பொருள்முதல்வாதத்தை எந்த நூலில் எடுத்துக் கூறியிருக்கிறார்?" இக் கேள்விக்கு அவரே உடனடியாகக் கண்டுபிடிப்பவரின் சுயதிருப்தியோடு, அப்படி எந்த நூலையும் மார்க்ஸ் எழுதவில்லை. மார்க்சிய இலக்கியம் முழுவதிலுமே அப்படி எந்த நூலும் இல்லை என்று பதிலளித்தார்.

"மார்க்ஸ் தன்னுடைய வரலாற்றுப் பொருள் முதல்வாதத்தை விளக்கிக் கூறாத நூல் ஒன்றுண்டா?" என்று லெனின் மிகச் சரியாக மறுப்புத் தெரிவித்தார். மார்க்ஸ் தனக்கு முந்திய சமூகவியலிலிருந்து, அதாவது சமூகத்தைப் பற்றிய போதனைகள் மற்றும் தத்துவங்களிலிருந்து அடிப்படையாகவே வித்தியாசமான ஒன்றைப் படைத்த காரணத்தினால் முதலாளித்துவச் சிந்தனையாளர்கள் மார்க்சிடம் சமூக வளர்ச்சி பற்றிய தத்துவஞானத்தைக் காணத் தவறுகிறார்கள் என்று லெனின் எடுத்துக் காட்டினார்.[1]

அக்காலத்திய முதலாளித்துவ அறிவுஜீவிகளின் வட்டாரங்களில் கௌரவம் நிறைந்த, மரியாதைக்குரிய சமூகவியலாளர் என்பவர், பொதுவாக சமூகம் என்றால் என்ன, அதன் நோக்கமும் சாரமும் எவை. "மனித இயல்புக்குப்" பொருந்துகின்ற சமூகம் எப்படி இருக்க வேண்டும் என்பவற்றைப் போன்ற "கருத்தாழமிக்க பிரச்சினைகளை" விவாதித்திருக்க வேண்டும் என்று கருதப்பட்டது. இச்சமூக வியலாளர்கள் இன்றைய அமைப்பு இயற்கைக்கு முரணானது, "மனித இயல்புக்கும்" நீதிக் கோட்பாடுகளுக்கும் பொருந்தாமலிருக்கிறது என்ற உண்மையைப் பற்றித் தங்களது மனப்பூர்வமான ஆத்திரத்தை வெளியிட்டு தார்மிக செல்வாக்கைப் பெற்று அநேகமாகப் புரட்சிக் காரர்களாகக் கூடத் தோன்றியிருக்கலாம்.

மார்க்சுக்கு முந்திய சமூகவியலாளர்கள் சமூகத்தின் நிகழ்வுப் போக்குகளை ஆழமாகப் பார்க்கத் தவறியதுடன் அவற்றை அந்தக் கணத்தில் நடைபெறும் சம்பவங்களின் ஒளியில் பார்த்தார்கள். சமூக

---

1. V.I.Lenin, *Collected Works*, Vol. I, p. 143.

உலகம் அரசர்கள், சக்கரவர்த்திகளின் முடிவுகளினால் இயக்கப்படுகிறது, சம்பவங்களின் வளர்ச்சி அவர்களுடைய சித்தத்தையும் பொதுமக்களிடம் தாக்கம் செலுத்திய சிந்தனையாளர்களின் கருத்துக்களையும் முற்றிலும் சார்ந்திருக்கிறது என்று நினைத்தார்கள். இந்தக் கருத்தை ஏற்றுக் கொண்டால் வரலாறு என்பது வலிமை மிக்க தலைவர்களின் உணர்ச்சிகளின் போராட்டத்தைச் சார்ந்திருக்கின்ற சம்பவங்கள், நிகழ்வுப் போக்குகள் மற்றும் மெய் விவரங்களின் கதம்பக் குவியலாகத் தோன்றும்; இக்கதம்பக் குவியலில் முக்கியமான நிகழ்வுகளை முக்கியத்துவமில்லாத நிகழ்வுகளிலிருந்து, அதிகச் சிறப்பானவற்றை குறைவான சிறப்புடைய வற்றிலிருந்து ஒருவர் வேறுபடுத்திப் பார்க்க முடியாது; இதில் எவ்விதமான விதிகளையும் பார்க்க முடியாது. சமூக வளர்ச்சிக்குப் பின்னே இருக்கின்ற பொறியமைவைப் புரிந்து கொள்ள முடியாது, அல்லது அவற்றின் மீது தாக்கம் செலுத்துவது எப்படி என்பதையும் அறிய முடியாது.

இவையனைத்தும் சமூகவியலில் அகநிலைவாதம், கருத்துமுதல்வாதம், பண்டைக்காலத் தத்துவ ஞானத்தில் இயற்கையைப் பற்றிய கருத்துக்களில் கருத்துமுதல்வாதம் தொடங்கிய வினாடியிலிருந்தே தீவிரமான எதிர்ப்பு (அதாவது பொருள்முதல்வாதிகள்) இருந்தது என்றால் சமூகத்தைப் பற்றிய கருத்துக்களில் கருத்து முதல்வாதம் மார்க்ஸ் காலம் வரையிலும் ஆட்சி செலுத்தியது.

மார்க்ஸ்தான் சமூகத்தின் வளர்ச்சிக்குப் பொருள்முதல்வாதக் கருத்தை முதலில் கையாண்டவர். இது அவருடைய மேதாவிலாசத்தைக் காட்டுகிறது என்றார் லெனின். உணர்ச்சிகளும் கருத்துக்களும் நலன்களும் காரணமல்ல, அவை விளைவே. மனித உணர்விலிருந்து தனித்திருக்கின்ற மிகவும் ஆழமான காரணத்தின் விளைவு என்று மார்க்ஸ் கண்டார். எந்த ஒரு மனிதனுடைய ஏதாவதொரு கருத்து அல்லது நோக்கம் அவனுடைய சமூக வாழ்க்கையினால், சமூகத்தில் அவனுடைய நிலைமையினால் நிர்ணயிக்கப்படுகிறது. கருத்துக்கள் முதிர்ச்சியடைந்த சமூகத் தேவைகளைச் சந்திக்க முடியுமானால். அவை சமூகத்தின் பெரும்பான்மையினரது நலன்களை, முதலாவதாகவும் முதன்மையாகவும் பொருளாயத நலன்களை வெளியிட முடியுமானால், அவை பெருந்திரளான மக்களை ஆட்கொண்டால் அப்பொழுது அவை சமூக வளர்ச்சியில் தாக்கம் செலுத்த முடியும்.

உதாரணமாக, பிரெஞ்சு முடியாட்சி 18ம் நூற்றாண்டின் கடைசியில் வீழ்ச்சியடைந்தது ஏன்? பதினாறாம் லுயீ இந்த அல்லது அந்தத் தவறைச் செய்தது (அதுவும் கூட முக்கியமாக இருந்தபோதிலும்) அதற்குக் காரணமல்ல; எதேச்சாதிகார ஆட்சியும் நிலப்பிரபுத்துவ சமூக உறவுகளும் நாட்டின் வர்த்தகம் மற்றும் தொழில்துறையின் வளர்ச்சிக்குத் தடையாக இருந்தன, முதலாளித்துவம் மற்றும் வளர்ச்சியடைந்து கொண்டிருந்த முதலாளி வர்க்கத்தின் முன்னேற்றத்துக்குத் தடையாக இருந்தன, அந்த வர்க்கம் ஏற்கெனவே பொருளாதார சக்தியைக் கொண்டிருந்தது, ஆனால் அரசியல் அதிகாரம் இல்லாமலிருந்தது என்பவை அதற்குக் காரணமாகும்.

மனித உணர்விலிருந்து சுதந்திரமான முறையில் வளர்ச்சியடைகின்ற சமூக உறவுகள் கடைசியில் அவ்வக்காலத்திய சித்தாந்த, அரசியல், சட்டவியல் அமைப்புகளை நிர்ணயிக்கின்றன. பொதுவாகப் பார்க்குங்கால் கருத்துக்களின் வளர்ச்சி சமூக-பொருளாதார நிகழ்வுப் போக்குகளின் வளர்ச்சியைச் சார்ந்திருக்கிறதே தவிர அதன் எதிர்மறையை அல்ல. அப்படியானால் சமூக உறவுகள் பொருளாயதமானவை, புற நிலையானவை என்பது இதன் பொருளாகும்! மார்க்சுக்கு முந்திய சிந்தனையாளர்கள் அடையத் தவறிய முடிவு இதுவே.

ஆனால் சமூக உறவுகள் மிகவும் பலவிதமாக இருக்கின்றன. அவற்றில் மிக முக்கியமானவை உற்பத்தி நிகழ்வுப் போக்கில் தோன்றுபவை; அவை உற்பத்தி உறவுகள் எனப்படும். அவை முதலாவதாகவும் முதன்மையாகவும் உற்பத்தி செய்பவருக்கும் உற்பத்திச் சாதனங்களின் உடைமையாளருக்கும், அதாவது அடிமைக்கும் அடிமை உடைமையாளருக்கும், பண்ணையடிமைக்கும் நிலப்பிரபுத்துவ நிலவுடைமையாளருக்கும், தொழிலாளிக்கும் முதலாளிக்கும் உள்ள உறவுகள்.

இந்த மூன்று உறவுகளும் சுரண்டல் உறவுகளின் வடிவங்கள். இவற்றுக்கு இடையிலுள்ள அடிப்படையான வேறுபாட்டை எளிதில் காணமுடியும். ஆகவே உற்பத்திச் சக்திகளின் வளர்ச்சியின் விளைவு என்ற முறையில் ஒன்று மற்றொன்றாக இயற்கையாக வளர்ச்சியடைந்த மூன்று சமூக-பொருளாதார அமைப்புகளையும் நாம் எடுத்துக் கொள்வோம்.

சமூக வளர்ச்சி இயற்கையான வரலாற்று நிகழ்வுப் போக்கு, அது மனித உணர்விலிருந்து தனித்திருக்கின்ற ஆனால் அறியப்படக் கூடிய விதிகளுக்கு உட்பட்டிருக்கிறது என்று மார்க்ஸ் கண்டார்.

இக்கருத்துக்கள் அனைத்தையும் மார்க்சிய மூலவர்கள் மிக முந்திய காலமான 1840க்கள் மற்றும் 1850க்களிலேயே கூறினார்கள். ஆனால் **மூலதனத்**துக்கு முன்பு இவை விஞ்ஞான ஆதாரத்தைக் கொண்டிருந்தாலும் வெறும் கருதுகோள் என்ற அளவிலேதான் இருந்தன என்று லெனின் கூறினார். "**மூலதனம்** எழுதப்பட்ட பிறகு வரலாற்றுப் பொருள்முதல்வாதம் வெறும் கருதுகோளாக இனியும் இல்லை, அது விஞ்ஞான ரீதியில் நிரூபிக்கப்பட்ட உண்மையாயிற்று;"[1] சமூகவியல் விஞ்ஞானமாக மாறியது.

மூலதனம் வரலாற்றுப் பொருள்முதல் வாதத்தை உருவாக்குவதிலும் அதை நிறுவுவதிலும் மிக முக்கியமான பாத்திரத்தை வகித்தது ஏன்? ஏனென்றால் மார்க்ஸ் சமூகம் எப்படி அமைக்கப்படுகிறது என்ற ஊக முறையான பொது விவாதங்களுடன் தன்னை நிறுத்திக் கொள்ளவில்லை, அவர் முதலாளித்துவ அமைப்பை உதாரணமாகக் கொண்டு அதன் செயல்முறை மற்றும் வளர்ச்சிப் பொறியமைவை நுணுக்கமாக ஆராய்ச்சி செய்தார். ஆகவே வாசகர் இந்த அமைப்பு முழுவதையும் அதன் உற்பத்திச் சக்திகள், உற்பத்தி உறவுகள் என்ற பல்தொகுதியான இயக்கவியல், முதலாளி வர்க்கம், பாட்டாளி வர்க்கம் என்ற வர்க்கங்களின் முரணியல்பு, தொழிலாளியைச் சுரண்டுவதற்கு முதலாளியின் உரிமையைப் பாதுகாக்கின்ற அரசியல், சட்டவியல் மற்றும் சித்தாந்த அமைப்புகளையும் ஒரு வாழ்கின்ற தொகுதியாகக் காண்கிறார்.

நிலப்பிரபுத்துவம் தவிர்க்க முடியாதபடி முதலாளித்துவத்துக்கு வழி விட்டதைப் போலப் பிந்தியதும் அதன் வளர்ச்சியின் புறநிலையான விதிகளின் விளைவாகத் தன்னுடைய சொந்த அழிவை நோக்கி, ஒரு வர்க்கமில்லாத சமூகத்தை நோக்கிச் சென்று கொண்டிருக்கிறது என்பதை மார்க்ஸ் மறுக்க முடியாத தர்க்கவியலின் மூலம் நிரூபித்தார். "ஏகபோக மூலதனம், அதனுடனும் அதன் கீழும் தோன்றியதும் வளர்ச்சியடைந்ததுமான உற்பத்தி முறைக்குத் தளையாக மாறுகிறது. உற்பத்திச் சாதனங்களை ஒருமுனைப்படுத்துவதும் உழைப்பு சமூகமயமாதலும் எந்த அளவுக்கு முனைப்படைகின்றன என்றால் அவை முதலாளித்துவ

1. Ibid., p. 142.

மேலோட்டுக்கு முற்றிலும் முரணானதாகின்றன. இந்த மேலோடு உடைத்தெறியப்படுகிறது. முதலாளித்துவத் தனியுடைமைக்குச் சாவுமணி அடிக்கப்படுகிறது. உடைமை பறித்தோர் உடைமை பறிக்கப்படுகின்றனர்."[1]

கம்யூனிஸ்ட் சமூகம் கனவுகாண்பவர்களின் கற்பனாவாத இலட்சியமல்ல. பொருளாதார வாழ்க்கையின் மொத்த இயக்கமுமே அதை நோக்கிச் செலுத்தப்படுகிறது என்பதைச் சந்தேகமில்லாதபடி மார்க்ஸ் விளக்குகிறார். மூலதனம் விஞ்ஞானம் மற்றும் தொழில்நுட்பவியலின் வளர்ச்சியை, எல்லா உற்பத்திச் சக்திகளின் வளர்ச்சியைக் கட்டுப்பாடில்லாமல் துரிதப்படுத்துவதன் மூலம் ஒரு புதிய சமூகத்தின், ஒரு புதிய சமூக-பொருளாதார அமைப்பின் பொருளாயத முன்நிபந்தனைகளைத் தயாரிக்கிறது. மக்கள் தொகையில் மிகப் பெரும்பான்மையினரைச் சுரண்டப்படுகின்ற கூலித் தொழிலாளர்களாக மாற்றி, பெரிய தொழிற்சாலைகளில் வேலை செய்கின்ற தொழிலாளர்களை ஒன்றுசேர்த்து, பழைய சமூகத்தின் அடிமை விலங்குகளை நொறுக்கக் கூடிய, அதைப் புனரமைப்பதைத் தொடங்கக் கூடிய புரட்சிகர சக்தியை மூலதனம் தயாரிக்கிறது.

உழைப்பாளர்கள் அனைத்துப் பொருளாயத மற்றும் ஆன்மிக செல்வத்துக்கு உடைமையாளர்களாக இருக்கின்ற, மனிதன் சமூக உற்பத்திக்குச் சாதனமாக இல்லாமல் அவனே மிக உயர்ந்த மதிப்பாகவும் குறிக்கோளாகவும் இருக்கின்ற, ஒவ்வொருவருடைய சுதந்திரமான, பல்துறையான வளர்ச்சி எல்லோருடைய சுதந்திரமான வளர்ச்சிக்கும் நிபந்தனையாக இருக்கின்ற சமூகமே கம்யூனிஸ்ட் சமூகமாகும். மார்க்ஸ் இந்தப் புதிய சமூகத்தின் உருவரையை கற்பனாவாதச் சுவடு இல்லாமல், எதிர்காலத்தில் "பொற்காலம்" என்ற இலட்சியச் சித்திரத்தை மனம் போனபடி வரைவதற்கு மிகச் சிறிதளவு கூட முயற்சி செய்யாமல் தயாரித்தார். கம்யூனிசத்தை வரலாற்று ரீதியில் தவிர்க்க முடியாத படிச் செய்கின்ற போக்குகளையும் விதிகளையும் அவர் தர்க்கவியல் ஆராய்ச்சியின் வன்மையோடு வெளிப்படுத்துகிறார், பாட்டாளி வர்க்கப் புரட்சி, தொழிலாளி வர்க்க சர்வாதிகாரத்தின் மூலம் புதிய சமூகத்துக்குச் செல்கின்ற உண்மையான வழியை எடுத்துக்காட்டுகிறார். இப்படி முதலாளித்துவ உற்பத்தியைப் பற்றிக் கடுமுயற்சி கொண்ட பொருளாதார ஆராய்ச்சியின் போக்கில் மார்க்ஸ் வரலாற்றுப் பொருள்முதல்வாதக் கருதுகோளைத்

1. Karl Marx, *Capital*, Vol. I, Moscow, 1974, p. 715.

தயாரிக்கிறார். அது போல **மூலதனம்** மார்க்சியத் தத்துவஞானத்தின் உட்கருவான இயக்கவியல் பொருள்முதல்வாத முறையை உள்ளடக்கியிருக்கிறது.

இயக்கவியல் பொருள்முதல்வாத முறை விசேஷமான சொற்களில் வர்ணிக்கப்படவில்லை, அது **செய்முறையில்,** முதலாளித்துவச் சமூகத்தின் பொருளாதாரத்தைப் பற்றிய ஆராய்ச்சிக்குச் செய்முறையில் கையாளப்படுவதன் மூலம் தரப்படுகிறது. மார்க்ஸ் இந்த முறையை எப்படி உபயோகித்தார். எப்படிக் கையாண்டார் என்பதை **மூலதனத்தை** ஆராய்வதன் மூலம் அறிய முடியும். ஆகவே சமூகத்தை ஆராய்ச்சி செய்வதற்கு இந்த இயக்கவியல் பொருள்முதல்வாத முறையை ஒருவர் எப்படிக் கையாள முடியும். எப்படிக் கையாள வேண்டும், தத்துவச் சிந்தனையில் இந்த வன்மையான கருவியைக் கையாளுவதில் எப்படி முழுத் திறமையைப் பெற முடியும் என்பனவற்றை **மூலதனத்தின்** வாசகர்கள் கற்றுக் கொள்கிறார்கள்.

அறிதலைப் பற்றிய இயக்கவியல் முறையை மார்க்சுக்கு நெடுங்காலத்துக்கு முன்பே பல தத்துவஞானிகள் வளர்த்துக் கூறினார்கள். “இயக்கவியல்” என்ற சொல் இயற்கை, சமூகம் மற்றும் சிந்தனையின் உண்மையான நிகழ்வுப் போக்குகளின் முரண்பாடான தன்மையை, நெகிழ்வுத் தன்மையை, எதிர்நிலைகளின் ஒருமை மற்றும் மோதலின் மூலமாக எளிமையானவற்றிலிருந்து சிக்கலானவற்றுக்கு மாறிய வளர்ச்சியைக் குறிக்கிறது. முதல் பண்டைக்கால கிரேக்கத் தத்துவஞானிகளான ஹெரக்லீடஸ், அனாக்ஸகோரஸ், பார்மெனீடஸ், ஸெனோன், டெமாக்கிரீடஸ், சாக்ரடீஸ் மற்றும் பிளாட்டோ திறமை மிக்க இயக்கவியல்வாதிகளாக இருந்தனர். அவர்கள்தான் இயக்கவியலை உணர்வு பூர்வமாகக் கையாளப்படுகின்ற சிந்தனா முறையாக, நம்மைச் சுற்றிலுமுள்ள உலகத்தை அறிவதற்குரிய முறையாக மாற்றினார்கள். அவர்களுடைய மதிநுட்பம் நிறைந்த தத்துவஞானக் கருத்துக்கள் தம்முடைய முக்கியத்துவத்தை, இக்காலத்துக்குத் தம்முடைய ஒட்டுறவை இழக்கவில்லை. பண்டைக்கால கிரேக்கத் தத்துவஞானிகள் மிக முக்கியமான, சர்வாம்சமான காரணகாரிய உறவுகளை உள்ளுணர்ச்சியின் மூலம் புரிந்து கொண்டு பிரபஞ்சத்தைப் பற்றிய ஒருங்கிணைந்த சித்திரத்தைத் தந்தார்கள். அவர்கள் விவரங்களின் உலகத்துக்குள் ஆழமாகப் போவதில்லை-இதில்தான் பண்டைக்கால கிரேக்கத் தத்துவஞானத்தின் குறை அடங்கியிருக்கிறது. இதன்

காரணமாகவே அத்தத்துவ ஞானம் பிற்காலத்தில் மற்ற கண்ணோட்டங்களுக்கு இடமளிக்க வேண்டிய நிலை ஏற்பட்டது. ஆனால் எங்கெல்ஸ் வலியுறுத்தியதைப் போல சில வரையறுக்கப்பட்ட கருத்தமைப்புகளுடன்-இயற்கை விஞ்ஞானங்கள் இன்றளவிலும் கூட இவற்றை முழுமையாக அகற்றிவிடவில்லை ஒப்பிடுகின்ற பொழுது அதன் உயர்வும் இதில் தான் அடங்கியிருக்கிறது. பண்டைக்காலத் தத்துவஞானம் ஒரு வளர்ச்சியடைந்த, இயக்கவியல் ரீதியில் நெகிழ்ச்சியான கருத்தமைப்புகள் மற்றும் கருத்தினங்கள் என்ற அமைப்பை நமக்குத் தந்திருக்கிறது. உலகத்தை விளக்குவதற்கும் புரிந்து கொள்வதற்கும் இந்த அமைப்பு இன்றும் வெற்றிகரமாக உபயோகிக்கப்படுகிறது. அதன் பிரதிநிதிகள் பல துணிகரமான, மதிநுட்பமிக்க கருதுகோள்களைக் கூறினார்கள்; இவை பிற்காலத்தில் பரிசோதனையின் மூலம் விஞ்ஞான ரீதியாக நிறுவப்பட்டிருக்கின்றன.

பண்டைக்கால கிரேக்கத்துக்குப் பக்கத்தில் மார்க்சுக்கு முந்திய இயக்கவியலின் மற்றொரு வடிவத்தை, மூலச்சிறப்புடைய ஜெர்மன் தத்துவ ஞானத்தின் இயக்கவியலை-அது இயற்கை விஞ்ஞானத்துக்கு உபயோகமாக இருந்தது எங்கெல்ஸ் சுட்டிக்காட்டினார். அந்த இயக்கவியல் ஹெகலின் தத்துவஞானத்தில் தன்னுடைய சிகரத்தை எட்டியது.

ஹெகல் ஒன்றிலிருந்து மற்றொன்று வளர்ச்சி யடைகின்ற, ஒன்றோடொன்று மோதுகின்ற கருத்துக்களின் தற்சிந்தனையான அமைப்பை உருவாக்கினார். அவை இந்த வளர்ச்சியிலும் போராட்டத்திலும் இயற்கை, சமூகம் மற்றும் சிந்தனையின் எல்லா நிகழ்வுகளையும் தோற்றுவிக்கின்றன என்று அவர் கூறினார். அவர் யதார்த்தத்தைத் தலைகீழாகத் திருப்பியதைப் போலச் சிந்தித்தார், கருத்துக்கள், கருத்தமைப்புகள் மற்றும் தர்க்க ரீதியான கருத்தினங்கள் உலகத்தைப் பிரதிபலிக்கவில்லை, அவையே உலகத்தைப் படைக்கின்றன என்று கருதினார். இதன் விளைவாக ஹெகல் தன்னுடைய தத்துவ ஞானத்தை அநேகமாகப் படைப்பின் சிகரமாகவே கருதினார், ஏனென்றால் அது இறுதி நிலையான, தனிமுதலான உண்மையை எட்டுகிறது என்றார்.

ஹெகலியத் தத்துவஞானத்தின் கருத்துமுதல் வாதமும் வரையறைகளும் எப்படி இருந்தாலும் உலகத்தைப் பற்றிய விளக்கத்தில் அது முன்னே எடுத்து வைக்கப்பட்ட மாபெரும் காலடியாக இருந்தது.

ஹெகல் தத்துவஞானம். கலை, இயற்கை விஞ்ஞானத்தில் மனிதனுடைய சாதனைகள் அனைத்தையும் தொகுத்துரைப்பதற்குக் குறிப்பிடத்தக்க முயற்சி செய்தது அவருடைய மிகச் சிறப்பான அம்சமாகும். அவர் இயற்கை, வரலாற்று, ஆன்மிக உலகம் முழுவதையுமே தொடர்ச்சியான மாற்றம், மாற்றியமைக்கப்படுதல் மற்றும் வளர்ச்சி என்ற வடிவத்தில் பிரதிநிதித்துவம் செய்தார். இயற்கை, சமூகம் மற்றும் சிந்தனை அதே இயக்கவியல் கோட்பாடுகளில் உறைந்திருப்பது அறியப்பட்டது. மனிதகுலச் சிந்தனையின் வரலாற்றில் இத்தகைய கம்பீரமான, அனைத்தையும் தழுவிய அமைப்பு ஒருபோதும் படைக்கப்படவில்லை.

இருக்கின்ற அனைத்துமே எளிமையானவற்றிலிருந்து பல்தொகுதியானவைக்கு, பகுதியிலிருந்து முழுமைக்கு வளர்ச்சியடைந்த பாதையையும் அதன் பொறியமைவையும் வெளிப்படுத்தியது அவருடைய மாபெரும் சாதனையாகும். அவர் இதைச் சூக்குமமானவற்றிலிருந்து ஸ்தூலமானவற்றை நோக்கிய முன்னேற்றத்தின் முறை என்று கூறினார். அது அவருடைய இயக்கவியலின் எல்லா அம்சங்களையும் விதிகளையும் கூறுகளையும் கொண்டிருக்கிறது. சூக்குமமானவற்றிலிருந்து ஸ்தூலமானவற்றுக்கு முன்னேறுகின்ற ஹெகலிய முறையின் உதவியினால் புறப்பொருள் என்பது இடைச்செயல் விளைவினைக் கொண்டது மட்டுமல்ல, அது வரலாற்று ரீதியில் வளர்ச்சியடைந்து, முன்னேற்றமடைந்து கொண்டிருப்பதென்று எடுத்துக்காட்டப்பட்டது. ஹெகலின் "சுத்தமான" உய்த்துணர்தலில் கருத்தினங்கள் ஒன்றுக்குள்ளிருந்து மற்றொன்று வருவிக்கப்படுகின்றன. இது உலக வரலாற்றின் வளர்ச்சிக்குக் குறிப்பிடத்தக்க அளவுக்கு இணையாகச் செல்கிறது. உண்மையான நிலைமை இறையியல் தன்மையுடன் தலைகீழாக்கப்பட்டது. அதன் விளைவாக முழுமையான சிந்தனை என்பது ஹெகலிடம் உண்மையான வரலாற்றைப் படைக்கின்ற செயலாக இருந்தபோதிலும் இந்தச் சிந்தனை முறை வரலாற்றைப் பற்றிய பொருள் முதல்வாதக் கருத்தின், சமூக நிகழ்வுப் போக்குகள், நிகழ்வுகள் மற்றும் அவற்றின் தத்துவ ரீதியான மாதிரிப்படிவத்தைப் பற்றிய ஆராய்ச்சிக்கு விஞ்ஞான ரீதியான அணுகுமுறையின் முன்நிபந்தனையைக் கொண்டிருந்தது.

இதற்குப் பிறகு என்ன நடைபெற்றது? ஒருவர் இந்த முறையை முழுமையாகக் கற்றுக் கொண்டு அதை உபயோகிக்கத் தெரிந்திருந்தால் போதும்; அவர் விஞ்ஞானத்தின் ஸ்தூலமான துறைகள் எல்லா

வற்றிலுமுள்ள மிகச் சிக்கலான தத்துவ ரீதியான பிரச்சினைகளைத் தீர்ப்பதற்கு உதவி செய்யக் கூடிய அறிவின் வன்மையான ஆயுதத்தைக் கொண்டவராகிறார் என்று தோன்றியது, இல்லையா?

ஆனால் ஹெகலியத் தத்துவஞானத்தின் மாபெரும் சாதனையான இயக்கவியல் உபயோகிக்கப்படாமற் கிடந்தது விசித்திரமே. ஹெகலின் வாழ்நாளிலும் அவர் மரணமடைந்து நெடுங்காலம் வரையிலும் அது எவ்விதத்திலும் உபயோகிக்கப்படவில்லை. ஹெகலிய இயக்கவியல் முறையைக் கையாள்வதற்கு ஒருவர் கூட முயற்சி செய்யவில்லை. அது விமர்சனத்துக்கு உட்படுத்தப்படவில்லை, அதை அப்படியே மறந்து விட்டார்கள். ஹெகலிய "டயடோஹிகள்"[1] அலெக்சாந்தர் மாசிடோனின் வாரிசுகளைப் போலவே தங்களிடம் ஒப்படைக்கப்பட்ட மகத்தான பாரம்பரியத்தை எப்படிப் பயன்படுத்த வேண்டும் என்பதைப் பற்றி அணுவளவு கூட ஒன்றும் தெரிந்திராமல் தமக்கிடையே அற்பமான சச்சரவு செய்து கொண்டார்கள்.

இதன் காரணம் என்ன? அதற்குப் பிரதானமான காரணம் அந்த முறையிலிருந்த குறைகள் எனத் தோன்றுகிறது. சந்ததியினருக்கு விட்டுச் செல்லப்பட்ட வடிவத்தில் அதைப் பயன்படுத்த முடியாது. அது இயக்கமறுப்பியல் சூக்குமக் கருத்தாக்கங்கள் என்ற செயற்கையான, போலியான சூழ்நிலையில் வளர்க்கப்பட்டிருந்தது. தனக்குள்ளாகவே தன்னுடைய வளர்ச்சியை முடித்துக் கொண்டிருந்த கருத்து முதல்வாதத் தத்துவஞான அமைப்பின் தேவைகளுக்கு மட்டுமே அது தகுதியாக இருந்தது.

ஹெகல் தன்னுடைய தத்துவஞானத்தில் உலகத்தைத் தலைகீழாகத் திருப்பிவைத்திருந்தார். அது அந்த ஆபத்தான நிலைமையிலேயே நின்று கொண்டிருந்தது, முன்னே போக முடியவில்லை. இப்படி ஆடிக்கொண்டிருக்கும் அடிப்படையின் மீது இயக்கவியல் முறை வளர்ச்சியடைய முடியவில்லை.

தத்துவஞானம் தனிமுதலான கருத்துமுதல் வாதம் என்ற ஹெகலிய அமைப்பை முன்வைத்த பொழுது அது செய்ய வேண்டிய

---

1. "டயடோஹிகள்" ("Diadochi") ஹெகலிய மரபின் அதிகாரபூர்வமான பிரதிநிதிகளாக ஜெர்மன் பல்கலைக் கழகங்களில் பணியாற்றிய பேராசிரியர்களை எங்கெல்ஸ் கிண்டலாக இப்படிக் குறிப்பிடுகிறார்.

அனைத்தையும் ஏற்கெனவே நிறைவேற்றிவிட்டது. அது அறியக் கூடிய அனைத்தையும் ஏற்கெனவே அறிந்து விட்டது. அது சொல்ல வேண்டிய அனைத்தையும் சொல்லிவிட்டது. தனிமுதலான உண்மை அறியப்பட்டுவிட்டது.

பூமி சூரியனைச் சுற்றிச் சுழல்வதை நிறுத்திக் கொள்ளலாம். நட்சத்திரங்கள் பிரகாசிப்பதை நிறுத்திக் கொள்ளலாம். மனிதகுலம் யுத்தங்களையும் புரட்சிகளையும், ஆர்வங்களையும் அக்கறைகளையும் கைவிட்டு துணிகரமான ஜெர்மானியச் சிந்தனையின் சாதனைகளை நிரந்தரமாகப் போற்றிக் கொண்டு மெய்மறந்திருக்கலாம். இனிமேல் கண்டுபிடிப்பதற்கு ஒன்றுமில்லை. போவதற்கும் ஒரு இடமுமில்லை. இயற்கை, சமூகம் மற்றும் சிந்தனையின் மொத்த வரலாற்று இயக்கத்தின் மகுடமும் இலட்சியமும் ஹெகலியத் தத்துவஞானம்தான்.

இயக்கவியல் முறையை அறிவின் மற்ற துறைகளுக்குக் கையாள்வதைப் பற்றிய பிரச்சினையே பழமைவாத ஹெகலிய வாதிகளுக்கு அபச்சாரமாகத் தோன்றியது.

கருத்துமுதல்வாத மேல் ஓட்டைக் கைவிடுகின்ற பிரச்சினை மட்டுமல்ல அது. இயக்கவியலுக்குக் கருத்துமுதல்வாதம் ஏதோ வெளியிலுள்ள ஒன்றல்ல. ஏனென்றால் அந்தக் கருத்து முதல்வாதத்தின் மடியில்தான் இயக்கவியல் வளர்ந்தது. அது தன்னுடைய மரண முத்திரையை இயக்கவியலிடம் விட்டுச் சென்றிருந்தது, அதன் நோய்கள், பலவீனங்களினால் இயக்கவியல் நலிவடைந்தது.

ஏற்கெனவே குறிப்பிட்டதைப் போல, ஹெகலியத் தத்துவஞானம் தனிமுதலான, இறுதியான உண்மைக்கு உரிமை கொண்டாடிய பொழுது அது இயக்கவியலை முரட்டுத்தனமாக நிராகரித்தது. அதன் உரிமைகள் சிந்தனைத் துறைக்கு மட்டுமே குறுக்கப்பட்டிருந்தன. இயற்கை மற்றும் சமூகத்தைப் பொறுத்தமட்டில் மிக அதிகமான நிலையில் கூட இயக்கவியலின் சூசகம் மட்டுமே, அக்காலத்திலிருந்த தனிப்பட்ட இயற்கை விஞ்ஞானங்களின் சாதனைகளில் இயக்கவியல் தோற்றமளித்த அளவுக்கு மட்டுமே அனுமதிக்கப்பட்டிருந்தது.

இது அதற்குரிய தர்க்கவியலைக் கொண்டிருந்தது. பருப்பொருள் அறிதலின் மறு வாழ்நிலை மட்டுமேயானால் (பருப்பொருளை அறிதல் 19ம் நூற்றாண்டின் தொடக்கத்தில் இயக்கவியல் வரை முன்னேறவில்லை) பருப்பொருள் வளர்ச்சி

யடைந்த இயக்கவியலுக்கு அடிப்படையில் அந்நியப்படுகிறது என்று அர்த்தம், ஆகவே அதில் இயக்கவியலைத் தேடுவதில் பயனில்லை. எனவே மேலும் தத்துவ ரீதியில் தேடலுக்குரிய பாதை அநேகமாக மூடப்பட்டுவிட்டது. சிந்தனை சுய திருப்தியடைந்து ஓய்வெடுத்துக் கொண்டது. ஹெகலினுடைய தத்துவஞான அமைப்பின் எல்லைகளுக்கு அப்பால் இயக்கவியல் செய்யக் கூடியது ஒன்றும் இல்லை, அது தன்னுடைய சக்தி அனைத்தையும் இழந்துவிட்டது.

''தூய சிந்தனைத்'' துறையில் கூட கருத்து முதல்வாதம் ஹெகலிய இயக்கவியல் முறையைப் பாதித்தது. அவருடைய கருத்தினங்களின் முக்காலிகள் பெரும்பாலும் தன்னிச்சையானவை என்பதால் அவை உண்மையான தர்க்கத்துக்கும் கருத்தமைப்புகளின் உள்ளடக்கத்துக்கும் பொருந்தவில்லை. முன்னரே தயாரிக்கப்பட்ட திட்டத்துக்குள் அடக்குவதற்காக ஒரு கட்டத்திலிருந்து மற்றொரு கட்டத்துக்கு வலிந்து பெறப்பட்ட மாற்றங்கள் ஏட்டுப்புலமை மற்றும் மாயாவாதத்தை மிகவும் நினைவு படுத்துகின்ற சொற் பிரயோகங்கள் மற்றும் தந்திரங்களுடன் அதிகமாகக் காணப்பட்டன.

எனினும் ஹெகல் தூய சிந்தனைத் துறையில் மாபெரும் விஷயங்களைச் சாதித்தார் என்றால், முந்திய காலத்தின் தர்க்கம் மற்றும் இயக்க மறுப்பியல் முழுமைக்கும் அநேகமாக விளையாட்டாகவே முடிவு கட்டினார் என்றால், உலக வரலாற்றின் வளர்ச்சி மற்றும் உள் இணைப்புகளைக் (கருத்துமுதல்வாத வடிவத்தில் என்றபோதிலும்) காட்டினார் என்றால், அவர் தொட்ட அறிவின் எல்லாத் துறைகளிலும் ஒரு சகாப்தத்தைப் படைத்தார் என்றால் அவருடைய இயக்கவியல் முறையில் மிகவும் வளமான-ஆனால் உபயோகிக்கப்படாத-வாய்ப்புக்கள் இருக்கின்றன என்பதே பொருளாகும்.

இயக்கவியல் என்ற வாளை அமைப்பு என்ற உறையிலிருந்து வெளியே எடுத்து அதன், மீதிருந்த கருத்துமுதல்வாதம் என்ற துருவைச் சுத்தப்படுத்தக் கூடிய, கருத்தமைப்புகள் என்ற உடலில்லாத நிழல்களை மட்டும் குத்துவதுடன் நின்றுவிடாமல் பொருளாயத யதார்த்தத்தை, மிகவும் பல்தொகுதியான சமூக மற்றும் இயற்கை நிகழ்வுப் போக்குகளை அறிவதற்கு ஆயுதமாக அதை மாற்றக் கூடிய ஒரு நபர் தேவைப்பட்டார் என்பது இதன் பொருள். அந்த நபர்தான் கார்ல் மார்க்ஸ்.

ஹெகலியவாதத்திலிருந்து மார்க்சியத்துக்கு முன்னேறிய எங்கெல்ஸ் பின்வருமாறு எழுதியது முற்றிலும் நியாயமே: ''ஹெகலின்

தர்க்கவியலிலிருந்து இந்தத் துறையில் ஹெகலின் உண்மையான கண்டுபிடிப்புகளைக் கொண்ட கருவைப் பிரித்தெடுப்பதற்கும் இயக்கவியல் முறையின் மீதுள்ள கருத்துமுதல்வாதப் போர்வைகளை நீக்கி அதன் எளிமையான வடிவமே கருத்தின் பரிணாமத்துக்கு ஒரே சரியான முறை என்பதை நிறுவுவதற்கும் மார்க்ஸ் ஒருவர் மட்டுமே இருந்தார், இன்னும் அவர் ஒருவர்தான் இருக்கிறார். அரசியல் பொருளாதாரத்தைப் பற்றிய மார்க்சின் விமர்சனத்துக்கு ஆதாரமான இந்த முறையை உருவாக்கியது அடிப்படையான பொருள்முதல்வாதக் கருதுகோளுக்கு எந்த விதத்திலும் முக்கியத்துவத்தில் குறைந்ததல்ல என்று நாங்கள் கருதுகிறோம்."[1]

ஸ்தூலமான விஞ்ஞான ஆராய்ச்சியில் இயக்கவியல் முறையைக் கையாளுதல் என்பதன் பொருள் என்ன? முன்னரே தயாரிக்கப்பட்ட, வரையறுக்கப்பட்ட இயக்கவியல் வடிவங்களை எடுத்துக் கொண்டு அவற்றினுள் தனிப்பட்ட விஞ்ஞானங்களின் பரிசோதனை உள்ளடக்கத்தைப் போடுவதா? ஹெகலின் சூக்குமமான வற்றிலிருந்து ஸ்தூலமானவற்றுக்கு முன்னேற்றத்தின் எல்லா முடிச்சுக்களையும் திடீர் மாற்றங்களையும் தொடர்ந்து சென்று அதன் பிறகு பௌதிகம், இரசாயனம், உயிரியல் சமூகவியல் மற்றும் அரசியல் பொருளாதாரத்தை அதனுடன் கறாராகப் பொருந்துகின்ற முறையில் விளக்கிக் கூறுவதா? ஹெகல் எழுதிய **தத்துவஞான விஞ்ஞானங்களின் கலைக்களஞ்சியம்** என்ற நூலின் சிறப்புச் சொற்கள், கருத்தினங்கள் மற்றும் கருத்தமைப்புகளைச் சிறப்பான முறையில் கற்றுத் தேர்ந்து ஆராயப்படுகின்ற யதார்த்தத்தின் நிகழ்வுகளையும் விதிகளையும் இந்த மொழியைப் பேசுமாறு செய்வதற்கு முயற்சிப்பதா? இயக்கவியலின் விதிகளையும் கூறுகளையும் கற்று இயற்கை விஞ்ஞானங்களின் துறையில் அவற்றுக்கு மென்மேலும் புதிய எடுத்துக்காட்டுகளையும் நிரூபணங்களையும் தேடுவதா? ஒரு விஞ்ஞானி இயக்கவியலைப் பற்றிய ஆராய்ச்சிக் கட்டுரைகளைப் படிப்பதே போதும். விஞ்ஞானத்தின் ஸ்தூலமான துறைகளில் மேதா விலாசமான கண்டுபிடிப்புகளைச் செய்வதற்கு அவை உத்வேகமளிக்கும் என்ற வெகுளித்தனமான நம்பிக்கை இன்றும் கூட உள்ளதே. அதன் ஆதாரம் இதுதானா?

பொருளாதார ஆராய்ச்சியில் இயக்கவியல் முறையை உபயோகப்படுத்துகின்ற பிரச்சினையை மார்க்ஸ் முற்றிலும்

---

1. கார்ல் மார்க்ஸ், **அரசியல் பொருளாதார விமர்சனத்துக்கு ஒரு கருத்துரை**, முன்னேற்றப் பதிப்பகம், மாஸ்கோ, 1982, பக்கம். 344.

வேறுவிதமாக அணுகினார். அவர் யதார்த்தத்தின் மீது இயக்கவியல் வடிவங்களைத் திணிப்பதற்கு மறுத்தார். ஹெகல் செய்ததைப் போல முன்னரே தயாரிக்கப்பட்ட இயக்கவியல் அமைப்புகளுக்குள் யதார்த்தத்தைப் பொறுத்துவதற்கு அவர் முயற்சி செய்யவில்லை, ஆனால் பொருளாதார நிகழ்வுகள் தோன்றுவதையும் முன்னேற்றமடைவதையும், அவற்றின் போக்குகளையும், ஒரு பொருளாதார அமைப்பு முரண்பாடுகளின் வளர்ச்சியின் மூலமாக முன்னேற்றமடைவதின் உள் தர்க்கத்தையும், அந்த முரண்பாடுகள் தமது சொந்த எதிரிடையாக மாறுவதையும், அதாவது உண்மையில் ஆராயப்படுகின்ற பொருளின் இயக்கவியலை அவர் விருப்புவெறுப்பற்ற முறையில் ஆராய்ச்சி செய்தார்; தன்னுடைய முறை ஹெகலின் முறைக்கு முற்றிலும் எதிரானது என்று மார்க்ஸ் கூறியதற்குக் காரணம் இதுவே.

முதலாளித்துவச் சமூகத்தின் முன்னேற்றத்தின் பொருளாதார விதியைக் கண்டுபிடிப்பது என்னுடைய இறுதியான நோக்கம் என்று மார்க்ஸ் கூறினார். ஆனால் **மூலதனத்தில்** எந்த ஸ்தூலமான சமூகம் சித்திரிக்கப்படுகிறது? அது ஜெர்மனியல்ல, பிரான்ஸ் அல்ல, (மார்க்ஸ் மற்ற நாடுகளைக் காட்டிலும் இங்கிலாந்தைக் குறிப்பிட்ட போதிலும்) இங்கிலாந்தும் அல்ல. அவர் முதலாளித்துவத்தை அதன் கலப்பற்ற வடிவத்தில் சித்திரிக்கிறார். அது முதலாளித்துவப் பொருளாதாரத்தின் தத்துவ ரீதியான மாதிரிப்படிவம். அங்கே அது செத்துப் போன, "மாற்றமடையாத ஒன்றாகத் தோன்றவில்லை; ஆனால் மாற்றமடையக் கூடிய, தொடர்ச்சியாக மாறிக் கொண்டிருக்கின்ற அமைப்பாகத்"[1] தோன்றுகிறது.

இந்த அமைப்பைக் கருத்துக்களில் பிரதி நிதித்துவம் செய்வது எப்படி? அதன் அசாதாரணமான சிக்கல் மற்றும் பல் அடுக்கை சிந்தனையில் எடுத்துக் கூறுவது எப்படி? அதன் அம்சங்களின் உள் காரணகாரியத் தன்மையை, அதாவது கட்டமைப்பைச் செயல்படுகின்ற நிகழ்வுப் போக்கில் மட்டுமல்லாமல் அதன் வரலாற்று ரீதியான வளர்ச்சியில் புரிந்து கொள்வது எப்படி? முதலாளித்துவ உறவுகளின் மேல்மட்டத்தில் எல்லோரும் பார்க்கின்ற விதத்தில் தோன்றுவதற்கும் அவற்றின் மறைக்கப்பட்ட சாராம்சத்துக்கும் உள்ள தொடர்பை நிறுவுவது எப்படி? முதலாளித்துவப் பொருளாதாரத்தின் மொத்த மனப்போக்கான கட்டுமானத்தைக் கருத்தினங்களின் அமைப்பில் பிரதிபலிப்பது எப்படி?

1. Karl Marx, *Capital*, Vol. I, p. 21.

இது மிகக் கடினமான வேலை; சூக்குமமான வற்றிலிருந்து ஸ்தூலமானவற்றுக்கு முன்னேறுகின்ற இயக்கவியல்-பொருள் முதல்வாத முறையின் உதவியுடன் மார்க்ஸ் இதை நிறைவேற்றினார். இம்முறை ஹெகலிய முறையிலிருந்து நேரடியாகத் தோன்றியபோதிலும், மனிதனில் முடிவடைகின்ற உயிரினங்களின் பரிணாம வளர்ச்சியின் இயற்கை-வரலாற்று நிகழ்வுப் போக்கு கேதேயின் ஃபாவுஸ்டு நாடகத்தில் சித்திரிக்கப் படுகின்ற கண்ணாடி வடிகலத்தில் ஹோமுன்குலஸ் படைக்கப்படுகின்ற மாயாவாத, இரசவாதப் படைப்பிலிருந்து எவ்வளவு வேறுபட்டிருக்கிறதோ அவ்வளவுக்கு இதுவும் வேறுபட்டிருக்கிறது.

முன்பிருந்த ஹெகலைப் போலவே, முதலாளித்துவப் பொருளாதார அமைப்பைத் தத்துவ ரீதியில் மறுபதிப்புச் செய்வதை எங்கிருந்து தொடங்குவது என்ற கேள்வி மார்க்சை எதிரிட்டது. இதற்குச் சரியான பதிலளிக்க நம்பகமாக ஏராளமானவை இருந்தன. ஏனென்றால் தவறான முதற் கருதுகோள் தவறான முடிவுகளுக்கு இட்டுச் செல்லும், ஆடிக் கொண்டிருக்கும் அடிப்படையின் மீது உறுதியான தத்துவமாளிகையை நிறுவ முடியாது.

அரசியல் பொருளாதாரத்தை மெய்யான, ஸ்தூலமான, உதாரணமாக மக்கள் தொகை, நாடு, அரசு ஆகிய ஏதாவதொன்றிலிருந்து தொடங்குவது மிகவும் இயற்கையானதாகத் தோன்றும். 18ம் நூற்றாண்டுப் பொருளியலாளர்கள் இதைத்தான் செய்தார்கள்.

ஆனால் அரசு என்பது மிகவும் சிக்கலான கருத்தமைப்பு. அரசுப் பொறியமைவு என்பது என்ன. அது எப்படி இயங்குகிறது, அதன் நடவடிக்கையை நிர்ணயிக்கின்ற அரசியல் மற்றும் பொருளாதாரக் காரணிகள் எவை என்பவற்றைத் தெரிந்து கொள்ளாமல் அரசைப் புரிந்து கொள்ள முடியாது.

அரசிலிருந்து, மக்கள் தொகையிலிருந்து தொடங்குவதென்றால் அது மிகத் தெளிவில்லாத, குழப்பமான மொத்த சித்திரத்தைக் கொடுக்கும்; இன்னும் நுணுக்கமான வரையறுப்புக்களின் மூலமாகவே இக்கருத்தமைப்புகளின் பல்வேறு தனிப்பட்ட அம்சங்களைப் பற்றித் தெரிந்து கொள்ள முடியும். ஆகவே அதே பாதையில் மறுபடியும் திரும்பிச் சென்று மக்கள் தொகைக்கு, அரசுக்குப் போக வேண்டியிருக்கும். ஆனால் இந்தத் தடவை அது குழப்பமான சித்திரமாக இருக்காது, எண்ணற்ற வரையறுப்புக்கள் மற்றும் உறவுகளின் வளமான கூட்டுத் தொகையாக அது இருக்கும்.

ஆகவே ஒருவர் தனிப்பட்ட, தொடக்க நிலையான, சூக்குமமான கருத்தமைப்பிலிருந்து தொடங்க வேண்டும். எந்தக் கருத்தமைப்பிலிருந்து? முதலாளித்துவ உற்பத்தி என்ற ஒருங்கிணைந்த முழு அமைப்பும் இயற்கையாக வளர்ச்சியடைகின்ற முதல் உயிரணு, கரு எது?

மார்க்ஸ் பண்டத்தின் மீது தன்னுடைய கவனத்தைக் குவிக்கிறார். அவர் மூலதனத்தின் முதல் பாராவில் பின்வருமாறு எழுதுகிறார்; "முதலாளித்துவ உற்பத்தி முறை நிலவுகின்ற சமூகங்களின் செல்வம் 'பண்டங்களின் மாபெரும் திரட்டாகத்' தோன்றுகிறது. அதன் அலகு ஒரு தனிப் பண்டமாகும். ஆகவே நம்முடைய ஆராய்ச்சி பண்டத்தைப் பற்றிய பகுப்பாய்விலிருந்து தொடங்க வேண்டும்."[1]

மார்க்ஸ் மூலதனத்தைப் பொருளாதாரத்தின் ஆரம்ப வாழ்க்கையிலிருந்து, பண்டம், பண்டப் பரிவர்த்தனையிலிருந்து தொடங்குகிறார். இது கற்பனையில் தோன்றவில்லை, அது புலன்களால் அறியப்பட்ட ஒன்று, பொருளாயதமானது. ஒவ்வொருவரும் நாள்தோறும் அதனுடன் சம்பந்தப்பட்டிருக்கிறார், முழுப் பொருளாதார அமைப்பின் எல்லாப் பகுதிகளிலும் இடுக்குகளிலும் அது ஊடுருவியிருக்கிறது, வரலாற்று ரீதியில் அதன் தொடக்க நிலையாக இருக்கிறது.

அதே சமயத்தில் பண்டப் பரிவர்த்தனை "முதலாளித்துவ (பண்ட) சமூகத்தின் மிகவும் எளிமையான, மிகச் சாதாரணமான... உறவு, இந்த உறவை நாம் பல கோடித் தடவைகள் சந்திக்கிறோம்."[2] அது சூக்குமக் கருத்தாக்கம். ஆனால் முதலாளித்துவம் தோன்றிய காலத்திலும் வளர்ச்சியடைந்த காலத்திலும் அதன் மிகப் பொருளாயதமான வாழ்க்கையில் வளர்க்கப்பட்ட சூக்குமக் கருத்தாக்கம். ஹெகலின் சூக்குமக் கருத்தாக்கங்களைப் போல அது வெறும் சிந்தனை நடவடிக்கையின் விளைவு அல்ல. பொருளாயத ரீதியில் இருக்கின்ற அமைப்பின் ஒரு பகுதி என்ற முறையில் அது பொருளாயத ரீதியில் தரப்படுகிறது. ஆகவே இந்த அமைப்பின் தத்துவ ரீதியான மாதிரிப்படிவத்தில் அதற்குரிய இடத்தை அது பெற முடியும், பெற வேண்டும்.

---

1. Karl Marx, *Capital*, Vol. I, p. 43.
2. V.I.Lenin, *Collected Works*, Vol. 38, p. 358.

பண்டப் பரிவர்த்தனை என்றால் என்ன? அது எதை ஆதாரமாகக் கொண்டிருக்கிறது? பயன்மதிப்புக்கும் பரிவர்த்தனை மதிப்புக்கும் உள்ள முரண்பாட்டை அடிப்படையாகக் கொண்டிருக்கிறது. இந்த எதிரிடைகளின் போராட்டத்தையும் அதன் விளைவாக சூக்கும உழைப்புக்கும் ஸ்தூலமான உழைப்புக்கும் இடையில் ஏற்படுகின்ற முரண்பாட்டையும் மார்க்ஸ் ஆராய்கிறார். இன்னும் அதிகச் சிக்கலான கருத்தாகிய மதிப்பின் எக்காலத்துக்கும் உரிய வடிவத்துக்கு, அதிலிருந்து பணவியல் வடிவத்துக்கு வந்து சேருகிறார். அவருடைய சிந்தனை முன்னரே முடிவு செய்யப்பட்ட விதிகளின் அடிப்படையில் முன்னே செல்லவில்லை, ஆராயப்படுகின்ற பொருளின் தர்க்கம், இயக்கவியலின் அடிப்படையில் முன்னேறுகிறது. அது பயனுள்ள முடிவுகளை அடைவதற்குத் துல்லியமான காரணம் இதுவே.

மூலதனத்தில் மார்க்சின் முறையை எங்கெல்ஸ் பின்வருமாறு வர்ணிக்கிறார்: ஜெர்மானிய இயக்கவியல் முறையை அதன் இன்றைய வளர்ச்சிக் கட்டத்தில் பழைய, மேலெழுந்தவாரியான, வெறும் சொல்லோட்டமுள்ள இயக்கமறுப்பியல் முறையோடு ஒப்பிடும் பொழுது மத்திய காலப் போக்குவரத்துச் சாதனத்தோடு ஒப்பிடுகையில் ரயில்வேயைப் போன்று முன்னது உயர்வானது. இந்த உண்மைக்கு யாரேனும் குறிப்பிட்ட எடுத்துக் ட்டைப் பார்க்க விரும்பினால் அவர் ஆடம் ஸ்மித் அல்லது வேறு அதிகாரபூர்வமான, புகழ் பெற்ற பொருளியலாளர் எவராவது எழுதிய புத்தகத்தை எடுத்துப் படிக்கட்டும், பரிவர்த்தனை மதிப்பும் பயன் மதிப்பும் இந்தக் கனவான்களுக்கு எவ்வளவு துன்பத்தைக் கொடுத்தன; இந்த இரண்டையும் சரியான முறையில் வேறுபடுத்துவதிலும் அவை ஒவ்வொன்றுக்கும் உரித்தான வரையறுக்கப்பட்ட வடிவத்தை எடுத்துரைப்பதிலும் அவர்கள் எவ்வளவு கஷ்டப்பட்டார்கள் என்பதைப் பார்க்கட்டும். பிறகு மார்க்ஸ் எழுதிய தெளிவான, எளிமையான விளக்கத்தை அவற்றோடு ஒப்பிடட்டும்."[1]

முதலாளித்துவ உற்பத்தியின் கட்டமைப்புக்கு முற்றிலும் பொருந்தக் கூடிய விதத்தில் ஒரு கருத்திலிருந்து மற்றொரு கருத்துக்கு, ஒரு கருத்தினத்திலிருந்து மற்றொரு கருத்தினத்துக்கு முன்னேறிச் சென்று மார்க்சின் ஒருங்கிணைந்த தத்துவ மாளிகை நிர்மாணிக்கப்படுகிறது. அடுத்தடுத்து வருகின்ற ஒவ்வொரு

1. கார்ல் மார்க்ஸ், **அரசியல் பொருளாதார விமர்சனத்துக்கு ஒரு கருத்துரை**, முன்னேற்றப் பதிப்பகம், மாஸ்கோ, *1982*, பக்கங்கள் *347-48.*

கருத்தினமும் முந்திய கருத்தினத்திலிருந்து அவசியமாகப் பெறப்படுகிறது, அது புதிய உள்ளடக்கத்தைப் பெற்றுச் செழுமையடைந்து நிகழ்வுகளின் பரந்த வட்டத்தை மென்மேலும் அதிகமாக உள்ளடக்குகிறது, அதாவது ஸ்தூலமடைகிறது. பண்டப் பரிவர்த்தனையில் உள்ளுறையாக இருக்கும் ஆரம்ப முரண்பாட்டைப் பற்றிய பகுப்பாய்வு முதலாளித்துவச் சமூகத்தின் வளர்ச்சியடைந்த முரண்பாடுகளை அவற்றின் ஸ்தூலமான வெளிப்பாட்டில்-சுட்டிக்காட்டுவதற்கு இட்டுச் செல்கிறது, ஆகவே இந்தச் சமூகம் ஒழிக்கப்பட வேண்டும் என்ற புரட்சிகரமான முடிவுக்கு இட்டுச் செல்கிறது.

முதலாளி வர்க்கத்துக்கு எதிரான போராட்டத்தில் பாட்டாளி வர்க்கம் ஒரு வலிமையான தத்துவ ஆயுதத்தைப் பெறுகிறது. சூக்குமமானவற்றிலிருந்து ஸ்தூலமானவற்றுக்குச் செல்கின்ற இயக்கவியல்-பொருள்முதல்வாத முறையைப் பெற்று விஞ்ஞானம் வளமடைகிறது.

விஞ்ஞான அறிதலில் தன்னால் செய்யக் கூடியதை இயக்கவியல் முறை இன்னும் எடுத்துக் காட்ட வேண்டியிருக்கிறது. இயற்கை விஞ்ஞானங்கள் திரட்டப்பட்ட விவரங்களைப் பொதுமைப் படுத்துவதற்கு, ஒழுங்குபடுத்துவதற்கு, அவற்றை இயக்கவியல் ரீதியில் பரிசீலிப்பதற்கு, ஒரு புதிய கருத்தியல் மற்றும் முறையில் அமைப்பின் உதவியுடன் வெவ்வேறு துறைகளில் விஞ்ஞானங்களில் உதிரியான சாதனைகளை ஒருங்கிணைப்பதற்கு நிர்ப்பந்தமான அவசியத்தை உணர்கின்றன.

தத்துவச் சிந்தனையின் உயர்மட்டத் துறைகளுக்குள் இயற்கை விஞ்ஞானம் இங்குதான் நுழைகிறது. சாதிக்கப்பட்ட முடிவுகள் அனைத்தையும், திட்டவட்டமான அமைப்பில் ஒழுங்குபடுத்துகின்ற, ஒற்றைத் தத்துவத்தின் சுற்றுவட்டத்துக்குள் அவற்றை விளக்கிக் கூறுகின்ற கடமை தவிர்க்க முடியாதபடி அதை எதிர்நோக்குகிறது. நவீன பௌதிகம், உயிரியல், மற்றும் புறச்சூழல் துறைகளில் இந்தக் கடமை அவசரமாகிவிட்டது என்பது ஏற்கெனவே நாம் அறிந்ததே, சூக்குமமானவற்றிலிருந்து ஸ்தூலமானவற்றுக்கு முன்னேறுகின்ற இந்த முறையைத் தவிர இதை நிறைவேற்றுவதற்கு வேறு வழி இல்லை.

ஆராய்ச்சியாளருக்கு இயக்கவியல்-பொருள்முதல்வாத முறை ஒரு வலிமையான ஆயுதமாகும். அவர் சரியான பாதையைத் தேர்ந்தெடுப்பதற்கு, இசையளவுகளை இழந்து விடாமலிருப்பதற்கு,

வழி தவறி முட்டுச் சந்துக்குள் போய்விடாமலிருப்பதற்கு அது உதவி புரிகிறது. பரிசோதனையும் கணித ஆராய்ச்சியும் பிரச்சினையைக் கண்டுபிடிக்காமல் இருக்கின்ற இடங்களில் அதைக் கண்டுபிடிப்பதற்கு அது உதவுகிறது. ஆனால் இவை எல்லாவற்றுக்கும் ஆராய்ச்சியாளர் தத்துவஞானக் கோட்பாடுகளை அறிந்திருப்பது மட்டும் போதாது, அவர் இந்த முறையில் முழுத் தேர்ச்சி அடைந்திருக்க வேண்டும் என்பது முக்கியமான நிபந்தனையாகும்.

பொதுமைப்படுத்தல்களின் மிக உயர்ந்த மட்டங்களில் உள்ள படைக்கின்ற, தேடுகின்ற, சம்பிரதாயமற்ற சிந்தனை முறைகளை விரித்துரைப்பதற்கு மார்க்சிய-லெனினியத் தத்துவஞானம் அவசியம். தத்துவச் சிந்தனையின் முன்னேற்றத்திற்குப் புதிய சாதனங்களை, பிரபஞ்சத்தின் சாராம்ச, சர்வாம்ச உறவுகளை

மென்மேலும் ஆழமான முறையில் ஊடுருவுவதுடன் பொருந்துகின்ற புதிய சிந்தனை முறைகளை அது கண்டுபிடிக்க வேண்டும். மார்க்சியம் முழுவதையும் போலப் பொருள்முதல்வாத இயக்கவியலும் "உயிரில்லாத வறட்டுக் கோட்பாடல்ல... **அது நடவடிக்கைக்கு ஜீவனுள்ள வழிகாட்டி**" (லெனின்).

மூலதனத்தின் தத்துவஞானத்தைப் பற்றி மேலே எழுதப்பட்டிருப்பவை அனைத்தும் உருவரை மட்டும்தான் என்பது உண்மையே. அறிவார்ந்த நடவடிக்கைக்கு மிகவும் கிளர்ச்சி யூட்டுகின்ற, சுவாரசியமான துறை இங்கே இருக்கிறது என்பதை எடுத்துக்காட்டுவதுதான் என்னுடைய நோக்கம். இது ஆழம் காண முடியாதது. அதில் ஒருவர் குதிப்பது பயனுள்ளதே. நாம் எவ்வளவு ஆழமாகக் குதிக்கின்றோமோ, அவ்வளவு ஆன்மிக வளத்தை நாம் அடைய முடியும்.

முடிவுரை

அவருடைய பெயர் யுகங்களுக்கும் நிலைத்திருக்கும்: அவருடைய பணியும் நிலைத்திருக்கும்!

பிரெடெரிக் எங்கெல்ஸ்[1]

ஜென்னி மார்க்ஸ் மரணமடைந்து ஒரு வருடத்துக்குப் பிறகு, 1883 மார்ச் 14ந் தேதியன்று கார்ல் மார்க்ஸ் இறந்த பொழுது "மனிதகுலத்தில் ஒரு தலை குறைந்துவிட்டது. அது நம் காலத்திலேயே மாபெரும் தலை"[2] என்று எங்கெல்ஸ் எழுதினார்.

மார்க்சின் மரணம் ஈடு செய்ய முடியாத இழப்பாகும். அவருடைய இலட்சியம், அவருடைய கருத்துக்கள் மனிதகுலத்துக்குப் பெருநிதியாகும். அதன் முக்கியத்துவத்தை மிகைப்படுத்திக் கூற இயலாது.

மனிதகுலக் கலாச்சாரத்தின் மொத்த வரலாற்றிலுமே மார்க்சியத்துடன் எந்த அளவிலாவது ஒப்பிடக் கூடிய ஒரு நிகழ்வு ஏற்பட்டதில்லை. அது வரையிலும் தத்துவஞானிகள் உருவாக்கிய தத்துவங்கள் ஒரு சிறு குழுவின் உடைமையாக மட்டுமே இருந்தன. அத்தத்துவங்கள் யதார்த்தத்தின் தனித்தனியான அம்சங்களை விளக்கின, அல்லது உலகத்தைக் கருத்தியலாக எடுத்துக்காட்டின.

அவர்கள் தமது உறுதியான நம்பிக்கைகளுக்கு ஏற்ப இதுவரையிலும் உலகத்திலிருந்த எல்லாவற்றையும் விளக்க முற்பட்டார்கள். தாங்கள் கூறுவதே முடிந்த முடிபு, மற்றவர்கள் இவற்றை ஒத்துக்கொள்ள வேண்டும் என்று அவர்கள் வற்புறுத்தினார்கள். இத்தத்துவ ஞானிகளின் ஊகங்கள் எத்தகைய சாயலைக் கொண்டிருந்தாலும் வரலாற்று உணர்வின் மையும் வறட்டுக்

1. Karl Marx and Friedrick Engels, *Selected Works* in 3 volumes, Vol. 3, Moscow, 1976, p. 163.
2. Marx, Engels, *Selected Correspondence*, p. 340.

கோட்பாட்டுவாத அணுகுமுறையும் அவை அனைத்துக்கும் பொதுவான குறைபாடுகளாகும்.

இச்சிந்தனையாளர்களின் தத்துவங்கள் யதார்த்தத்தின் வளர்ச்சிக்கு ஈடு கொடுக்க முடியவில்லை. இயக்கவியல் விதிகளுக்கு ஏற்ப வாழ்க்கை தடுக்க முடியாதபடி முன்னேறிக் கொண்டிருந்த பொழுது உலகத்தை வெல்லப் போகின்றன என்று எதிர்பார்த்த கோட்பாடுகள் தோன்றிய உடனே காலாவதியாகிவிட்டன.

"தத்துவம் என் நண்பரே நரை கண்டது,
வாழ்க்கை எனும் கற்பகத்தரு பசுமையானது!"

(கேதே, ஃபாவுஸ்டு)

இது கேதேயின் மணிமொழி. யதார்த்தத்தின் மெய் விவரங்களை, யதார்த்தத்தின் தற்காலிக நிகழ்வின் ஏதாவதொரு அம்சத்தைப் பிரதிபலிக்காமல் யதார்த்தத்தின் மெய்யான வளர்ச்சியை, அதன் நிரந்தரமான, தொடர்ச்சியான முன்னேற்றத்தையும் மாற்றத்தையும் பிரதிபலிக்கின்ற தத்துவம் தோன்றிய பொழுது இந்த மணிமொழி தன்னுடைய உறுதியான தன்மையை இழந்தது. கண்களை மூடியிருந்த துணிகள் அகற்றப்பட்டன, வறட்டுக் கோட்பாட்டுச் சிந்தனையின் தப்பெண்ணங்கள் கைவிடப்பட்டன. முதன்முறையாக உலகம், விசும்பிலும் காலத்திலும் அதன் நிரந்தரமான வளர்ச்சியின் பல்தொகுதி மற்றும் முரண்பாடுகள் அனைத்துடனும் துல்லியமாக அப்படியே பிரதிநிதித்துவம் செய்யப்பட்டது. இத்தத்துவத்தின்படி இயற்கையின் வளர்ச்சியின் ஆக உயர்ந்த கட்டமாக மனித சமூகம் தோன்றுகிறது. திட்டவட்டமான, அறியப்படக் கூடிய இயற்கை-வரலாற்று விதிகளின் அடிப்படையில் அது முன்னேற்றமடைகிறது.

யதார்த்தத்தை அறிகின்ற முறையியலின் நோக்கிலிருந்து மார்க்சிய உலகக் கண்ணோட்டத்தின் சாராம்சத்தைச் சுருக்கமாக வரையறுப்பதென்றால் அதன் முரணில்லாத வறட்டுச் சூத்திரவாத எதிர்ப்பையும் முரணில்லாத வரலாற்றுணர்வையுமே குறிப்பிட வேண்டும்.

மார்க்சியத்தின் இந்தச் சாராம்சத்தைப் புரிந்து கொள்ளாதவர்கள் மார்க்சும் எங்கெல்சும் இயற்கை, சமூகம், சிந்தனை ஆகியவற்றைப் பற்றித் தங்களுடைய கருத்துக்களின் அமைப்பை முழுமையாக விளக்குகின்ற நூல்களை, "மார்க்சியத்தைப் பற்றிய

வினாவிடை" நூல்களை எழுதவில்லையே என்று வியப்படைகிறார்கள். அவர்களில் சிலர் இத்தகைய "வினாவிடை நூல்களை" எழுதுவதற்கு முயற்சியும் செய்திருக்கிறார்கள். ஆனால் அந்த முயற்சியின் பலன் கொச்சையான மார்க்சியமே. ஏனென்றால் மார்க்சியம் என்பது எல்லாச் சந்தர்ப்பங்களுக்கும் ஏற்கெனவே தயாரித்த பதில்களைத் தருகின்ற தத்துவமல்ல, பிரபஞ்சத்தைப் பற்றிய தத்துவ ரீதியான மாதிரிப்படிவமல்ல, "கட்டாயமான" வரலாற்றுத் திட்டமல்ல. நிரந்தரமான வளர்ச்சிக்கும் மாற்றத்துக்கும் உட்படுகின்ற ஒன்றை அறிகின்ற முறையே மார்க்சியம். அது சமூக உறவுகளைப் புரட்சிகரமாகத் திருத்தியமைக்கும் செயல்திட்டம், அத்தகைய சீரமைப்புப் போராட்டத்துக்கு அது ஆயுதம்.

மார்க்சுக்கு முன்பே கூட மனிதனுடைய அறிவு பல இயற்கை நிகழ்வுகளையும் விதிகளையும் விஞ்ஞான ரீதியாக விளக்கியிருக்கிறது; ஆனால் சமூக உறவுகளின் துறையில் கடந்த காலச் சிந்தனையாளர்கள் இருட்டில் அலைந்து கொண்டிருந்தார்கள். எல்லாச் சமூக நிகழ்வுகளையும் முற்றும் விளக்கிக் கூற முடியும் என்ற பொய்யான கோரிக்கைகளை மார்க்சியம் நிராகரித்தது, ஆனால் அவற்றை ஆராய்வதற்கு நம்பகமான, சரியான வழியைக் காட்டியது. ஆகவே சமூகத்தைப் பற்றிய ஆராய்ச்சி முதன்முறையாக முற்றிலும் விஞ்ஞான அடிப்படையில் அமைக்கப்பட்டது.

மனிதகுலத்தின் வரலாற்றில் புரட்சிகரமான கொந்தளிப்புக்கள் ஏராளமாக இருந்திருக்கின்றன; ஆனால் மார்க்சுக்கு முன்பு உண்மையிலேயே புரட்சிகரமான உலகக் கண்ணோட்டம் என்பது கிடையாது. இப்பொழுது பெருந்திரளான மக்களின் புரட்சிகரமான இயக்கமும் புரட்சிகரமான சிந்தனையும் ஒன்றாகச் சேர்ந்தன. மார்க்சியம் வரலாற்றின் "உந்துவிசையாக" மாறி, அதனை வேகப்படுத்தியது.

மார்க்சியக் கருத்துக்கள் பரவிய வேகத்தைப் பற்றி வியப்படையாதிருக்க இயலாது. கம்யூனிஸ்டு அறிக்கை வெளியிடப்பட்ட காலத்தில் "கம்யூனிஸ்டு சங்கத்தில்" சில டஜன் உறுப்பினர்கள் இருந்தார்கள். உலகப் பாட்டாளி வர்க்கத்தின் முதல் வெகுஜன, போர்க்குணமிக்க அமைப்பாகிய சர்வதேசத் தொழிலாளர் சங்கம் 1864இல் நிறுவப்பட்டது. கம்யூனிசம் தொழிலாளி வர்க்கத்தின் சர்வதேச இயக்கமாக மாறத் தொடங்கியது. 1871இல் பிரெஞ்சுப் பாட்டாளி வர்க்கம் ஆட்சியதிகாரத்தைக் கைப்பற்ற நடத்திய புரட்சிகரமான போராட்டத்தின் மூலம் கம்யூனிசக் கருத்துக்களை

அமுலாக்குகின்ற முதல் வீரமிக்க முயற்சியைச் செய்தது. அது ஏற்படுத்திய பாரிஸ் கம்யூன் மூன்று மாத காலம் நீடித்தது.

முதலாவது அகிலத்தின் குழந்தையான பாரிஸ் கம்யூனின் அனுபவத்தைப் பொதுமைப்படுத்திய மார்க்ஸ் அதை ஒரு புதிய ரகத்தைச் சேர்ந்த அரசாக, பாட்டாளி வர்க்கத்தின் சர்வாதிகாரமாக, உழைப்பின் பொருளாதாரவிடுதலை தொடங்கக் கூடிய ஒரே அரசியல் வடிவமாகக் கண்டார். உண்மையான ஜனநாயகத்தை ஏற்படுத்துவது பாட்டாளி வர்க்க அரசின் கடமை என்று மார்க்ஸ் வலியுறுத்தினார். கம்யூன் அதிகாரவர்க்க உணர்ச்சியைவேரோடு அகற்றுவதை, எல்லா அரசு ஸ்தாபனங்களின் நடவடிக்கைகளையும் பெருந்திரளான மக்களின் கட்டுப்பாட்டின் கீழ் வைப்பதை, கம்யூன் தன்னுடைய நடவடிக்கைகளுக்குப் பெருந்திரளான உழைக்கும் மக்களை ஆதாரமாகக் கொள்வதை மார்க்ஸ் வரவேற்றார்.

மார்க்சும் எங்கெல்சும் தங்களுடைய வாழ்க்கையின் இறுதியில் உலகப் புரட்சிகர இயக்கத்தின் கேந்திரமாக மாறிக் கொண்டிருந்த ருஷ்யாவை நோக்கி மென்மேலும் அதிகமான கவனத்தைச் செலுத்தினார்கள் என்பதை முன்னர் குறிப்பிட்டோம். மார்க்சின் **மூலதனம்** முதலில் மொழிபெயர்க்கப்பட்ட நாடு ருஷ்யா. பாட்டாளி வர்க்கம் வெற்றியடைந்த முதல் நாடும் ருஷ்யாவே.

ஐரோப்பிய வரலாற்றில் புதிய திருப்பு முனை ருஷ்யாவில் நடை பெறுகின்ற சம்பவங்களுடன் இணைந்திருக்கும் என்று மார்க்ஸ் ஸோர்கேக்கு எழுதினார். "ருஷ்யாவிலுள்ள நிலைமைகளைப் பற்றி அதிகாரபூர்வமல்லாத மற்றும் அதிகாரபூர்வமான ஆவணங்களை (இவைவெகு சிலருக்கு மட்டுமே கிடைக்கக் கூடியவை, பீட்டர்ஸ்பர்கிலிருக்கும் நண்பர்கள் மூலம் இவை எனக்குக் கிடைத்தன) நான் ஆராய்ந்திருப்பதன் அடிப்படையில் ருஷ்யா ஒரு மாபெரும் கொந்தளிப்பின் விளிம்பில் நின்று கொண்டிருக்கிறது, அதற்குரிய எல்லாக் கூறுகளும் தயாரிக்கப் பட்டுவிட்டன எனக் குறிப்பிடுவேன்"[1] என்று மார்க்ஸ் எழுதினார்.

ருஷ்ய சமூகத்தின் அதிகாரபூர்வமான பகுதிகள் அனைத்தும் பொருளாதார மற்றும் அறிவு ரீதியாக முற்றிலும் நசிவு நிலையில் இருக்கின்றன என்று எழுதிய மார்க்ஸ் பின்வருமாறு எழுதினார்: "இதுகாறும் எதிர்ப்புரட்சியின் உடைக்கப்படாத அரணாகவும்

---

1. Marx, Engels, *Selected Correspondence*, p. 289.

சேமப்படையாகவும் இருந்து வந்திருக்கும் கிழக்கில் இம்முறை புரட்சி தொடங்குகிறது."[1]

ருஷ்யப் புரட்சியைப் பார்க்கின்ற வரைதான் உயிரோடிருக்க இயலும் என்று மார்க்ஸ் நம்பினார். பாட்டாளி வர்க்க வெற்றிகள் ஏற்படப் போகின்ற தருணத்தையும் அவை எவ்வளவு அண்மையில் இருக்கின்றன என்பதைப் பற்றியும் மதிப்பிடுங்கால் மார்க்சும் எங்கெல்சும் சற்றுத் தவறு செய்திருக்கலாம். ஆனால் இத்தவறுகள் புரட்சியைத் "துரிதப்படுத்த வேண்டும்" என்ற எண்ணத்தினால் ஏற்படவில்லை. அத்தகைய பிளான்கிவாத அணுகுமுறை அவர்களுக்கு முற்றிலும் அந்நியமாகும். "இத்தகைய தவறுகள், புரட்சிகரச் சிந்தனா மேதைகள் செய்ததவறுகள்..." அதிகாரபூர்வமான மிதவாதத்தின் அலுத்துப் போன அறிவைக் காட்டிலும் ஆயிரம் மடங்கு அதிக மேன்மையானவை, மகத்தானவை, **வரலாற்று ரீதியில் அதிகமான பயனுள்ளவை, உண்மையானவை**"[2] என்று லெனின் முற்றிலும் சரியாக மதிப்பிட்டார்.

மார்க்ஸ் மரணமடைந்த வருடத்தில் நெடுந்தொலைவுக்கு அப்பால், ஸிம்பீர்ஸ்க் என்ற ருஷ்ய நகரத்தில் விளதீமிர் உலியானவ் என்ற பதின்மூன்று வயதுப் பள்ளி மாணவன் ஏற்கெனவே புரட்சிகர ஜனநாயக நூல்களைப் படிக்கத் தொடங்கியிருந்தான். அவன் பதினைந்தாம் வயதில் மார்க்சின் **மூலதனத்தைப்** படித்து முடித்தான். அவன் சீக்கிரத்தில் ருஷ்யாவில் மார்க்சியத்தை எழுச்சியுடன் பரப்புவோனாகவும் புரட்சிகரத் தொழிலாளர் கட்சியின் அமைப்பாளனாகவும் மாறினான்.

மார்க்சியக் கருத்துக்களைப் படைப்புத் தன்மையுடன் வளர்ப்பதிலும் செயல்படுத்துவதிலும் ஒரு புதிய சகாப்தம், அதே சமயத்தில் தொழிலாளி வர்க்கத்தின் விடுதலையிலும் **கம்யூனிஸ்டு அறிக்கையில்** எடுத்துக் கூறப்பட்ட புதிய உலகத்தை நிர்மாணிப்பதிலும் புதிய சகாப்தம் விளதீமிர் இலியீச் லெனின் (உலியானவ்) பெயருடன் இணைந்திருக்கிறது.

19ம் நூற்றாண்டு விஞ்ஞானக் கம்யூனிசத்தின் தத்துவம் பிறந்த நூற்றாண்டு என்றால் 20ம் நூற்றாண்டு ஒரு புதிய சமூகத்தின், "பரிபூரணமான மனிதாபிமானம் என்ற கம்யூனிச சமூகத்தை" நிர்மாணித்துக் கொண்டிருக்கும் நாடுகளின் குடும்பம் பிறந்த நூற்றாண்டாகும்.

1. Ibid.
2. V.I.Lenin, *Collected Works*, Vol. 12, p. 378.

நமது யுகத்தில் சோஷலிசம் என்பது வெறும் போதனை மட்டுமே அல்ல. சோவியத் யூனியனைச் சுற்றித் திரண்டிருக்கின்ற பல நாடுகளில் சோஷலிசம் யதார்த்தமாகிவிட்டது. அங்கே ஒரு புதிய சமூகம் உருவாக்கப்பட்டது. அந்தச் சமூகத்தில் சுரண்டலும் சமூக ஏற்றத்தாழ்வும் மனிதனுடைய தகுதியைக் குறைக்கின்ற எல்லா வடிவங்களும் ஒழிக்கப்பட்டுவிட்டன. அங்கே நெருக்கடிகள் இல்லாத பொருளாதாரம் வேகமாக வளர்ச்சியடைந்து கொண்டிருக்கிறது. உழைக்கும் மக்களின் பொருளாயத சுபிட்சம் தொடர்ச்சியாக முன்னேற்றமடைந்து கொண்டிருக்கிறது, அதனைத் தொடர்ந்து அவர்களுடைய கலாச்சார நிலையும் ஆன்மிக வளமும் அதிகரிக்கின்றன. அங்கே விஞ்ஞான, மார்க்சிய லெனினிய உலகக் கண்ணோட்டத்தை வழிகாட்டியாகக் கொண்ட உழைக்கும் மக்கள் சமூக நிகழ்வுப் போக்குகள் அனைத்தையும் தாமே இயக்குகிறார்கள். தனிமனிதனுடைய சர்வாம்ச, வரம்பற்ற வளர்ச்சியே, "முன்பே முடிவு செய்யப்பட்ட மட்டங்களுக்குச் சம்பந்தமில்லாமல் அனைத்து மனித சக்திகளின்"[1] வளர்ச்சியே அந்தச் சமூகத்தின் குறிக்கோளாக இருக்கிறது.

சோஷலிச நாடுகளின் வளர்ச்சி, பலத்தின் முன்னேற்றம், அவை பின்பற்றுகின்ற சமாதானம் மற்றும் பதட்டத்தணிவுக் கொள்கைகளின் ஆக்கபூர்வமான விளைவு மனிதகுலத்தின் சமூக முன்னேற்றத்தின், உலகப் புரட்சிகர நிகழ்வுப் போக்கின் முக்கியமான போக்காக இருக்கின்றன. ஏகாதிபத்தியம், ஏகபோகங்கள், காலனியாதிக்க எச்சமிச்சங்கள் ஆகியவற்றை எதிர்த்து சமாதானம், தேசிய சுதந்திரம் மற்றும் சோஷலிசத்துக்காக நடைபெறும் போராட்டத்தில் எல்லா நாடுகளிலும் உழைக்கும் மக்கள் மென்மேலும் அதிகமாக ஈடுபட்டு வருகிறார்கள்.

இப்போராட்டத்தில் அவர்களுடைய பாதையில் ஒளி பாய்ச்சுவது மார்க்சிய லெனினியத் தத்துவமே.

முதலாளி வர்க்க சித்தாந்திகள் மார்க்சியத்தை "மறுப்பதற்கும்" "அழிப்பதற்கும்" தங்கள் முழுச் சக்தியையும் தொடர்ந்து செலவிடுகிறார்கள். அவர்கள் மார்க்சியத்துக்குப் பதிலாக இன்றைய அற்பவாதிகள் விரும்புகின்ற வேறு தத்துவங்களை நிறுவுவதற்கு முயற்சி செய்கிறார்கள்; விஞ்ஞான சோஷலிசத்துக்குப் பதிலாக மார்க்சும் எங்கெல்சும் தம் காலத்தில் கூர்மையாகக் கிண்டல் செய்த "மிதவாத சோஷலிசத்தை" நிறுவப் பாடுபடுகிறார்கள்.

---

1. Karl Marx, Grundrisse der Kritik der politischen Okonomie, Dietz Verlag, Berlin, 1953, S. 387.

இம்முயற்சிகள் அனைத்தும் வீணாகி வருவதை நாம் பார்க்க முடியும். மார்க்ஸ் கட்டிக்காட்டிய திசையில் வரலாறு தடுக்க முடியாதபடி முன்னேறிக் கொண்டிருக்கிறது. உலகக் கம்யூனிஸ்டு இயக்கம் மென்மேலும் வலிமையடைந்து கொண்டிருக்கிறது.

நம் காலத்தில் சமூக மற்றும் விஞ்ஞான தொழில்நுட்ப வளர்ச்சி மிகவும் அதிகமான வேகத்தோடு முன்னேறிக் கொண்டிருக்கிறது. ஒவ்வொரு நாளும் மாபெரும் முக்கியத்துவத்தைக் கொண்ட புதிய அரசியல் சம்பவங்களும் விஞ்ஞானக் கண்டுபிடிப்புக்களும் நடைபெறுவதைப் பற்றிப் படிக்கிறோம். சமூக முன்னேற்றத்துடன் இணைந்து மார்க்சியத் தத்துவமும் தொடர்ச்சியாக வளர்ந்து கொண்டிருக்கிறது. அது புதிய உண்மைகளைப் பொதுமைப்படுத்தி உலகத்துக்குப் புதிய வானங்களைக் காட்டுகிறது. தத்துவஞானமும் சமூக ஆராய்ச்சியும் தங்களுடைய சாதனைகளைப் பற்றித் திருப்தி கொண்டு வெகுஜன எளிமையை நோக்கமாகக் கொண்டால் அவை வறட்டுச் சூத்திரவாத, கோட்பாட்டுவாதப் படுகுழியில் விழுந்து விடும்.

மார்க்சிய-லெனினியம் வாழ்க்கையை விட்டு விலகுவதில்லை, குறுங்குழுவாதக் கோட்பாட்டின் வரையறைக்குள் தன்னை அடைத்துக் கொள்வதில்லை. மனிதகுலத்தின் மொத்த கலாச்சாரப் பாரம்பரியத்தையும் பொதுமைப்படுத்தி விமர்சன ரீதியில் புத்தாக்கம் செய்வதை அடிப்படையாகக் கொண்ட மார்க்சியம் மனிதகுல மேதைகளின் மகத்தான சாதனைகளைத் தன் வயமாக்கிக் கொண்டு மேலும் வளர்ச்சி அடைகிறது.

மார்க்சின் துணிவு மிக்க, படைப்பாற்றலுடைய, புதியனவற்றைத் தேடுகின்ற சிந்தனை இன்றைய உலகத்தில் வாழ்கிறது, தொடர்ந்து போராடுகிறது. அது விஞ்ஞானி, தத்துவஞானி, அரசியல்வாதி ஆகியோரது பணியில் பங்கெடுக்கிறது. வாழ்க்கையிலும் சமூகப் போராட்டத்திலும் ஒவ்வொரு நபரும் தனக்குரிய இடத்தைப் பெறுவதற்கு அது உதவி செய்கிறது. அது சமூகத்திலிருந்து எல்லாவிதமான கசடுகளையும் அகற்றுவதற்கு, மனிதகுலத்தினருக்கு துன்பங்களையும் யுத்தங்களையும் வறுமையையும் பசியையும் அநீதியையும் ஒழிப்பதற்கு உதவி செய்கிறது.

இந்த பூமியில் மனிதனுடைய மாபெரும் தகுதிகளுக்கேற்ற சிறப்பான வாழ்க்கையை அமைப்பதற்கு அது உதவி செய்கிறது.